KV-059-741

વગડા વચ્ચે ટહુકો

ભાગ : ૨

ડૉ. શરદ ઠાકર

ગૂર્જર ગ્રંથરત્ન કાર્યાલય

કિંમત ₹ 300

પુનર્મુદ્રણ : 2014
પ્રથમ આવૃત્તિ : 2007
બીજી આવૃત્તિ : જૂન 2011

VAGDA VACHCHE TAHUKO : PART-2
a collection of short stories
by Dr. Sharda Thakar
Published by Gurjar Grantharatna Karyalaya,
Opp. Ratanpolenaka, Gandhi Road, Ahmedabad 380 001 (India)

© ડૉ. શરદ ઠાકર

પૃષ્ઠ : 16+304
ISBN : 978-93-5162-117-1
નકલ : 1250

પ્રકાશક : ગૂર્જર ગ્રંથરત્ન કાર્યાલય
અમરભાઈ ઠાકોરલાલ શાહ : રતનપોળનાકા સામે, ગાંધી માર્ગ, અમદાવાદ – 380 001
ફોન : 079-22144663. e-mail : goorjar@yahoo.com

ટાઈપસેટિંગ : શારદા મુદ્રણાલય
201, તિલકરાજ, પંચવટી પહેલી લેન, એલિસબ્રિજ, અમદાવાદ –6 : ફોન : 26564279

મુદ્રક : ભગવતી ઑફસેટ
સી/16, બંસીધર એસ્ટેટ, બારડોલપુરા, અમદાવાદ – 380 004

'સાધના'ના કાર્યાલયમાં પગ મૂકતાંની સાથે જ જે મહાનુભાવને જોવા માટે
મારી આંખો તરસતી હોય છે....
જેમને જોતાંવેંત ચરણસ્પર્શ કરવાનો ઉમળકો જાગે
એવું પિતામહ જેવું વ્યક્તિત્વ ધરાવતા

પૂ. શ્રી રમણલાલ શાહ (રમણકાકા)ને
પૂરેપૂરા આદર સાથે....

સામાજિક નિસબત પ્રગટ કરતી કથાઓ

ગઈ સદીની છેલ્લી પચીસીમાં ગુજરાતી સાહિત્ય ક્ષેત્રે ઊપસેલાં કેટલાંક પ્રમુખ નામોની યાદીમાં સાધિકાર સ્થાન પામી શકે એવું એક નામ છે, ડૉ. શરદ ઠાકર. વૈચારિક રીતે તો અમે બંને એક જ પથના પથિકો છીએ. 'સાધના' સાપ્તાહિકમાં 'વગડા વચ્ચે ટહુકો' ડૉ. શરદ ઠાકરની એક અત્યંત લોકપ્રિય કટાર અને એ જ સામયિકનો હું પણ એક અદનો લેખક તથા સંપાદન સહાયક. 'ટહુકા'ની દરેક વાર્તા મેં વાંચી જ હોય, ચીવટથી વાંચી હોય, પ્રસિદ્ધિ પૂર્વે અને પછી પણ વાંચી હોય એ સ્વાભાવિક છે. શરદભાઈ મથાળું બાંધ્યા વિના વાર્તા મોકલે ત્યારે તો ખરેખર કસોટી થઈ જાય; એક કારણ તો એ કે એમણે વાર્તાનાં કાવ્યાત્મક મથાળાં બાંધવાની પરિપાટી શરૂ કરી છે અને બીજું એ કે વાર્તાનો ચમત્કારિક અંત મથાળામાં જ પ્રગટ ન થઈ જાય એવો એમનો આગ્રહ. તેમ છતાં મથાળું નક્કી કરવા વારંવાર વાર્તા વાંચવાની મજા આવે અને એકથી વધારે વાર વાંચવા છતાં કંટાળો ન આપે એટલું જ નહિ પણ દર વખતે તાજી જ લાગે એવી કૃતિ આપવી એ એક મોટી ઉપલબ્ધિ છે.

ડૉ. શરદ ઠાકર અને હું મૂળમાં ગુજરાતના બે ભિન્ન વિસ્તારોમાં વિપ્ર પરિવારોનાં સંતાન. એક સામ્ય ગણાવી શકાય : બંને પરિવારો વિદ્યાવ્યાસંગી અને તેમના મોટા ભાગના સભ્યો શિક્ષણક્ષેત્ર સાથે સંકળાયેલા. શરદભાઈનું વતન બાલાસિનોર અને મારું સિદ્ધપુર. ગાંધીનગરના એક કાર્યક્રમમાં પહેલી વાર પ્રત્યક્ષ મિલન થયું, પરંતુ એ પૂર્વે અમે અક્ષરદેહથી તો એકબીજાને બરાબર જાણતા હતા. ડૉક્ટરની ડાયરી, રણમાં ખીલ્યું ગુલાબ વગેરે કટારોનો હું પ્રારંભથી

જ નિયમિત વાચક રહ્યો છું અને એમની વાર્તાઓમાં છુપાયેલા સામાજિક સંદર્ભો અને સંદેશે મને હંમેશાં આકર્ષ્યો છે. મેં એમને 'સાધના'માં લખવા કહ્યું અને એમણે તુરત એનો સ્વીકાર કર્યો, તેમાંથી શરૂ થયો : 'વગડા વચ્ચે ટહુકો'.

શરદભાઈ વ્યવસાયે ગાયનેક ડૉક્ટર છે, કર્મથી સામાજિક ચિંતક છે, દ્રષ્ટા છે. બચપણમાં શિક્ષક બનવાની ઇચ્છા હતી એ યાદ તાજી થતાં શરદભાઈ લોકશિક્ષકની ભૂમિકામાં આવી જાય છે. એમની વાર્તાઓની લાક્ષણિકતા સમાજને ઢંઢોળવાની કોશિશમાં રહેલી છે. સ્કેલપેલ (Scalpel) અને બૉલપેન વચ્ચે સંતુલન જાળવવાનું કપરું કાર્ય એક તપ છે. ડૉ. સૌ. સ્મિતા ઠાકરે ગોઠવેલી વ્યવસ્થા મુજબ એ દવાખાનાની જરૂરી બધી જવાબદારી અદા કરે જ છે. પરંતુ નવજાત શિશુના પ્રથમ રુદનને સૂકાભઠ અરણ્ય વચ્ચે મધુર 'ટહુકા'માં ફેરવે એ જ વાસ્તવિક ચમત્કૃતિ છે. વગડો એટલે ઉજ્જડ, સાવ વેરાન જગ્યા. જ્યાં સામાન્ય માણસને શુષ્ક કાષ્ટનું રણ દેખાય, ત્યાં શરદ ઠાકર 'નીરસ તરુવર'નાં દર્શન કરે છે, અને તમરાંનો કર્કશ સ્વર પણ દુર્લભ હોય એવા ભેંકારને માધુર્યથી ભરી દે તેવા 'ટહુકા'ની શોધમાં નીકળી પડે છે.

આસપાસ, સમાજમાં ઘટતી ઘટનાઓમાંથી સહજ રીતે જ તેઓ કથાવસ્તુ શોધી લે છે. એમની લેખણમાંથી ટપકતી કથા આપણી આજુબાજુનાં જીવનોની વાસ્તવિક વાર્તા હોય છે. સામાન્ય માનવીને જ્યાં કશું અસમાન્ય ન દેખાતું હોય એવી ઘટનામાં શરદને સમાજ માટેનો સંદેશ, કોઈ ચેતવણી, કોઈક પડકાર દેખાય છે. સાંસ્કૃતિક અધઃપતન અને આપણાં યુગો પુરાતન જીવનમૂલ્યોનો હ્રાસ અનુમાનનો નહિ, અનુભવનો વિષય છે. વિજ્ઞાને, પ્રૌદ્યોગિકીએ, સુખોપભોગનાં ભૌતિક સાધનોના ઉત્પાદનક્ષેત્રે અપ્રતીમ પ્રગતિ કરી છે; પણ એ કહેવાતા વિકાસના વનવગડામાં 'માણસ' ક્યાંક ખોવાઈ ગયો છે. આ માણસને શોધવાની, એને ઢંઢોળવાની મથામણ શરદ ઠાકર કરે છે. વિશ્વનો કે આપણો પોતાનો સમગ્ર ભૂતકાળ તદ્દન કલ્મષરહિત અને માત્ર મૂલ્યખચિત જ હતો એવો ભ્રમ મારા કે શરદભાઈના મનમાં નથી જ, પરંતુ વર્તમાન એ બધાને ટપી જતો લાગે ત્યારે સમાજ સામે ખડા થયેલા પડકારોને આગવી ઢબે, વાર્તાસ્વરૂપે, રસાળ શૈલીમાં

આપણી સામે મૂકીને સમાજને જાગ્રત કરવો એ શરદ ઠાકરની નિસબત છે.

'વગડા વચ્ચે ટહુકો' એમની બીજી કટારો કરતાં વાચકોને થોડી ભિન્ન લાગી હોવાનો અનુભવ સતત થતો રહ્યો છે. ખુદ શરદભાઈએ હમણાં જ એક અનુભવના સંદર્ભમાં કહ્યું કે અન્ય કટારોએ એમને લોકપ્રિયતા, લોકચાહના અપાવી છે, પણ 'ટહુકા'એ એમને શ્રદ્ધેયતા અર્પી છે. વાત સાવ કાઢી નાખવા જેવી નથી. 'સાધના'માં ૬ ઠ્ઠી ઑગસ્ટ, ૨૦૦૫થી એમની કટાર શરૂ થઈ તેના ચાર હપતા માંડ છપાયા હતા ત્યાં જ એમની એક વાર્તાનું જીવતુંજાગતું પાત્ર 'સાધના' કાર્યાલયમાં ધસી આવ્યું. નામ જયસુખ, ગામ ભાવનગર, સ્વભાવ 'અન્યાય ગંધાય, અન્યાય ખાઉં' (એ વાર્તાનું મથાળું હતું). જયસુખભાઈ સદેહે અમારી સમક્ષ પ્રગટ્યા ત્યારે ડૉ. શરદ ઠાકરની કલમની તાકાતનો પહેલો પ્રત્યક્ષ પરચો મળ્યો. બીજી એક વાર્તા વાંચીને ઉચ્ચ ન્યાયાલયના જજની કક્ષાના એક ન્યાયવિદે ફોન કરીને પૂછ્યું : આવા નરાધમોને કાયદાથી પાઠ ભણાવવામાં હું થોડો પણ મદદરૂપ થઈ શકું ? એ જ વાર્તાનો બીજો પ્રતિભાવ ધમકી રૂપે પણ આવેલો. મેડિકલના પ્રથમ વર્ષમાં દાખલ થયેલો યુવાન ડૉ. શરદ ઠાકરનો દીકરો હોવાની જાણ થતાં જ એ સૌનો લાડકો બની જાય એટલું જ નહિ પણ મેડિકલના છેલ્લા વર્ષમાં ભણતો સિનિયર વિદ્યાર્થી એને નમન કરીને કહે છે : ડૉ. શરદ ઠાકરની ચરણરજ લેવાનો અભરખો તને પ્રણામ કરીને પૂરો કરું છું; અને આ અભરખો 'વગડા વચ્ચે ટહુકો' વાંચીને પેદા થયો હોય ત્યારે લેખક અને એમની કટારની શ્રદ્ધેયતાનું પ્રતીક બને છે.

ડૉ. શરદ ઠાકર બહુ વંચાતા અને બહુ પોંખાતા વાર્તાકાર છે. સમાજ પ્રત્યેના ઋણમાંથી ઉ-ઋણ થવા માટેની એમની કોશિશે એમને લોકચાહનાના અધિકારી બનાવ્યા છે. એમની લોકપ્રિયતાનું મુખ્ય કારણ એ છે કે એમનું લેખન વાસ્તવ ઉપર આધારિત છે. એ જીવનના ધબકાર ઝીલે છે, અને નરી વાસ્તવિકતા પ્રગટ કરવાની સાથોસાથ વાચક માટે કોઈક વિચાર, કોઈક ઉદાત્ત જીવનમૂલ્ય, કે કોઈક પ્રશ્નાર્થ મૂકી જાય છે. એમની પાસે એક આગવી શૈલી અને સર્જકતાની દ્યુતિ છે, પાત્રાલેખનની અદ્‌ભુત કલા છે, અને પ્રમાણમાં અત્યંત પ્રાસાદિક ગદ્ય છે. આ બધાના મૂળમાં એમની સમાજ પ્રત્યેની નિસબત છે. એમાં

આક્રોશ છે, આર્જવ છે, સહાનુભૂતિ છે અને પડકાર પણ ક્યારેક દેખાય છે. આપણને વિચારતા કરી શકે એવા ઘણા પ્રશ્નો એમાં પડઘાય છે. પરંતુ એમની આ નિસબત એકતરફી નથી, કોઈ પૂર્વગ્રહથી પ્રેરિત નથી, કોઈ જાતિ-પંથ-મજહબ, ભાષા કે પ્રાંત પ્રત્યેનો અનાદર નથી. જો સમજવા મથીએ તો એમાંથી સતત એક સવાલ પડઘાતો સંભળાય છે : જે બની રહ્યું છે તે બરાબર છે ? એમની વાર્તાઓમાં ઉપદેશ નથી અને ઉપદંશ (ડંખ) પણ નથી; પરંતુ ઘટનાક્રમને સમજીને સાચો રાહ નક્કી કરવા માટેનો સંકેત જરૂર હોય છે.

'વગડા વચ્ચે ટહુકો' કટારમાં પ્રગટ થયેલી ડૉ. શરદ ઠાકરની પસંદગીની વાર્તાઓ, ગૂર્જર ગ્રંથરત્ન કાર્યાલય જેવા લબ્ધપ્રતિષ્ઠ પ્રકાશકો દ્વારા, બે ભાગમાં પ્રગટ થાય તે આવકાર્ય છે. સમાજને ઉપકારક બને એવું આ કામ છે. પ્રસ્તાવના લખવાની મારી યોગ્યતા વિશે હું સાશંક છું, અને તેમાં પણ શરદભાઈએ પ્રસ્તાવના લખી આપવા કહ્યું પણ સંગ્રહમાં સમાવિષ્ટ પસંદગીની વાર્તાઓ કઈ છે એ સ્પષ્ટ ન કર્યું. તેથી વાર્તા, તેનું કથાવસ્તુ, પાત્રો વગેરેનો સીધો ઉલ્લેખ ટાળીને લખ્યું છે. આ એક કસોટી હતી અને એમાંથી હું કેટલે અંશે પાર ઊતર્યો છું એ તો ગ્રંથ વાચકોના હાથમાં ગયા પછી તેઓ જ કહી શકે.

શરદભાઈ પણ અમારી અલગારી ટોળીના જ હમરાહી છે એનો આનંદ છે, તેથી આટલું પણ સ્નેહવશ થઈને લખાયું છે. शतं जीव शरदः જેવા આશીર્વાદ આ માણસ માટે અધૂરા લાગે છે. मधु मनिष्ये, मधु जनिष्ये (મધુર ચિંતન દ્વારા મધુર સર્જન કરીએ)ની યજુર્વેદની ઉક્તિને સાકાર કરતા સુદીર્ઘ, સ્વસ્થ જીવનની મનોકામના સાથે ડૉ. શરદ ઠાકર અને 'ગૂર્જર'ને પણ અભિનંદન.

– બચુભાઈ ઠાકર

હનુમાન જયંતી,
ચૈત્ર સુદ ૧૫, સં. ૨૦૬૩,
દિ. ૨-૪-૨૦૦૬
અમદાવાદ-૫૧

વગડા વચ્ચે ઊભા રહીને
મેં પાડેલો અને તમે સાંભળેલો
એક રાષ્ટ્રવાદી ટહુકો

હું ઘટનાઓથી ઘેરાયેલો જીવ છું. મને લાગે છે કે ઘટનાસુંદરીએ ભીડથી છલકાતા સર્જકોના સ્વયંવરમાં કદાચ મને એકલાને જ ગળામાં વરમાળા આરોપવા માટે પસંદ કર્યો છે ! હું શુદ્ધ કે શ્રેષ્ઠ સાહિત્યકર્મનો દાવો કરનારો અલ્પમતિ લેખક હરગિજ નથી. હું તો ખાનગીમાં અને જાહેરમાં અનેક વાર કબૂલી ચૂક્યો છું કે માત્ર મારા વાચકોની ઉદારતા અને પક્ષપાતને કારણે ચાલી ગયેલો હું એક સામાન્ય પણ સદ્ભાગી લેખક છું.

પણ આપણે વાત કરતા હતા ઘટનાસુંદરીની. ઘણા લેખકો પણ હવે તો મને પૂછવા લાગ્યા છે, "તમારી પાસે આટલી બધી સત્ય ઘટનાઓ આવે છે ક્યાંથી ? અમે પણ માણસો છીએ, અમે પણ લખીએ છીએ; પરંતુ અમારા નસીબમાં તમારા જેવી ને જેટલી રોમાંચક, સત્ય ઘટનાઓ લખાયેલી નથી હોતી. મોટા ભાગે તો અમારે કલ્પનાના જોરે ઘસડી મારેલી ટેબલ-સ્ટોરી જ કાગળ ઉપર ઉતારવી પડતી હોય છે." ત્યારે મને લાગે છે કે હું ખરેખર નસીબદાર છું; જ્યારે પણ હું વાર્તા લખવા માટે હાથમાં કલમ પકડું છું, ત્યારે અચાનક દસેય દિશાઓમાંથી ઘટનાઓનું આક્રમણ શરૂ થઈ જાય છે. દૂરના કે નજીકના ભૂતકાળમાં બની ગયેલી કોઈ રોમાંચસભર ઘટના મારી કલમ ઉપર કબજો જમાવી બેસે છે અને જીદ પકડે છે : "આ વખતે મારો જ વારો !"

લગભગ દોઢ દાયકાથી દર સપ્તાહે ગુજરાતનાં અગ્રગણ્ય અખબારોમાં અઠવાડિયે બે વાર આલેખાતી મારી કટારો 'ડૉક્ટરની

ડાયરી' તથા 'રણમાં ખીલ્યું ગુલાબ' મારા ઉપર ઘટનાસુંદરીએ વરસાવેલા આશીર્વાદનું જ પરિણામ છે.

પણ તેમ છતાં એવી ઘણીબધી ઘટનાઓ હતી (અને છે) જેમને હું મારી ઉપરોક્ત બંને કટારોમાં ક્યારેય લખી શક્યો ન હતો. લખી પણ ન શકું, કારણ કે દરેક કૉલમને એનું એક આગવું સ્વરૂપ હોય છે, એક માળખું હોય છે, એક આકાર હોય છે અને એક ઓળખ હોય છે. જેમ રોટલાની સાથે સ્કોચ વ્હીસ્કી ન પીવાય, જેમ ચડ્ડી ઉપર કોટ ન પહેરાય એમ જ 'ડૉક્ટરની ડાયરી'ના સફેદ એપ્રોન ઉપર 'રણમાં ખીલ્યું ગુલાબ'નો ગુલાબી રંગ ન ચડવા દેવાય. અને આ ઘટનાઓ તો વળી એવી હતી જેમને 'રણમાં ખીલ્યું ગુલાબ'માં પણ ન સમાવી શકાય.

છેવટે મારે ત્રીજી લેખશૃંખલા ઊભી કરવી પડી. 'સાધના'ના સંસ્કારી પૃષ્ઠો માટે મેં પાંચમી ઑગસ્ટ (૨૦૦૫)ના પવિત્ર દિવસે શરૂ કરેલી કટાર એટલે : 'વગડા વચ્ચે ટહુકો'.

'સાધના' એ ફૂટપાથ ઉપર વેચાતું સસ્તું મેગેઝિન નથી, અશ્લીલ ચિત્રો અને સામગ્રીથી ગંધાતું કોઈ ફિલ્મી સામયિક પણ નથી; એનો એક જુદો જ વાચકવર્ગ છે. જેવો અલગ મિજાજ 'સાધના'નો છે, એવો જ આગવો અંદાજ એના વાંચનારાઓનો છે.

'વગડા વચ્ચે ટહુકો'ને લોકપ્રિય થવા માટે જરા પણ રાહ જોવી નથી પડી. છેલ્લા દોઢ વરસથી હું જ્યાં પણ ગયો છું, મને એના ચાહકો અને ભાવકો મળી ગયા છે.

'ડૉક્ટરની ડાયરી' અને 'રણમાં ખીલ્યું ગુલાબ' આ બંનેએ મને પ્રશંસા, પ્રસિદ્ધિ અને પૈસો અપાવ્યાં છે; જ્યારે 'વગડા વચ્ચે ટહુકો'ની વાર્તાઓએ મને પ્રેમ કમાવી આપ્યો છે. એક જ ઉદાહરણ ટાંકું છું.

મારો પુત્ર સ્પંદન તાજેતરમાં જ તબીબી અભ્યાસક્રમમાં પ્રવેશ મેળવીને મેડિકલ કૉલેજમાં જોડાયો છે. ત્યાં જતાંની સાથે જ અનેક વિદ્યાર્થીઓ (મેડિકલ સ્ટુડન્ટ્સ) એને મળવા માટે આવી ગયા. એ બધા વરસોથી મારી બંને કૉલમ્સ (ડાયરી અને ગુલાબ) વાંચતા આવ્યા હતા. એ બધાની આંખોમાં મારા પુત્ર પ્રત્યેનો સ્નેહ અને સદ્ભાવ ઝલકતા હતા.

પણ એક દિવસ સાંજના સમયે એક અણધારી ઘટના બની ગઈ. સ્પંદનથી ત્રણ વર્ષ સિનિયર એવો એક મેડિકલ સ્ટુડન્ટ એની હૉસ્ટેલની

રૂમમાં એને મળવા માટે આવ્યો. આવીને પૂછવા લાગ્યો, "તું જ ડૉ. શરદ ઠાકરનો સુપુત્ર છે ?" સ્પંદને હકારમાં માથું હલાવ્યું એની સાથે જ એનાથી ત્રણ વરસ મોટો એ યુવાન એના પગમાં પડી ગયો ! શબ્દશઃ એણે સ્પંદનનો ચરણસ્પર્શ કર્યો.

સ્પંદન મુંઝાઈ ગયો, "અરે ! અરે ! આ શું કરો છો ? હું તો તમારાથી 'જુનિયર' છું; તમારાથી મારા પગમાં ન પડાય !"

પેલો ભાવિ ડૉક્ટર આંખોમાં ભાવનું અંજન આંજીને બોલ્યો, "હું તને પગે નથી લાગતો, ભાઈ ! હું તારા નિમિત્તે ડૉ. શરદભાઈના ચરણસ્પર્શ કરી રહ્યો છું."

સ્પંદને સહજતાપૂર્વક પૂછ્યું, "તમે મારા પપ્પાની 'ડાયરી' અને 'ગુલાબ' વાંચો છો ?"

"ના, હું એમની 'વગડા વચ્ચે ટહુકો'નો વાચક છું." આ એ જવાબ હતો, જે મારા પુત્ર સ્પંદનને નવાઈના મહાસાગરમાં ડુબાડી ગયો. શનિ-રવિની રજાઓમાં જ્યારે એ ઘરે આવ્યો અને આખીયે ઘટના એણે મને કહી સંભળાવી, ત્યારે હું પણ લાગણીમય બની ગયો.

આ મિજાજ છે 'સાધના'ના વાચકોનો. 'વગડા વચ્ચે ટહુકો'એ મને રાષ્ટ્રપ્રેમી નાગરિકોનો જે ભક્તિભાવ સહિતનો પ્રેમ અને આદર કમાવી આપેલ છે, એ બીજાં બધાં અખબારો સામટાં ભેળાં થઈને પણ ન અપાવી શકે.

'સાધના'નું કાર્યાલય મારા માટે બીજું ઘર બની ગયું છે; એના સાથીઓ મારા માટે બીજું કુટુંબ છે. એના બારણામાં પગ મૂકું છું એ સાથે જ હું એક અલગ વ્યક્તિ બની જાઉં છું. ટેલિફોન ઑપરેટરના ઉમળકાભર્યા સ્મિતથી શરૂ થતો આવકાર વાયા બચુકાકા (આદરણીય શ્રી બચુભાઈ ઠાકર) થઈને અંદરની ઑફિસમાં બિરાજેલા વિશાળ વડલા જેવા પૂ. શ્રી રમણકાકા સુધી લંબાતો જાય છે. બચુકાકાની ઉપસ્થિતિમાં હું મારી જાતને વધુ સુરક્ષિત અનુભવતો હોઉં છું. બરાબર એમ જ જેવી રીતે હું મારા પિતાની હાજરીમાં 'ફીલ' કરતો રહું છું. અને તમે ક્યારેય ધોમધખતા ઉનાળાની બળબળતી બપોરે આસ્ફાલ્ટની સડક ઉપર પગપાળા સફર ખેડેલી છે ? અને એ પછી કોઈ ઘટાદાર વૃક્ષની છાંયમાં બે-ઘડી ઊભા રહેવાની 'હાશ'ને માણેલી છે ? બરાબર એવી જ 'હાશ' હું પૂ. રમણકાકાની પાસે બેઠો હોઉં છું, ત્યારે માણતો

હોઉં છું.

હવે વાત કરવી છે મૂકેશભાઈ શાહની. 'સાધના'ના બાહોશ તંત્રી. અત્યંત વ્યસ્ત મહાનુભાવ. કુશાગ્ર બુદ્ધિ અને ચકોર આંખના માલિક. મિજાજના કડક છે એવું બહારથી સાંભળેલું છે; પણ મારો અંગત અનુભવ તદ્દન જુદો જ છે. શ્રી મૂકેશભાઈ સદૈવ મારી ઉપર અનરાધાર પ્રેમ વરસાવતા રહ્યા છે. મિત્ર માટે 'ફ્રેન્ડ, ફિલોસોફર એન્ડ ગાઇડ' જેવી વ્યાખ્યા તો અંગ્રેજીમાં બનેલી છે; મારા માટે એનો ગુજરાતી તરજૂમો એટલે મૂકેશભાઈ છે. મારી જિંદગીના બે-ત્રણ અંગત પ્રસંગોએ એમણે મને અનુભવસિદ્ધ સલાહ આપીને મોટી મૂંઝવણમાંથી બહાર કાઢેલો છે.

આ ત્રણેય વડલાઓનો આભાર માનીને એમનું ઋણ હું જરા પણ ઓછું નહીં કરું.

'સાધના' પરિવારના અન્ય સાથીઓ ભાઈ રાજ ભાસ્કર, દેવાંગ, ધવલભાઈ, વડીલો શ્રી અરુણભાઈ યાર્દી અને ભાસ્કરદાદા; આ બધા બીજાઓ માટે ફક્ત 'માણસો' જ હશે, પણ મારા માટે નર્યા પ્રેમની નક્કર નમણી મૂર્તિઓ છે. આ બધાં સ્નેહનાં શિલ્પોનો હું હૃદયપૂર્વક આભાર માનું છું.

અને આભાર એ હજારો વાચકોનો પણ..., જેમણે સન્નાટાથી છલકાતા વેરાન વગડા વચ્ચે ઊભા રહીને મેં પાડેલા એક રાષ્ટ્રવાદી ટહુકાને બે કાનથી સાંભળ્યો અને બંને હાથથી વધાવ્યો.

આભાર.

તા. ૧૦-૭-૨૦૦૭

ફોન : (૦૭૯) ૨૫૪૩૪૯૦૧
(M.) ૯૪૨૬૩-૪૪૬૧૮

ડૉ. શરદ ઠાકર
૮/૧, જલારામ પાર્ક સોસાયટી,
પ્રાણશંકર હૉલ પાસે,
પુષ્પકુંજ, કાંકરિયા, અમદાવાદ-૨૮

અનુક્રમ

વગડા વચ્ચે ટહુકો
(ભાગ : ૨)

માગનારા માગે નહિ
તોયે આપી જાય એ હિંદુસ્તાન

'૯૨ની સાલ. સવારનો સમય. એક દુ:ખદાયક ઘટના બની ગઈ. ક્ષોભજનક પણ ખરી. જીવરાજ પાર્ક વિસ્તારમાં આવેલા આશીર્વાદ ફ્લેટમાં રહેતા અને સ્ટેટ બૅંક ઑફ ઇન્ડિયામાં નોકરી કરતા પાંત્રીસ વર્ષના અરુણ ત્રિવેદી ફ્લેટના કમ્પાઉન્ડમાં લટાર મારી રહ્યા હતા, ત્યાં એમની નજર ક્રિકેટ રમી રહેલાં બાળકો ઉપર પડી. પાંત્રીસ વર્ષના ઢગા જેવડા અરુણ ત્રિવેદીને રામ જાણે શું સૂઝ્યું તે સીધા જઈને એક ટાબરિયાના હાથમાંથી બૅટ લઈ લીધું, 'લાવ, બે-ચાર દડા મનેય રમી લેવા દે !'

અંકલને પોતાની રમતમાં સામેલ થતા જોઈને બચ્ચાંઓ ખુશ થઈ ગયાં. ફિલ્ડિંગ ગોઠવાઈ ગઈ. આઠ વર્ષના કપિલ દેવે દડો ફેંક્યો, પાંત્રીસ વર્ષના તેંડુલકરે બૅટ ઘુમાવ્યું. દડો હવામાં. એક ક્ષણ પૂરતું તો એવું લાગ્યું જાણે દડો આસમાનમાં અદશ્ય થઈ જશે ! પણ પછી નીચે ઊતરતાં અવકાશયાનની જેમ એ પૃથ્વીની દિશામાં પાછો ફર્યો. જઈને પડ્યો સામે ઊભેલી મ્યુનિસિપલ શાળાના ઓરડાના છાપરા માથે ! બે ઓરડાની શાળા હતી. મ્યુનિસિપલ શાળા એટલે ગરીબની જોરુ ! જર્જરિત દીવાલો, પ્લાસ્ટરની જગ્યાએ પોપડા, છતને બદલે સડી ગયેલાં જૂનાં પતરાંનું છાપરું. બૉમ્બગોળા જેવો બૉલ પડ્યો એ સાથે જ છાપરામાં દડાની સાઇઝનું કાણું પડી ગયું. બૉલ સીધો વર્ગખંડમાં ઊભાં રહીને બાળકોને ભણાવી રહેલાં શિક્ષિકાબહેનના મસ્તક ઉપર જઈને ચોંટ્યો.

બીજી જ ક્ષણે શિક્ષિકા કપાળ ઉપર લોહીની ધાર અને જમણા હાથમાં રક્તરંજિત દડો લઈને બહાર આવ્યાં. ચહેરા પર આક્રોશ હતો અને જીભ ઉપર ઠપકો, પણ જેવી નજર પાંત્રીસ વર્ષના આદમી ઉપર પડી એવાં જ બહેન ઓઝપાઈ ગયાં. આવડા પુખ્ત માણસને શું કહેવું ?

આટલું તો એ માંડ બોલી શક્યાં : 'ભાઈ, જરાક તો સમજો ! શાળા માટે કંઈ કરી ન શકો એનો વાંધો નથી, પણ જે છે એને જાળવી રાખવામાં તો સહકાર આપો...!'

આટલા જ શબ્દો. પણ શબ્દે-શબ્દે શિકાયત, સંવેદના, આજીજી, આર્જવ અને ઠપકાના ભાવરહિત શિખામણ સમાયેલાં હતાં. અરુણ ત્રિવેદી શું બોલે ? નીચું માથું કરીને સાંભળી રહ્યા, પણ એ ક્ષોભજનક ક્ષણે એમના દિમાગના સાતમા પાતાળે આ ઘાયલ શિક્ષિકાને આપવા જેવો એક નક્કર અને મજબૂત જવાબ ફૂટી રહ્યો હતો.

✳

સ્ટેટ બૅંક ઑફ ઇન્ડિયાના મોટા સાહેબે હાથ નીચેના કર્મચારીઓની મિટિંગ ભરી હતી. બૅંક પાસે માતબર ગણી શકાય એવી રકમ ફાજલ પડી હતી. સાહેબનો વિચાર એ રકમને સામાજિક સેવાના કામ માટે ઉપયોગમાં લેવાનો હતો, પણ પૈસા ખર્ચવા માટેનું પવિત્ર સરનામું જડતું નહોતું.

અત્યાર સુધી ચૂપ રહેલા અરુણ ત્રિવેદીએ હળવેકથી સૂચન રજૂ કર્યું, 'મારા ઘર સામે એક નિશાળ છે. આજુબાજુની ઝૂંપડપટ્ટીમાં રહેતાં બાળકો એમાં ભણવા આવે છે. એની આગળ વિશાળ ખુલ્લું મેદાન છે. આપણે ત્યાં વૃક્ષારોપણનો કાર્યક્રમ કરીએ તો કેવું રહેશે ?'

સાહેબ ખુશ થઈ ગયા : 'ડન ! પંદરમી ઑગસ્ટ નજીક આવે છે. આપણે ત્યાં જઈને ધ્વજવંદન પણ કરીશું અને પછી વૃક્ષારોપણ પણ. બધું આયોજન તમારે કરવાનું.'

અરુણ ત્રિવેદીએ દોડધામ કરી મૂકી. સ્થાનિક રહીશોનો સહકાર મેળવ્યો. શાળાના સાહેબને વિશ્વાસમાં લીધા. પંદરમી ઑગસ્ટે સવારે આઠ વાગ્યે તિરંગો હવામાં લહેરાતો હતો અને એના અડધા કલાક બાદ અરુણભાઈની ટીમ કામે લાગી ગઈ હતી. શાળાના ઉબડખાબડ મેદાનમાં બબ્બે ફૂટ ઊંડા ખાડા ખોદાઈ ગયા હતા. એકાદ-બે પાંચ-સાત જેટલા નહીં પૂરા એકસો એક ખાડા ! શુકનવંતા આ આંકડાથી શાળાની સરહદ લીલીછમ્મ બની ગઈ. એક અનુભવી વડીલ અપશુકન જેવું ઓચર્યા : 'આ બધું નાટક છે, નાટક ! આમાંથી પાંચ છોડવા પણ ઊછરે તો મને કહેજો...!'

અરુણ ત્રિવેદીએ જવાબ આપવાને બદલે પડકાર ઝીલી લીધો. સોમથી શુક્ર એમ પાંચ દિવસ પૂરતી તો ચિંતા નહોતી, કેમ કે શાળા ચાલુ હોય. શિક્ષકોની નજર રહે, પણ સવાલ શનિ-રવિની દોઢ દિવસની રજાનો હતો. આ દોઢ દિવસમાં તો કુમળા છોડોનો દાટ નીકળી જાય, પણ અરુણ ત્રિવેદીએ આનો ઉપાય પણ ખોળી કાઢ્યો. બે મિત્રોને ચોકીપહેરા માટે તૈયાર કર્યા. પોતે તો ખરા જ. શનિ-રવિ બે

દિવસ એકસો એક છોડવાઓની ચોકી કરવાની. બાળકોને ક્રિકેટ રમવાની પણ મનાઈ. પૂરા છ મહિના લગી આ ફરજ બજાવી. ઘરના રસોડામાં ગૅસ ઉપર દૂધની તપેલી મૂકી હોય અને સ્નાન કરવા ગયેલી પત્નીએ ભાર દઈને કહ્યું હોય : 'દૂધ ઊભરાય નહીં એ વાતનું ધ્યાન રાખજો...' પણ દૂધ અચૂક ઊભરાયું જ હોય ! એવા મનમૌજી અરુણભાઈએ એકસો એક છોડવાઓનું પૂરેપૂરું ધ્યાન રાખ્યું. કારણ ? એક ઘાયલ શિક્ષિકાએ આપેલા નિઃશબ્દ ઠપકાનો નક્કર જવાબ આપવો હતો !

એવામાં પાણીની રામાયણ ઊભી થઈ. ઊછરેલા છોડવા મરવાની અણી ઉપર આવી ઊભા. નિર્ણય લેવાયો. દર રવિવારે પાણીનું ટૅન્કર મંગાવવું. પાણીનો ભાવ-તાલ શરૂ થયો.

'એક ટૅન્કર પાણીના સો રૂપિયા થશે.' ટૅન્કરના માલિકે અકડાઈપૂર્વક કહ્યું.

'ભલે.' અરુણભાઈ પાસે ના પાડવાનો વિકલ્પ જ ક્યાં હતો ? એક વજનદાર નિઃશ્વાસ સાથે ભાવ કબૂલ રાખ્યો. ટૅન્કરવાળો રવિવારે આવી ગયો. સુરત-એ-હાલ નજરોનજર જોઈને ઘીસ ખાઈ ગયો. માલિક પાસે જઈને વાત કરી. માલિક આવીને ઝઘડી ગયો, 'ખરા માણસ છો તમે ! શાળા માટે પાણી જોઈએ છે એટલું ભસતાંયે જોર આવે છે ? અમને સાવ વેપારી ધારી લીધા ?'

'તો તમે બીજું શું છો ?' અરુણભાઈ હસી પડ્યા.

આ 'બીજું શું છો ?' એનો જવાબ પાણીવાળાએ પાણીદાર બનીને આપ્યો : 'હવેથી એક ટૅન્કરના ફક્ત પચાસ રૂપિયા જ લઈશ. એ પણ ત્રણ રવિવાર પૂરતા જ.'

'પછી શું ? ચોથો રવિવાર પાણી વગર કાઢવાનો ?'

'ના, ત્રણ રવિવારના પૈસા તમારે ચૂકવવાના. ચોથાના હું ચૂકવીશ.' પાણીમાંથી પૈસા પેદા કરનારો વેપારી 'માણસ' બનીને પાછો ગયો.

બીજા મહિને ચોમાસું જામી ગયું. વરસાદે લાજ રાખી. ચાર મહિનાની અંદર છોડવાઓ વધીને ત્રણ-ચાર ફીટ ઊંચા થઈ ગયા. શાળામાં ભણતાં બાળકોનાં માથાંને આંબી ગયા.

એક દિવસ છોડ પાસે ઊભા રહીને અરુણ ત્રિવેદી પાંદડાં ઉપર હાથ ફેરવી રહ્યા હતા ત્યાં પેલાં શિક્ષિકાબહેન આવી ચડ્યાં, 'ભાઈ, તમે તો હદ કરી નાખી ! મારા એક મહેણાના જવાબમાં તમે એકસો ને એક વૃક્ષોની અમને ભેટ ધરી દીધી !'

અરુણ ત્રિવેદીની આંખોમાં એક અદશ્ય નકશો રમી રહ્યો. ફક્ત ચાર જ શબ્દો બોલીને એ ચાલ્યા ગયા : 'થોભો અને રાહ જુઓ !'

*

એક રાતે ધોધમાર વરસાદ વરસ્યો. નિશાળની સામે જ એક મોટો ઊંડો

ખાડો આવેલો હતો. સવાર સુધીમાં એ ખાડો જોખમી તળાવમાં ફેરવાઈ ગયો. શાળામાં બૂમ ઊઠી : 'આમાં તો કોઈક બાળક ડૂબી જાય એવો ભય છે !'

અરુણ ત્રિવેદી દોડ્યા મેયર પાસે. અમદાવાદના મેયરપદે એ સમયે ભાવનાબહેન દવે હતાં. એમણે શાંતિથી બધી વાત સાંભળી. પછી આદેશ આપ્યો : 'ખાડાને પૂરી દો.' બસો ટ્રૅક્ટર ભરીને માટી આવી ગઈ. ખાડો હતો ત્યાં સમથળ, સપાટ, પોચી ભૂમિ બની ગઈ. કોઈના મુખમાંથી સરી પડ્યું : 'કેવું સરસ લાગે છે, નહીં ? અહીં બગીચો બનાવ્યો હોય તો કેવો શોભી ઊઠે ?' અરુણ ત્રિવેદી આ સાંભળીને મંદ-મંદ હસ્યા. એમને લાગ્યું કે પોતાની કલ્પનામાં દોરાયેલો નકશો હવે બીજાંઓની જીભ ઉપરથી પણ ટપકવા માંડ્યો હતો.

પહેલું કામ એમણે બૅંકના મોટા સાહેબને મળીને રકમ મંજૂર કરાવવાનું કર્યું.

'આ વખતે શો વિચાર છે ?' મોટા સાહેબે મોટી ફ્રેમનાં ચશ્માંમાંથી મોટી-મોટી આંખો કાઢીને નાનકડો સવાલ પૂછ્યો.

'બગીચા ફરતે તારની વાડ બાંધવી છે.' અરુણ ત્રિવેદી કાંટાળા તારનો ચેક લઈને રવાના થયા. વાડ બની ગઈ. પછી બગીચાના શ્રીગણેશ થયા. ફૂલો રોપતાં પહેલાં એક નજર એમણે થોડેક દૂર આવેલા જૈન દેરાસરની દિશામાં ફેંકી દીધી. પછી અકળ સ્મિત ફરકાવ્યું : 'આપણે બીજાં ફૂલો નથી વાવવાં. માત્ર ડમરો, જાસૂદ અને મોગરો આ ત્રણ જ જાતના રોપાઓ લાવો.'

આ ફેંસલાનું રહસ્ય બગીચો ખીલી ઊઠ્યા પછી સમજાયું. આ એ ફૂલો હતાં, જે જૈન દેરાસરમાં પૂજા-અર્ચના માટે કામ આવી શકે એમ હતાં. એ જ વિસ્તારના અશ્વિનભાઈ શાહ દેરાસરમાં જઈને બધું પાક્કું કરી આવ્યા. રોજની બે બાલદી ભરીને ફૂલો ચૂંટી-ચૂંટીને દેરાસરમાં મોકલવાનો ક્રમ શરૂ થઈ ગયો. પૂરા ત્રણસો ને પાંસઠ દિવસ લગી સતત ચાલ્યો. એક વર્ષના અંતે જૈન શ્રેષ્ઠીઓ આવીને અરુણભાઈના હાથમાં છ હજાર રૂપિયા મૂકી ગયા. ફૂલોની સુગંધ મહેકદાર ઉપરાંત મૂલ્યવાન પણ સાબિત થઈ રહી હતી.

આ છ હજારનું શું કરવું ? બૅંકમાં નોકરી કરનારા કર્મચારી પાસે પૈસા ખર્ચવાના એક હજાર ને એક રસ્તાઓ હોય, પણ અરુણભાઈ પાસે તો એક જ ઉપાય હતો : 'આટલી કિંમતની પેન્સિલો, રબ્બર અને સ્લેટ ખરીદીને વિદ્યાર્થીઓમાં વહેંચી આપો !'

દેરાસરના શ્રેષ્ઠીઓને ખબર પડી. પુણ્યની લૂંટાલૂંટ મચી. બીજા વરસે છને બદલે સાત હજાર રૂપિયા આપી ગયા. પછી આઠ હજાર, ચોથા વરસે નવ અને પછીના વરસે પૂરા દસ હજાર રૂપિયા મળ્યા ! માગનારા માગે નહીં, તોયે આપનારા

આપી જાય એ હિંદુસ્તાન.

આ સમય દરમિયાન ગરીબની જોરુ જેવી આ શાળા લોકજીભે ચર્ચાતી થઈ ગઈ હતી. એના જર્જરિત ઓરડાઓ જોઈને તુલસીકાકા નામના એક સજ્જન દાતા આવ્યા. એમણે બે નવાનક્કોર ઓરડા બંધાવી આપ્યા. મ્યુનિ. કોર્પોરેશનને થયું કે આ ફરજ તો આપણી ગણાય. કુલ દસ ઓરડાની શાળા ધમધમતી થઈ ગઈ. વિદ્યાર્થીઓ પણ વધીને આઠસો થયા, પણ સંખ્યા વધે એટલે જરૂરિયાતો પણ વધે જ. આ બધાં કંઈ કરોડપતિ માવતરોના લાડકવાયાઓ ન હતા. આમને તો દફતરોના અને નોટબુક્સના પણ સાંસા હતા.

અરુણ ત્રિવેદીએ ફરીથી ભામાશાની શોધ આદરી. એક દાનવીર મળી ગયા. માનવકલ્યાણ ટ્રસ્ટના જેન્તીભાઈએ જીભ કચરી : 'કેટલી નોટબુક્સ જોઈશે ?'

'બસો ડઝન.'

'બજારભાવ શો ચાલે છે ?'

'એક ડઝનના સો રૂપિયા.'

'સારું ! બસો ડઝન આપી, પણ સાવ મફતમાં નહીં. ચાલીસ રૂપિયે ડઝનના ભાવે આપીશ. પરવડશે ?'

અરુણભાઈ માથું હલાવે ત્યાં તો બીજા દાતાઓ કૂદી પડ્યા : 'તમામ બાળકોને એક-એક કંપાસ બૉક્સ મારા તરફથી...! અને નાસ્તો પણ આપણા તરફથી...!'

દાનની ભાવના શરદીની બીમારી કરતાંયે વધારે ચેપી હોય છે. લાયન્સ ક્લબ, વાસણાએ સાંસ્કૃતિક હૉલ બંધાવી આપ્યો. તો બાળકોનો એક બીજો પ્રશ્ન પણ હલ થઈ ગયો. બપોરની રિસેસમાં નાસ્તો ક્યાં બેસીને કરવો એ મોટો પ્રશ્ન હતો. અરુણભાઈએ અડોશપડોશમાં વાત કરી. એક બિલ્ડરે સિમેન્ટ, કપચી અને માટીનો ઓટલો બનાવી આપ્યો. ચાલીસ ફીટ બાય દસ ફીટનું પ્લૅટફૉર્મ તૈયાર થઈ ગયું. આસપાસમાં જ્યાં જ્યાં નવાં બાંધકામો ચાલતાં હતાં, ત્યાંથી ટાઇલ્સ આવી ગઈ. મકાનમાલિકો ખુદ પાંચ-પાંચ ટાઇલ્સ ઊંચકીને આપી ગયા. શાળાની સિકલ બદલાઈ ગઈ.

એક વાર બૅંકના સાહેબ સારા મૂડમાં બેઠા હતા. એમની નજર બારીઓના જૂના પડદા ઉપર ચોંટી હતી. અરુણ ત્રિવેદીએ લાગ જોઈને સોગઠી મારી : 'પડદા બહુ જૂના થઈ ગયા છે. ખરાબ લાગે છે, નહીં ?'

'હં...' સાહેબે માથું હલાવ્યું : 'આખી બૅંકની તમામ બારીઓના પડદાઓ કાઢી નાખો, એની જગ્યાએ નવું કાપડ ખરીદીને...'

'સાહેબ, થઈ જશે. પણ તમને જો વાંધો ન હોય તો આ જૂના પડદાઓ હું લઈ જઈ શકું ?'

'કેમ ? ઘરમાં ગુજરીબજાર ચલાવો છો કે શું ?' સાહેબે હળવાશમાં પૂછ્યું.

'હા, સાહેબ ! શહેરના આ સુપરમાર્કેટમાં હું ગરીબો માટેની ગુજરી ભરીને બેઠો છું. જો આ જૂના પડદાઓ મને આપશો તો હું એ કાપડને સવાયું કરીને ઉપયોગમાં લઈશ એની ખાતરી...'

અરુણભાઈ જાડા કાપડનો ભારો ઊંચકાવીને લોન્ડ્રીમાં ગયા. એને ધોવરાવીને સાફ કરાવ્યા. પછી એક બેકાર બેઠેલા દરજીને ખોળી કાઢ્યો : 'કામ જોઈએ છે ?' પેલાની આંખમાં ચમક આવી.

'આ કાપડમાંથી દફ્તરો બનાવવાનાં છે. બોલ, શું લઈશ ?'

'એક દફતરના પાંચ રૂપિયા.'

'મારા માટે નથી સીવડાવતો. તારા જેવા જ ગરીબ વિદ્યાર્થીઓ માટે...'

'એક દફતરના ચાર રૂપિયા.'

ઝૂંપડીઓમાં ઉઘાડાં સૂતાં અને અર્ધભૂખ્યા પેટે જીવતાં રાંકનાં રતનોને મફતમાં દફતરો મળ્યાં, કંપાસબૉક્સ મળ્યા; નોટબુક્સ મળી, બેસવા માટે સ્વચ્છ પાકા વર્ગખંડો મળ્યા, બગીચાનું મહેકતું પર્યાવરણ મળ્યું, નાસ્તો મળ્યો અને નાસ્તા માટે બેસવાનો ઓટલો મળ્યો ! પછી એ બધાં કંઈ ઝાલ્યાં રહે ખરાં ? પ્રતિભા માત્ર ધનવાનોના બંગલાઓમાં જ નથી પાંગરતી હોતી.

આ જ શાળાના બે વિદ્યાર્થીઓ વિજ્ઞાનમેળામાં ભાગ લઈને રાષ્ટ્રીય સ્તરે ઇનામો જીતી લાવ્યા. એક સમયની સૌથી ખરાબ ગણાતી શાળા સ્વચ્છતાની બાબતમાં પણ અમદાવાદની શ્રેષ્ઠ શાળાઓની પંક્તિમાં ગણાવા માંડી.

અને અરુણ ત્રિવેદી ? આજે તો એ સુડતાલીસના થયા છે. હજુયે બૅંકમાં નોકરી કરે છે. ક્યારેક નવરાશની પળોમાં ફ્લૅટની બહાર ટહેલતા હોય છે, ત્યારે બાળકો એમને ક્રિકેટ રમવા માટે લલચાવે છે, પણ અરુણ અંકલ ના પાડી દે છે. એમના દિમાગમાં કોઈ ઘાયલ શિક્ષિકાબહેનના શબ્દો ગુંજી ઊઠે છે : 'ભાઈ, શાળા માટે કંઈ કરી ન શકો એનો વાંધો નથી, પણ જે છે એને જાળવી રાખવામાં તો સહકાર આપો !' બસ, આટલા જ શબ્દો હતા. એમાં બધું જ હતું, સિવાય કે ઠપકો ! એટલે જ એ શબ્દો કદાચ અરુણભાઈને સ્પર્શી ગયા હશે !

તો મૂળ વાત એટલી જ કે એક વાર '૯૨ની સાલમાં એક સવારે જીવરાજ પાર્ક વિસ્તારમાં એક દુઃખદાયક ઘટના બની ગઈ...દુઃખદાયક ? ...ના, એક 'સુખદાયક ઘટના ઘટી ગઈ !'

અન્યાય ગંધાય...
અન્યાય ખાઉં...!

ઘટના સાલ : ૧૯૯૦, સમય : સાંજના સાડા પાંચ-છ વાગ્યાનો. અમદાવાદથી ભાવનગર જવા માટે ઊપડેલી ઇન્ટરસિટી ટ્રેનના જનરલ કૉચમાં બે હિન્દીભાષી જુવાનિયા સમય પસાર કરવા માટે પત્તાં ટીચતા હતા. સામે એક યુવાન પતિ-પત્ની બેઠાં હતાં. એમની બાજુમાં જયસુખ જેન્તીલાલ પટેલ નામના પાંત્રીસ વર્ષના એક સજ્જન આદમી બેઠા હતા. કમ્પાર્ટમેન્ટમાં સંપૂર્ણ શાંતિ હતી.

ધંધુકા સ્ટેશનેથી એક પોલીસવાળો ચડ્યો. એની આંખો અને લથડિયાં ખાતા પગ જોઈને કોઈ પણ કહી શકે કે ભાઈસાહેબ સુરાપાન કરીને આવ્યા છે. આવતાંવેંત એણે પેલા મિત્રોને સાણસામાં લેવાનું શરૂ કર્યું.

'જુગાર રમતે હો ? પૈસા નિકાલો !' કાઠિયાવાડી પોલીસવાળાનું હિન્દી ગિરનારી બાવાનેય શરમાવે એવું હોય.

'સા'બ, જુઆ નહીં ખેલ રહે હૈં. હમ તો ટાઇમ પાસ કે લિએ તાશ ખેલતે હૈં.' બેમાંથી એક પુરુષે વિનયયુક્ત જવાબ આપ્યો.

પોલીસનો પિત્તો ગયો. આડા હાથની એક અડબોથ ઝીંકી દીધી. ડબ્બામાં સોપો પડી ગયો.

આવું દૃશ્ય કંઈ આપણા માટે નવું નથી. રોજ-બ-રોજની જિંદગીમાં ખાખી, સફેદ કે ભગવાં કપડાં દ્વારા થતી દાદાગીરી, શોષણ અને નાગાઈ જોઈ જોઈને આપણે હવે ટેવાઈ ગયા છીએ. આંખ આડા કાન કરી દઈએ છીએ. આપણા કેટલા ટકા ? એ આપણું રાષ્ટ્રીય સૂત્ર બની ગયું છે.

પણ પોલીસવાળાનું બદકિસ્મત કે સામેની પાટલી ઉપર જયસુખ પટેલ બેઠા હતા. જયસુખ પટેલને નિકટથી ઓળખનારા એને 'જયસુખ જાલિમ' કહે છે. ફાટેલ ખોપરીનો માણસ. કાયદો જીવે, કાયદો ખાય, કાયદો પીવે, કાયદાને શ્વસે અને

કાયદાના વિશ્વમાં વસે ! પોતે તો અન્યાય સહન કરે નહીં, પણ બીજા કોઈનેય સહન કરવા ન દે. ઊંચાઈ માંડ પાંચ ફીટ, વજન ચાલીસથી પિસ્તાલીસ કિલોની વચ્ચે ફરતું રહે, પણ હિંમત સરદાર પટેલ જેવી. માથા ઉપરથી વાળ ખરવા માંડ્યા એની ફિકર ન મળે. ઘરની ચિંતા ન કરે. કપડાં જે હાથમાં આવે એ પહેરવાનાં, શર્ટ સાથે પેન્ટનું મેચિંગ નહીં જોવાનું. ધક્કો મારો તો ઢળી પડે અને ખભે હાથ મૂકીને ખાલી અમથા સહેજ હલાવો તો આખેઆખા હલબલી ઊઠે ! પણ એક વાર અન્યાયની સામે ઊભો થઈ જાય તો આભને આંબે એવો ઊંચો બની જાય.

પોલીસવાળાએ નિર્દોષ મુસાફરને થપ્પડ મારી એમાં આ કાઠિયાવાડી ભાયડો ઊભો થઈ ગયો. કમ્પાર્ટમેન્ટના સાંકડા રસ્તેથી બીજા વિભાગમાં જઈને રેલવેના સિક્યોરિટી મૅનને બોલાવી લાવ્યો : 'આ તમારો પોલીસવાળો દારૂ પીને ધાંધલ મચાવે છે. મુસાફરોને રંજાડે છે. એને સજા કરવાની છે. તમે કરશો કે પછી હું કરું ?'

સિક્યોરિટી ગાર્ડ્ઝ એટલે પોલીસના પિતરાઈ. ઢાંકપીછોડો કરીને પેલા જુલમગારને ખેંચી ગયા, પણ દસ મિનિટના વિરામ બાદ એ પાછો આવ્યો. આ વખતે ગંદી ગાળોનો વરસાદ પણ સાથે લેતો આવ્યો. બંને 'જુગારીઓને' ઢીબી નાખ્યા. સામે બેઠેલું દંપતી પણ ક્ષોભજનક હાલતમાં મુકાઈ ગયું.

જયસુખ પટેલે પીડિતોને સમજાવ્યા : 'સાંકળ ખેંચો, ગાડી ઊભી રાખો. હું સાક્ષી થવા તૈયાર છું. આનાં ઢેબરાં અભડાવી દઉં.'

પેલા બંને ન માન્યા. ડરને કારણે દબાઈ ગયા. ફરીથી સિક્યોરિટી ગાર્ડ આવીને પોલીસમૅનને ખેંચી ગયો. આમ ને આમ ચાર વાર બન્યું. ત્યાં રાતના સાડા દસ-અગિયાર વાગી ગયા. ભાવનગર આવી ગયું. પેલા માર ખાધેલા મિત્રો ઊંહકાર ભરતા ઊતરી ગયા.

પણ જયસુખ પટેલ અજંપાગ્રસ્ત હતા. એમ ને એમ ઊતરી કેમ જવાય ? આજથી એક સદી પહેલાં દક્ષિણ આફ્રિકાની એક ટ્રેનના ફર્સ્ટ ક્લાસના ડબ્બામાં મુસાફરી કરતો એક કાઠિયાવાડનો વાણિયો અન્યાય સહન કરીને બેસી રહ્યો હતો ? તો પછી આપણે શા માટે બેસી રહેવું ?

એમણે પેલા ત્રાહિત દંપતીને પૂછ્યું, 'તમે મને સાથ આપશો ? તમારે બીજું કંઈ નથી કરવાનું. બસ, થોડોક સમય, થોડાક ધક્કા, થોડીક સાક્ષી ! થઈ શકશે આટલું ? મારા માટે નથી કરવાનું. ન્યાયના સ્થાપન માટે કરવાનું છે. બોલો...'

'હા,' પુરુષ સહેજ અવઢવમાં હતો, પણ એની પત્ની દૃઢ મનોબળવાળી નીકળી.

'તો ચાલો મારી સાથે.'

✳

જયસુખ પટેલ ક્યાં જવું અને શું કરવું એના વિચારમાં હતા, ત્યાં પેલો શરાબી પોલીસવાળો એમને શોધતો આવી ચડ્યો. સીધી જયસુખભાઈની ફેંટ પકડી : 'સાલે ! તું ક્યોં બિચમેં ટાંગ અડાતા થા ? તેરી વજહસે મેરા હપતા ગયા. હરામ...!'

પણ જયસુખભાઈએ એની ગાળ પૂરી ન થવા દીધી. જોરથી એક હડસેલો માર્યો. પેલો સીધો ડબ્બામાં જઈને પડ્યો. એક તો દારૂનું ઘેન અને ઉપરથી આ ધક્કો. સીધો ઘોરવા માંડ્યો, પણ ઘેરી નિદ્રામાં સરકતા પહેલાં જયસુખ પટેલનું વાક્ય તો કાનમાં સંભળાયું જ : 'તારો માર ખાનારા તો ચાલ્યા ગયા. હું એ નથી એટલું સમજી લેજે.'

એને ઊંઘતો મેલીને જયસુખ પટેલ ગયા સ્ટેશન માસ્તર પાસે. સાથે પેલું યુગલ પણ હતું.

'ફરિયાદ-બુક ક્યાં છે ?'

'પહેલાં જે હોય એની મૌખિક ફરિયાદ કરો. પછી ઠીક લાગે તો ફરિયાદ-બુક આપું.' સ્ટેશન માસ્તર સિનિયર હતા, રીઢા હતા અને ખંધા હતા. જયસુખે મૌખિક રીતે વાત સમજાવી. સ્ટેશન માસ્તરે સમજાવટ આદરી, 'આવું તો ચાલ્યા જ કરે. પોલીસની સામે પડીને તમે નહીં ફાવો. હેરાન થઈ જશો.'

'તો પછી પોલીસચોકીએ જવું પડશે. હવે માત્ર પેલા પોલીસવાળાની એકલાની જ નહીં, તમારી વિરુદ્ધ પણ ફરિયાદ નોંધાવવી પડશે. સાહેબ, છેલ્લી વાર પૂછું છું; તમારે આજે જ સસ્પેન્ડ થવું છે કે વરસો પછી પેન્શન મળે એ રીતે નિવૃત્તિ મેળવવી છે ? હું ડૉક્ટરને બોલાવીશ. પેલા શરાબીનું બ્લડ સેમ્પલ લેવડાવીશ. વકીલને, છાપાંવાળાઓને અને સામાજિક કાર્યકરોને પણ બોલાવીશ. તમે મને ઓળખતા નથી...'

સાહેબ ઓળખી ગયા. ફરિયાદપોથી કાઢી આપી. જયસુખ પટેલે ફરિયાદ લખાવી. ટૂંકાણમાં પણ એકેય વિગત ચૂકી ન જવાય એ રીતે. પોલીસમૅનના બિલ્લા નંબર સાથે.

સ્ટેશન માસ્તરે છીંડું શોધી કાઢ્યું, 'ઊભા રહો. મારે ખાતરી કરવી પડે. બેજ નંબર સાચો છે એની શી ખાતરી ?'

'હાલો મારી સાથે. તમારો દારૂડિયો પોલીસવાળો હજીયે ડબ્બામાં ઊંધેકાંધ પડ્યો છે. બિલ્લાનો નંબર પણ જોઈ લો અને એનું મોઢું પણ સૂંઘી લો.'

પાંચ મિનિટ પછી સ્ટેશન માસ્તરે માથું હલાવ્યું, 'વાત સાચી છે. પીધેલો

છે.' પછી આશ્વાસન આપતાં ઉમેર્યું, 'તમારી ફરિયાદ નોંધી લીધી છે. જરૂરી કાર્યવાહી કરીશું.'

'એમ નહીં. જે કાર્યવાહી થાય એની મને જાણ થવી જોઈએ. આ મારી દુકાનનું સરનામું.' જયસુખ પટેલે સરનામું આપીને રેલવે સ્ટેશન છોડ્યું, ત્યારે પ્લેટફૉર્મ ઉપરની ઘડિયાળમાં રાતના એકનો ડંકો વાગતો હતો.

*

ઉપરની ઘટનાને એક વર્ષ થઈ ગયું. કોઈ કાર્યવાહીના કશા જ સમાચાર આવ્યા નહીં. સામાન્ય રીતે ફરિયાદી માણસ આ વાતને વીસરી જાય, પણ જયસુખ જાલિમ ક્યાં સામાન્ય માણસોની પંગતમાં બેસનારા હતા ? બરાબર એક વર્ષ સુધી પ્રતીક્ષા કર્યા બાદ એમણે ગ્રાહક શિક્ષણ સંશોધન કેન્દ્રના શ્રી મનુભાઈ શાહનો રૂબરૂ સંપર્ક કર્યો. બધી વાત કરી. પૂછ્યું, 'હવે મારે શું કરવું ?'

મનુભાઈએ સલાહ આપી, 'મને લેખિતમાં ફરિયાદ આપો. હું યોગ્ય કરું છું.'

આની પ્રતિક્રિયા કેવી આવી ?

ધોળે દિવસે બપોરના સાડા બાર વાગે જયસુખભાઈ, ભાવનગર લોખંડ બજારમાં આવેલી એમની હાર્ડવેરની દુકાનમાં બેસીને ઘરાકો સાથે ભાવતાલ કરી રહ્યા હતા, ત્યારે મારતી જીપે એક પી.એસ.આઈ. ચાર કૉન્સ્ટેબલોના કાફલા સાથે ખાખી વર્દીમાં જાણે રેડ પાડવા આવ્યા હોય એમ ધસી આવ્યા.

'જે. જે. પટેલ તમે જ છો ?' ખાખી વર્દીની પૂછપરછમાં કડકાઈ હતી. ઘરાકો ગભરાઈને પગથિયાં ઊતરવા જતા હતા. જયસુખ પટેલે એમને રોક્યા.

પછી પોલીસ સબ ઇન્સ્પેક્ટર સાથે એમનાથીયે વધુ કડકાઈભર્યા અવાજમાં વાત કરી, 'શું છે ? કેમ આવવું પડ્યું ?'

'તમે નશાબાજ કૉન્સ્ટેબલ સામે ફરિયાદ લખાવી છે ? ઉપરથી લખાણ આવ્યું છે. તમારું સ્ટેટમેન્ટ નોંધવા માટે આવ્યા છીએ.'

'ભલે આવ્યા. દુકાનની બહાર ઊભા રહો. અત્યારે ઘરાકી ચાલે છે. એમાંથી પરવારું એ પછી તમને બોલાવું છું. અને એક બીજી વાત સમજી લો ! હવે પછી જ્યારે પણ આવો, ત્યારે સાદાં કપડાંમાં આવજો. હું ગુનેગાર નથી, ફરિયાદી છું એ વાતનું ધ્યાન રાખજો. જો તમારી વર્દી જોઈને મારી ઘરાકી તૂટશે, તો તમારી વિરુદ્ધમાં ફરિયાદ કરતાં પણ વાર નહીં લગાડું. સસ્પેન્ડ થવું છે ?'

પી.એસ.આઈ.ની ખાખી વર્દી તો ન ઊતરી, પણ એનો રંગ એના દિમાગ પરથી ત્યારે ને ત્યારે જ ઊતરી ગયો.

નિરાંતે ઘરાકી પતાવ્યા પછી જ જયસુખ પટેલે પોલીસોને દુકાનમાં પગ મૂકવા

દીધો. ત્યાં વળી નોકરને કમતિ સૂઝી. માલિકને બાયપાસ કરીને સીધું પી.એસ.આઈ.ને પૂછી બેઠો, ‘ચા લેશો ? કે પછી ઠંડું લાવું ?’

જયસુખ પટેલની આંખ ફાટી, ‘આ બધા તારા મે’માન છે ? અરે, આ તો આપણા નોકર છે, નોકર ! ગોલકીના, મૂંગો મરતાં શીખ !’ પછી સાહેબ તરફ ફર્યા : ‘બોલો, ક્યાં સ્ટેટમેન્ટ નોંધવાનું છે મારે ?’

જવાબમાં પી.એસ.આઈ.એ એક ગરબડિયા અક્ષરમાં લખેલો કાગળ બતાવ્યો. નીચે ચોકડી કરી હતી એ બતાવીને હુકમ કર્યો, ‘નિવેદન તો મેં લખ્યું છે. તમારી ખાલી સહી કરવાની છે.’

‘સહીને બદલે અંગૂઠો મારું તો નહીં ચાલે ?’

‘કેમ ? તમને લખતાં નથી આવડતું ?’

‘એ સવાલ મારે તમને પૂછવાનો છે ! મને લખતાં નથી આડવતું કે મારું સ્ટેટમેન્ટ તમે લખીને લાવ્યા છો ? તમારા ગોરખધંધા બંધ કરો, બાકી નોકરી વગરના થઈ બેસશો.’

એક મુઠ્ઠી હાડકાંનો માણસ કાયદાના સહારે એક પોલીસ અધિકારીને ધમકાવી રહ્યો હતો, અને એને સાંભળવા માટે ટોળું જમા થઈ ગયું હતું.

પી.એસ.આઈ. જયસુખભાઈના હસ્તાક્ષરમાં લખાયેલું સ્ટેટમેન્ટ લઈને ચૂપચાપ રવાના થઈ ગયો.

*

આ વાતને પણ મહિનાઓ થઈ ગયા. પરિણામ ? શૂન્ય. લાખમાંથી નવ્વાણું હજાર નવસો ને નવ્વાણું માણસો થાકી જાય. પરાજય કબૂલી લે, પણ જે એક ન થાકે એનું નામ જયસુખ જાલિમ.

એમણે વિચાર્યું કે રેલગાડીના પ્રવાસ દરમિયાન આ અન્યાયી ઘટના બની છે અને એક રીતે જોઈએ તો એ મામલો પ્રવાસ અને પર્યટન ખાતાના મંત્રાલયને હસ્તક ગણાવો જોઈએ. એમણે ફરિયાદ લખીને રવાના કરી પર્યટન અને રોજગાર મંત્રી શ્રી પ્રવીણસિંહ જાડેજાના સરનામે. આટલાથી સંતોષ ન થયો. રાજ્યના મુખ્યમંત્રી શ્રી ચીમનભાઈ પટેલને ત્રણ વાર પત્રો લખ્યા. એક વાર ભાવનગર પધાર્યા ત્યારે ચીમનભાઈને રૂબરૂ મળ્યા. હાથોહાથ ફરિયાદ આપી, પણ વાત કરવાના તેવર તો એના એ જ. આજીજી કે વિનંતી કે પગ પકડવાની વાત જ નહીં. ‘વાતનો નિકાલ લાવવો છે કે નહીં ? હજી મારી પાસે વડાપ્રધાન અને રાષ્ટ્રપતિના વિકલ્પો પડ્યા જ છે !’

વૃક્ષ ગમે એવું કદાવર હોય, પણ એને જો આટલું બધું હચમચાવો, તો ડાળી-

ડાંખળાં કે છેવટે પાંદડાં તો ખરવાનાં જ છે. અહીં પણ ખર્યાં. એક દિવસ રેલવે પોલીસની જીપ જયસુખભાઈને લેવા માટે ઘરે આવી. સાથે સંદેશ હતો : સી.બી.આઈ.ની ઇન્ક્વાયરી આવી છે. મોટા સાહેબ ખુદ આવ્યા છે. તમે રૂબરૂ આવો તો પાડ થશે.'

જયસુખ પટેલે સી.બી.આઈ. ઉપર ઉપકાર કર્યો. રેલવેના ગેસ્ટ હાઉસમાં ગયા. મોટા સાહેબે આદરપૂર્વક આવકાર આપ્યો. પછી પોલીસને બચાવવાની છેલ્લી કોશિશ કરી જોઈ, 'તમે આરોપીને ઓળખી બતાવશો ? ઓળખ પરેડ કરીએ તો...?'

'ઓળખ પરેડમાં કેટલા માણસો ઊભા રાખ્યા હશે ?'

'પાંચેક જણા હશે.'

'પાંચ હજારને ભેગા કરો ને ! હું ન ઓળખું તો મને જેલભેગો કરજો.'

સાહેબ આમ પણ સારા હતા. જયસુખભાઈનો જવાબ સાંભળીને વધુ સારા બની ગયા. ઓળખપરેડ યોજાણી. જયસુખ પટેલે શરાબી પોલીસનો કાન પકડીને આગળ કર્યો.

મોટા સાહેબે પોતાના કાન પકડ્યા : 'જયસુખભાઈ, હવે આની સામે કડકમાં કડક પગલાં લેવાશે અને તમને એની જાણ પણ કરવામાં આવશે.'

*

આરોપી પોલીસવાળો ભાંગી પડ્યો. ગોઠીમડાં ખાતો ખાતો જયસુખભાઈના ઘરે આવીને મળી ગયો. પગમાં લાકડીની જેમ પડી ગયો, 'બાપા, મને માફ કરો. મારી ભૂલ કબૂલ કરું છું. હવે તો મારો કેડો મૂકો. મારા વાંકે મારી બૈરી અને છોકરાં ભૂખે મરશે.'

જયસુખ પટેલે સાવ તો એને માફ ન કર્યો, પણ થોડીક ઢીલ અવશ્ય છોડી, 'આમ તો તને માફ ન જ કરાય. નોકરી પણ કરવી છે અને દારૂ પણ પીવો છે ? નિર્દોષ પ્રજાને મારપીટ કરવી છે ? તારી તો નોકરી જ જવી જોઈએ, પણ જા, એટલું વચન આપું છું કે આનાથી આગળ હવે હું તારી ફરિયાદ ક્યાંય નહીં કરું. પછી જેવું તારું નસીબ !'

પોલીસવાળાએ છુટકારાનો દમ ખેંચ્યો. એણે કયા છેડા ક્યાં અડાડ્યા એ કલ્પનાનો વિષય છે, પણ નેવુંની સાલની આ ઘટનાને આજે પંદર વર્ષ થઈ ગયાં, છતાં...!!

*

એ પછી તો જયસુખ જાલિમ 'નેશનલ કન્ઝ્યુમર એક્ટિવિસ્ટ' તરીકેની ખાસ પાંચ દિવસની તાલીમ પણ મેળવી આવ્યા છે. સમગ્ર દેશમાંથી માત્ર સત્તાવીસ

જણાં હાજર હતા, એમાંના એક એટલે આપણા જયસુખ પટેલ. એમને ખાસ આ માટેનું પ્રમાણપત્ર પણ એનાયત કરવામાં આવ્યું છે.

આજે તો જયસુખભાઈ આવરદાની અડધી સદી પૂરી કરવાની નજીક પહોંચી ગયા છે. પણ ન તો થાક નામનો શબ્દ એમના શરીરને સ્પર્શ્યો છે કે ન 'પરાજય' નામનો શબ્દ એમના મનને ડગાવી શક્યો છે.

પરીકથાઓના રાક્ષસની જેમ આજે પણ આ જવાંમર્દ ખુલ્લી છાતી સાથે આ ભ્રષ્ટ સમાજમાં ઘૂમી રહ્યો છે અને બોલી રહ્યો છે : 'અન્યાય ગંધાય... અન્યાય ખાઉં...!'

ડૉ. શરદ ઠાકરને શોધી કાઢો,
એનું અંગત એવું કામ પડ્યું છે

વહેલી સવારથી નીકળ્યા હતા. છેક સાંજ પડી, ત્યારે અમારું વાહન હાઈ-વે છોડીને જમણા હાથે અચાનક ગીચ ઝાડીની વચ્ચેથી ફૂટી નીકળેલી કેડી તરફ વળી ગયું. હતો તો કાચો રસ્તો જ. કેડીથી સહેજ મોટો અને ગાડાવાટથી નાનો, પણ અમને લઈ જતી કાર એની ઉપર થઈને ઊછળતી-કૂદતી, અંદર બેઠેલાં અમને ફંગોળતી-પછાડતી અને પળેપળે એના ચારમાંથી કોઈ પણ એક પૈડામાં પંક્ચર પડવાની ધાસ્તી જન્માવતી દોડવા માંડી. ત્યારે સમજાયું કે વાસ્તવમાં એ રસ્તો દેખાતો હતો એટલો સાંકડો ન હતો, પણ બંને બાજુની ગીચ ઝાડીના અતિક્રમણને કારણે સાંકડો હોવાનો આભાસ પેદા થયો હતો.

'લો, આવી ગયા ! ડ્રાઇવર, ગાડી સામે પેલા અપાસરાના ઓટલા આગળ ઊભી રાખ !' આગળની સીટમાં બેઠેલા હિમાંશુભાઈએ સૂચના આપી.

આ હિમાંશુભાઈ એટલે કોણ ? એવો પ્રશ્ન તમને થવો સ્વાભાવિક છે, પણ આ સવાલનો વિગતવાર જવાબ તો એ વખતે મને પણ માલૂમ ન હતો. એટલી ખબર હતી કે તેઓ એક જૈન સદ્‌ગૃહસ્થ હતા. બૅંકમાં (જો યાદશક્તિ દગો ન દેતી હોય તો) નોકરી કરતા હતા. ધર્મમાં સાચી સમજપૂર્વકની શ્રદ્ધા ધરાવનારા સાત્ત્વિક શ્રાવક હતા. અમારો પરિચય ચોવીસ કલાક જેટલો જ જૂનો હતો.

અત્યારે સાંજના છ વાગવા આવ્યા હતા. હજુ ગઈ કાલે સાંજ સુધી તો હું એમને ઓળખતો પણ ન હતો. રાત્રે ફોન કરીને મુલાકાતનો સમય નક્કી કરીને એ મને મળવા માટે આવ્યા. પોતાનો ટૂંકો પરિચય આપ્યો. પછી કશી જ પૂર્વભૂમિકા બાંધ્યા વગર એક આંતરદેશીય પત્ર મારી સામે ધરી દીધો.

'આ શું છે ?' મેં પૂછ્યું.

'એક વાર વાંચી જાવ ને ! બધું સમજાઈ જશે.'

આજે તો આ ઘટનાના પાયા ઉપર સમયના એકાદ દસકા જેટલી ઊંચી ઇમારત ઊભી થઈ ગઈ છે, પણ એ વખતેય મારી લેખનપ્રવૃત્તિને કારણે મારું નામ ઠીક-ઠીક જાણીતું બની ગયું હતું. ગુજરાતના જાણીતા અખબારમાં મારી બંને સાપ્તાહિક કટારો 'ડૉક્ટરની ડાયરી' અને 'રણમાં ખીલ્યું ગુલાબ' લાખો વાચકોમાં લોકપ્રિય બની ચૂકી હતી. ભાવકોનો પ્રતિસાદ પ્રત્યક્ષરૂપે તેમજ પત્રરૂપે અનરાધાર વરસી રહ્યો હતો. એટલે પ્રસ્તુત પત્ર પણ કોઈ એવા જ વાચક તરફથી મોકલાવાયેલ હશે એવું માની લેતાં મને ઝાઝી વાર ન લાગી.

મારું આશ્ચર્ય માત્ર એટલા પૂરતું જ હતું કે આ માત્ર પોસ્ટમાં મોકલવાને બદલે કોઈએ આમ હાથોહાથ આપવા માટે કેમ આવવું પડ્યું ?

જેમ જેમ લખાણ વાંચતો ગયો તેમ તેમ બધું સ્પષ્ટ થતું ગયું. પત્ર લખનાર એક જૈન મહારાજ સાહેબ હતા. એમની પાસે મારું સરનામું ન હતું, એટલે આ પત્ર એમણે એમના સંઘારાના એક શ્રાવક એવા હિમાંશુભાઈના સરનામે લખી મોકલ્યો હતો. સંબોધન પણ હિમાંશુભાઈના નામનું જ હતું અને અંદરનું લખાણ પણ એમને જ ઉદ્દેશાયેલું.

મહારાજ સાહેબ લખતા હતા : 'દર બુધવારે અખબારમાં આવતી 'ડૉ.ની ડાયરી'ના સર્જક ડૉ. શરદ ઠાકરને શોધી કાઢો. એમનું અતિશય અંગત એવું કામ પડ્યું છે. અત્યારે અમારો સંઘ જેતાવાડામાં ચાતુર્માસ ગાળી રહેલ છે. ડૉક્ટર સાહેબને બે-ત્રણ દિવસ માટે લઈ આવવાના છે. પૈસાની ફિકર ના કરશો. એમને જરા પણ તકલીફ ન પડે એનું ધ્યાન રાખજો. ખાનગી વાહન કરી લેજો.' બીજું પણ ઘણું બધું લખ્યું હતું, જે મારા અહમ્ને માટે પોષણકારક હતું. એ વખતે મને ગમ્યું હતું. મારું એ વખતનું બાલિશ મન પ્રશંસાના પવનમાં તણખલાંની પેઠે ઊડાઊડ કરવા માંડતું હતું. હવે મારું પાચનતંત્ર સુધરી ગયું છે, પ્રશંસા કે ટીકાને સમાન રીતે પચાવતાં મને આવડી ગયું છે. વાચકોના પ્રતિભાવને તટસ્થ રીતે સાંભળી લઉં છું.

મેં પત્ર પૂરો વાંચી લીધો, એટલે સામે બેઠેલા હિમાંશુભાઈએ પૂછી લીધું, 'શું કરવું છે, સાહેબ ? ક્યારે ફાવશે ?'

'જેતાવાડા ક્યાં આવ્યું ?' જવાબ આપતાં પહેલાં મેં સવાલ પૂછ્યો.

'પાલનપુર-ડીસા લાઇન ઉપર, પણ એનાથી ઘણું દૂર, છેક રાજસ્થાનની સરહદને અડીને આવેલું ગામ છે.' હિમાંશુભાઈએ માહિતી આપી, 'પણ આપણે ખાનગી વાહન કરી લઈશું. તમને તમારા ઘરેથી લઈ જઈશું અને પાછા ત્યાં જ મૂકી જઈશું. રસ્તામાં ચા-પાણી, ભોજન કશી જ વાતની તકલીફ પડવા નહીં દઉં.'

'એ બધું તો સમજ્યા ! પણ મોટી તકલીફ સંગાથની છે. તમે ખરા, પણ આપણે એકબીજા માટે તદ્દન અજાણ્યા છીએ. આપણે એક કામ કરીએ; મારો એક જૂનો મિત્ર છે. બાલ્યાવસ્થાનો. યોગેશ નામ એનું. એને સાથે લઈ જઈએ. જો ગાડીમાં જગ્યા હોય તો...!'

ગાડીમાં જગ્યા હતી. એટલે યોગેશને પણ સાથે લીધો. બીજે જ દિવસે અમારી સવારી ઊપડી. વાતોનો ખજાનો લૂંટતાં અમે લાંબો પ્રવાસ ટૂંકો કરી નાખ્યો. સાંજે મંજિલ ઉપર પહોંચી ગયા. ડ્રાઇવરે એક બેઠા ઘાટના મકાન પાસે ગાડી ઊભી રાખી.

મેં નિદાન જાહેર કર્યું, 'આ સામે દેખાય છે એ ઉપાશ્રય. પગથિયા પાસે આપણું સ્વાગત કરવા માટે ઊભા છે એ આ ગામના સરપંચ હોવા જોઈએ. એમની પાછળ જે ગરીબડા ચહેરા લઈને ઊભા છે એ ત્રણ અનુચરો હશે. સારી ભાષામાં કહેવું હોય તો સ્વયંસેવકો. ડાબા હાથે દૂર પેલો શમિયાણો બાંધેલો દેખાય છે ? ત્યાં મંચ ઉપર બેસીને શ્રાવકોને ધર્મલાભ આપી રહ્યા છે તે તમારા મહારાજ સાહેબ. અને દૂર પેલા વિશાળ મંડપ હેઠળ ભોજન માટેની વ્યવસ્થા કરવામાં આવી હશે.'

હિમાંશુભાઈ સહેજ અચંબાભરી નજરે મને સાંભળી રહ્યા : 'તમને કેવી રીતે ખબર પડી ગઈ કે...?'

હું હસ્યો. કબૂતર ગળું ફુલાવીને ઘૂઘવાટો કરતું હોય એમ. 'ઑબ્ઝર્વેશન, માય ફ્રેન્ડ ! સિમ્પલ ઑબ્ઝર્વેશન ! નિરીક્ષણશક્તિ વડે માનવી બધું કહી શકે. હજી વધુ સાંભળવું છે ? તો સાંભળો ! આ સામેની ગલીમાં ત્રીજું મકાન દેખાય છે ? જમણા હાથે ! મહેલ જેવડું ઊંચું અને સંગેમરમરથી શોભતું ! ત્યાં આપણો ઉતારો હોવો જોઈએ !'

'પણ તમને શી રીતે...?' હિમાંશુભાઈ આશ્ચર્યના અરબી સમુદ્રમાં ગળચવા ખાતા હતા. મેં ગાડીનું બારણું ઉઘાડીને નીચે પગ મૂક્યો.

સામે ઊભેલા દસ-બાર સજ્જનો 'નમસ્તે'ની મુદ્રામાં હાથ જોડતા સામે આવ્યા. મારી કલ્પના સાચી નીકળી. પેલા મોવડી જેવા દેખાતા પુરુષની પાછળ ઊભેલા ત્રણ સ્વયંસેવકોમાંથી જે સૌથી પીઢ હતા એ કાકાએ પરિચય કરાવ્યો, 'જય જિનેન્દ્ર, સાહેબ ! આ છે અમારા જેતાવાડાના સરપંચ. અને પેલા રહ્યા અમારા આચાર્ય સાહેબ. છ વાગ્યા છે. સાડા છ પહેલાં આપ સૌ જમી લો તો સારું. અમારો ધર્મ સચવાશે. સામે પેલા મંડપ હેઠળ ભોજન તૈયાર છે અને જો તમારે સ્વસ્થ થવું હોય તો પેલો રહ્યો તમારો ઉતારો. તમારા માટે બધી જ સગવડ ત્યાં કરી દેવામાં આવી છે, છતાં પણ કંઈ તકલીફ પડે તો અમે ત્રણ સેવકો આપની સેવામાં...'

મેં હિમાંશુભાઈની સામે જોયું. હું મૌન હતો, પણ મારી આંખો બોલતી હતી, 'જોયું ? આનું નામ નિરીક્ષણશક્તિ ! મેં ભાખેલી રજેરજ વાત સાચી પડી ને ?'

અને મેં 'જય જિનેન્દ્ર' કરીને ઉતારાની દિશામાં પગ ઉપાડ્યા.

નિરીક્ષણ એ ખરેખર મોટી શક્તિ છે. ઈશ્વરદત્ત આશીર્વાદ છે. ડૉક્ટર, લેખક કે જાસૂસ – આ ત્રણ માટે એ ફરજિયાત બાબત ગણી શકાય. હું ત્રણમાંથી બે તો હતો. જાસૂસ ન બન્યો એમાં વિધાતાનો વાંક. બાકી આજે જેમ્સ બૉન્ડને બદલે આપણું નામ હોત ! ફિલ્મો ઊતરતી હોત ! પણ વાત આપણે નસીબની કરી રહ્યા છીએ, નિરીક્ષણની કરી રહ્યા છીએ. હું ભલે કોઈને કહું નહીં, પણ મનમાં આ વાતનું જરા અભિમાન ખરું કે મારું નિરીક્ષણ ક્યારેય ખોટું ન પડે. સામે ઊભેલી વ્યક્તિને જોતાંવેંત કહી આપું કે એના દિમાગમાં શું ચાલતું હશે. એનું હવે પછીનું પગલું કેવું હશે એની આગોતરી જાણ મને થઈ જાય. એ આખી જિંદગી આમ ઊભો જ રહેવાનો છે કે પછી બે મિનિટમાં બેસી જવાનો છે એ પણ હું કહી આપું.

તાજમહેલ જેવા સંગેમરમરના રાજમહેલમાં પગ મૂક્યા પછીનો હિમાંશુભાઈના મુખમાંથી નીકળેલો આ પ્રથમ પ્રશ્ન : 'સાહેબ, તમને કેવી રીતે ખબર પડી ગઈ કે આપણો ઉતારો આ જ મકાનમાં હોવો જોઈએ ?'

'ક્વાઈટ સિમ્પલ ! આખા ગામમાં તમને બીજું એક પણ ઘર એવું દેખાય છે જ્યાં આપણા જેવા અતિથિને ઉતારો આપી શકાય ? સામસામી બે જ તો શેરીઓ છે. માંડ ત્રીસ-ચાલીસ ઘર હશે. બધાં જ મકાનો માટીનાં અને નળિયાંવાળાં. એમાં એક મકાન આરસનું અને બે માળનું. સુદામાપુરીમાં એક માત્ર સોનાનો મહેલ. ગામમાં આવડો મોટો ઉત્સવ હોય અને છેક અમદાવાદથી આપણને આમંત્રણ આપીને તેડાવ્યા હોય, તો પછી...?'

હિમાંશુભાઈ અને યોગેશ, બેયના ચહેરા ઉપર મેં આપેલી ઉછીની સમજણ પ્રગટી ઊઠી. એ દરમિયાન મારું નિરીક્ષણકાર્ય તો ચાલુ જ હતું. આરસનાં ચાર પગથિયાં ચડીએ એટલે બારીક કોતરણીકામવાળાં, પૉલિશ કરેલાં બારણાં. પ્રવેશની સીમારેખા વળોટો એટલે આરસનું સ્થાન ગ્રેનાઈટ લઈ લે. વિશાળ ડ્રૉઇંગરૂમ. સાથે જ ડાઇનિંગરૂમ પણ ખરો. ઉત્તમ ફર્નિચર, મોંઘાદાટ બારીના પડદા. નયનરમ્ય વૉશબેસિન. કોઈ ફાઇવસ્ટાર હોટલનું હોય એવું કિચન, સદ્દામના મહેલમાં હોઈ શકે એવા બાથરૂમ, બકિંગહામ પૅલેસમાં હોય એવા શયનખંડો. કાચના શો-કેસમાં ચાઈનીઝ ક્રોકરી, છત ઉપરનું બેલ્જિયમનું ઇમ્પોર્ટ કરેલું ઝુમ્મર. દીવાનખંડના વચ્ચેના ભાગમાં નાનો લંબચોરસ પર્શિયન ગાલીચો.

ગામ નાનકડું હતું પણ મકાન આંતરરાષ્ટ્રીય ચીજવસ્તુઓનું મ્યુઝિયમ હોય

એવું હતું.

મેં એક આરામદાયક બેડરૂમ પસંદ કરીને મારી બૅગ મૂકી. ઝડપથી હાથ-મોં ધોયાં. બહાર આવ્યો ત્યાં અનુચરગણ હાજર જ હતો. પાંસઠેક વર્ષના દૂબળા-પાતળા શ્યામવર્ણા કાકા અને બે સાદા ઝભ્ભા-લેંઘાધારી જુવાનો હાથમાં નૅપ્કિન ધરીને ઊભેલા. મને થયું કે આવું સુખ તો દેવરાજ ઇન્દ્રના ભાગ્યમાં પણ નહીં લખાયું હોય ! ત્રણમાંથી એકના હાથમાંથી મેં નૅપ્કિન સ્વીકાર્યો. હાથ-મોં લૂછ્યાં.

ત્યાં સુધીમાં મારા બંને સાથીદારો પણ પરવારી ચૂક્યા હતા. અનુચરોની ત્રિપુટી અમને ભોજન-મંડપ તરફ દોરી ગઈ. થાળીઓ પીરસાણી. એક પછી એક શુદ્ધ ઘીમાં બનાવેલી સ્વાદિષ્ટ વાનગી. હું ગણી રહ્યો. એક, બે, ત્રણ...પંદર, સોળ... ચાલીસ, એકતાલીસ, બેંતાલીસ... ત્રેસઠ, ચોસઠ અને પાંસઠ !! મોટો થાળ હતો, તોપણ પાંસઠ વાનગીઓ કેવી રીતે સમાવવી ? એટલે થાળી ફરતે બીજી આઠ-દસ નાની તાસકો મૂકવામાં આવી હતી. થાળી, વાટકા, તાસકો, ચમચી, પાણી પીવા માટેના ગ્લાસ; બધું ચાંદીનું. સોના જેવું ભોજન અને રૂપાનાં વાસણો. મંડપ બાંધેલો હતો. એમાં પાછો પવન પડી ગયેલો. એટલે ગરમીના કારણે મારા મોં ઉપર જરાક અમથી અકળામણ ઊપસી આવી. તરત જ ડાબે-જમણે ઊભેલા બે જુવાન સ્વયંસેવકો ક્યાંકથી પૂંઠાં લઈ આવ્યા અને મને વીંઝણો ઢોળવા માંડ્યા.

મને ઊંડો આત્મસંતોષ થયો. આયોજકો સમજદાર લાગ્યા. આટલે દૂરથી અમને બોલાવ્યા, પણ વ્યવસ્થા સારી કરી છે.

ભોજન પરવારીને સીધા અમે મુખવાસના ટેબલ તરફ વળ્યા. ચોત્રીસ જાતના મુખવાસ હતા. પેટમાં જગ્યા બચી ન હતી, એટલે ફક્ત ચૌદ-પંદરને જ ન્યાય આપી શક્યા !

મંડપ બહાર નીકળ્યા, ત્યારે અમારી હાલત માણસને ગળી ગયેલા અજગર જેવી હતી. ચાલવામાંય તકલીફ પડતી હતી.

પણ પેલા શ્યામરંગી સ્વયંસેવક કાકાની સૂચના તૈયાર જ હતી, 'આપ સાહેબને વાંધો ન હોય, તો મહારાજ સાહેબને મળવા માટે...!'

જોડેલા હાથ. અધૂરા વાક્યમાંથી ટપકતો સંપૂર્ણ વિનંતીભાવ. ઝૂકેલું શરીર અને નમ્રતાની ચાસણીમાંથી કાઢ્યા હોય એવા મઘમઘમતા શબ્દો.

'મળી લઈએ ત્યારે...!' મેં હા પાડી.

અમે મહારાજ સાહેબનાં દર્શન માટે જઈ પહોંચ્યા.

આચાર્ય મહારાજ તેજસ્વી લલાટ અને સાત્ત્વિક મુખમુદ્રાવાળા હતા. ભોંય ઉપર બિરાજમાન હતા. શ્વેત વસ્ત્રો. સિલાઈ વગરનાં. સાઠ વર્ષની વય. લોચ કરેલું

શિર. બાજુમાં ઓઘો. આંખોમાં નિર્મળતા. હોઠો પર સ્મિત. વ્યક્તિત્વના રૂંવે-રૂંવેથી પ્રગટતી પ્રસન્નતા.

હસીને અમને આવકાર્યા, માર્ગમાં કશી તકલીફ તો નથી પડી ને ? ઉતારો ગમ્યો ? ભોજન કર્યું ? થાક લાગ્યો હશે, ખરું ને ? કંઈ કેટલાયે સવાલો પૂછીને અમારાં મન જીતી લીધાં.

પાંચ-દસ મિનિટની વાતચીત પછી હિમાંશુભાઈ અને યોગેશ ઊભા થઈને ચાલ્યા ગયા. ખંડમાં હવે માત્ર હું હતો અને મહારાજ સાહેબ હતા. અને સાથે એમનો વીતરાગી 'સંસાર' હતો. ક્યાં પેલો રાજમહેલ જેવો ઉતારો ? અને ક્યાં આ તપસ્વીનો પરિવેશ ! અવનિ ઉપર અંધકાર પથરાઈ ચૂક્યો હતો. વીજળીનાં દીવા-બત્તી બંધ રાખવામાં આવ્યાં હતાં. જૈન ધર્મમાં સંન્યાસીઓને આધુનિક વિજ્ઞાને આપેલી સગવડો વાપરવાનો નિષેધ હોય છે. ખુલ્લી બારીમાંથી ચંદ્રમાનો પ્રકાશ આવતો હતો. બહારના ખંડમાં એક બાલદીની અંદર ફાનસ બળતું હતું અને મારી સામે એક તપસ્વીના મુખમાંથી સાક્ષાત્ જીન મહાપ્રભુની ઉપદેશવાણી ટપકી રહી હતી. ત્યાગ, અનાસક્તિ, સંયમ અને અહિંસાનું વિશ્વ ઊઘડી રહ્યું હતું.

જે કામ અર્થે મને અહીં બોલાવવામાં આવ્યો હતો એની ચર્ચા નીકળી. એ વાત અંગત હોવાથી હું અહીં લખી નથી શકતો, પણ જે કંઈ વાત હતી તે ધર્મને લગતી જ હતી. તબીબનો પણ પોતાનો ધર્મ હોય છે. મુખ્ય ઉદ્દેશ સમાપ્ત થયો, એ પછી આડીઅવળી વાતો ચાલી. મારું લેખનકાર્ય, મારા મનમાં ઊઠતા સંશયો, એમણે આપેલા ખુલાસાઓ; મોડી રાત સુધી સત્સંગ ચાલતો રહ્યો.

વાત-વાતમાં મેં પૂછી લીધું, 'આ ઉત્સવ શેનો ચાલી રહ્યો છે ?'

'આમ તો અમે અહીં ચાતુર્માસ ગાળવા માટે આવ્યા છીએ, પણ અત્યારે ચાલીસ દિવસનું ઉપાધાન તપ ચાલી રહ્યું છે. દર આંતરે દિવસે એક આખો દિવસ ઉપવાસ કરવાનો અને બીજા દિવસે માત્ર એકાસણું, પણ એ તો સાધુઓ માટે અને શ્રદ્ધાળુ શ્રાવકો માટે. બાકી બીજાં માટે તો ચાલીસેય દિવસ સવાર-સાંજ ભોજનની વ્યવસ્થા કરવામાં આવે જ છે. ગામ આખું ધુમાડાબંધ અહીં જમવા માટે પધારે છે. એ બહાને આયોજકોને અન્નદાનનું પુણ્ય મળે છે અને ગ્રામજનોને અમારી સાથે સત્સંગનો લાભ મળે છે.'

'અને ખર્ચનું શું ? આટલાં બધાં માણસોને લગભગ દોઢેક માસ સુધી સવાર-સાંજ આટલી બધી વાનગીઓ જમાડવાનો ખર્ચ કેટલો બધો થાય ?'

'ફક્ત ભોજનનો જ ખર્ચ દેખાય છે તમને ? આખા સંઘારાના ચાતુર્માસનો ખર્ચ પણ એમાં ઉમેરો ને ! આ મંડપ, વાસણ-કૂસણ, વ્યાખ્યાનો, જળવ્યવસ્થા,

વાહનખર્ચ ! ટકાની તોલડી તેર વાનાં માગે ! ત્યારે આ તો રાયજગ માંડ્યો છે ! કુલ ખર્ચ ચારેક કરોડ રૂપિયા જેવો થઈ જશે. આ તો માત્ર અંદાજ છે.'

'કોણ-કોણ ભેગા મળીને આટલો ખર્ચ ઉઠાવવાના છે ?'

'આમાં વળી ઉઘરાણું શેનું કરવાનું ? એક જ શ્રાવક ચાર કરોડ રૂપિયા ખર્ચી રહ્યા છે.'

'કોણ છે એ ધનપતિ ? કુબેરનું નામ તો જણાવો !'

'અહીંના જ છે, પણ મુંબઈમાં જઈ વસ્યા છે. હીરાના ધંધામાં છે. મુંબઈમાં પંચરત્નમાં એમની ઑફિસ છે. અઠવાડિયામાં ત્રણ દિવસ શેઠજી મુંબઈમાં હોય છે અને બાકીના ચાર દિવસ એન્ટવર્પમાં બેઠા હોય છે.'

મારી આંખો તો ઠીક પણ સાથે કાન પણ પહોળા થઈ ગયા. પંચરત્ન બિલ્ડિંગનું નામ મેં સાંભળેલું હતું. ત્યાંનો પટ્ટાવાળો પણ લખપતિ હોય ! એન્ટવર્પ એટલે હીરાનું આન્તરરાષ્ટ્રીય બજાર. આખું વરસ વિમાનોમાં ઊડાઊડ કરતા વેપારીમાં આ કક્ષાની ધર્મભાવના ? હું દંગ થઈ ગયો. ચાર કરોડ રૂપિયા ? ચાલીસ દિવસમાં ?

'આ તો કંઈ નથી. હજુ દોઢેક માસ પૂર્વે શેઠજીએ આ જ ગામમાં દોઢ કરોડનું દાન કર્યું હતું. જાહેર સેવાકાર્ય માટે !' મહારાજ સાહેબે માહિતી પીરસી. હું ચકરાઈ ગયો. ઢળી પડું એ પહેલાં ઊભો થઈ ગયો. બે હાથ જોડીને બહાર નીકળી ગયો.

આંખોમાં ઘેન છવાતું જતું હતું. સંગેમરમરના રાજમહેલનો શયનખંડ મારી પ્રતીક્ષા કરી રહ્યો હતો.

*

પૂરા ત્રણ દિવસ હું રોકાઈ ગયો. કંઈક તો સુખ-સગવડનું ગમી જવું અને કંઈક યજમાનનો આગ્રહ. મહારાજ સાહેબનો પ્રેમાગ્રહ હતો, 'આવ્યા જ છો તો બે-ચાર દિવસ રહીને જજો. સાંજનાં વ્યાખ્યાનો સાંભળવાનો ધર્મલાભ પણ મળશે અને રાતનો સત્સંગ પણ ચાલશે.'

માત્ર રાતની જ ક્યાં વાત હતી ? મજા તો સવારે ઊઠતાંની સાથે જ શરૂ થઈ જતી હતી. આખું વર્ણન કરવા ક્યાં બેસું ? પણ ભાત-ભાતના નાસ્તાઓની મહેક ઘ્રાણેન્દ્રિયમાં પેસે પછી ઊઠવું, ત્રણ અનુચરો ટૂથપેસ્ટ લગાવેલા બ્રશ ધરીને ઊભા હોય, મુખપ્રક્ષાલન પૂરું થાય ત્યાં તો નૅપ્કિન ધરીને ત્રણ જણા સેવામાં તહેનાત હોય ! બીજા મુલાકાતીઓ પણ ખરા.

મને પેલા શ્યામરંગી સુકલકડી કાકા ખૂબ ગમી ગયા. માત્ર કામ કરવામાં જ રત. બોલે એ બે ખાય. મારી સૌથી વધારે ખાતરબરદાસ્ત એમણે જ કરી. હું

પથારીમાં લાંબા પગ કરીને બેઠો હોઉં, એમના હાથમાં ગરમ-ગરમ ચાની કીટલી હોય. અદબપૂર્વક નમીને એ મને ચાનો કપ ધરે. હું ચા પીતો હોઉં ત્યાં સુધી એની એ વિનીતમુદ્રામાં ઊભા રહે, કશી આડીઅવળી લપ-લપ ન મળે. ચા પીવાઈ જાય એટલે મારા હાથમાંથી કપ-રકાબી પાછાં લઈ લે. તરત જ ઇશારો કરે એટલે પાછળ ઊભેલો જુવાન સ્વયંસેવક નૅપ્કિન ધરે. અહો ઐશ્વર્યમ્ ! અહો સુખમ્ ! સાચું કહું તો આવી સરભરા તો કદીયે મારી સાસરીમાં પણ માણવા નથી મળી !

✳

જવાની ઘડી આવી પહોંચી. ગાડીમાં સામાન મુકાઈ ગયો. ડ્રાઇવર તૈયાર. ગામ છોડતાં પહેલાં શિષ્ટાચાર ખાતર મહારાજ સાહેબના દર્શને ગયો. આશીર્વાદ લીધા. મેં મસ્તક ધર્યું. એમણે ચપટી ભરીને મારા વાળમાં વાસક્ષેપ વરસાવ્યો.

પછી મીઠું હસ્યા, 'મજા પડી ?'

'ખૂબ જ !'

'તમે રહ્યા લેખકજીવ ! તમને તો જ્યાં ને ત્યાં વાર્તા ને પાત્રો જ દેખાતાં હશે ! અહીંથી કોઈ વાર્તા જડી કે નહીં ?'

'મહારાજ સાહેબ, મારી નિરીક્ષણશક્તિ તીવ્ર છે. ઘટનાઓ તો અહીં બહુ મળી, પણ એને વાર્તામાં પરિવર્તિત કરી શકે એવું સનાતન સત્ય ઉમેરવું હજી બાકી છે. પાત્રો હજુ નથી મળ્યાં.'

'તમને કઈ ઘટનામાં રસ પડ્યો ?'

'સૌથી વધુ રસ પડ્યો પેલા મુંબઈના શેઠિયાની વાતમાં. ક્યાં એનો ખજાનો અને ક્યાં આ ખોબા જેવડું ગામડું !!! અબજોમાં આળોટતા માણસને આવા ધર્મના કાર્યમાં ક્યાંથી રસ પડ્યો ? કોઈ સાત્ત્વિક આત્મા હોવો જોઈએ. એકાદ વાર રૂબરૂ મળવાનો લાભ મળે તો ઇચ્છા ખરી...' મેં મનમાં રમતી વાતને ખુલ્લી કરી.

મહારાજ સાહેબ આશ્ચર્યથી સ્તબ્ધ : 'શું વાત કરો છો ? તમે હજુ સુધી શેઠજીને મળ્યા નથી ?'

'હું કેવી રીતે મળવાનો હતો ! શેઠજી તો મુંબઈમાં રહે છે.'

'એ તો રહે જ છે, પણ અત્યારે ચાલીસ દિવસ માટે તેઓ અહીં પધારેલા છે. પત્ની, પુત્રો, પુત્રવધૂઓ અને બાળકો સાથે અહીં આ ગામડામાં આવ્યા છે. તમને જે બંગલો રહેવા માટે ફાળવ્યો હતો એ એમનો જ છે.'

'હેં ?! તો મેં કેમ શેઠજીને ક્યાંય જોયા નહીં ?'

'તમે જોયા જ છે. જે કાકા તમારી સાર-સંભાળ લેતા હતા એ પોતે જ આ ઉત્સવના એકમાત્ર દાતા છે. અને એમની સાથેના બે જુવાનિયા એટલે એમના બે

દીકરાઓ !' મહારાજ સાહેબે અહિંસક બૉંબવિસ્ફોટ કર્યો.

મારી હાલત વર્ણન ન થઈ શકે એવી હતી. દિમાગની અંદર અષાઢી વાદળોની જેમ વિચારો અથડાઈ રહ્યા હતા. જે માણસ પાસે ગુજરાતભરના તમામ ડૉક્ટરોને ખરીદી શકાય એટલું ધન હોય, એ માણસ મારા જેવા એક લબરમૂછિયાની આટલી ચાકરી ઉઠાવે ? જે પુત્રરત્નો મુંબઈ અને એન્ટવર્પની વચ્ચે હવામાં ઊડતા રહેતા હોય એ મને આપવા માટે હાથમાં નૅપ્કિન ધરીને ઊભા રહે ? અને ઉપરથી પોતાના વિશે એક શબ્દ પણ ન બોલે ?

નિરીક્ષણ, નિરીક્ષણ, નિરીક્ષણ...! ધૂળ પડી મારી નિરીક્ષણશક્તિમાં ! સામે ઊભેલા ઝૂકેલા દેહની પાછળના ઐશ્વર્યના ઉત્તુંગ મિનારાને તો હું પારખી ન શક્યો !

મગજ ગ્લાનિ અને પશ્ચાત્તાપની લાગણીથી ઊભરાઈ ગયું. વીતી ગયેલો સમય વીડિયો કૅસેટની જેમ રિવાઇન્ડ થઈને પાછો આંખો સામે પ્રગટ થઈ રહ્યો. કેવી કેવી સેવાઓ લીધી હતી, આ ધનપતિ પાસેથી એ તરવરવા માંડ્યું.

ચૂપચાપ ખંડમાંથી બહાર નીકળ્યો. ડ્રાઈવર ઉતાવળો થઈ રહ્યો હતો. હિમાંશુભાઈએ ગાડીનું બારણું ઉઘાડ્યું, 'બેસો સાહેબ ! આપણને મોડું થાય છે.'

'ભલે થતું. એક કામ પતાવવાનું બાકી છે. પાંચેક મિનિટ લાગશે.'

'શું કરવાનું બાકી રહી ગયું હજી ?'

'પેલા કાકા અને એમના બંને પુત્રોની ક્ષમા માગવાનું કામ !' મેં કહ્યું, 'એટલું કર્યા વગર મારાથી જેતાવાડાની બહાર નીકળી નહીં શકાય.'

હું અમારા ઉતારાની દિશામાં ચાલી નીકળ્યો. મને તલાશ હતી એ ભવ્ય મહાલયમાં વસતા ભવ્યાતિભવ્ય માણસની !

ખૂબ લડી મર્દાની વો તો...!

૨૦૦૦ની સાલ. બીજી ડિસેમ્બરનો દિવસ. બપોરના સાડા ત્રણ વાગ્યાનો સમય. અમદાવાદના નહેરુનગર સર્કલ પાસે આવેલા 'શૅરબજારવાળા ચવાણા'ની દુકાન પાસેથી શ્રેયસ ક્રૉસિંગ જવાના રસ્તા ઉપર થઈને ડૉ. દર્શનાબહેન એમના કાઈનેટિક ઉપર મારંમાર જઈ રહ્યાં હતાં. ત્યાં એક સાથે ત્રણ ઘટનાઓ બની. અચાનક કોઈના હાથની ઝાપટ એમના ગળાના પાછલા ભાગ ઉપર પડી. એ પછીની ક્ષણે ધમધમાટ કરતી એક યામાહા મોટરબાઇક એમની બાજુમાંથી પસાર થઈ ગઈ અને બરાબર એ જ સમયે પીળી ધાતુનો એક નાનકડો ટુકડો રોડ ઉપર ફેંકાયો. પથ્થર અને ધાતુના અથડાવાનો રણકાર પણ સંભળાયો.

ડૉ. દર્શનાબહેન સમજી ગયાં કે કોઈ મવાલીએ એમની ડોકમાંથી સોનાની ચેન ખેંચી લીધી !

ત્રણેય ઘટનાઓમાંથી ઊઠતા નિદાનની ખાતરી માટે ત્રણ પુરાવાઓ પણ મોજૂદ હતા; યામાહા ઉપર જઈ રહેલા બંને યુવાનો પહેલી નજરે જ ઉઠાવગીરો દેખાતા હતા, બીજું કે દર્શનાબહેને ચાલુ વાહને જમણા હાથની આંગળીઓ ડોક ઉપર ફેરવી તો એ ભીની થઈ ગઈ અને લાલ પણ અને વાહનની આગળ ફેંકાયેલો ધાતુનો ટુકડો એ બીજું કશું નહીં, પણ ગળાની ચેનમાં પરોવેલું સોનાનું પેન્ડન્ટ હતું.

સોનાની ચેન વજનદાર હતી, જે હવે પરાઈ બની ગઈ હતી અને પેન્ડન્ટ ભલે નાનું હતું, તોપણ કીમતી હતું. ખાસ વાત તો એ કે પેન્ડન્ટ નજર સામે હતું. હવે આ સંજોગોમાં કોઈ પણ શાણી વ્યક્તિ શું કરે ? કાઈનેટિક ઊભું રાખે. પેન્ડન્ટ કબજે કરી લે. પછી 'ચોર-ચોર'ની બૂમો પાડે. કાગારોળ મચાવે. ટોળું ભેગું થઈ જાય. પછી મામલો પોલીસ સ્ટેશને જાય. અને પછી ખાખી ખાતાની અસંખ્ય ધૂળ ખાતી ફાઇલોમાં એક ફરિયાદનો ઉમેરો થઈ જાય.

બીજા દિવસે છાપાંઓમાં અંદરના પાને ક્યાંક ઝીણા અક્ષરોમાં સમાચાર છપાય. એ વાંચ્યા પછી સગાં-સંબંધી, સ્નેહીઓ, મિત્રો અને વડીલોના ફોન ઉપર ફોન આવે. થોડો દિલાસો, ખરો-ખોટો ખરખરો અને ઠમઠોરી નાખે એવો ઠપકો. 'ધ્યાન રાખવું જોઈએ ને ! વેતા જ બળ્યા નથી, ત્યાં પોલીસખાતું પણ શું કરે ? ડૉક્ટર થઈ ગયાં એટલે શું થઈ ગયું ? ભણતર આવ્યું, પણ ગણતર ન ચડ્યું. એટલીયે ખબર ન પડે કે સાચું સોનું પહેરવાના દા'ડા ખતમ થઈ ગયા ? બગસરાની ચેન પહેરીને નીકળતાં શરમ આવે છે ?' વગેરે, વગેરે. પણ આ બધું રોજેરોજ બનતું આવ્યું છે. મોટા ભાગની બહેનોની બાબતમાં, પણ ડૉ. દર્શનાબહેન 'મોટા ભાગ'ની બહેનોમાં જોડાવા નહીં ઇચ્છતાં હોય. એટલે એમણે કશુંક નવું જ કર્યું. તદ્દન જુદું જ કર્યું.

કાચી સેકન્ડમાં નિર્ણય લઈ લીધો કે પેલા મવાલીઓને, લોફરોને, તફડંચીબાજોને પકડવા છે. ગમે તે થાય, પણ એમને છટકવા નથી દેવા, સર જાવે તો જાવે, પર આઝાદી ઘર આવે ! અહીં 'આઝાદી' હટાવીને એમણે 'સોનું' શબ્દ મૂકી દીધો.

અને પછી શરૂ થયું એક દિલધડક અભિયાન; ઑપરેશન 'ગોલ્ડ હન્ટ' !

*

ડૉ. દર્શનાબહેન ઠક્કર અમદાવાદમાં ખાનગી પ્રૅક્ટિસ કરતાં લેડી ગાયનેકોલોજિસ્ટ છે. એમ.ડી. થયેલાં છે. એમના પિતા કનુભાઈ ઠક્કર સિનિયર વકીલ છે. મમ્મી કપિલાબહેન નિવૃત્ત શિક્ષિકા છે. દર્શનાબહેન એમનાં માતા-પિતાની ચાર દીકરીઓમાં સૌથી મોટાં છે. ભાઈ નથી. તેઓ અપરિણીત છે. આટલો વિગતવાર બાયોડેટા આપવાનું કારણ એ નથી કે આ લગ્ન વિષયક જા.ખ. છે ! પણ આટલી વિગતમાંથી ફલિત થતી હકીકત એટલી જ કે પિતા વૃદ્ધ, ભાઈનો અભાવ અને પતિના નામે પણ શૂન્યાવકાશ; આવી સ્ત્રીઓ મોટા ભાગે અબળા, બિચારી, બાપડી જેવાં વિશેષણોને લાયક બની જતી હોય છે. પણ ડૉ. દર્શનાબહેન આ નિયમ માટે અપવાદ જેવાં હતાં (અને છે !) એમનામાં વકીલ પિતાની બુદ્ધિ, ભાઈની હિંમત અને પુરુષની આક્રમકતાનો ત્રિવેણી સંગમ છે. એટલે જ તેઓ આ નિર્ણય લઈ શક્યાં કે સરેઆમ એમની ડોકમાંથી સોનાની ચેન ખૂંચવી જનારા બદમાશોને પકડવા છે.

ક્રાંતિ હંમેશાં ભોગ માગે છે. પહેલો ભોગ પેન્ડન્ટનો લેવાયો. સોનાના દોરામાંથી વિખૂટું પડી ગયેલું પેન્ડન્ટ આંખો સામે પડેલું હતું, પણ જો એને ઉઠાવવા માટે દર્શનાબહેન રોકાય તો પેલી મોટરબાઇક આંખોથી ઓઝલ થઈ જાય. એટલે

નિશ્ચિત સોનાની લાલચ પડતી મેલીને તેઓ અનિશ્ચિત સોના માટે કટિબદ્ધ થયાં. કાઈનેટિકની ગતિ વધારી દીધી. ભરબપોરે હિંદી ફિલ્મ 'ધૂમ'નું વાહન-ચેઈઝનું દશ્ય ભજવાઈ રહ્યું. આ સાથે જ એમણે 'ચોર-ચોર...પકડો-પકડો'ની બૂમો પાડવાનું પણ શરૂ કરી દીધું. આ સાંભળીને રસ્તા ઉપરથી પસાર થતા ચાર-પાંચ યુવાનો પણ યામાહાનો પીછો કરવામાં જોડાઈ ગયા. પેલા બે ઉઠાવગીરો સાવધ થઈ ગયા. એમણે ઝડપ વધારી દીધી, પણ દર્શનાબહેન જીવ ઉપર આવી ગયાં હતાં. યામાહાએ છેક શ્રેયસ રેલવે ક્રૉસિંગ પાસે પહોંચીને બાજુના ખાંચામાં વળાંક લઈ લીધો. પાછળ દર્શનાબહેન પણ વળી ગયાં. બંને વાહનો વચ્ચેનું અંતર ઝડપથી ઘટતું જતું હતું. ત્યાં સાંકડા રસ્તા ઉપર શાકભાજીની લારીઓ ઊભી હતી એ જગ્યાએ લોકોની ભીડ જામી હોવાને કારણે યામાહાની સ્પિડ સાવ ધીમી પડી ગઈ. પરિસ્થિતિ હવે એવી હતી કે બે વાહન વચ્ચે માત્ર દોઢ-બે ફૂટનું જ અંતર રહ્યું. ડૉ. દર્શનાબહેનને ખાતરી થઈ ગઈ કે બદમાશો હવે હાથવેંતમાં જ છે, પણ ધારો કે તેઓ ઝડપાઈ ગયા, પણ પછી શું ? પોલીસને આ વાતની જાણ તો કરવી જ પડે.

દર્શનાબહેને સલવાર-કમીઝના ખિસ્સામાંથી સેલફોન બહાર કાઢ્યો. વકીલપુત્રી હોવાથી એમને ખબર હતી કે '૧૦૦' નંબરનો ફોન ડાયલ કરીએ તો પોલીસ કંટ્રોલ રૂમ સાથે વાત થઈ શકે છે. એક હાથે કાઈનેટિકનું સ્ટિયરિંગ, બીજા હાથે મોબાઇલ ફોન દ્વારા પોલીસ સાથે સંવાદ. હાથ, આંખ, કાન અને હોઠ – બધી જ ઇન્દ્રિયો અલગ-અલગ કાર્યમાં વ્યસ્ત !

'હલ્લો, પોલીસ કંટ્રોલ રૂમ ? ધ્યાનથી સાંભળો. હું ડૉ. દર્શના ઠક્કર બોલું છું. મારા ગળામાંથી સોનાનો દોરો ખેંચીને બે બદમાશો નાસી રહ્યા છે. આઈ એમ ચેકિંગ ધેમ. અમારું લોકેશન તમે નોંધી લો ! ઍન્ડ કમ ટુ હેલ્પ મી એઝ ક્વિકલી એઝ પોસિબલ !'

દર્શનાબહેને વાત પૂરી કરી સેલફોન ખિસ્સામાં મૂક્યો. આ દરમિયાન પણ એમણે વાહનની ગતિ સહેજ પણ ધીમી પડવા દીધી ન હતી.

યામાહાની પાછલી સીટ પર બેઠેલો બદમાશ થોડી થોડી વારે પાછળ વળીને પરિસ્થિતિનો ક્યાસ કાઢી લેતો હતો. એણે જોયું કે આ યુવતી એમના માથાની નીકળી છે. એણે કોઈની સાથે ફોન ઉપર વાત પણ કરી લીધી હતી. હવે એક જ ઉપાય બચ્યો છે.

આ સાથે જ એનો જમણો હાથ પેન્ટના ખિસ્સામાં ગયો. ક્ષણાર્ધમાં હાથ બહાર આવ્યો. એક નાનકડો અવાજ થયો : ખટ્ટાક ! અને બીજી જ ક્ષણે એના હાથમાં ધારદાર નગ્ન પાનાવાળું રામપુરી ચાકુ ઝબક્યું !

ભલભલા પુરુષો પણ આવે સમયે હેબતાઈ જાય, ડરી જાય, ધીમા પડી જાય, પણ દર્શનાબહેન ક્યાં પુરુષ હતાં ! સ્ત્રીને આપણાં શાસ્ત્રોમાં શક્તિ એમ ને એમ કહી હશે ?

પણ થોડેક આગળ જઈને યામાહા અચાનક કોઈક ગલીમાં ઝડપથી ઘૂસી ગયું. દર્શનાબહેન ગૂંચવાયાં. ભીડના કારણે તેઓ ટ્રેક ચૂકી ગયાં. બીજી ગલીમાં વળી ગયાં, પણ એમની સાથે આવેલા બીજા વાહનચાલકોને એમણે સૂચના આપી કે તમે મારી પાછળ આવવાને બદલે આગળની ગલીમાં પ્રવેશો !

પરિણામ જે આવવું જોઈએ તે જ આવ્યું. ચોરોની પણ એક નબળી માનસિકતા હોય છે. પાછળ પડેલી યુવતી, હવામાં ઘૂમરાતી 'પકડો-પકડો'ની ચીસો, પકડાઈ જવાની દહેશત, પોલીસનો ભય આ બધાંને કારણે એ લોકો પણ ભાંગી પડતા હોય છે.

બંને ઉઠાવગીરો હિંમત હારી ગયા. ચાર-પાંચ કિલોમીટર જેટલી વાહન-રેસ એમને ભારે પડી ગઈ. આખરે જ્યાં બંને ગલીઓ ભેગી થતી હતી, ત્યાં યામાહા ઉપરનો કન્ટ્રોલ ચોર ચાલકે ગુમાવી દીધો. વાહન લપસી પડ્યું. બંને ચોરો ભોંયભેગા થઈ ગયા અને પછી તરત જ ભીડભેગા ! બચવા માટેના આખરી ઉપાય લેખે એક ચોરે પોતાના કબજામાં રહેલી ચેન હવામાં ઉછાળી જે બાજુની દુકાનમાં બેઠેલા ધોબીના હાથમાં જઈ પડી. ધોબીએ મુદ્દામાલ દર્શનાબહેનના હાથમાં સોંપી દીધો.

લોકો એમના કામે વળગ્યા હતા. હથેળીમાં જામેલી ચળ કમ કરી રહ્યા હતા. પોલીસ રિમાન્ડ અલગ વસ્તુ હોય છે અને પબ્લિક રિમાન્ડ તદ્દન જુદી જ ચીજ હોય છે.

પૂરી વીસ મિનિટ સુધી નિરમા વૉશિંગ પાઉડર વગરની ધોલાઈ ચાલ્યા કરી. બંને ચોર કરગરી પડ્યા. 'બહેન, હમેં માફ કરદો ! જિંદગીમેં પહલી બાર યે ગલતી કર બૈઠે હૈં. આયેન્દા યે કામ કભી નહીં કરેંગે ! પ્લીઝ પુલીસમેં ફરિયાદ નહીં કરના...'

ભાષા જ કહી આપતી હતી કે એની જાત કઈ હતી ? મુખ્ય મવાલી મુસલમાન હતો. એનો જોડીદાર વાઘરી હતો.

ડૉ. દર્શનાબહેન દયા બતાવે એ પહેલાં જ સાયરનના અવાજથી હવા ગુંજી ઊઠી. પોલીસની જીપ હિંદી ફિલ્મોમાં જેમ છેક છેલ્લે આવી પહોંચે છે એવી જ રીતે મારમાર કરતી આવી પહોંચી. બંને ચોરોનો હવાલો લીધો. પછી એક કૉન્સ્ટેબલ મૂછ ઉપર હાથ ફેરવતો ગર્જ્યો :

'ફોન ઉપર ફરિયાદ કોણે દર્જ કરાવી હતી ? ડૉ. દર્શનાબહેન કોનું નામ છે ?'

એના અવાજમાં દેશવ્યાપી પોલીસતંત્રમાં જોવા મળતી તોછડાઈ સાફ ઝલકતી હતી.

'ચલો, જીપમેં બૈઠ જાઓ !' હવાલદાર હિંદીમાં આવી ગયો.

'ક્યોં ?'

'પુલીસ સ્ટેશન ચલના પડેગા ! ગાડી મેં બૈઠો !'

એક પળ માટે દર્શનાબહેન ગોથું ખાઈ ગયાં, ચેન પેલા મવાલીઓએ ઉઠાવી હતી કે પોતે ? એવી મૂંઝવણમાં મુકાઈ ગયાં, પણ એમણે નીડરતાપૂર્વક જવાબ આપ્યો, 'તમે ગુનેગારોને જીપમાં બેસાડો. હું સ્ત્રી છું, એકલી છું. હું કાઈનેટિક ઉપર તમારી પાછળ આવું છું.'

કાફલો પોલીસ સ્ટેશને પહોંચ્યો. માર ખાઈ-ખાઈને પીંખાયેલા કબૂતર જેવા બની ગયેલા ભાઈલોગોને પોલીસે લૉક-અપના હવાલે કર્યા. દર્શનાબહેનને પી.આઈ.ની સામે રજૂ કરવામાં આવ્યાં.

પોલીસ ઇન્સ્પેક્ટર એટલે પોલીસ સ્ટેશનનો રાજા. સર્વોપરી અધિકારી. તુમાખી, તોછડાઈ અને તમસ એ ત્રણ એનાં મુખ્ય આભૂષણો ગણાય.

પી.આઈ.એ આ ઘરેણાં એક પછી એક વપરાશમાં લેવાની શરૂઆત કરી, 'મુદ્દામાલ ક્યાં છે ? લાવો, બતાવો...!' દર્શનાબહેને પર્સમાંથી સોનાની ચેન કાઢી. સાહેબના હાથમાં મૂકી. સાહેબે કશું જ બોલ્યા વગર બાજુમાં રહેલા લૉકરમાં ચેનને મૂકી દીધી.

દર્શનાબહેન ડઘાઈ ગયાં, 'મારી ચેન મને પાછી આપો, સર !'

'નહીં મળે ! એ તમારી જ માલિકીની છે એનો કોઈ પુરાવો છે તમારી પાસે ? એની ખરીદી સમયનું બિલ ? કે બીજી કોઈ સાબિતી ?'

દર્શનાબહેન ઘીસ ખાઈ ગયાં. સમજી ગયાં કે કાળાં કપડાં પહેરેલા મવાલીઓ સાથેનો જંગ ખતમ થયો, હવે પછીની લડાઈ ખાખી વર્દી સામેની હતી.

'સાહેબ, તમે આ જે વર્દી પહેરી છે એ તમારી પોતાની જ છે ? કાપડિયાનું બિલ છે તમારી પાસે ?'

'કેવી નાખી દીધા જેવી વાત કરો છો ? રોજ-બ-રોજના વપરાશની વસ્તુઓનાં બિલ ક્યાંથી હોય ?'

'મારું પણ એ જ કહેવું છે, સાહેબ ! તમે તો આ યુનિફોર્મ ઘરે જઈને કાઢી નાખતા હશો. જ્યારે હિંદુસ્તાનની કરોડો બહેનો એમના ગળામાં જિંદગી આખી એક દોરો પહેરીને જીવે છે. પ્લીઝ, રિટર્ન માય ચેઈન. નહીંતર હું અહીંથી હટીશ નહીં.'

'પોલીસને ધમકી આપો છો ?'

'ના, ચેતવણી આપું છું.'

'તમને કાયદાનું ભાન છે ?'

'તમારા કરતાં વધારે. મારા પપ્પા સિનિયર વકીલ છે. કાયદો મારા ખૂનમાં વહે છે.'

પી.આઈ.એ પેંતરો બદલ્યો : 'મુદ્દામાલ તો અમારે કોર્ટમાં રજૂ કરવો પડે. કેસ ખતમ થયા પછી જ તમને એ મળી શકે.'

'એય ઇન્સ્પેક્ટર, મૂર્ખ બનાવવાનું બંધ કરો ! આ મુદ્દામાલ મારો છે અને આ બદમાશોનો પીછો કરીને, જાનનું જોખમ ખેડીને મેં મારી જાતે એ પરત મેળવેલ છે. તમારા હવાલદારો તો પછી આવ્યા હતા. મેં સ્વ-મહેનતે પાછો મેળવેલો મારો દાગીનો અત્યારે ને અત્યારે મારા હવાલે કરી દો, નહીં તો આ જ ક્ષણે હું આમરણાંત અનશન ઉપર ઊતરું છું.'

પોલીસ સ્ટેશનમાં હંગામો મચી ગયો. દર્શનાબહેન સાહેબની ઑફિસમાંથી ઊભાં થઈને બાજુના ખંડમાં ચાલ્યાં ગયાં. ત્યાં પડેલી ખુરશીમાં હોઠ દાબીને, અદબ વાળીને બેસી ગયાં. રામાયણનું યુદ્ધ પૂરું થયું. મહાભારતનો જંગ શરૂ થયો.

ત્યાં સુધીમાં વાત વાયરાની પાંખો પર સવાર થઈને શહેરભરમાં પ્રસરી ગઈ. દર્શનાબહેને પપ્પાને ફોન કર્યો. પપ્પા દોડી આવ્યા. ગભરાયેલા પી.આઈ.એ એ.સી.પી.ને ફોન કર્યો. 'સર, એક લડકી અનશન પર બૈઠ ગઈ હૈ. મૈં ક્યા કરું ?'

'તુમ કુછ નહીં કર પાઓગે. મૈં ખુદ આતા હું.' આસિસ્ટન્ટ પોલીસ કમિશનર આટલું કહીને જાતે દોડી આવ્યા. સાઇરન ઉપર સાઇરન. ગાડીઓનો કાફલો. અમદાવાદના એક બાહોશ એ.સી.પી. જેમની ગણના તેજસ્વી આઈ.પી.એસ. કેડરના અધિકારી તરીકે વ્યાપ્ત હતી તેઓ ખુદ એક પોલીસ સ્ટેશનમાં પધાર્યા. ખુરશીમાં બેઠા. પી.આઈ.ની હાલત હવે પટાવાળા જેવી હતી.

સાહેબે શરૂઆત કરી, 'દર્શનાબહેન, કૉંગ્રેચ્યુલેશન્સ ! તમે એક નારી હોવા છતાં મર્દાનગીનું કાર્ય કર્યું છે. બ્રેવો ! આપણા દેશનો પ્રત્યેક નાગરિક જો તમારા જેવી હિંમત દર્શાવે તો...'

'થૅન્ક યુ, સર ! પણ આ ભાષણ બંધ કરો. મેં તમારી શાબાશી મેળવવા માટે આ પરાક્રમ નથી કર્યું. મારી ચેન પાછી મેળવવા માટે કર્યું છે અને ચેન હજુ પોલીસના લૉકરમાં છે. મારી વસ્તુ મને પાછી આપો !'

'સી... ધી પ્રોબ્લેમ ઇઝ... તમારા પપ્પા વકીલ છે... એમને પૂછી જુઓ. કાયદા પ્રમાણે ચેન તો પોલીસના કબજામાં જ રહેશે. તમને વિશ્વાસ નથી કે શું ?'

'મને પૂરો વિશ્વાસ છે; પોલીસની અપ્રમાણિકતામાં ! મારી ચાર તોલા વજનની ચેન મને પાછી મળતાં સુધીમાં એક તોલાની થઈ જશે એ વાતની મને ખાતરી છે.'

'એવું હોય તો અમારા લૉકરની ચાવી તમે રાખો !'

'સવાલ જ પેદા નથી થતો. તમને મારી ઉપર શંકા હોય તો હું તમને કહું છું; તમે આ ચેનનો પંચક્યાસ કરાવો, વજન કરાવો, સોનીને બોલાવીને એનું મૂલ્ય કઢાવો, એના ફોટોગ્રાફ્સ પાડી લો. જ્યાં સુધી કેસ પૂરો ન થાય ત્યાં સુધી એનો ઉપયોગ ન કરવાની હું બાંહેધરી આપું છું. હું એનું સમારકામ પણ નહીં કરાવું. પછી તમને શો વાંધો છે ?'

એ.સી.પી.એ ઝૂકવું પડ્યું. એમની આંખના ઇશારે પોલીસ ઇન્સ્પેક્ટર દોડી ગયા. લૉકર ખોલીને ચેન લઈ આવ્યા. માનભેર માલિકના હાથમાં મુદ્દામાલ મૂક્યો.

ડૉ. દર્શનાબહેને ત્રીસ મિનિટ જૂના ઉપવાસનો અંત આણ્યો. એ.સી.પી.એ મગાવેલા આઇસક્રીમથી પારણાં કર્યાં. સાહેબનો નમ્રતાપૂર્વક આભાર માન્યો અને ઘર તરફ રવાના થયાં.

સાંજે ખબર પડી કે સ્થાનિક ગુજરાતી ટી.વી. ચેનલો એમના પરાક્રમને એકધારી પ્રસારિત કરી રહી હતી. એમની પ્રશંસા કરતાં સમાચારોથી સાંધ્ય અખબારો ઊભરાતાં હતાં અને લોકો અભિનંદન આપવા માટે એમના ઘરે ભીડ જમાવી રહ્યા હતા.

સૌથી મોટા અભિનંદન એક મહિના પછી મળ્યા. શહેરના પોલીસ વડા શ્રી પાંડે સાહેબનો ફોન આવ્યો : 'ચોથી જાન્યુઆરીએ તમારું સન્માન કરવાનું નક્કી થયેલ છે – પોલીસ ડિપાર્ટમેન્ટ તરફથી. તંત્ર તરફથી આવું સન્માન જૂજ વ્યક્તિઓને આપવામાં આવે છે, પણ તમારી બહાદુરી પણ જવલ્લે જ જોવા મળે એવી હતી. આપનાં મમ્મી-પપ્પાને લઈને આપ આવશો તો અમને ગમશે.'

આ જાહેર સમારંભ ન હતો. શાહીબાગ પોલીસ કમિશનરની ઑફિસમાં એક અલાયદા ખંડમાં પોલીસખાતાના તમામ ઉચ્ચ અધિકારીઓની હાજરીમાં યોજાનાર આ એક વિશિષ્ટ સમારંભ હતો, પણ મીડિયા, કૅમેરામૅનો અને રિપોર્ટરોનો કાફલો મોજૂદ હતો.

કાર્યક્રમના નિર્ધારિત સમય કરતાં એક કલાક પહેલાં પેલા પી.આઈ. એમની કાર લઈને ડૉ. દર્શનાબહેનના ઘરે જઈ પહોંચ્યા. આ વખતે એમના અવાજમાં કરડાકીને બદલે નરમાશ હતી. 'ગાડીમાં બૈઠ જાઓ !'નાં આદેશને ઠેકાણે વિનંતી હતી, 'ગાડીમાં બિરાજો. હું આપશ્રીને લેવા માટે આવ્યો છું.'

ડૉ. દર્શનાબહેને હસીને જવાબ વાળ્યો, 'આભાર સાહેબ ! પણ જે દિવસે મારી સાથે આ દુર્ઘટના બની હતી, એ દિવસે હું મારી માલિકીની નવી કાર બુક કરાવવા માટે નીકળી હતી. હવે મારી મારુતિ ગાડી આવી ગઈ છે. હું મારું પોતાનું પેટ્રોલ બાળીને કાર્યક્રમના સ્થળે હાજર થઈ જઈશ. મારી તો સ્પષ્ટપણે એક જ માન્યતા છે; પોલીસતંત્રના પૈસા અમારા માટે નથી અને પ્રજાની ચીજ-વસ્તુ પોલીસ માટે નથી ! ઇઝ ઇટ ક્લિયર ?'

'યસ, મેડમ ! ઇટ ઇઝ વેરી મચ ક્લિયર !' પોલીસ ઇન્સ્પેક્ટર આ નવા જ્ઞાનને પચાવવાનો પ્રયત્ન કરી રહ્યા.

(શબ્દશઃ સત્ય ઘટના. પોલીસ ઇન્સ્પેક્ટરનું અપમાન ન થાય એ માટે જ એમનું તથા એમના સ્ટેશનનું નામ ગુપ્ત રાખેલ છે. બાહોશ એ.સી.પી. અન્ય કોઈ નહીં, પણ શ્રી બિસ્ટ સાહેબ હતા.)

સાંજ સુધી ઓળખતો પણ નહોતો
તેનો મોટો ભાઈ બની ગયો !

'સર, આવું કે ?' કહીને એ આવી. મેં હાથ લાંબો કરીને જ્યાં બેસવા માટે ઇશારો કર્યો ત્યાં બેઠી અને પછી અકારણ સ્મિત કરીને બોલી, 'ઓળખાણ પડી, સર ?'

'હા, પડી.' મેં માથું હલાવ્યું. આમ તો વિસ્મૃતિ મારો સહજ ગુણ છે, પણ આ યુવતીને હું પળવારમાં ઓળખી ગયો. હજુ ગયા મહિને જ નડિયાદના એક સમારંભમાં હું અતિથિ-વિશેષ તરીકે ગયો હતો. સાથે ગુજરાતી ભાષાના પ્રખ્યાત અને વરિષ્ઠ પત્રકાર કાન્તિ ભટ્ટ પણ હતા. અમારે બંનેએ જુદા જુદા વિષયો ઉપર વક્તવ્યો આપવાનાં હતાં. કાન્તિ ભટ્ટ લખેલું ભાષણ વાંચી ગયા. પછી મારો વારો આવ્યો. રાતનો સમય હતો. બંધ સભાગૃહમાં અંધકારનું સામ્રાજ્ય હતું. સ્ટેજ ઉપરથી હું મારા વિચારોની ક્રમબદ્ધ રજૂઆત કરી રહ્યો હતો. ત્યાં અચાનક હું ચમકી ગયો. સામે ઑડિયન્સમાંથી જાણે વીજળીનો ઝબકારો થયો ! પછી પુનઃ અંધારું છવાઈ ગયું.

મેં વિચલિત થયા વગર સંભાષણ આગળ ધપાવ્યું. સુંદર મજાનો રોમેન્ટિક વિષય હતો. સામે મર્મજ્ઞ શ્રોતાગણ બિરાજમાન હતો. તાળી પાડવા જેવા પ્રત્યેક વાક્ય માટે તાળીઓ પડતી હતી. દાદ આપવા જેવી દરેક વાતને દાદ મળી રહી હતી.

વાત થોડીક આગળ ધપી, ત્યાં ફરી વાર ઑડિયન્સમાંથી વીજળી ઝબૂકી. આ વખતે મેં આંખો ઝીણી કરીને નજર નોંધી. લાલ રંગનું કપડું કળાયું. એક ઓળો ખૂણામાં ઊભો રહીને કૅમેરાના આકાશમાંથી ફ્લૅશની વીજળી ફેંકી રહ્યો હતો. પછી તો ચાલતું જ રહ્યું. પિસ્તાળીશ મિનિટ વક્તવ્યમાં કોઈએ પૂરો રોલ ખતમ કરી નાખ્યો.

વક્તવ્યના સમાપન ટાણે સભાગૃહ રોશનીથી ઝળહળી ઊઠ્યું. હવે સવાલ-જવાબનો વારો હતો. શ્રોતાઓમાંથી મને અને કાન્તિ ભટ્ટને પ્રશ્નો પૂછવામાં આવી રહ્યા હતા. અમે વારાફરતી જવાબો આપ્યે જતા હતા, પણ મારી નજર હવે પોલીસ-નજર બની ચૂકી હતી. અંતે ચોર પકડાયો. વ્યાકરણની ભૂલ સુધારું તો 'પકડાણી'. ડાબા હાથે આવેલી બીજી હરોળમાં પાંચમી ખુરશીમાં વીસેક વર્ષની દેખાતી એક પાતળી, ગોરી, નમણી યુવતી બેઠી હતી. કાળું પેન્ટ અને લાલ ટી-શર્ટ ધારણ કરેલી એ ચંચલ, મુગ્ધ નિર્દોષ ભાવે મારી સામે ટીકી-ટીકીને જોઈ રહી હતી. પછી અચાનક એણે પ્રશ્ન પૂછવા માટે હાથ ઊંચો કર્યો. શ્રોતાઓની વચ્ચે ઘૂમતો એક સ્વયંસેવક હાથમાં કોર્ડલેસ માઇક લઈને એની પાસે દોડી ગયો.

પણ એની પહેલાં મેં શરૂ કરી દીધું, 'તમે મને સવાલ કરો એ પહેલાં મારે તમને કંઈક પૂછવું છે. ચાલુ ભાષણે મને આમ ખલેલ પાડવાની ગુસ્તાખી કરનાર તમે છો કોણ ?'

એણે બેધડક ઉત્તર આપી દીધો, 'એક વાચક છું. ગુમનામ લેખકને પ્રસિદ્ધિના શિખર ઉપર બેસાડનાર માત્ર વાચકો જ હોય છે અને વાચકોનો એ અધિકારી હોય છે કે એના મનપસંદ લેખકના જાહેર કે અંગત જીવન ઉપર એ ચાહે ત્યારે, ચાહે એટલી વાર તરાપ મારી શકે ! એને ખલેલ નહીં, પણ ખંડણી કહેવાય જે તમારે ભરવી જ પડે !'

હું એની ખુમારી, એની છટા અને એના આત્મવિશ્વાસ તરફ જોઈ રહ્યો. પછી એ અચાનક વાણીમાં વરસાદની વાંછટ ઉમેરીને બોલી, 'હું તમને વર્ષોથી વાંચું છું. તમારી સાથે કોઈ અદશ્ય તંતુથી જોડાઈ ગયું છું. હું તમને 'મોટા ભાઈ' કહીને સંબોધી શકું ?'

'માત્ર સંબોધવાની વાત શા માટે ? તું મને મોટા ભાઈ તરીકે સમજી પણ શકે છે અને સ્વીકારી પણ શકે છે.' કોઈ જ પૂર્વયોજના વગર મારા મોઢામાંથી શબ્દો સરી પડ્યા.

જે છોકરીને સાંજ સુધી ઓળખતો પણ ન હતો એની સાથે જીવનભરનો એક ઉમદા સંબંધ બાંધીને હું પાછો ફર્યો. ગયો હતો ભાષણ આપવા માટે અને ભાઈ બનીને પાછો આવ્યો. એ વખતે ક્યાં ખબર હતી કે સંબંધોના સીમાડા માત્ર શબ્દોની સરહદ સુધી સીમિત નથી રહેતા, પણ એમાં તો જવાબદારીની 'જાહોજલાલી' પણ સામેલ હોય છે.

અને આજે અચાનક એ યુવતી મારી સામે આવી ઊભી હતી.

નામ એનું રિક્તા મહેતા. ઉંમર બાવીસ વર્ષ. શિક્ષણ બી.એસસી., બી.એડ્.

ખેડા જિલ્લાના એક જાણીતા શહેરની જાણીતી હાઈસ્કૂલમાં તાજેતરમાં જ એ ટીચર તરીકે જોડાઈ હતી. એક રૂમ ભાડે રાખીને એકલી રહેતી હતી. મમ્મી-પપ્પા સાબરકાંઠા જિલ્લામાં હતાં અને હવે એમના માટે એક માત્ર બાકી રહેલું જીવનકાર્ય હતું યુવાન અને રૂપાળી દીકરીના હાથ પીળા કરી દેવાનું.

✼

રિક્તા પરણી ગઈ. એના લગ્નમાં તો હું ન જઈ શક્યો, પરંતુ એક વાર ગોધરાના એક સમારંભમાં હાજરી આપવા હું ગયો હતો, ત્યારે એના વરની સાથે મને મળવા માટે આવી હતી. બંને જણાં મને પગે લાગ્યાં. મેં આશીર્વાદ આપ્યા અને સાથે ટકોર પણ કરી, 'બંને જણાં સુંદર દેખાવ છો. જાણે ઇન્દ્ર-ઇન્દ્રાણીનું જોડું ! મેઇડ ફોર ઇચ અધર ! સુખી હશો જ, વધારે સુખી થાવ એવા મારા આશીર્વાદ છે.'

એના પતિના ચહેરા પર સ્મિત ફરી વળ્યું, પણ મારી બારીક નજરે પકડી પાડ્યું કે મારી વાત સાંભળીને રિક્તાના સૌંદર્યખચીત ચહેરા ઉપર ગ્લાનિનું અને અવસાદનું એક હળવું આવરણ પથરાઈ ગયું.

મારી છઠ્ઠી ઇન્દ્રિય મને કહી રહી હતી કે ક્યાંક કશીક ગરબડ છે.

અને એ પછીનો સમય ધીમે-ધીમે એ ગરબડનું નામ-સરનામું લઈને મારી સમક્ષ હાજર થયો.

એક બપોરે હું મારા કન્સલ્ટિંગ રૂમમાં બેઠો હતો, કામથી તાજો જ ફારેગ થયો હતો, ત્યાં ટેલિફોન આવ્યો.

'મોટા ભાઈ, રિક્તા બોલું છું. મારે તમારી સલાહની જરૂર પડી છે.' એના અવાજમાં ત્રસ્તતા ઝલકતી હતી.

'કેમ, શી વાત છે ? રિષભ સાથે ઝઘડો થયો કે શું ?' મેં એના ફોનનું બિલ બચાવવા માટે સીધી મુદ્દાની વાત પૂછી નાખી. રિષભ એના પતિનું નામ હતું.

'ઝઘડો તો નથી થયો, મોટા ભાઈ, પણ...' એ ખમચાઈ. એક નાની બહેન એના મોટા ભાઈની સામે ક્ષોભજનક વાત કહેતાં જેવું ખમચાય એવું !

'પણ શું ?'

'તમે તો જાણો છો કે મારી સાસરી હિંમતનગરમાં છે. મારાં સાસુ-સસરા, દિયર-નણંદ ત્યાં રહે છે. રિષભ બાજુમાં આવેલા પ્રાંતીજમાં નોકરી કરે છે. હું દર શનિવારે હિંમતનગર પહોંચી જાઉં છું. શનિ-રવિની બે રાતો હું અને રિષભ સાથે...' એ ફરીથી અટકી ગઈ.

'સમજી ગયો. આગળ બોલ.'

'રિષભ...મને ત્રાસ આપે છે. શારીરિક તો ખરો જ, પણ માનસિક ત્રાસ પણ ખરો. દિવસ આખો એ એના મિત્રો સાથે, ભાઈ-બહેન સાથે અને મમ્મી-પપ્પા સાથે જ વિતાવી દે છે. હું એની પત્ની છું એ વાતનું એને ઓસાણ પણ નથી રહેતું. ન મને ક્યાંય ફરવા લઈ જવાની કે ન મારી સાથે કશી વાત કરવાની. અને રાત્રે અકરાંતિયાની માફક મારા શરીર ઉપર તૂટી પડે છે. સોમવારે સવારે હું બસમાં બેસીને મારી નોકરીના સ્થળે પાછી ફરું છું, ત્યારે મારું આખું શરીર તૂટતું હોય છે. મને તાવ આવી જાય છે. તન તૂટેલું અને મન મૂરઝાયેલું હોય છે.'

હું શું બોલું ? મેં સહાયને બદલે સલાહ આપી, 'આવું તો ચાલ્યા કરે, રિક્તા ! પુરુષની વાત છે. નવું-નવું લગ્નજીવન છે. તારો પતિ તારાથી પાંચ રાત દૂર હોય છે. શરીરની ભડભડતી આગ ઝડપથી ઠંડી પડી જશે, પછી જ ખરું દામ્પત્ય શરૂ થશે. થોડી ધીરજ રાખ. થોડી હિંમત રાખ. કામનાનો ખજાનો ખાલી થઈ જવા દે; મનમેળની મૂડી વધવા દે !'

ફરી થોડા દિવસ પછી એનો ફોન આવ્યો, 'મારાં સાસુ-સસરા ગમે તે બહાને મારો પગાર પડાવી લે છે. આખા વર્ષના ઘઉં, ચોખા, મસાલા, તેલના ડબ્બા મારી પાસે મગાવી લીધા. મારી તમામ બચત ખર્ચાઈ ગઈ. રિષભનો પણ એવો આગ્રહ હોય છે કે દર મહિને જેવો પગાર થાય કે તરત મારે આખીયે રકમ એના હાથમાં મૂકી દેવી. પછી એમાંથી મારા ખર્ચ પૂરતાં નાણાં એ મને આપશે.'

'કશો વાંધો નહીં. એ તારો પતિ છે અને આમ પણ તારી કમાણી અને એની કમાણી જુદી થોડી છે ?'

'પણ મોટા ભાઈ ! એ મને જે પૈસા આપે છે એમાં તો હું માંડ માંડ મહિનો કાઢી શકું છું. મારે દૂધ અને શાકભાજીમાં પણ કાપ મૂકવો પડે છે. લાગે છે કે રિષભે મારા પગાર માટે જ મારી સાથે લગ્ન કરેલ છે.'

રિક્તાના બોલવામાં ઘાયલ થયેલી મૃગલીનો તરફડાટ હતો અને હું ખામોશ હતો. શું આશ્વાસન આપવું એને ?

ત્રીજી વારના ટેલિફોને તો હદ વટાવી દીધી.

રિક્તાના હૃદય ઉપર હથોડો વીંઝાયો હોય એવી ઘટના બની હતી. શનિ-રવિની રજાઓ માણીને સોમવારની સવારે એ બસમાં બેઠી. સાથે રિષભ પણ હતો. પ્રાંતીજ સુધીના પ્રવાસમાં બંને સાથે જ હતાં. પ્રાંતીજ આવે એટલે રિષભ ઊતરી જવાનો હતો અને રિક્તા એ જ બસમાં એની નોકરીના સ્થળ તરફ આગળ ધપવાની હતી, પણ જ્યારે કન્ડક્ટરે ટિકિટ માટે પૂછ્યું, ત્યારે રિષભે પોતાની એકલી ટિકિટ કપાવડાવી. પૈસા પણ એણે એક જ ટિકિટના આપ્યા. પછી પત્નીની સામે જોઈને

આદેશ આપ્યો, 'રિક્તા, તારી ટિકિટના પૈસા તું ચૂકવજે. તું પણ કમાય છે ને !'

રિક્તા રડતી હતી. આટલો પ્રેમ સાસરીપક્ષને આપ્યા પછી આવો બદલો ? નણંદને લાડ લડાવવામાં કે દિયરનાં તોફાનો સહેવામાં એણે કશું બાકી રાખ્યું ન હતું. સાસુની સેવા અને સસરાની ચાકરી; દિવસભરની મજૂરી પછી રાતપાળી તો બાકી જ રહેતી હતી. આ બધાને અંતે આવું અપમાન ?

મારી પાસે દિલાસાના પડીકા સિવાય બીજું શું હોય ? મેં ઠાલા શબ્દોનો ટોપલો ટેલિફોનમાં ઠાલવી દીધો, 'શાંતિ રાખ. ધીરજ ધર. ધીમે ધીમે બધું થાળે પડી રહેશે. ભગવાનનો પાડ માન કે રિષભે હજુ સુધી તારી ઉપર હાથ તો નથી ઉપાડ્યો ને ! બાકી આપણી દીકરીઓને તો ધણીના હાથનો માર પણ ખાવો પડતો હોય છે.'

ચોથા ફોનમાં એ સમાચાર પણ મળી ગયા, 'મોટા ભાઈ, કાલે રાત્રે રિષભે મને ખૂબ મારી. હવે શું કરું ? આપઘાત ?'

'ના, રિક્તા ! આપઘાત તો જે કાયર હોય તે કરે. જો મારું માને તો સાસરીનું ઘર છોડી દે. હવે પછી ત્યાં પગ ન મૂકીશ. અને આ વાત પૂરી થાય એટલે સીધી જ પોલીસ સ્ટેશને પહોંચી જજે. તને તારા વરે મારી છે એ બદલ પોલીસ ફરિયાદ દર્જ કરાવી નાખ. ખોટી સામાજિક પ્રતિષ્ઠાની ચિંતા ન કરીશ. બાકીની તમામ બાબતોને આપણે પહોંચી વળીશું. હું તારો મોટો ભાઈ છું ને ? હું તારી સાથે જ છું.'

*

છ મહિનામાં રિક્તાને રિષભથી છૂટાછેડા મળી ગયા. સમાજમાં રિષભના પૂરા પરિવારની બેઇજ્જતી થઈ ગઈ. એમની ક્રૂરતા અને ધન માટેની લાલચ જાહેર થઈ ગઈ. રિષભને બીજી કોઈ સંસ્કારી પત્ની મળે એ કામ મુશ્કેલ બની ગયું.

અને રિક્તાનું શું થયું ?

ગયા મહિને જ લંડનથી એક મુરતિયો આવ્યો. એન.આર.આઈ. હતો. એ પણ ત્યાંની યુવતી સાથે પરણીને છૂટો થયેલો હતો. પત્નીની બેવફાઈથી દાઝેલો હતો. પ્રથમ લગ્નથી એને એક દીકરી પણ હતી. હવે એ ભારતમાં જ જન્મેલી, સંસ્કારની સમૃદ્ધિ અને પ્રેમનું દહેજ લઈને આવી શકે એવી કન્યાને પરણવા માગતો હતો. એના કાને રિક્તાની વાત આવી. બંને મળ્યાં. બે મુરઝાયેલાં ફૂલોમાં જાણે તાજગી ભળી, સુગંધ મળી અને અઠવાડિયા પહેલાં જ આર્યસમાજ વિધિ સાથે રિક્તા અને રાકેશ પરણી ગયાં.

અને એક સવારે મારી ઉપર ફોન આવ્યો. અજાણ્યો અવાજ હતો. પુરુષનો

સ્વર હતો. મને પૂછી રહ્યો હતો, 'તમારા આશીર્વાદ લેવાની ઇચ્છા છે. આવી શકું ?'

'તમે કોણ ?'

'રાકેશ શાહ, મોટા ભાઈ !...' પછી એ સહેજ ખમચાયો. અચાનક એના બોલવામાં વરસાદી ભીનાશ ભળી ગઈ, 'હું તમને મોટા ભાઈ કહીને સંબોધી શકું ?'

હું ઓળખી ગયો, 'ઓહ ! રિક્તાનો રાકેશ બોલે છે એમ કહે ને ! એમાં પૂછવાનું શું ? તું પણ મને મોટા ભાઈ કહી શકે છે.'

વગર જોયે પણ મને દેખાઈ રહ્યું હતું કે એ કેટલો ખુશ હતો. અને ફોનના દોરડામાંથી વહી આવતા કલકલ ઝરણા જેવા કોઈ સ્ત્રીસ્વરને સાંભળીને એ વાત પણ હું પામી શકતો હતો કે રાકેશની બાજુમાં કોણ હસી રહ્યું હતું !

(સત્ય ઘટના)

દેવકી પાસે પાછા જવાની હઠ છોડીને કનૈયો જશોદા પાસે જ રહી ગયો હતો

'જો, કનૈયા ! મારી વીસ લખોટી તારી પાસે લેણી નીકળે છે. આ દાવમાં જો હું જીતીશ, તો એમાં બીજી ચાલીસ ઉમેરાશે. તારે મને કુલ એંસી લખોટીઓ આપવી પડશે.' મેં હાથમાં પાસા તરીકે પકડેલી ચાર કોડીઓ ખખડાવતાં સ્પષ્ટતા કરી.

કનૈયો હસ્યો, 'અને ધાર કે આ બાજીમાં તારે બદલે હું જીત્યો, તો ?'

'તો પેલી ચાલીસે ચાલીસ લખોટી માફ !' મેં મુઠ્ઠીમાં કોડીઓ ખખડાવી. પછી મારી તમામ ચાલાકી, કૂડ-કપટ, શકુનિવિદ્યા અને અનુભવ કામે લગાડીને પાસા ફેંક્યા. પોબાર પડ્યા. આ દાવમાં પણ મારી જીત થઈ હતી.

'લાવ, મને એંસી લખોટીઓ અત્યારે ને અત્યારે ચૂકવી દે !' મારી ઉઘરાણી પઠાણી હતી. જવાબમાં કનૈયો કશું બોલવાને બદલે હસતો રહ્યો. ફક્ત હસતો રહ્યો.

આ એક જ વાતમાં એ અદ્દલ ગોકુળના કનૈયા જેવો હતો. ચહેરા ઉપરથી મંદ મંદ સ્મિત રેલાવવાની બાબતે એ કાનુડો જ હતો. બાકી બીજી તમામ બાબતોમાં એ કાનુડાથી તદ્દન સામેના છેડે હતો.

આજથી લગભગ ચાલીસ-બેંતાલીસ વર્ષ પહેલાંની ઘટના છે. મારી વય માંડ છ-સાત વર્ષની હશે. કનૈયો આશરે બારેક વર્ષનો. એ મારા પિતાજી પાસે ટ્યૂશન માટે આવતો હતો. એ વખતે સરકારી શિક્ષકો ખાનગીમાં ટ્યૂશનો કરતા હતા. મનાઈ તો હતી જ, પણ ત્યારે આજના જેવો હોબાળો ન હતો. શિક્ષકોના પગાર અત્યંત ઓછા હતા. ઘરખર્ચ કાઢવા અને સ્વમાનભેર જીવવા માટે વધારાનું કામ કરવું આવશ્યક હતું.

મારા પિતાજીનું નામ શિક્ષણ જગતમાં એક ખૂબ સારા શિક્ષક તરીકે લેવાતું હતું. એમના હાથ નીચેથી ભણી ગયેલા વિદ્યાર્થીઓ આજે પણ એમને પ્રેમપૂર્વક

યાદ કરે છે. એમની પાસે ભણવા માટે, ટ્યૂશન રાખીને ઘરે આવવા માટે છોકરાઓમાં પડાપડી થતી. સાઠના દાયકામાં ખાલી એક જ બેઠકે પાંત્રીસ-ચાલીસ વિદ્યાર્થીઓ ઘરે ભણવા માટે આવતા હતા. એમની ટ્યૂશનની આવક પગાર કરતાં પણ વધતી જતી હતી, પણ મેં ક્યારેય એમને ખોટું કરતા જોયા નથી. ટ્યૂશનવાળા વિદ્યાર્થીને બીજા હોશિયાર વિદ્યાર્થી કરતાં વધુ માર્ક્સ આપવાનું પાપ એમણે કદીયે કર્યું નથી. શાળામાં તેઓ કામચોરી કરતા ન હતા. કોઈ વિદ્યાર્થી જો ગરીબ હોય, તો એને ઘરે બોલાવીને મફતમાં શીખવતા. ટૂંકમાં સાત્ત્વિકતાનો જમાનો હતો. ટ્યૂશન કરવાં એ મજબૂરી હતી, 'ધંધો' ન હતો.

આ ચાલીસ વિદ્યાર્થીઓમાંનો એક આ કનૈયો. સવારે નવથી દસનો સમય હોય, પણ કનૈયો સવા આઠ-સાડા આઠ વાગ્યે આવી જાય. સિંધી છોકરો હતો. ભેળસેળિયું ગુજરાતી બોલતો હતો. તંદુરસ્ત દેહ, ભરાયેલા ગાલ, લાલબુંદ વાન, ફુગ્ગો પાડીને હોળેલા માથાના કાળાભમ્મર વાળ, કાળી ચસોચસ બંધબેસતી ચડ્ડી અને અડધી બાંયનો સફેદ બુશકોટ.

ગોકુળવાળો કનૈયો શ્યામ વર્ણનો અને મારો કનૈયો ત્રાંબાવર્ણો. પેલો ચતુર, ચાલાક, કપટી, આખા જગતને ઘોળીને પી જાય એવો ખેલાડી ! જ્યારે મારો ભેરુ સાવ ભોળો. એનું હાસ્ય પણ નિર્દોષ. કુટિલતાનો અંશ પણ જોવા ન મળે.

એ અડધો-પોણો કલાક વહેલો આવી જાય. પછી હું એની સાથે રમવા માંડું. હું કાયમ જીતું. એ હંમેશાં હારે. મારું લેણું જ્યારે હદ કરતાં વધી ગયું ત્યારે મેં કડક ઉઘરાણી શરૂ કરી, પણ એ થોડો અભણ ગામડિયો હતો જે મારી પઠાણી ઉઘરાણીથી ડરી જાય ?

એ તો મારી સામે મોં મલકાવ્યા કરે !

એક દિવસ મારી ધીરજે જવાબ દઈ દીધો. નવ વાગ્યે મારા પિતાજીએ આસન ગ્રહણ કર્યું, એની સાથે જ મેં મારા અપરાધીને એમની અદાલતમાં પેશ કર્યો.

'આ કનૈયાને સીધો કરો ! એ મારી એંસી લખોટીઓ દબાવીને બેઠો છે ! આપવાનું નામ નથી લેતો.' મારી ફરિયાદમાં આક્રોશ હતો.

પણ જજસાહેબે કેસ જ ઉડાડી દીધો, 'ગાંડા ! તને કંઈ ભાન-બાન છે ? આ કનૈયો તો મારા કહેવાથી તને રમાડે છે ! બાકી એ તારાથી ચાર-પાંચ વર્ષ મોટો છે. તમે જે રમત રમો છો એમાં એ ચેમ્પિયન છે અને તું પાસા ફેંકતી વખતે હાથચાલાકી કરે છે એ હકીકત પણ એના ખ્યાલ બહાર નથી. જા, જતો રહે ! નહીંતર કાલથી રમવાનું જ બંધ થઈ જશે.'

મારી જિંદગીમાં જો સૌથી પહેલી કોઈ ઉઘરાણી ડૂબી હોય તો એ આ હતી !

એ ડુબાડનાર મારી સામે જ હતો. મારું ચાલે તો હું એનો ટોટો પીસી નાખું. પણ એ તો રૂપાળા મોં ઉપરથી મંદ, મીઠું સ્મિત રેલાવી રહ્યો હતો. એ દિવસે પહેલી વાર મને એનું સ્મિત નિર્દોષ ન લાગ્યું.

મારો બેટ્ટો સાવ પેલા કાનુડા જેવો જ નીકળ્યો !

✳

કનૈયો પૈસાદાર મા-બાપનો દીકરો હતો. સિંધી હતો. રોજ એ ચડ્ડીના ખિસ્સામાં ચૉકલેટો ભરીને મારા માટે લાવતો હતો.

મને એની ઈર્ષા આવતી, 'તારા બાપા તને આટલા બધા પૈસા વાપરવા માટે આપે છે ?'

એ હસતો, 'ના, અમારે ચૉકલેટો બનાવવાની ફેક્ટરી છે. એને અંગ્રેજીમાં 'કન્ફેક્શનરી' કહેવાય.'

'ત્યારે તો તને રોજ ચૉકલેટો ખાવા મળતી હશે.' મારી કલ્પનામાં સવાર-સાંજ ભોજન માટે બેઠેલા કનૈયાની થાળીમાં દાળ-ભાત અને રોટલી-શાકની જગ્યાએ ચૉકલેટો જ ચૉકલેટો દેખાતી હતી.

પણ એ ઉદાસ બની જતો, 'ના, દોસ્ત ! રોજ તો મને માર ખાવા મળે છે. મારા બાપાનો મિજાજ બહુ તેજ છે. ડગલે ને પગલે ગાળો. હાલતાં-ચાલતાં ધોલધપાટ. વાંકમાં આવ્યો તો મુઓ જ સમજવું.'

'તારે બીજા ત્રણ-ચાર ભાઈઓ હશે.' મારા બાળમાનસમાં એક રાજા ને સાત રાણીની વાર્તા રમી રહી. વધારે સંખ્યામાં રાણીઓ હોય, તો જ એકાદ અણમાનીતી હોઈ શકે.

'ના, એવું નથી. હું એકનો એક દીકરો છું. હા, મારે સાત બહેનો છે ખરી. પણ મારા બાપા એમને ક્યારેય નથી મારતા. ફક્ત મને એકલાને જ...' કનૈયાની આંખોમાં આંસુ ધસી આવ્યાં.

'અને તારી મા ? એ પણ મારે ?'

'ના, મારી બા તો મને બહુ વહાલ કરે છે. પણ બાપાની આગળ એ બિચારીનું કશું ઊપજતું નથી. એટલે એ વચમાં તો પડી નથી શકતી, પણ પછીથી મને ખોળામાં લે, શરીર પંપાળે, જ્યાં વાગ્યું હોય ત્યાં બચીઓ ભરે... અને મારી સાથે રડે !' કનૈયો રડી રહ્યો હતો.

હું મૂંગોમંતર થઈને વિચારોમાં ડૂબી ગયો હતો. હું પણ મારાં મા-બાપનો એકનો એક પુત્ર હતો. મારે પણ એક બહેન હતી. હું તો તોફાની પણ હતો, તેમ છતાં મારા પિતાજીએ મારી ઉપર કદીયે હાથ ઉપાડ્યો ન હતો. બાપ તો વહાલ

માટે હોય છે. બાપ દીકરાને મારે ખરો ?!

*

વર્ષ પૂરું થવા તરફ હતું. પરીક્ષાઓ નજીક આવતી હતી. એક દિવસ કનૈયો ઘરે આવ્યો, પણ એનો ચહેરો તરલ હતો. દફતર ફેંકીને એ રડવા માંડ્યો. હું ડઘાઈ ગયો.

'કેમ રડે છે ? શું થયું ? તને એમ છે કે હું મારી લખોટીઓ પાછી માગીશ ? નહીં માગું, બસ ? હવે તો બંધ થઈ જા. મારી બા સાંભળી જશે તો મારો જ વાંક કાઢશે...'

એ રડતો બંધ થાય, એ પહેલાં મારી બા સાંભળી ગઈ હતી. એ રસોડામાં હતી ત્યાંથી બહાર આવી. કનૈયો હજુયે હીબકાં ભરતો બેઠો હતો. એને ખોળામાં લઈ લીધો. માથા ઉપર હાથ ફેરવ્યો.

'શું થયું, બેટા ? કોણે માર્યું તને ?'

'કોઈએ નહીં...'

'તો પછી રડે છે શું કામ ?'

કનૈયાએ ભેંકડો તાણ્યો, 'મને આજે જ જાણવા મળ્યું કે મારાં મા-બાપ મારાં સાચાં માવતર નથી ! મારા પડોશમાં રહેતા મગનકાકાએ કીધું. મને તો મારાં ફોઈ-ફુઆએ દત્તક લીધેલો છે. એમને સાત છોકરીઓ જ હતી ને ! એટલે...'

'તો શું થઈ ગયું, બેટા ? આવું તો ઘણા લોકો કરે છે. તારે તો એમને જ તારાં સગાં મા-બાપ માનવાનાં.'

'પણ એ લોકોએ મને સગો દીકરો માનવો જોઈએ ને ? મારી મા તો ઠીક છે; બિચારી મારી ફોઈ છે એટલે મારી ઉપર વહાલ વરસાવે છે, પણ ફુઆને તો મારી પ્રત્યે ક્યાંથી લાગણી હોય ? એને ને મારે ક્યાં લોહીની સગાઈ છે કે...?'

વાતાવરણ ભારે ભરખમ બની ગયું. ચાર દાયકા પહેલાંની વાત. એ જમાનામાં લોકોની સમજ, સંસ્કાર, માનસિકતા વગેરે આજના જેવાં ક્યાંથી હોય ? વંશવેલો ચાલુ રાખવા માટે એક વારસદાર જોઈએ ! દીકરીઓ તો પારકી થાપણ કે'વાય. પરણીને સાસરે ચાલી જાય. પછી ઘર, ધંધો, વહેવાર કોણ સંભાળે ? ઘડપણમાં પોતાને કોણ સાચવે ? આટલી સંકુચિત વૃત્તિમાંથી કનૈયાને ખોળે લેવાનો આગ્રહ પણ કદાચ કનૈયાની ફોઈનો જ હોવો જોઈએ; જે ફુઆએ નાછૂટકે મંજૂર રાખ્યો હશે. અને પછી મનનો એ ધૂંધવાટ સતત આ નિર્દોષ બાળકના દેહ ઉપર સિતમ બનીને વરસતો રહ્યો !

કનૈયો રડતો જતો હતો અને બોલ્યે જતો હતો, 'હવે મને સમજાય છે કે

જબલપુરમાં રહેતાં મારાં મામા-મામી શા માટે દર મહિને આટલે દૂરથી અમારા ઘરે આવતાં રહે છે ! શા માટે મારા મામા પાછા જતી વખતે કોઈ ન જુએ તેમ મારા હાથમાં રૂપિયા મૂકતા જાય છે ! હવે બધું સમજાય છે; મારાં અસલી મમ્મી-પપ્પા તો એ લોકો જ છે ને ?'

મારી બાએ કનૈયાને છાનો રાખ્યો. ખૂબ સમજાવ્યો, પણ એની જીભ ઉપર તો એક જ રટણ હતું, 'મારે અહીં નથી રહેવું. મારે તો જબલપુર ચાલ્યા જવું છે.'

કનૈયા સાથેની એ છેલ્લી મુલાકાત. એ પછી પરીક્ષાની રજાઓ પડી હતી. ટ્યૂશન પૂરાં થઈ ગયાં હતાં. પછી વૅકેશન અને એ પછી...? સમય દરિયો છે અને આપણે એમાં તરતાં, તણાતાં કાષ્ઠ માત્ર. ક્યારેક એકબીજાની ખૂબ નિકટ આવી જઈએ; ક્યારેક તણાઈને ક્યાંક દૂર-દૂર ચાલ્યા જઈએ. હું અને કનૈયો પણ સમયના સમુદ્રમાં દૂર-સુદૂર ખેંચાઈ ગયા. કદાચ ફરીથી ન મળવા માટે.

આજે એ ઘટના ઉપર બેંતાલીસ વર્ષના થર ચડી ગયા છે, પણ હજુ સુધી એ ઘટનાની ભીનાશ એવી ને એવી જ રહી ગઈ છે. કનૈયાને હસતો તો કાયમ જોયો હતો, એને રડતાં માત્ર એક જ વાર જોયો છે અને આજે યાદરૂપે એનાં આંસુ જ રહી ગયાં છે.

આજે એ ક્યાં હશે એની ખબર નથી. ક્યાંકથી સાંભળવા મળ્યું હતું કે એની જબલપુર જતા રહેવાની જીદ સાકાર થઈ શકી ન હતી. ફોઈની સમજાવટ, બહેનોનાં આંસુ અને 'મામા-મામી'ના ઠપકાએ એને મનાવી લીધો હતો. એ દેવકી પાસે પાછા જવાની હઠ છોડીને જશોદા પાસે જ રહી ગયો હતો. નંદલાલા પણ પછી તો ફૂણા પડી ગયા હતા.

જો એ હશે તો આજે ખૂબ ધનવાન હશે. ફુઆની અઢળક સમૃદ્ધિનો માલિક બનીને બેઠો હશે. પણ શું એ સુખી હશે ?

હમણાં જ થોડા સમય પહેલાં મારા એક મિત્ર જે ગુજરાતના પ્રખ્યાત સાહિત્યકાર છે એમણે વાતવાતમાં મને એક વાક્ય કહ્યું હતું, 'શરદભાઈ ! તમે નસીબદાર છો કે તમારાં મા-બાપ આજે પણ જીવિત છે. દીકરો પચાસ વર્ષનો થાય, એનાં સંતાનો પણ ઊછરીને મોટાં થઈ જાય, પરણાવવા જેવડાં થાય, ત્યાં સુધી એનાં મા-બાપ હયાત હોય એવું બધાંના તકદીરમાં લખાયેલું નથી હોતું ! તમે ખરેખર નસીબદાર છો...!'

એ વખતે મારા સ્મૃતિ-આકાશમાં કનૈયો ચમકી ઊઠ્યો હતો. માવતર ન હોવાનું દુઃખ હું શું સમજી શકવાનો હતો ?

સજ્જનોની સૌભાગ્યવતી બનવા કરતાં એણે દુષ્ટનું વૈધવ્ય વહાલું કર્યું

'જય અંબે સાડી ભંડાર'ના માલિક શેઠ ભગવાનદાસ ભગવાનના માણસ. પચાસની વય. કાયમ સફારી સૂટ જ પહેરે. દુકાનમાં આવીને પહેલું કામ ઑફિસમાં મૂકેલી અંબાજીની મૂર્તિ આગળ દીવો-અગરબત્તી પ્રગટાવવાનું કરે. પછી જ ખુરશીમાં સ્થાન ગ્રહણ કરે. અંબામા પણ આ ભક્તના માથે આઠેય હાથે ત્રૂઠેલાં. ઘરનાં ઘર. ફળિયામાં નળ અને છોકરાં લાઈનસર. કોઈ વાતે મણા નહીં.

આજે પણ શેઠજી સવારે નવ વાગતામાં દુકાને આવી પહોંચ્યા. બહારના ભાગમાં કર્મચારીઓ કામ ઉપર હાજર થઈ ગયા હતા. પચીસેકનો સ્ટાફ હતો. શેઠજી બધાંના 'જય અંબે' ઝીલતા અંદરની ઑફિસમાં ઓગળી ગયા. દીવા-બત્તી, નમન-પ્રાર્થના અને પછી ખુરશીમાં સ્થાન-ગ્રહણ.

'શેઠ સાહેબ.' અડધો કલાક માંડ થયો હશે, ત્યાં મહેતાજીએ આવીને માહિતી આપી, 'કોઈ બહેન મળવા માટે આવ્યાં છે. નોકરીની જરૂર છે. મોકલી આપું ?'

શેઠજીના મોં ઉપર કચવાટ ઊપસી આવ્યો, 'આપણે ત્યાં જગ્યા જ ક્યાં ખાલી છે ? આ બેકારીના જમાનામાં જેને ને તેને નોકરીઓ જોઈએ છે ! ઠીક છે; એને અંદર મોકલી આપો. બે મિનિટમાં ભગાડી દઉં છું.'

અને એક વીસ વર્ષની યુવતીએ ઑફિસમાં પ્રવેશ કર્યો. શેઠ ભગવાનદાસ ડાચું ફાડીને એને જોઈ રહ્યા. દીવાલના ગોખમાં પધરાવેલી જયપુરમાં ઘડાયેલી અંબામાની સંગેમરમરની મૂર્તિ જાણે ઝાંખી પડી ગઈ. કોઈ સ્ત્રી આટલી સુંદર હોઈ શકે ખરી !?

'બોલો, શું આવ્યાં છો ?' શેઠજીને બે મિનિટ બાદ વાચા ફૂટી.

'શેઠ સાહેબ, ગરીબ ઘરની દીકરી છું. નોકરીની આશાએ આવી છું.'

'નામ ?'

'વત્સલા.'

'પિતા શું કરે છે ?'

'છ મહિના પહેલાં મૃત્યુ પામ્યા. ત્રણ બહેનો અને એક ભાઈ છે. બધાં મારાથી નાનાં છે. વિધવા મા બીમાર છે. આખા ઘરની જવાબદારી મારા માથે આવી પડી છે. જો તમારે ત્યાં જગ્યા ખાલી હોય તો...' યુવતીના સૌંદર્યમઢ્યા ચહેરા ઉપર લાચારીનું લીપણ હતું અને આંખોમાંથી આજીજી ટપકતી હતી.

'છે ને ! જગ્યા ખાલી છે જ ! અને નહીં હોય તો થઈ જશે. તારા જેવી રૂપાળી, મજબૂર અને જુવાન છોકરીનું ધ્યાન અમે નહીં રાખીએ તો બીજું કોણ રાખશે ? આજથી જ આવી જા !' શેઠ હસીને બોલ્યા.

વત્સલાની સ્ત્રી-સહજ છઠ્ઠી ઇન્દ્રિયે ખતરાની ઘંટી બજાવી દીધી. ભગવાનદાસનું હાસ્ય કુટિલ દેખાઈ રહ્યું હતું. અત્યારે એ ભગવાનને બદલે શેતાનના માણસ લાગી રહ્યા હતા, પણ એ લાચાર હતી. નાનો ભાઈ શાળાની ફી માટે ઘરે રાહ જોઈને બેઠો હતો. ત્રણ બહેનો કપડાં સિવડાવવાની હઠ લઈને બેઠી હતી અને માને ખાંસી સાથે ઝીણો તાવ ચડતો હતો. ડૉક્ટરને શંકા હતી કે કદાચ ટી.બી. હોય. એક્સ-રે કઢાવ્યા પછી જ નિદાન શક્ય બને.

ઇન્દ્રના દરબારમાં શોભે એવી અપ્સરા દાનવની દુકાનમાં નોકરીએ રહી ગઈ.

✳

કામ તો ખરેખર વત્સલાને લાયક કંઈ હતું નહીં. ઈધર-ઉધર ફેંકાફેંકી ચાલ્યા કરતી. ક્યારેક સાડીના કાઉન્ટર ઉપર ગ્રાહક સાથેની માથાફોડ, તો ક્યારેક હિસાબમાં મહેતાજીને મદદ કરવાની; ક્યારેક વળી સાડીઓનો સ્ટોક ગણવાનો, પણ એક ક્રમ બરાબર જળવાતો; શેઠ ભગવાનદાસ કોઈ ને કોઈ બહાને વત્સલાને દિવસમાં પાંચથી દસ વાર એમની ઑફિસમાં બોલાવતા હતા. કારણ વગરની વાતોમાં રોકી રાખતા હતા. જાણી જોઈને એના માખણ જેવા કુંવારા દેહને સ્પર્શી લેવાનું અટકચાળું કરી લેતા.

એક બપોરે એમણે લાગ જોઈને સોગઠી મારી. 'વત્સલા, આવતી કાલે આપણે મુંબઈ જવું પડશે. નવી સાડીઓ ખરીદવાની છે.'

'આપણે એટલે ?'

'એટલે કે તારે પણ મારી સાથે આવવાનું છે. બે-ત્રણ દિવસ લાગી જશે મુંબઈમાં. તને સાડીઓમાં વધુ ખબર પડે. તું ચિંતા ન કરતી. તારો આવવા-જવાનો ખર્ચ, હોટલમાં રહેવાનું, ભોજન વગેરે બધું જ કંપનીના ખાતે રહેશે.' પછી શેઠજીએ આંખો ઝીણી કરીને હોઠ ઉપર જીભ ફેરવી, 'જોકે એક વાત છે; કંપનીનો ખર્ચ

બચાવવા માટે એક કામ કરવું પડશે. હોટલમાં એક જ રૂમમાં આપણે બંનેએ સાથે રહેવાનું રાખવું પડશે. મજા પણ આવશે અને...'

'માફ કરજો, શેઠજી ! મારાથી એ કામ નહીં થઈ શકે !' કહીને વત્સલા બારણું ઉઘાડીને ઝટપટ ઑફિસમાંથી નીકળી ગઈ હતી. એની આંખો ભીની હતી, પણ તેમ છતાં એ ધૂંધળી નજરે પણ એ જોઈ શકી કે કાઉન્ટર સાચવતી બે-ત્રણ જુવાન છોકરીઓ એકબીજા સામે જોઈને ભેદી રીતે સ્મિત કરી રહી હતી.

એ મહિનાના અંતે મહેતાજીએ વત્સલાના હાથમાં પગાર મૂક્યો.

'આ શું ? બારસો રૂપિયા ?' વત્સલા ભડકી.

'ત્યારે શું બાર હજાર આપે ?' મહેતાજીએ છાશિયું કર્યું. પછી ખંધું હસીને ઉમેર્યું, 'શેઠજીનું કહેવું માનવું નથી અને ઉપરથી તગડો પગાર જોઈએ છે ! 'કામ'માં સમજ ન પડતી હોય, તો નોકરી માટે શું આવતાં હશો ?'

'કામ' શબ્દ ઉપરનો ભાર શ્લેષ બનીને વત્સલાના મસ્તક ઉપર અફળાયો. એ બારસો રૂપિયા લઈને દુકાનનાં પગથિયાં ઊતરી ગઈ.

*

'એક્સેલેન્ટ એક્સપોર્ટ્સ'નો માલિક અલય મહેતા યુવાન હતો, હેન્ડસમ હતો, હિંમતવાન હતો અને નિખાલસ પણ હતો. એની આલીશાન ઑફિસમાં એણે દેવી-દેવતાના મંદિરને બદલે સૌંદર્યની દેવી વિનસનું પેઇન્ટિંગ રાખ્યું હતું.

પણ જે દિવસે વત્સલા નોકરીની અરજી લઈને એને મળવા માટે આવી, ત્યારે અલય મહેતાને લાગ્યું કે પેલા ચિત્રમાં દેખાતી વિનસ તો કાલ્પનિક હતી, બનાવટી હતી, ઝાંખી હતી ! સુંદરતાની અસલ અધિષ્ઠાત્રી તો સામે ઊભી હતી.

'સર, સાંભળ્યું છે કે તમારે ત્યાં મારે લાયક નોકરી...'

'ખોટું સાંભળ્યું છે ! તારા જેવી રૂપાળી છોકરી માટે આ જગતમાં કોઈ નોકરી સરજાયેલી જ નથી. વાસ્તવમાં તારા માટે ઑફિસમાં નહીં, પણ મારી જિંદગીમાં ખાલી જગ્યા છે.'

વત્સલાના શરીરમાં ખુશાલીની વીજળી ફરી વળી, 'શું ?! તમે મારી સાથે લગ્ન કરશો, સર ?!'

'ઓહ, નો ! લગ્ન તો તારી સાથે હું નહીં કરી શકું. મજબૂર છું. મારી સગાઈ પંદર દિવસ પહેલાં જ મુંબઈની એક અબજોપતિ પાર્ટીની દીકરી સાથે થઈ ચૂકી છે. લગ્ન તો મારે એ જાડી, કાળી અને કદરૂપી હેડંબા સાથે જ કરવાં પડશે. કેરિયરનો સવાલ છે, પણ એ તો ફક્ત સમાધાન હશે. આવી પત્ની સાથે જિંદગી ન જાય. એના માટે તો અપ્સરા જોઈએ; તારા જેવી !'

'સર, એ તો કેવી રીતે...?'

'બધુંયે શક્ય છે. તારે મૂંઝાવાની જરા પણ જરૂર નથી. તારે પૈસાની ગરજ છે. મારે સુંવાળા દેહની. આપણે એકબીજાની ગરજ પૂરી કરતાં રહીશું. તારા ભાઈનું ભણતર, બહેનોનાં લગ્ન, મમ્મીની સારવાર – બધું મારા માથે !' અલય મહેતાએ ઊભા થઈને એનો હાથ પકડી લીધો.

અને વત્સલા ત્યાંથી પણ ભાગી છૂટી.

પણ દસેય દિશામાં શિકારીઓનાં ઝુંડથી ઘેરાયેલી રૂપાળી હરણી નાસી-નાસીને આખરે જાય ક્યાં ? આ જગતમાં એકેએક ઑફિસમાં, દરેક દુકાનમાં અને પ્રત્યેક પેઢીમાં હવસનાં હથિયારો સજાવીને સજ્જનના સ્વાંગમાં શિકારી પુરુષો બેઠેલા છે, જેઓ દિવસ-રાત મોકાની તાકમાં સમાધિસ્ત હોય છે. મજબૂરી નામની મૃગલીઓ અહીં સતત ઘવાતી રહે છે.

વત્સલા દર-બ-દર ભટકતી રહી. આબરૂ જાળવીને થઈ શકે એવી આવક માટે ફાંફાં મારતી રહી. ક્યાંક એને બહારગામ લઈ જવાની માગણી કરાતી રહી, તો ક્યાંક ઑફિસમાં જ કામદેવના ઉત્સવો ઊજવવાની ઑફર અપાતી રહી. એક પરિણીત ઉદ્યોગપતિએ તો આજીવન એને પોતાની રખાત તરીકે રાખવાની ઉદારતા દર્શાવી, પણ વત્સલાને આવી કોઈ જ બેહૂદી વાત મંજૂર ન હતી.

એ દર મહિને નોકરી બદલતી રહી. અને મનમાં ને મનમાં હિજરાતી રહી. શું આ જગતમાં એક પણ પુરુષ સાચો મર્દ નહીં હોય, જે એની સાથે કાયદેસર લગ્ન કરવા માટે રાજી હોય ? એની જ્ઞાતિમાં તો એક પણ આવો જુવાન ન હતો. અને જે હતા એ બધા કડકાઓ હતા. વત્સલાનું જે માંડ પૂરું કરી શકે એ વત્સલાનાં ભાઈ-બહેનોને શી રીતે સાચવી શકે ?

ત્રણ મહિનાની રઝળપાટ પછી વત્સલાને એક સારી અને સલામત નોકરી મળી ગઈ. પાંસઠ વર્ષના મટુભાઈ ભારાડીને ત્યાં એમની અંગત દેખભાળ માટે એક સારી, પ્રામાણિક બાઈની જરૂર હતી. છાપામાં ટચૂકડી જા.ખ. પણ આવી હતી. વત્સલા પહોંચી ગઈ અને પસંદ પણ થઈ ગઈ.

લોકોએ સેંકડો વાર એને ચેતવી હતી : 'જોજે એ મટુડાના ઘરમાં પગ મૂકતી ! ગામનો ઉતાર છે મૂવો ! હજારો બાઈઓની ઇજ્જત લૂંટી છે એણે. તને પણ કોરી નહીં છોડી !'

પણ વત્સલાએ જઈને જોયું તો મટુભાઈ પથારીવશ હતા. બંને પગે પેરેલિસિસ હતો. ગાલ ઉપરથી માખી ઉડાડવી હોય તોયે બીજાની મદદ લેવી પડે એવી દયાજનક સ્થિતિ હતી. પૈસાની કમી ન હતી, પણ પ્રામાણિક એટેન્ડન્ટની જરૂર હતી.

ઘર ભરેલું હતું. શહેરમાં મટુભાઈની માલિકીનાં ત્રણ તો સિનેમાઘરો હતાં. વરલી-મટકામાં પણ સારું એવું કમાયેલા હતા. ત્રણ વાર તો પરણ્યા હતા, પણ ત્રણેય પત્નીઓ એક પછી એક મૃત્યુ પામી હતી. સંતાનસુખ હતું જ નહીં, મરણપથારીએ પોઢેલા વાલિયા લૂંટારાને જાણે નારીરૂપમાં નારદજી મળ્યા !

વત્સલાએ મટુભાઈને સૃષ્ટિમાં પ્રવર્તમાન સદ્‌ગુણોનો પહેલી વાર પરિચય કરાવ્યો. દયા, માયા, કરુણા, કાળજી, ચાકરી અને પ્રેમ – આ બધું સારવાર દ્વારા એ સમજાવતી ગઈ. મટુભાઈ આ પગારદાર છોકરીની લાગણીભરી ચાકરીને અનુભવતા રહ્યા.

એક દિવસ મટુભાઈએ વત્સલાને એમની પાસે બોલાવી, 'અહીં બેસ. મારે એક વાત કરવી છે.'

'ઊભા રહો. પહેલાં આટલી દવા પી જાઓ.' દવાની ચમચી મટુભાઈના મોંમાં રેડીને વત્સલા ખાટલાની પાંગતે બેઠી, 'બોલો, શું કામ છે ?'

'મારી તમામ મિલકત... મારે તારા નામે કરી દેવી છે !' મટુભાઈએ ધડાકો કર્યો.

વત્સલા આનાકાની કરવા ગઈ, પણ મટુભાઈએ ઇશારાથી એને ચૂપ કરી દીધી, 'મારું કોઈ વારસદાર નથી. એટલે હું ધારું એને મારી તમામ સંપત્તિ આપી શકું એમ છું, પણ મને ખબર છે કે દુનિયા શું ચીજ છે ! આ કાયદો જાલિમ છે. મારા મૃત્યુ બાદ એ ભોંયમાંથી ભાલા ઊભા કરશે. કંઈક બનાવટી સગાંઓ ફૂટી નીકળશે. તારી ઉપર જાતજાતના ઇલજામો ઓઢાડી દેવાશે. હું તને દીકરી તરીકે દત્તક લઈશ, તોપણ એને પડકારનારા મળી આવશે. મારા મતે એક જ રસ્તો શ્રેષ્ઠ છે.'

'શો ?'

'આપણે લગ્ન કરી લેવાનો !' મટુભાઈને હાંફ ઊપડી. એ થોડી વાર માટે અટક્યા. પછી પાછા બોલવા માંડ્યા, 'તું જોઈ શકે છે કે હું શરીરના ભોગ ભોગવી શકવાની હાલતમાં નથી. મારો અંતકાળ નજીકમાં છે, પણ મારી ઇમેજ ચારિત્ર્યહીન પુરુષ તરીકેની છે. એટલે હું તારી સાથે લગ્ન કરીશ, તો આ શહેરના લોકો એને મારી લંપટતા માનીને સ્વીકારી લેશે. અને હું તને વચન આપું છું કે તારો દેહ...તારું શીલ...તારું સ્ત્રીત્વ અખંડિત રહેશે. બોલ, દીકરી, મારી વાત મંજૂર છે ?'

*

બીજા દિવસે શહેરભરમાં વાત પ્રસરી ગઈ. લોકો સ્તબ્ધ થઈ ગયા. એકવીસ વર્ષની રૂપાળી વત્સલા પાંસઠ વર્ષના માથાભારે મટુની વાક્‌જાળમાં ફસાઈ ગઈ.

એની સાથે પરણી ગઈ.

એ પછી એક જ મહિનામાં મટુભાઈનું અવસાન થયું. *વત્સલા 'કુમારી'માંથી 'અ.સૌ.' બની એ પછી ત્રીસ જ દિવસમાં 'ગં.સ્વ.' બની ગઈ.*

બાપનું જૂનું, અંધારિયું ભાડાનું મકાન છોડીને વત્સલાનો આખો પરિવાર મટુભાઈના મહેલ જેવડા મકાનમાં **આવી** ગયો. ત્રણેય બહેનો ગ્રેજ્યુએટ થઈને સારું કમાતા મુરતિયાઓ જોડે **પરણી** ગઈ. નાનો ભાઈ ભણી-ગણીને એન્જિનિયર થઈ ગયો. અમેરિકા ચાલ્યો ગયો. બધે જ બધું જ ઠીકઠાક થઈ ગયું. સિવાય એક !

વત્સલાએ ફરીથી લગ્ન ન કર્યું. આખી જિંદગી એણે મટુભાઈની વિધવા તરીકે જ વિતાવી દીધી. એણે મરણપથારીએ સૂતેલો એક 'મર્દ' જોઈ લીધો હતો અને સજ્જનોના સ્વાંગમાં ફરતા 'પુરુષો' પણ જોઈ લીધા હતા ! 'સજ્જનો'ના સૌભાગ્ય કરતાં એને 'દુષ્ટ'નું વૈધવ્ય વધારે વહાલું લાગ્યું.

(સત્ય ઘટના)

વો બાત જો જુબાં પર ન લા સકે,
સિગરેટ પીતે પીતે હવામેં બિખેર દી

ભાલ પંથકનું ગામ. ધંધુકા તાલુકાનું પટેલોની વસ્તીવાળું સુખી ગામડું. પચાસ વરસ પહેલાંની ઘટના. ગામલોકોમાં ભણતર નહીંવત્, પણ ગણતર ગાડાં ભરાય એટલું.

બપોરના બાર વાગ્યાનો સમય. લીમડીની દિશામાંથી આવતી સરકારી બસ થોડી વાર માટે ઊભી રહી અને એક પૅસેન્જર ઠાલવીને પાછી ઊપડી ગઈ.

બાવીસેક વર્ષનો એક રાજપૂત, કાળું પેન્ટ અને ધોળા ખમીસમાં સજ્જ એવો, બસમાંથી ઊતરીને સીધો ગામના ચોકમાં આવેલા પાનબીડીના ગલ્લા તરફ ગયો.

'એક પાન બનાવ. તમાકુવાળું. અને એક ઝૂડી આપ બીડીની – ચાર ભાઈ છાપવાળી.' રાજપૂત જુવાને ગલ્લા ઉપર બેઠેલા આધેડ વયના પુરુષને હુકમ કર્યો.

એ જમાનાના સૌરાષ્ટ્રમાં રાજપૂત ગમે તેટલો નાનો ભલે ને હોય, બીજી જ્ઞાતિના ગમે એવડા મોટા પુરુષને તુંકારો કરવાનો એને જન્મસિદ્ધ અધિકાર મળી જતો હતો.

આધેડ પુરુષ જાતનો પટેલ હતો. દુકાન મોટી હતી. એની સામેના બાંકડા ઉપર બીજા પાંચ ગામેતીઓ બેઠેલા હતા. બધાંની હાજરીમાં થયેલા અપમાનને ગળી જઈને પટેલે હુકમનું પાલન કર્યું.

રાજપૂતે તમાકુવાળું પાન ગલોફામાં દબાવ્યું. પછી ઝૂડીમાંથી એક ખાખી બીડી કાઢીને મોઢામાં મૂકી. બારણા પાસે લટકતી સળગતી સિંદરી વડે બીડી સળગાવી. બે-ચાર ઊંડા કશ ખેંચીને પછી એણે દુકાનની અંદર બેઠેલા અજાણ્યા ચહેરાઓ તરફ એક પછી એક ધારીધારીને જોયું.

'આમાંથી રવજી પટેલ કોણ છે ?'

'શું કામ હતું, ભા ?'

'કામ હશે ત્યારે જ ઠેઠ મૂળી ગામથી અહીં સુધી લાંબા થયા હોઈશું ને !'

'દરબાર છો ?'

'હા.'

'કાંઈ જૂનું વેર ?'

'મારી સાથે નહીં, પણ મારા પિતરાઈ હારે ખરું ! બે મહિના મોર્ય મારા પિતરાઈએ તમારા ગામના પાદરમાં પ્રાણ છોડ્યા. રવજી પટેલનું નામ બોલાય છે.'

'હશે, બાપુ ! થવા કાળ તે થઈ ગયું. હવે સમાધાન...'

'બીડીયું વેચ, પટેલ ! બીડીયું વેચ ! દરબારના પેટનો હોય એ કોઈ દિ' સમાધાન નો કરે ! ઝટ બતાવ કે રવજી ક્યાં છે ?'

દુકાનમાં સોપો પડી ગયો. બીજા પાંચ જણા બેઠા હતા એમાંથી એક ગામની નિશાળના માસ્તર હતા. છોકરાંવને લેસન આપીને અહીં આવીને બેઠા હતા. બીજા બે કોળી હતા. એક આયર હતો અને એક કુંભાર.

સોપો પડી જવાનાં કારણો બે હતાં. પહેલું કારણ : બોલતાં બોલતાં આવેશમાં આવી ગયેલા રાજપૂતે પેન્ટના અંદરના ખિસ્સામાં છુપાવી રાખેલી પિસ્તોલ બહાર ખેંચી કાઢી હતી અને કારણ નંબર બે : બરાબર એ જ વખતે એક સફેદ રંગની ઘોડી દુકાનની પાસે આવીને ઊભી રહી. એના ઉપર પચાસેક વરસનો એક સુખી ઘરનો, દમામદાર, આધેડ પુરુષ બેઠો હતો. એ રવજી પટેલ હતા.

સવાલની ગોળી શિકારનું સરનામું શોધી રહી હતી અને જવાબની છાતી અનાયાસ એની સામે આવીને ઊભી રહી ગઈ હતી.

એટલું વળી સારું હતું કે રવજી પટેલે રાજપૂત યુવાનના છેલ્લા બોલાયેલા શબ્દો સાંભળ્યા ન હતા. નહીંતર આગળ-પાછળનો સંદર્ભ સમજ્યા વગર જ એ બોલી ગયા હોત : 'હું જ રવજી કાનજી પટેલ. બોલો, મે'માન ! શું કામ હતું મારું ?'

અને એ સાથે જ એક ભડાકો. પછી એક ચીસ અને પછી આ શબ્દો રવજી પટેલની આવરદાના અંતિમ શબ્દો બની ગયા હોત !

પણ દુકાનમાં બેઠેલા માલિકે સમય પારખી લીધો. રાજપૂતને થોડી વાર માટે બાજુ પર રાખીને લાગલું જ રવજી પટેલને પૂછી લીધું, 'શું જોઈએ છે, ભાઈ, તમારે ?'

રવજી પટેલ ચમક્યા. આ દુકાનવાળો આજે આમ તોછડાઈપૂર્વક કેમ વર્તે છે ? એને ખબર તો છે કે રવજી પટેલ એટલે ગામના સરપંચ. ચારસો વીઘાં જમીનના ધણી. આજુબાજુનાં બસો-અઢીસો ગામોમાં એમની હાક વાગે. ઘોડા ઉપરથી હેઠે પગ ન મૂકે. આજે તો સિગારેટનું પાકીટ લેવા માટે નીકળ્યા છે એટલે, બાકી ચોયણીમાં સંતાડેલી રિવૉલ્વર વિના બહાર નોં નીકળે !

પણ એમનો બાજરો હજી બાકી હશે એટલે વધુ કશી માથાફોડ કર્યા વગર

એમણે સિગારેટનું પૅકેટ માગ્યું.

દુકાનદારે વિલ્સનું પૅકેટ કાઢ્યું, પણ જ્યાં રવજી પટેલને એ આપવા જાય છે, ત્યાં જ વળી સામેના બાંકડે માસ્તરને 'કમતિ' સૂઝી. એણે ઝપટ મારીને એ પૅકેટ ઝૂંટવી લીધું, 'હાળું ! મનેય આ ધોળી બીડી પીવાની તલપ જાગી છે. એક કાઢી લેવા દે, ભાઈ !'

રવજી પટેલ સમસમી ગયા. માસ્તરે તો હદ કરી નાખી. આવડા વજનદાર માણસની ચીજ સામે ચાલીને કાઢી લીધી ઉપરથી પાછો તુંકારો કર્યો !

પછી તો વસવાયાઓ પણ શેના ઝાલ્યા રહે ? બધાએ એક-એક સિગારેટ કાઢી લીધી. પૅકેટ ફરતું ફરતું રાજપૂતના હાથમાં આવ્યું. એણે પોતાનો ટેક્સ વસૂલ કરી લીધો. હલકું ફૂલ થયેલું પાકીટ રવજી પટેલના હાથમાં આવ્યું.

એમણે સિગારેટ કાઢવા માટે પાકીટનો એક તરફનો ફ્લેપ ઊંચો કર્યો, પણ એ સાથે જ એ ચમકી ગયા. એ નાનકડા પૂંઠા જેવા લંબચોરસ કાગળ ઉપર કોઈકે કશુંક લખ્યું હતું. અક્ષરો ખૂબ જ ઉતાવળે લખાયેલા હોવાથી ગરબડિયા હતા, પણ રવજી પટેલની જીવનરેખા લંબાવવા માટે પૂરતા હતા :

પટેલ, જીવ બચાવવો હોય તો ઝટ ઘરભેળા થઈ જાવ ! તમારી પડખે તમારો કાળ ઊભો છે.

રવજી પટેલ જો જર્મન બનાવટની સ્મિથ એન્ડ વેસન કંપનીની રિવૉલ્વર લઈને નીકળ્યા હોત તો આમ નાસી ન ગયા હોત ! પણ અત્યારે તો જાન બચી તો લાખો પાયે ! હાથમાં હતી એ પાંચ રૂપિયાની નોટ ગલ્લાની દિશામાં ફેંકી અને એમણે ઘોડીને એડી મારી. સીધા ગામ તરફ, પણ રાજપૂતી મોતને ભાળી ગયેલા પટેલ ભારે ચતુર હતા. દુશ્મનાવટની દિશા એમને ખબર હતી. એટલે ઘર તરફ જવાને બદલે એ સીધા ગામ સોંસરવા નીકળીને મૂળીની વિરુદ્ધની દિશામાં પાટીએ ચડી ગયા. સીધું આવે વેવાઈનું ગામ. ત્યાં આ રાજપૂત એમને નહીં મારી શકે.

ભાગતાં ભાગતાં એમના દિમાગમાં એક જ વિચાર ચાલતો હતો : મને ચેતવણી આપતાં એ વાક્યો લખનાર કોણ ? ભારે કીમિયો કર્યો એણે ! ભગવાન એનું ભલું કરજો !

પૂરા બે મહિના વેવાઈના ઘરે સંતાઈને કાઢ્યા, પછી છેક દિવાળી ટાણે રવજી પટેલ પાછા ઘરે પધાર્યા. એય તે એમને જ્યારે ખબર મળ્યા કે મૂળીનો માથાભારે અજિતસિંહ પોલીસના હાથે ઠાર મરાયો છે, એ પછી જ એમની ઘરભેગા થવાની હિંમત ચાલી.

પણ પેલી વાત તો જાણે દબાઈ ગઈ તે દબાઈ જ ગઈ !

વર્ષો વીતી ગયાં. ઘટનાના કૅલેન્ડરમાંથી અસંખ્ય પાનાંઓ ખરી ગયાં. પાનની

દુકાન ભૂતકાળની વાત બની ગઈ. એનો માલિક પણ મરી ગયો. માસ્તર નિવૃત્ત થઈને અમદાવાદ ચાલ્યા ગયા. કોળી, કુંભાર દમ અને ટી.બી.ની બીમારીનો ભોગ બનીને ખાટલાભેગા થઈ ગયા. આયર હજુ ખંડેર જેવી હાલતમાં પણ એનાથી થાય એટલું કામ કર્યે જતો હતો.

રવજી પટેલ હજી કડેધડે હતા. પૈસો સમય વીતવાની સાથે વધ્યો હતો. રવજી પટેલનો દોરદમામ પણ વધી ગયો હતો. બે દીકરાઓ મોટા થઈ ગયા હતા. એમણે ઘર-ખેતરનો કારભાર સંભાળી લીધો હતો. એક દીકરી હતી એને અમદાવાદમાં પરણાવી દીધી હતી. એ પણ સુખી હતી. રવજી પટેલને પૈસાદાર જમાઈ મળ્યો હતો.

એક દિવસ જમાઈ જયંતકુમાર રાબડિયાનો ફોન આવ્યો, 'ભારે થઈ ! તમે ગયા અઠવાડિયે નવું સ્કૂટર ખરીદીને મારા માટે મોકલાવ્યું હતું એ આજે સવારે ચોરાઈ ગયું !'

રવજી પટેલને આ સાંભળીને આઘાત લાગ્યો. ત્રીસ હજારનું સ્કૂટર ચોરાયું એ કંઈ બહુ મોટી વાત ન હતી, પરંતુ એ સ્કૂટર એમણે કેટલા પ્રેમથી દીકરી-જમાઈને ભેટરૂપે આપેલું હતું. બે-ત્રણ વર્ષ વપરાયા પછી ચોરાયું હોય તોયે અફસોસ ઓછો થાત. પણ આ તો...!

બે દિવસ પછી પાછો ફોન આવ્યો. જમાઈનો જ હતો.

'સ્કૂટરની ભાળ મળી ગઈ છે. પોલીસ ઇન્સ્પેક્ટર આપણા જાણીતા છે. ચોરીનું પગેરું તમારા જ ગામના એક જુવાન સુધી પહોંચે છે.'

'મારા ગામનો જુવાન છે ? ચોર ? કોણ છે એ સા...?' રવજી પટેલની આંખ ફાટી.

'કોક માસ્તરનો દીકરો છે. ચેતન નામ છે. બેકાર છે. આખો દિવસ કંઈ કામધંધો કર્યા વગર એક ગેરેજવાળાની સાથે બેઠો રહે છે.'

'સમજી ગયો. પેલા લક્ષ્મીશંકર માસ્તરનો જ છોકરો. અહીં હતો ત્યારે સાવ નાનો હતો, પણ હતો ભારાડી. લાગતું જ હતું કે મોટો થઈને બાપનું નામ બોળશે !'

બે દિવસ પછી જમાઈનું સ્કૂટર જમાઈના ઘરે પાછું આવી ગયું. પી.આઈ.એ જાતે આવીને જયંતકુમારના હાથમાં ચાવી સોંપી. સાથે માહિતી આપી, 'બાકી બધું તો ઠીક છે, પણ ચોરની ઓળખમાં જરાક ગરબડ ગોટાળો થઈ ગયો. ચોરનું નામ ચેતન ખરું, પણ એ પેલો ગેરેજ બહાર બેસી રહેતો હતો એ ચેતન નહીં. એ તો બાપડો કામ શીખવા માટે ત્યાં જાય છે. આપણો ચોર ચેતન તો ભણેલો-ગણેલો છે, સુખી બાપનું સંતાન છે અને માત્ર મોજશોખ માટે ચોરીના રવાડે ચડ્યો છે,

પણ એને કેમ સીધો કરવો એ અમને બરાબર આવડે છે.'

જમાઈ જયંતકુમાર આ જગ્યાએ થાપ ખાઈ ગયા. છાશવારે ફોન કરીને સસરાજીને પળ પળની ખબર આપતા રહેતા હતા, એ આ છેલ્લા સમાચાર આપવાનું ચૂકી ગયા.

*

બેસતા વર્ષનો દિવસ છે. ગામમાં હર વખતની જેમ આ વખતે પણ મિલનસમારંભ યોજાયો છે. ગામના અઢારે વરણના લોકો આજે ભેગા થાય, એકબીજાને ભેટે અને બપોરે ગામની વચ્ચે આવેલા મંદિરના પ્રાંગણમાં સાથે બેસીને જમે. ગામના જે લોકો શહેરોમાં જઈને વસ્યા હોય એ બધા પણ આ સપરમા દા'ડે આ સમારંભમાં હાજર રહેવા માટે અચૂક આવે જ.

રવજી પટેલ મંદિરના ઓટલા ઉપર બેસીને બધાંને વારાફરતી આવકાર આપે. નામ દઈને બોલાવે. ભેટે. આશીર્વાદ આપે. જેવી જેની ઉંમર. જેવો જેનો મોભો.

બરાબર મધ્યાહ્નનો સમય. જમવાનો સમય થવા આવ્યો છે. આખું ગામ મંદિરના ખુલ્લા વિશાળ પટાંગણમાં ઊભું છે. ત્યાં માસ્તરની 'એન્ટ્રી' થઈ. શહેર તરફથી આવતી બસ જરાક મોડી હતી, એટલે વૃદ્ધ માસ્તરને પણ મોડું થઈ ગયું.

શ્વાસભર્યા બસમાંથી ઊતરીને માસ્તર સીધા રવજી પટેલને "રામ રામ" કરવા માટે ધસ્યા. એમને જોતાંવેંત રવજી પટેલના દિમાગમાં સળવળાટ થયો.

'આવો, માસ્તર, આવો ! એકલા જ આવ્યા છો ? તમારો ચેતન ચોર નથી આવ્યો સાથે ? શું જોઈને આવે ? મારા જમાઈનું સ્કૂટર ચોર્યા પછી શું મોઢું લઈને આ ગામમાં પગ મૂકે ?'

ગામ આખું સ્તબ્ધ. સરપંચનાં વાક્યો જાણે વીજળી બનીને સૌની માથે ત્રાટક્યાં ! માસ્તર તો ચોરીની આખી વાતથી જ અજાણ. એટલે એ પણ સડક થઈ ગયા.

પણ એમના સદ્‌નસીબે રવજી પટેલનો જમાઈ ત્યાં હાજર હતો. એણે તરત જ સસરાજીને વારી લીધા. એકસરખાં નામોને કારણે ચોર વિશે ગેરસમજ ઉત્પન્ન થઈ હતી એનો ફોડ પાડ્યો.

રવજી પટેલે માફી તો ન માગી, પણ વાતને એમની રીતે વાળી લીધી, 'સારું થયું, માસ્તર ! તમારો દીકરો નિર્દોષ હતો. બાકી ભારે થાત. પણ તમે બચી ગયા. નહીંતર તમારા ધોળામાં ધૂળ પડત !'

માસ્તરનો ચહેરો ક્રોધથી તમતમી ઊઠ્યો, 'રવજી પટેલ, હું તો બચી ગયો, પણ તમે થાપ ખાઈ ગયા. તમારા ધોળામાં તો ધૂળ પડી જ ગઈ !'

'શું બકવાસ કરો છો, માસ્તર ?'

'બકવાસ નહીં, પણ સાચું કહું છું. મારા નિર્દોષ, સંસ્કારી દીકરાને માથે ખોટું આળ ઓઢાડતાં પહેલાં તમારે જરાક વિચાર તો કરવો હતો, પટેલ ! સારું છે કે ચેતને સ્કૂટર નહોતું ચોર્યું, પણ માનવા ખાતર માની લઈએ કે એનાથી નાદાનિયત થઈ ગઈ, તોપણ તમારાથી મારા દીકરા વિશે જાહેરમાં એક હરફ પણ ન બોલાય !'

'કેમ ન બોલાય ? તમારી કમાણી ઉપર જીવું છું કાંઈ ? તમે આપેલું ધન ખાઉં છું ? તમે ઉછીના દીધેલા શ્વાસ છાતીમાં ભરું છું ? એવો તે તમારો કયો અહેસાન છે મારા માથે કે... ?'

'છે, પટેલ, અહેસાન છે ! મારો પહાડ જેવડો અહેસાન છે તમારા માથે. મારા ઉછીના દીધેલા શ્વાસો ઉપર તો છેલ્લાં પંદર વર્ષથી તમે જીવી રહ્યા છો. ભૂલી ગયા પેલી પાનની દુકાન ? મૂળીથી તમને ઠાર કરવા માટે આવેલો દરબાર જુવાન ? તમે ઘોડીએ ચડીને સિગારેટ લેવા આવ્યા હતા. બસ, એકાદ-બે ક્ષણનો મામલો હતો. પેલો હાથમાં પિસ્તોલ તોળીને ઊભો હતો અને 'રવજી પટેલ કોણ છે' એમ પૂછતો હતો. અમારે તો માત્ર આંગળી ચીંધવાનું પુણ્ય જ કમાઈ લેવાનું હતું. એને બદલે ત્યાં બેઠેલા પાંચમાંથી એક જણે તમને ચેતવી દીધા. તમે ભાગ્યા. અને આજે... આજે પણ જીવી રહ્યા છો.'

રવજી પટેલને બધું યાદ આવી ગયું. એ દૃશ્ય જેમનું તેમ આંખ સામે ખડું થઈ ઊઠ્યું. સાક્ષાત્ જમદૂત જેવો રાજપૂત સાંભરી આવ્યો. સિગારેટનું ખોખું અને એની ઉપર લખાયેલી ચેતવણી યાદ આવી ગઈ.

'એ લખાણ તમારું હતું, માસ્તર ?'

'ત્યારે બીજા કોનું હતું ?'

'પણ હું કેવી રીતે માનું ? એ વાતની કોઈ સાબિતી ?'

'સાબિતી જો જાણવી હોય તો જગજાહેર છે. તમે સિગારેટ માગી. દુકાનદારે વિલ્સનું પૅકેટ કાઢ્યું. એ તો તમને આપવા જ જતો હતો, પણ મેં એની પાસેથી પૅકેટ ઝૂંટવી લીધું. જિંદગીમાં કોઈ દિ' બીડી હોઠે નથી લગાડી, પણ તમારો જાન બચાવવા ખાતર મેં એ દિવસે સિગારેટ પીવાનો ઢોંગ કર્યો. બીજા ચાર માણસો સિગારેટ પીવા રોકાયા, એટલી વારમાં મેં તમને ચેતવવાનું કામ પૂરું કર્યું. રાજપૂતનું ધ્યાન દુકાનદાર તરફ અને તમારા તરફ હતું.''

'પણ એ લખાણ તમે જ લખ્યું હતું એની સાબિતી...?'

'લાળા ચાવો મા, પટેલ ! સારા નથી લાગતા. તમેય જાણો છો કે આખા ગામમાં એ વખતે લખી-વાંચી જાણનારા ફક્ત બે જ માણસો હતા – એક તમે

ને બીજો હું. એ લખાણ જો મારું નહોતું, તો પછી કોનું હતું ? પેલા કોળી, કુંભાર ને આયરનું ?'

માસ્તર ઊભા થઈને પીઠ ફેરવવા ગયા, પણ રવજી પટેલે એમને રોકી લીધા. માથા ઉપરથી પાઘડી ઉતારીને માસ્તરના પગમાં મૂકી. સાચા હૃદયપૂર્વક માફી માગી. ગામલોકોના જેજેકાર વચ્ચે બે વયોવૃદ્ધ મિત્રો પંગતમાં ગોઠવાયા.

(સત્ય ઘટના. ખુદ માસ્તરે કહેલી વાત.)

ખુશિયોં કો લૂટ કર યહાં દેતે હૈં ગમ નિશાનિયાં...!

એક મહિના માટે મારે મોરખડા ગામમાં ડૉક્ટર તરીકેની ફરજ બજાવવાની હતી. મને સાથી મિત્રો દ્વારા ચેતવી દેવામાં આવ્યો હતો, 'દરબારી ગામ છે. ચેતતા રે'જો, નહીંતર માણસ મટીને પાળિયો થઈ જશો. આખું ગામ માત્ર અને માત્ર દરબારોની વસતિવાળું છે. બીજી એક પણ કોમનું એક્કેય ખોરડું નથી. દરબારોને જોડામાં ખીલી મરાવવી હોય તોયે બાજુના ગામડે જવું પડે છે. વટ, વચન અને વેરના રાજપૂતી મિજાજમાં જીવતું ગામ છે. ચેતીને ચાલજો; જો સહેજ પણ વાંકમાં આવ્યા, તો દરબારો માથું ઉતારી લેતાં વાર નહીં લગાડે !'

હું ચેતતો જ ચાલ્યો જતો હતો. અલબત્ત, પગપાળા નહીં, પણ મારા દ્વિચક્રી વાહન ઉપર. સવારના નવ વાગ્યાનો સમય હતો. માર્ગમાં નદી આવી. ઉનાળાનો દિવસ હતો અને દુષ્કાળનું વરસ હતું. એટલે રેતાળ પટ ભલે મોટો હતો, પરંતુ નદીનો પ્રવાહ ક્ષીણ હતો. દસ-બાર બહેનો નદીના કાંઠે બેસીને કપડાં ધોઈ રહી હતી. એક સાત-આઠ વરસનો છોકરો જાણે નારીવૃંદનો ચોકીપહેરો કરવા માટે ઊભો હોય એમ લાકડીના ટેકે ઊભો હતો.

હું આમતેમ ફાંફાં મારતો હતો, ત્યાં છોકરાએ તુમાખીભેર મને પડકાર્યો, 'મે'માન ! હું જોવો સો ? નદી કે નાર્ય ?'

હું સમજી ગયો. છોકરો નાનો હતો, પણ રાજપૂત હતો. કટારી નાની હોય, તોયે ધારદાર હોય છે. મેં જવાબ આપ્યો, 'બાપુ, નદીનો પ્રવાહ ક્યાં સૌથી વધુ પાતળો છે એ શોધતો હતો. આ વાહન કાઢવું છે એટલે...'

'એમાં ડાફોળિયા હું કામ મારો સો ? મને પૂસો ને ! એ આંય કણેથી વયા જાવ. પાણી નંઈ નડે. અને જોજો ! સીધેસીધા નાકની દાંડીએ હાલ્યા જજો ! ડાબે-જમણે જોયા વગર. જાડેજીયુંનાં રૂપ જોવા આવ્યા હોવ, તો જીવતા પાસા નંઈ જાવ...!'

જાડેજા દરબારની પત્ની એટલે જાડેજી નાર. હું સમજી ગયો. તેજીને ટકોરો

ને ગાંડાને ગામ. સીધો ને સટ્ટ નાકની દાંડીએ નદીને ઓળંગી ગયો. મોરખડા ગામની વચ્ચોવચ ધૂળિયો મારગ હતો. ઊંચી દીવાલોવાળાં ખોરડાંઓની વચ્ચેથી ચાલ્યો જતો રસ્તો થોડેક આગળ જઈને વિશાળ ચોકમાં ફેરવાઈ ગયો. ત્યાં એક ઘેઘૂર વૃક્ષ હેઠળ મોટો ઓટલો બાંધેલો હતો. ત્યાં પાંચ-સાત મોટિયાળ બેઠેલા હતા. એમની નજર સામેથી મારું વાહન પસાર થાય એ એમના ગૌરવને હજમ થાય એવી વાત ન હતી. એમાંથી એક જુવાને મને ટપાર્યો.

'મે'માન ! ક્યાં રે'વા ?'

'જામનગરથી આવું છું. ડૉક્ટર છું. એક મહિના માટે સરકારના આદેશથી આ ગામમાં સેવા આપવા માટે આવ્યો છું.'

'દરબારોના ગામમાં પહેલી વાર પગ મૂકતા લાગો છો !'

'હા, પણ તમને કેવી રીતે ખબર પડી ગઈ ?'

'તમારા રંગઢંગ ઉપરથી ! એટલુંયે ભાન નથી કે જે ચોરા માથે દરબારું બેઠા હોય, ન્યાં કણેથી આમ વાહન હંકારીને પસાર નોં થવાય ? હેઠા ઊતરો ! દરબારુંની આમન્યા જાળવતાં શીખો !'

હું ઊતરી ગયો. વાહનને દોરીને પંદર-વીસ ફીટનું અંતર ચાલી નાખ્યું. પાછળથી મને ખબર પડી કે આ તો બહુ જૂનો રિવાજ હતો. પહેલાંના જમાનામાં સ્કૂટર-ગાડી નહોતાં, ત્યારે લોકો ઘોડા ઉપર બેસીને ગામતરે જતા હતા, પણ આ ગામનો ઇતિહાસ બોલતો હતો કે ચોરો આવે એટલે ઘોડેસવારે ઘોડા પરથી ઊતરી જવું પડતું હતું. ન ઊતરે એને ઉતારી દેવામાં આવતો હતો. એનો ઘોડો છીનવી લેવામાં આવતો. પછીનું ગામતરું એણે પૂરેપૂરું પગપાળા પ્રવાસ ખેડીને આચરવું પડતું હતું.

આગળ જઈને કોઈને પૂછ્યું તો ખબર પડી કે દવાખાનું સરકારી નિશાળમાં જ એક અલાયદા ખંડમાં પડતું હતું. હું ત્યાં જઈ પહોંચ્યો. મારા આગમનના આગોતરા સમાચાર મારી પહેલાં જ પહોંચી ગયા હતા. એટલે પટાવાળો પહેલેથી જ હાજર હતો, પણ એણે ખાસ કશી સાફસૂફી કરી રાખી હોય એવું દેખાતું ન હતું. ખુરશી, ટેબલ, દવા-ગોળીઓનાં ડબલાં, ભોંય, બારી-બારણાં, જ્યાં જુઓ ત્યાં ધૂળની ચાદર પથરાયેલી હતી. હું સહેજ અકળાયો.

'ભાઈ, શું નામ છે તારું ?' મેં પટાવાળા-કમ-કમ્પાઉન્ડરને પૂછ્યું.

'શક્તિસિંહ મહિપતસિંહ જાડેજા. અને ડૉક્ટરસાહેબ ! એક વિનંતી છે. હું પટાવાળો છું, પણ સરકારનો. તમારો નહીં. માટે માનથી બોલાવજો. દરબારનો દીકરો છું એટલે 'તમે' કહીને વાત કરજો !'

તેજીને ટકોરો. મેં એને ખખડાવવાનો વિચાર માંડી વાળ્યો. રૂમાલથી ખુરશી સાફ કરીને હજી તો બેઠો જ હતો, ત્યાં એક પાંત્રીસેક વર્ષનો પુરુષ દવાખાનાના બારણે ડોકાયો.

'બોલો, કેમ પધાર્યા છો ?' હવે વિવેક મારી જીભ ઉપર પૂરેપૂરો ગોઠવાઈ ચૂક્યો હતો.

'દવા લેવા. ઝાડા થયા છે.'

'નામ ?' મેં કેસપેપર કાઢવાની તૈયારી કરી.

'સૂરજબા. ઉંમર દસ વરસ. બાપનું નામ લખવું હોય તો લખો લખપતસિંહ જાડેજા. મારું નામ છે.'

'પણ બાપુ, સૂરજબા ક્યાં છે ? દર્દીને જોયા-તપાસ્યા વગર દવા ન આપવાનો સરકારી કાયદો છે.'

'કાયદો જાય હમણાં કહું ન્યાં ? દરબારુંની દીકરીઓનાં મોઢાં જોવાં છે ? સીધેસીધો ગોળિયું કાઢી આપ, દાક્તર ! અને પાછા એક દિવસની દવા નોં આપતા. ચાર દિવસની પડીકી બાંધી આપજો !' લખપતસિંહનો હાથ એમની તલવારકટ મૂછ ઉપર ગયો.

મેં કમ્પાઉન્ડર તરફ જોયું. 'એસ.જી. અને લોમોટીલની ગોળીઓ બાંધી આપો, દરબાર ! ચાર દિવસની અને મિસ્ટ બી.કે.ની બાટલી ભરી આપો.'

લખપતસિંહે દવાનો જથ્થો અંકે કર્યો. પછી બોલ્યા, 'બીજો કેસ હરુભાનો કાઢો. ઉંમર વરસ પાંચ. બીમારીમાં શરદી, સળેખમ, ખાંસી. ત્રીજો કેસ મૂળુભા જાડેજાનો. બાર વરસના બાપુ છે. બે દિવસથી તાવમાં પડ્યા છે. ચોથો કેસ કનકસિંહનો...'

દરબારે સાત-સાત દર્દીઓના કેસ કઢાવી લીધા. એક પણ દર્દીની હાજરી નહીં. બધું અધ્ધરતાલ. ભૂતિયા રેશનકાર્ડ જેવો મામલો. બસો-અઢીસો જેટલી ટેબ્લેટ્સ લઈને વિદાય થઈ ગયા.

મેં કમ્પાઉન્ડરને પૂછ્યું, 'આ બધું સાચું હશે ? આ દીકરા-દીકરીઓ ખરેખર છે ખરાં ?'

'દીકરા-દીકરીઓ ખરાં, પણ બીમારી ખોટી ! વાત એમ છે કે અહીં આ ગામમાં ડૉક્ટરો આવે તો છે, પણ લાંબો સમય ટકતા નથી. રજિસ્ટરમાં હાજરી પૂરીને નાસી જાય છે. પગાર લેવા પૂરતા જ આવે છે. સરપંચનું સર્ટિફિકેટ મેળવીને ચાલ્યા જાય છે. એટલે પછી આ લખપતસિંહ જેવા ગણતરીબાજો જુદા-જુદા નામે કેસો કઢાવીને તમામ બીમારીઓની સારવાર મેળવી રાખે છે. એનો સંગ્રહ છ-બાર

મહિના ચાલ્યા કરે છે.'

'પણ વિચાર તો મારોયે આ ગામમાં રોજ આવવાનો નથી. અહીં મને સરકારે મોકલી તો આપ્યો છે, પણ રહેવા-જમવાની વ્યવસ્થા ક્યાં કરી આપી છે ? અને આવા માથાભારે દરબારોની વસતિમાં ત્રીસ દિવસ કાઢવા કેમ કરીને ?'

વિમાસણભરી કામગીરી સાથે એક તો મેં માંડ વગાડ્યો. આજે પહેલો જ દિવસ હતો. એટલે મારે સરપંચને મળવા જવાનું બાકી હતું. હું હાજર થઈ ગયેલ છું એ વાતની જાણકારી મારે એમને આપવી જરૂરી હતી.

'સરપંચને મળો ત્યારે બોલવા-ચાલવામાં ધ્યાન રાખજો.' કમ્પાઉન્ડરે દબાતા સ્વરે મને સાવધ કર્યો, 'પર્વતસિંહ જાડેજા નામ છે એમનું. બહુ માથાભારે માણસ છે. પાંસઠ વરહની જિંદગીમાં ચૌદ જેટલાં ખૂન કરી ચૂક્યા છે. એમનો દીકરો ગયા વરહે જ ખૂનકેસમાં પકડાઈને જેલમાં ગયો છે. જૂનાગઢમાં જનમટીપ કાપી રહ્યો છે.'

'શું નામ છે દીકરાનું ?'

'રણજિતસિંહ જાડેજા.'

'એક સવાલ પૂછું ? અહીં બધાંની અટક કેમ જાડેજા જ હોય છે ? પરમાર, ગોહિલ, સોલંકી, ચાવડા, વાઘેલા કે બીજી કોઈ અટકવાળા...?'

'કોની માએ સવા શેર સૂંઠ ખાધી છે કે જાડેજાના ગામમાં રે'વા આવે ? બસો ઘર છે ગામમાં. બધાં જ જાડેજાનાં !!'

હું હેબત ખાઈ ગયો. દુકાન વસતી કરીને જાડેજાઓના સરતાજ એવા સરપંચ પરબતસિંહના દરબારગઢ તરફ ચાલતો થયો. પટાવાળાના મોં ઉપર મારા ભવિષ્ય વિશેની ચિંતા તરી રહી હતી અને મારા ચહેરા ઉપર અકળ સ્મિત રમી રહ્યું હતું.

ખડકીનું બારણું ખુલ્લું હતું. હું ઊંબરામાં જ ઊભો રહી ગયો. મારી સામે વિશાળ, લંબચોરસ ફળિયું ફેલાયેલું હતું. જમણા હાથે ચાર હારબંધ ઓરડાઓ હતા. બરાબર મારી સામેની દીવાલે ઢોર બાંધવાની ગમાણ હતી. ચાર ગાયો, ત્રણ ભેંસો અને એક રાતા રંગની ઘોડી ગમાણની શોભા બનીને ઊભી હતી. મારી ડાબી તરફની દીવાલને અડીને એક પથ્થરનો દાદર આવેલો હતો, જે ઉપર સુધી પહોંચીને એક બેઠકમાં ખૂલતો હતો.

ફળિયું શાંત હતું, નિ:સ્તબ્ધ હતું, ઘરનો જુવાન પુત્ર જનમટીપ કાપી રહ્યો હતો. એના ગમમાં ઉદાસ હતું. હું બે-પાંચ ક્ષણ માટે શું કરવું એની વિમાસણમાં ઊભો રહ્યો. પછી મારા આગમનની જાણ કરવા માટે ઉઘાડાં બારણાંની વજનદાર લોખંડી સાંકળ ખખડાવી. અવાજ સાંભળીને મેડી ઉપરના ઓરડામાંથી એક પડછંદ

પુરુષ પ્રગટ થયો. અસલ રાજપૂતી લિબાસ, સફેદ મૂછોના કાતરા, લાલ હિંગળોક જેવી આંખો અને ઘેઘૂર અવાજ.

'દાક્તર લાગો છો ! ઉપર હાલ્યા આવો !' કહીને દરબાર પર્વતસિંહ અંદર ચાલ્યા ગયા. હું થડકતી છાતીએ પથરીલાં પગથિયાં ચડી ગયો. બૂટ ઉતાર્યા.

'દરબાર ! જે માતાજી !'

'જે માતાજી ! પધારો !' સરપંચ ઢોલિયામાં મોટા ગોળ તકિયાને અઢેલીને બેઠા હતા. એમણે બેઠાં બેઠાં જ મને આવકાર આપ્યો. બાજુમાં નાના બાજઠ ઉપર હુક્કો પડ્યો હતો. એની નેળ સરપંચના હાથમાં હતી. મેં ઓરડાનું નિરીક્ષણ કરી લીધું. જૂના જમાનાના દરબારી ઠાઠના પ્રતીક જેવો એ મોભાદાર ખંડ હતો. રંગબેરંગી ચાકળા, ભરત ભરેલા ઓછાડ, રજવાડી તકિયાઓ, છત ઉપરથી લટકતું કાચનું ઝુમ્મર અને સોળમી સદીના કોઈ નાનકડી રિયાસતના ઠાકોર જેવા શોભતા સરપંચ.

'બિરાજો !' પર્વતસિંહે સામે પડેલા ઢોલિયા તરફ ઇશારો કર્યો. હું અધ્ધર જીવે ગોઠવાયો.

'હાજર થવા આવ્યા છો, દાક્તર ?'

'હા, બાપુ !'

'પછી આખો મહિનો ગેરહાજર રે'વાનો વિચાર છે કે શું ? મારા રાજમાં ઈમ નંઈ હાલે. રોજ દવાખાને આવવું પડશે અને રૈયતની રાવ ન આવવી જોઈએ. કોઈ પણ વાતની. સમજી ગ્યા ને, દાક્તર ? જુવાન માણહ છો, એટલે કહી રાખું છું. આ ગામમાં ચેતવણી એક જ વાર અપાતી હોય છે.'

'સમજી ગયો, બાપુ !'

'હું પીસો ? ચા કે સરબત ?'

'ચા ચાલશે.'

દરબારે બેઠાં બેઠાં જ એક દોરીનો ફૂમતાંવાળો છેડો પકડીને ખેંચ્યો. નીચે ફળિયામાં બાંધેલી ઘંટડી રણકી ઊઠી. જવાબમાં કોઈના ઝાંઝર ઝણકાવતા પગ દાદર ચડી રહ્યા. છેક ઉપલા પગથિયે આવીને ઝણકાર થંભ્યો.

'વહુ, બેટા ! બે અડારી (રકાબી) ચા બનાવો !' સરપંચના આદેશમાં મીઠાશ હતી, લાગણી હતી, વાત્સલ્ય હતું. મારી સાથે ઘડી પહેલાં વાત કરતી વખતની કરડાકી અત્યારે અદશ્ય હતી. જેલવાસી દીકરાની પત્ની, પોતાની પુત્રવધૂ તરફનો ભાવ એમાં સ્પષ્ટ ઝલકતો હતો. ઝાંઝરનો ક્ષીણ થતો અવાજ પગથિયાં ઊતરી ગયો. અમે આડીઅવળી વાતો કરતા રહ્યા.

પાંચ-સાત મિનિટ પછી ફરી પાછાં ઝાંઝર રણક્યાં. છેલ્લા પગથિયે અટક્યાં.

વાસણ જમીન પર મૂકવાનો અવાજ સંભળાયો. પછી ફરીથી ઝાંઝર પાછાં વળી ગયાં. દરબાર જાતે ઊભા થઈને બારણા સુધી ગયા. ત્યાં મૂકેલી કીટલી અને બે સાદી ગામઠી રકાબીઓ લઈને પાછા ફર્યા. પિત્તળની રકાબીઓમાં ચા પીરસી. એક મને આપી. એક પોતે લીધી.

'અહીં આવતાં પહેલાં ક્યાં હતા, દાક્તર ?' એમણે ખાલી અમથા પૂછવા ખાતર જ આ સવાલ પૂછી નાખ્યો. એમનો વિચાર અમે ચા ખતમ કરીએ ત્યાં સુધીમાં વાતનું વહેણ વહેતું રાખવા માત્રનો જ હશે, પણ એમને ખબર નહોતી કે 'દાક્તર' ક્યારનોયે આ જ સવાલની વાટ જોઈ બેઠો હતો.

'જૂનાગઢમાં હતો. ત્યાંની સરકારી જેલમાં ડૉક્ટર તરીકેના ડેપ્યુટેશન ઉપર હતો...' મેં ધીમી ગતિના સમાચાર વાંચતો હોઉં એવી રીતે એક એક શબ્દ છૂટો પાડીને, પ્રત્યેક શબ્દ ઉપર પૂરતું વજન મૂકીને જવાબ આપ્યો.

'જૂનાગઢ ? જેલ ?' સરપંચની આંખોમાં વીજળી ચમકી ગઈ. મૂછોમાં ફરકાટ જન્મ્યો. ચા ભરેલી અડારી જેમની તેમ ઠઠી રહી ગઈ.

'હા, દરબાર ! જેલમાં હતો. ત્યાં આપના રણજિતસિંહને પણ મેં જ સારવાર આપી હતી.' મેં બૉંબ ફોડ્યો.

'રણજિતસિંહને ? સારવાર ?' એમનો હાથ સહેજ કંપ્યો. અવાજ વધારે કંપી ઊઠ્યો.

'ચિંતાનું કારણ નથી, બાપુ ! રણજિતસિંહ માંદા ન હતા, પણ એમનાથી કામ થતું ન હતું. એટલે મારી પાસે આવીને વિનંતી કરેલી કે જો હું સર્ટિફિકેટ લખી આપું તો જેલના સત્તાવાળાઓ એમને ભારેને બદલે હળવું કામ કરવાની છૂટ આપે ! મેં એમની વાત સમજીને કાયદા પ્રમાણે શક્ય એટલી છૂટછાટ કરી આપેલી. એમની બીજી માગણી ખોરાકમાં સવાર-સાંજ વધુ દૂધ મળે એ માટેની હતી.'

'હોય જ ને, બાપા ! મારા રણજિતને ઊભા ગળે ભેંસ્યુનાં ફીણકઢાં દૂધ પિવડાવ્યાં છે. વગર દૂધનું વાળુ એના ગળા હેઠે નોં ઊતરે ! પછી તમે...'

'ચિંતા ન કરો, બાપુ ! મેં રણજિતસિંહના કેસપેપરમાં શેરો મારી આપેલો : એક્સ્ટ્રા મિલ્ક. ટ્વાઈસ એ ડે ! અને જમાદારને તાકીદ પણ કરી દીધેલી કે રણજિતસિંહને લખ્યા પ્રમાણેનું દૂધ મળવું જ જોઈએ. એમાંથી કોઈ જાતની ચોરી કે ઘાલમેલ હું ચલાવી નહીં લઉં. મારી ફરજનો મહિનો પૂરો થયા પછી બીજા ડૉક્ટર-મિત્રને પણ હું એમની ભલામણ કરતો આવ્યો છું.'

દરબાર ઊભા થઈ ગયા. ચાની રકાબી તો ક્યારનીયે ટેબલ ઉપર પડી પડી ટાઢી થઈ રહી હતી. મૂછોના કાતરા ઉપરવાસથી આવતાં આંસુના પૂરમાં ભીંજાઈ

રહ્યા હતા. દરબારે માથા પરની પાઘડી ઉતારીને મારા પગમાં નાખવાની ચેષ્ટા કરી, પણ મેં સમયસર એમને રોકી લીધા.

'હાં, હાં, દરબાર ! આપને આ ન શોભે ! હું તો લબરમૂછિયો જુવાન છું. તમે તો મારા દાદાની ઉંમરના...! અને પાછા દરબાર !'

એ કંઈ બોલી શક્યા નહીં. બે હાથ મારા માથા ઉપર મેલીને થોડી વાર ઊભા રહ્યા. પછી એમને શું સૂઝ્યું કે અચાનક એમણે દોરડાનો છેડો પકડીને ખેંચવા માંડ્યો. 'ઇન્ટરકોમ' ઉપર મળેલી સૂચનાનું પાલન કરતાં ઝાંઝર દાદર ઉપર ઘમકવા માંડ્યાં. ઝાંઝરનો મીઠો ઝણકાર છેલ્લા પગથિયે આવીને અટકી ગયો.

દરબારે મીઠાશભરી હાકલ મારી, 'અંદર આવો, વહુ ! બેટા અંદર આવો ! શરમાશો નહીં. હું તમારો બાપ કહું છું ને ! અંદર આવો.'

એક લાવણ્યમય દેહલતા સાંગોપાંગ સાડલામાં સંગોપાઈને ઓરડામાં પ્રવેશી. જોઈ શકાય એવી એમાં માત્ર એક જ ચીજ હતી; ઝાંઝર. બાકીનું બધું વસ્ત્રોમાં કેદ હતું. લાજનો લાંબો ઘૂમટો એક પ્રોષિતભર્તૃકા રાજપૂતાણીના આબરુદાર ચહેરાને મારાથી ઓઝલ રાખી રહ્યો હતો.

"દીકરા, આ જુવાન છે ઈ દાક્તર છે. જૂનાગઢની જેલમાં હતા. આપણા રણજિત ઉપર બહુ મોટા ઉપકાર છે ઈમના. વહુ, પગે લાગો ઈમને. અને હાંભળો ! આ લાજનો ઘૂમટો કાઢી નાખો, બેટા ! સાહેબ ભલે જુવાન છે, પણ તમારે માટે બાપ જેવા છે. એમનાથી ઓઝલ ન હોય, બેટા !'

ડોહા રડતા હતા અને બોલ્યે જતા હતા. રાજપૂતાણીએ ચહેરા પરથી ઘૂમટો હટાવ્યો અને મારી સામે જોઈને કૃતજ્ઞતાપૂર્વક મોં મલકાવ્યું. હું એ રૂપમઢ્યા મોંને પળવાર માટે નીરખતો રહ્યો. પૂર્ણ ખીલેલા ચાંદ જેવું મોં હતું. પણ દિવસના ચાંદ જેવું ! ફિક્કું, નિસ્તેજ ! આંખોમાં ઉદાસી અવશ્ય હતી, પણ બહાદુર પતિની ઘરવાળી હોવાનું ગુમાન હજુ સુધી અકબંધ હતું.

ડોસા બોલ્યે જતા હતા, 'બહુ ખૂન કર્યાં છે આ હાથે, સાહેબ ! પણ એકેય વખત હું ઝલાયો નથી. મારો રણજિત નિર્દોષ હોવા છતાંય પકડાઈ ગ્યો. અમારી છાપ માથાભારે દરબાર તરીકેની હતી, એટલે કેસ હારી ગયા. પુરાવાઓ પણ વિરુદ્ધમાં પડ્યા. બાજુના ગામવાળા મેલી રમત રમી ગ્યા. ઈ તો બધું હમજ્યા ! બદલો લેવા માટે બે-ચાર ખૂન બીજાં કરી લઈશ, પણ તમે મારા રણજિતનું ધ્યાન રાખ્યું ઈ વાતનો ઉપકાર હું કદીયે નંઈ ભૂલું. સાહેબ, તમે જ બોલો. મારે બદલો વાળવો હોય તો હું કરવું ?'

'બીજું કંઈ નહીં, બાપુ ! પણ આ ગામડામાં મારે એક મહિનો કાઢવાનો છે,

એમાં...'

'અરે, ઈમાં કઈ મોટી વાત છે ? કાલથી જ બંધ. નો આવતા તમતમારે. સર્ટિફિકેટ પણ તમને ઘેરબેઠાં મળી જાહે.'

'એટલું બધું નહીં, બાપુ ! હું અઠવાડિયે ચાર વાર તો આવીશ, પણ તમે ખાલી એટલું કરી આપો કે મારગમાં આવતાં-જતાં કોઈ દરબાર મને કનડે નહીં.' આટલું કહીને મેં નદીકાંઠે ઊભેલા ટેણિયાથી લઈને ચોરામાં બેઠેલા જુવાનિયાઓ સુધીના મારા કડવા અનુભવો વર્ણવી બતાવ્યા. લખપતસિંહ જેવા ભૂતિયા કાર્ડધારકોની ફરિયાદ પણ કરી દીધી.

સરપંચ હસી પડ્યા, 'આટલામાં હું બી ગ્યા, દાક્તર ? આવી રંજાડ તો દરબારી ગામડામાં હાલતાં ને ચાલતાં જ રહ્યા કરવાની ! પણ તમારે હવે કોઈનાથી બીવાની જરૂર નથી. કોઈ જાડેજો દરબાર તમારી આડો ફરે તો મારું નામ આપી દેજો. પછીયે જો ઈ નોં હમજે તો 'જે માતાજી' બોલીને એક ધોલ ઠોકી દેજો. કે'જો કે એ તમે નથી મારી પણ તમારા હાથે પર્વતસિંહ જાડેજાએ મારી છે. જાવ, બાપા, હાકલા કરો.'

અને હું પ્રસન્ન ચિત્તે ચાલી નીકળ્યો. હવે મારા વાહનને ઊભું રાખવાનો કોઈ અવસર આવે એમ ન હતો. ન ચોરો ન છોરો ! ન નદી, ન નારી !

(સત્ય ઘટના, વર્ષ : ૧૯૭૮નું)

કોઈ ઘર ક્યારેય શ્રીમંત નથી હોતું, બાપુ ! ધન તો સ્ત્રીનાં પગલાંમાંથી કંકુની પેઠે ખરે છે

ધનસુખલાલ શેઠની મર્સિડિઝ ગાડી જ્યારે મફતલાલ મહેતાની ઓરડી આગળ આવીને ઊભી રહી, ત્યારે જોનારને આ દૃશ્ય એવું લાગ્યું જાણે સુદામાના બારણે ભગવાન શ્રીકૃષ્ણનો રથ આવીને અટક્યો હોય ! જોકે શ્રીકૃષ્ણના હૃદયમાં તો છલોછલ મૈત્રી ભરેલી પડી હતી, પણ અહીં તો મતલબની મૌસમ છલકતી હતી.

'આવ, દીકરા ! ગાડીમાંથી નીચે ઊતર !' શેઠે એમની સાથે આવેલા એકના એક પુત્ર કમલનયનને મીઠાશપૂર્વક સૂચન કર્યું. એમનો પાટવી કુંવર પચીસ વર્ષ સુધી એવા સુખચેનભર્યા વાતાવરણમાં ઊછર્યો હતો કે આવી નિમ્ન-મધ્યમ વર્ગની ચાલીમાં પગ મૂકવો એ એને મન હિણપતભરેલું કર્મ હતું.

ધનવાન પિતા એના ધનવાન બેટાને મનાવી રહ્યા હતા, 'સંકોચ ન રાખ, દીકરા ! જિંદગીમાં ક્યારેય કોહિનૂર ખરીદવા માટે કબાડીમાર્કેટમાં પણ જવું પડે. કમળ તોડવા કાદવમાં પગ મૂકવો પડે. આપણે ક્યાં જીવનભર અહીં આવવાનું છે ? આ પહેલી અને છેલ્લી વાર જ છે ને ? માટે આ; આંખ અને નાકની સૂગ છોડી દે.'

ધનસુખલાલ જાણીજોઈને કે અજાણતાં આ વાક્યો એટલા મોટેથી બોલી રહ્યા હતા કે આખો મહોલ્લો એમની વાત સાંભળી શકે. ઘરની અંદર બેઠેલા વૃદ્ધ મફતલાલના કાને પણ આ શબ્દો અથડાયા, પણ શું કરે ? એ કન્યાના બાપ હતા ને ? એટલે લાચારીના માર્યા બેસી રહ્યા.

થોડી વારમાં જ પ્રવેશદ્વારની સાંકળ ખખડી. એટલે ડગમગતા પગે મફતલાલ ઊભા થયા. બારણું ઉઘાડ્યું. રોજ તો કોઈ આવે, ત્યારે દ્વાર ખોલવાનું કામ એમની જુવાન દીકરી રાજી જ કરતી હતી. રાજી એટલે કે રાજશ્રી યુવાન હતી, નમણી

હતી, સંસ્કારી હતી. દસ વર્ષની હતી ત્યારે મા ગુમાવી બેઠી હતી. એટલે જ સ્વાવલંબી પણ બની ગઈ હતી. એને સ્વાદિષ્ટ રસોઈ બનાવતાં આવડતું હતું; ચાદરો અને ટેબલ-ક્લોથ ઉપર રૂપાળું ભરતકામ કરતાં પણ આવડતું હતું. ઘરડા થઈ ચૂકેલા બાપ આગળ દીકરી જેવાં લાડ કરતાં અને મા જેવું વહાલ વરસાવતાં પણ આવડતું હતું, પણ આજે બારણું ખોલવા માટે એ ન ઊઠી. રસોડામાં જ ભરાઈ બેઠી, કારણ કે એને જાણ હતી કે આજના અતિથિ એને જોવા માટે આવનાર હતા.

મફતલાલે ધ્રૂજતા હાથે કમાડ ખોલ્યાં અને પછી જેવા ધનસુખલાલ શેઠને બારણે ઊભેલા જોયા એવા જ એ એમના ચરણોમાં ઢળી પડ્યા.

‘આવો, આવો, શેઠજી. આપનાં ચરણ અમારે આંગણે ક્યાંથી ? હું તો ધન્ય થઈ ગયો. શબરીની ઝૂંપડીમાં જાણે રામ પધાર્યા ! આવો, આવો...!’

ધનસુખલાલે ગરવાઈપૂર્વક એમની પ્રશસ્તિનો સ્વીકાર કર્યો. હસ્યા. પછી અકડાઈપૂર્વક બોલ્યા, ‘એ તો ખરું જ ! શબરીના આંગણે ભગવાન રામ પધાર્યા એવું જ છે, પણ શું કરીએ ? આ બોરની લાલચ જ એવી છે ને ! સાંભળ્યું છે કે તમારી બોરડીનું બોર પણ બહુ મીઠું છે...!’

આટલું બોલીને ધનસુખલાલે ઘરની અંદર ચારે તરફ નજર ફેરવી. દસ બાય દસની એ બંધિયાર ઓરડીમાં ક્યાંય બોર નજરે ન ચડ્યું. ચોતરફ ફક્ત દરિદ્રતાનું જ સામ્રાજ્ય વ્યાપ્ત હતું. સામે એક બારણું દેખાતું હતું જે ખોબા જેવડા રસોડામાં ખૂલતું હતું. શેઠે દીકરાની સામે જોઈને સૂચક સ્મિત કર્યું. એનો સંકેત સ્પષ્ટ હતો : હીરો એ તિજોરીમાં છુપાયેલો હોવો જોઈએ.

*

શેઠ ધનસુખલાલ નગરશેઠ હતા. એમને જોઈને જ ખબર પડી જાય કે શેઠની હસ્તરેખામાં ધનનું સુખ લખાયેલું છે. લાંબો ઑફવ્હાઈટ રંગનો ડગલો, બગલા જેવું ધોળું ધોતિયું, માથે પીળા રંગની ટોપી, ગળામાં મોતીનો હાર, કપાળમાં વૈષ્ણવી તિલક.

શેઠજી ધંધામાં અઢળક ધન કમાયા હતા. મહાલય જેવડો વિશાળ બંગલો હતો. રાજાના સંગ્રહાલય જેટલું ફર્નિચર હતું. લીલોછમ બગીચો હતો, સફેદ આરસથી મઢેલી જિંદગી હતી અને પીળી ધાતુથી ઊભરાતી તિજોરી હતી. બસ, હવે એક જ ચીજ ખૂટતી હતી : પુત્ર કમલનયન સાથે શોભી ઊઠે એવી પુત્રવધૂ.

ત્યાં કોઈ નાતીલાએ એમના કાને વાત નાખી : ‘એક કન્યા છે. તમારા ખીલે બાંધવા જેવી વછેરી છે. આપણી જ ન્યાતનું ખોરડું, પણ ઘર ગરીબ છે. આજ્ઞા આપો તો દાણો ચાંપી જોઉં.’

'કોનું ખોરડું ?' શેઠજીના સવાલમાં ઊમળકો ઓછો અને બેરૂખી વધારે હતી.

'રુઘનાથ મહેતાના મફતનું નામ સાંભળ્યું છે ?'

'પેલો કંગાળ ડોસો તો નહીં ? દેસાઈ ઍન્ડ દેસાઈ કંપનીમાં નામું લખતો હતો એ...?'

'બસ, એ જ, પણ શેઠસાહેબ, ઝાડ સામે ન જોશો, ક્યારેક બાવળના ઠૂંઠા ઉપર કેસર કેરી પાકતી હોય છે. કેસર કેરીને તોડી લેવામાં બાધ નથી. રસનો રસ માણવા મળે અને ઉપરથી ગોટલો વાવીએ તો આખો વંશવેલો સુધરી જાય.'

શેઠજી ઝૂમી ઊઠ્યા. વચેટિયાએ વાટાઘાટો ચલાવી અને કન્યારત્નને જોવા માટે કાગડા જેવો પુત્ર લઈને શેઠ હાજર થઈ ગયા. સૌંદર્યના દ્વારે હજૂરનો વિવેક.

હંસલી જેવી રાજી જોતાંવેંત બાપ-દીકરાને ગમી ગઈ. રાજી પગમાં નમવા ગઈ, પણ ધનસુખલાલે એને રોકી લીધી, 'બસ, બસ, દીકરી ! હવે તો મારા કમલની સાથે ચાર ફેરા ફર્યા પછી જ મારો ચરણસ્પર્શ કરજે. એ વખતે તને મારા આશીર્વાદ પણ મળશે અને મારા ઘરનું અમાપ ઐશ્વર્ય પણ. જા, તું રસોડામાં જઈને બે કપ ચા બનાવ. ત્યાં સુધી હું તારા બાપ જોડે ચર્ચા કરીને લગ્નનો દિવસ નક્કી કરું છું...'

રાજશ્રી ચૂપચાપ રસોડા તરફ સરકી તો ગઈ, પણ શેઠના મોંએ બોલાયેલા બે શબ્દો એના મનને વીંધી ગયા : બે કપ ચાને બદલે શેઠજીએ ત્રણ કપ કેમ ન કહ્યું ! શું એમની સૃષ્ટિમાં પોતાનું અને એમના દીકરાનું જ અસ્તિત્વ હશે ? કન્યાના પિતા એમની નજરમાં માણસ જ નહીં હોય ? અને બીજું : પિતા માટે એમણે વાપરેલો શબ્દ 'બાપ'. એ શબ્દમાં રહેલી લઘુતા અને નફરત રાજીના દિલમાં કાંટાની જેમ ચૂભી ગઈ.

પણ મફતલાલ આ બધાંથી પર હતા. એમના કાન તો દીકરીના લગ્નની વાત સાંભળીને જ પવિત્ર બની ગયા.

'શેઠજી, તમારો પાડ માનું એટલો ઓછો છે. તમે હુકમ કરો એ દિવસે હું લગ્ન માટે...'

'લગ્ન માટે તમે તો તૈયાર છો. તમારી દીકરી રાજી પણ રાજી હશે, પણ તમારી આ ખોલી ક્યાં તૈયાર છે ?'

'કરી દઈશ, શેઠજી, આ ગરીબની ઝૂંપડીને શણગારતાં ઝાઝી વાર નહીં લાગે. અઠવાડિયામાં તો હું ચૂનો ધોળાવીને...'

'છટ્ ! તમે શું માનો છો ? શેઠ ધનસુખલાલના દીકરાની જાન આ ઝૂંપડી આગળ આવીને ઊભી રહેશે ? આ તો તમારી અપ્સરા જેવી દીકરીને મારા ઘરની

શોભા બનાવવા ખાતર હું તમારા બારણે આવ્યો છું, પણ એ મારી જિંદગીમાં પહેલી અને છેલ્લી વાર ! લગ્નના દિવસ પૂરતું તમારે સારા ઘરમાં શિફ્ટ થવું પડશે.'

મફતલાલનું મોં ભૂખ્યા મગરના જડબાની જેમ પહોળું થઈ ગયું.

'ગભરાશો નહીં.' શેઠે આશ્વાસન આપ્યું, 'તમારે પૈસોય નહીં ખર્ચવો પડે. શહેરમાં મારી માલિકીનાં દસ-બાર મકાનો ખાલી પડ્યાં છે. એમાંથી એકાદમાં તમે રહેવા ચાલ્યા જજો. એને શણગારવાનો ખર્ચ પણ હું કરીશ.'

ધનસુખલાલની વાત અને એ વાતમાં રહેલો અભિમાનનો રણકો સાંભળીને મફતલાલ એક ક્ષણ માટે ડઘાઈ તો ગયા, પણ બીજી જ ક્ષણે એમના કાન ઉપર રસોડામાંથી આવતો સ્ટવનો ધમધમાટ અથડાયો. દીકરી હવે આ જૂના-પુરાણા પ્રાઈમસની પળોજણમાંથી કાયમને માટે છૂટી જશે એ વિચારે એ થંભી ગયા.

'ભલે. જેમ તમે કહેશો તેમ...!'

'તો પછી બીજી શરતો પણ સાંભળી લો. તમારાં કપડાં પણ અમને શોભે તેવાં હોવાં જોઈએ. જાન માટેની આગતા-સ્વાગતા, ભોજન સમારંભ, દાગીના, ફટાકડા, કરિયાવર – કશામાં કચાશ ન રહેવી જોઈએ.'

'પણ મારી પાસે તો આઠ-દસ હજાર રૂપિયાની બચત માંડ હશે.'

'એટલામાં તો જાનૈયા માટેનો આઇસક્રીમ પણ નહીં આવે, પણ મેં કહ્યું ને ? ખર્ચની ચિંતા તમારે નહીં કરવાની. હું આજે જ પાંચ-સાત લાખ રૂપિયા મોકલાવી આપું છું. કેટરિંગ પણ હું જ ગોઠવી આપું છું અને દાગીના પણ મારો જ સોની તૈયાર કરીને લગ્નના આગલા દિવસે પહોંચાડી દેશે.'

એક ક્ષણ ! ફરીથી એક ક્ષણ પૂરતું મફતલાલનું મન બળવો કરવા માટે સળવળી ઊઠ્યું, પણ રસોડામાંથી સંભળાતા વાસણોના ખખડાટે એમને અટકાવી દીધા. દીકરીની ભાગ્યરેખા બદલાઈ રહી હતી. એલ્યુમિનિયમના ઠોચરાને બદલે એ હવે સોના અને ડાયમંડના અલંકારોની દુનિયામાં જઈ રહી હતી. એના કલ્યાણમય માર્ગમાં હાથે કરીને સ્વમાનના બહાને ક્યાં અવરોધ ઊભો કરવો ?

'ભલે, શેઠસાહેબ ! જેમ તમે કહેશો તેમ જ થશે.'

'હજી ક્યાં પૂરું થયું છે ?' ધનસુખલાલ હસ્યા, 'લગ્ન પ્રસંગે તમારા પક્ષના સારા માણસોને જ આમંત્રણ પાઠવશો. અમારી સાથે ઊભા હોય તો શોભે એવા. સાવ તમારી કક્ષાના માણસોને ભેગા ન કરતા...! મફતિયા...!'

'મફતિયા' શબ્દમાં રહેલો 'મફત' નામનો કાંટો મફતલાલને બરાબર કાળજામાં વાગ્યો, પણ શું કરે ? રસોડામાં ચા બનાવતી દીકરીના હાથમાંથી ઊઠતો બંગડીનો રણકાર એમને રોકી રહ્યો હતો. કાચની સસ્તી બંગડી હવે સોનાની બનવા

જઈ રહી હતી.

'તો હવે વાત પાક્કી થયેલી સમજું ?' કહીને ધનસુખલાલ ઊભા થયા, 'જતાં જતાં એક છેલ્લી શરત કહી નાખું; લગ્ન પછી અમે તો તમારા ઘરે નહીં જ આવીએ, પણ તમારેય બની શકે ત્યાં સુધી અમારા બંગલે ન આવવું. કશી મદદની જરૂર પડે તો કોઈની સાથે કેવડાવી દેવું. મારો માણસ આવીને પૈસા આપી જશે.'

મફતલાલને થયું કે એમના સ્વાભિમાન ઉપર જાણે કોઈ આકરો હથોડો ઝીંકી રહ્યું છે. શું કરવું ? એને ના પાડી દેવી ? પણ ફરી પાછી દીકરીની ચિંતાએ એમની જીભ ઉપર બેડી પહેરાવી દીધી, 'હું હવે કેટલા દિવસ જીવવાનો છું ? અને વેવાઈ ના ન પાડે તોપણ મારાથી કેટલી વાર દીકરીની સાસરીમાં જઈ શકાવાનું છે ? અને મદદ માટે પૈસા માગવા કે ન માગવા એ તો એમણે પોતે જ જોવાનું છે ને ? ખાલી અમથો અત્યારે ખોંખારો ખાવાનો શો અર્થ છે ?'

આટલા સવાલો તો સ્વગત ચાલ્યા. બહાર મુખર જવાબ તો એક જ રહ્યો, 'ભલે; જેમ તમે કહેશો તેમ જ...'

પણ એ જ સમયે એમના વાક્યને અધવચ્ચે કાપતી, આંખોમાંથી આગ અને મોંમાંથી તણખા વરસાવતી, ગુસ્સાથી કંપતી અને આવેગથી સળગતી એમની દીકરી રાજી ધસી આવી.

'બસ, બાપુ, બસ ! હવે એ વાક્ય ફરીથી ન બોલશો. હું સમજી શકું છું કે તમને મારા ભવિષ્યની ફિકર સતાવી રહી છે. એટલે જ તમે આ અસંસ્કારી માણસની એક પછી એક શરતને સ્વીકારી રહ્યા છો, પણ મારી ચિંતા છોડી દો, બાપુ ! હું દીકરી છું, પણ કોઈ કરોડપતિના ઘરની નોકરાણી બનવા માટે હું નથી જન્મી. મને ગરીબ પતિ ગમશે, બસ, એ સંસ્કારી અને પ્રેમાળ હોવો જોઈએ. મારા રંક બાપુના ઊંબરે શ્રીફળ સાથે ઊભા રહેવાની એનામાં ત્રેવડ હોવી જોઈએ. સાસરે ગયા પછી પણ હું તમારી સાર-સંભાળ રાખી શકું એ વાત એને મંજૂર હોવી જોઈએ. જે પુરુષ મને ખરીદવા માટે નહીં, પણ મને વરવા માટે આવશે એ જ મારો વર ! બાકી આવા શ્રીમંત અને ઘમંડી નબીરાઓને તો મારા હાથની ચા પણ પીવા નહીં મળે ! બાપુ, એમને કહો કે એ લોકો હવે જઈ શકે છે.'

'રાજી...! બેટા, એ લોકો શ્રીમંત છે...અને તને આવું ઘર...ફરીથી નહીં મળે...'

'કોઈ ઘર ક્યારેય શ્રીમંત નથી હોતું, બાપુ ! ધન તો સ્ત્રીનાં પગલાંમાંથી કંકુની પેઠે ખરે છે. જો એવું ન હોત તો સ્ત્રીને લક્ષ્મી ન કહેતાં હોત. અને તમારી દીકરીના તો નામમાં જ 'રાજ' પણ છે અને 'શ્રી' પણ છે. એને તમે ગમે તેવા દરિદ્ર મુરતિયા જોડે પરણાવી જુઓ. એનાં પગલે પગલે પૈસો ખરશે.'

હાંફતી દીકરીના શબ્દોમાંથી ટપકતી હિંમતે બુઢ્ઢા બાપમાં આત્મવિશ્વાસ પૂર્યો. એમણે નજરના નકારથી ધનવાન ધનસુખલાલનો સંબંધ ઠુકરાવી દીધો. પોપડા ખરેલી ભીંતો આગળ આરસનો મહેલ હારી ગયો.

(સત્ય ઘટના. રાજી એક સંસ્કારી નોકરિયાત યુવક જોડે પરણીને અત્યારે સુખી જિંદગી ગુજારે છે. એણે પણ નોકરી સ્વીકારી લીધી હતી. પૂરો દોઢ દાયકો પતિના ખભા સાથે ખભો મિલાવીને એણે દામ્પત્યના સૂકાભઠ્ઠ ખેતરને લીલોછમ બાગ બનાવી દીધો. બે હૈયાં અને ચાર હાથ ભેગાં મળે તો ચાર દિનના ચાંદરણા જેવી જિંદગીને સૂરજ જેવી ઝળહળતી બનાવી શકે છે એની સાબિતી આ તેજસ્વી છોકરીએ આપી દીધી છે.)

``ના, મા ! આ તો તમે કર્યું છે,
તમારાં આંસુઓએ કર્યું છે."

'બુઢ્ઢિયા, તુઝે કહાં જાના હૈ ? વ્હેર ડુ યુ વૉન્ટ ટુ ગો ?'

'સાયેબ, તમે સું બોલો સો ઈમાં મુંને કાંઈ હમજ પડતી નથ્ય. હું તો તમારી કને ફાસફુટ માટે આવી સું. મારો ગગો વલાયત ગ્યો સે. ન્યાં ગગાની વહુએ સોકરાને જલમ આપ્યો સે. મારે ઈ ઝીણકાને રમાડવા જાવું સે.'

'સ્પિક ઈન ઇંગ્લિશ, યુ ઓલ્ડ વિચ ! વૉન્ટ ટુ ગો ટુ ઇંગ્લૅન્ડ ? વિથ ધિસ લેંગ્વેજ ? ઈન એ ફ્લાઇટ ? ધેટ ઓલ્સો એલોન ? યુ ઇડિયટ !'

'સાયેબ, મુંને અભણ ગમાર ગામડિયણને કાંઈ હમજાય એવું બોલો ને ! મારે મારા ગગાના ગગાને રમાડવા...'

'શટ અપ, યુ ઓલ્ડ ફૂલ ! સમજાઓ, કોઈ ઈસે સમજાઓ ! યે ગમારકો સમજાઓ કિ વો ઇંગ્લિશ મેં બોલે યા ફિર હિન્દી મેં.'

અમદાવાદની પાસપોર્ટ ઑફિસ. લગભગ ત્રણેક વર્ષ પહેલાંનો એક ઉનાળુ દિવસ. રિજિયોનલ પાસપોર્ટ ઑફિસમાં મોટી ખુરશીમાં બેઠેલા એક સરમુખત્યાર જેવા સત્તાધીશ અને સામે સૌરાષ્ટ્રના છેક અંતરિયાળ વિસ્તારમાંથી આવેલી અભણ, અશિક્ષિત, ગ્રામ્ય માતા. બિચારીને શુદ્ધ કહેવાય એવી ગુજરાતી ભાષા પણ ન આવડે, એને અંગ્રેજીમાં ખખડાવતો, ધમકાવતો, અપમાનિત કરતો પરપ્રાંતીય અધિકારી.

પ્રસંગ શત-પ્રતિશત સાચો છે. ઉપર લખ્યો છે તે સંવાદ પણ એટલો જ સત્ય છે. હ્રસ્વ કે દીર્ઘના ફરક વગર લખાયેલી વાત છે. ટકોરાબંધ એટલા માટે છે કે આ સંવાદ ભજવાયો ત્યારે એ સ્થળે હું જાતે હાજર હતો. એટલે જાતે જોયેલી અને સાંભળેલી વાત છે.

હું પણ મારા પાસપોર્ટ માટે ગયો હતો. અમદાવાદની એક જાણીતી સંસ્થા

માટે ફંડ ઊભું કરવાના ઉમદા આશયથી હું ઇંગ્લૅન્ડ જઈ રહ્યો હતો. મારો તમામ ખર્ચ (પાસપોર્ટ, વિઝા, જવા-આવવાની ટિકિટ) એ સંસ્થા ભોગવવાની હતી. એ દિવસો અમદાવાદની પાસપોર્ટ ઑફિસ માટે તકલીફ ભરેલા હતા. બનાવટી પાસપોર્ટ કૌભાંડના સમાચારોથી દૈનિક અખબારો ઊભરાતાં હતાં. વિજિલન્સ વિભાગ તરફથી કડક પગલાં ભરવાની વાતો હવામાં ઘૂમરાતી હતી. ઉચ્ચ અફસરોની સામેલગીરી, એજન્ટોની દખલ અને લાંચ-રુશ્વતની મોટા પાયે સંડોવણીની વાતોથી અફવાઓનું બજાર ગરમ હતું. મારો પાસપોર્ટ એજન્ટ ઑફિસના ઝાંપાની બહાર જ ઊભો રહી ગયો હતો. એક પણ દલાલને ઑફિસનાં પગથિયાં ચડવાની મનાઈ ફરમાવવામાં આવી હતી. દરેક પ્રજાજને પોતાની પેરવી જાતે જ કરી લેવાની હતી.

જે લોકો ભણેલા-ગણેલા હતા એમને માટે આ વાત બહુ અઘરી ન હતી. બહાર ઊભેલા એજન્ટના માર્ગદર્શન પ્રમાણે સૌ અંદર જઈને પોતપોતાનું ફોડી લેતા હતા. આમ જોવા જઈએ તો આ સારી બાબત હતી, પણ પૈસાની લેવડદેવડથી ટેવાઈ ગયેલી પ્રથાને આ પ્રામાણિકતાથી મુંઝારો થતો હતો. કતારમાં ઊભું રહેવું પડે એ પાસપોર્ટવાંછુઓને ગમતું ન હતું અને પૈસા લીધા વગર કામ કરી આપવું પડે એ ખુરશીઓમાં બિરાજમાન નોકરિયાતોને પસંદ ન હતું. ચીડ, ગુસ્સો, છણકાનો માહોલ હતો. ધક્કામુક્કી, તોછડાઈ, ગરમી, 'કાલે આવજો' જેવા ઉદ્ધત જવાબોની ફેંકાફેંક હતી.

હું પોતે ત્રીજા ધક્કા પછી આજે માંડ છેલ્લા તબક્કામાં પહોંચી શક્યો હતો, પણ મારી હાલત અભિમન્યુના જેવી હતી. છ કોઠા તો મેં ભેદી નાખ્યા, પણ સાતમો કોઠો કઠિનતમ હતો. એ હતો મોટા સાહેબની ઑફિસમાં આમનેસામને થવાનો.

સવારથી જ હું લાઈનમાં ઊભો રહી ગયો હતો. સદ્ભાગી હતો કે હું અમદાવાદમાં જ રહેતો હતો. બાકી લોકો તો ક્યાં-ક્યાંથી આવ્યા હતા ?! હું કાન ખુલ્લા રાખીને કતારમાં ઊભેલા માણસોની વાતચીત માણી રહ્યો હતો.

'આ ક્રાઇમબ્રાન્ચે બધી ગરબડ કરી નાખી ! બાકી ત્રણ વરસ પહેલાં મારું કામ એક જ ધક્કામાં પતી ગયેલું. બહાર પેલાં બહેન બેઠાં છે એમને પંદરસો રૂપિયાની એક સાડી, એક વિદેશી પરફ્યુમની બૉટલ અને સોનાની વીંટી આપી એટલે ઊભા-ઊભા કામ કરી આપ્યું.' એક ભાઈ બોલી રહ્યા હતા.

'મેં તો બાજુવાળી કેબિનમાં બીજા સાહેબ બેઠા છે એમને વીસ હજાર રૂપિયા ખવડાવી દીધા.' બીજો એક આધેડ ગણગણ્યો.

'એમ ? પછી શું થયું ?'

'બીજું શું થાય ? પૈસો બોલે છે !'

વાતો અને કતાર બંને આગળ ધપી રહી હતી. મારો વારો આવ્યો એની સાથે જ એક ડોશીનો પણ વારો હતો. પટાવાળાએ અમને બંનેને સાથે જ ઑફિસમાં જવા દીધાં.

મેં વૃદ્ધાને પ્રાથમિકતા આપી, 'માજી, પહેલાં તમારી વાત પતાવો.' પાંસઠેકની ગ્રામ્ય માતા. સોરઠની આહીરાણી પહેરે એવું રાણી રંગનું કાપડું (જેને લુંગીની જેમ વીંટાળીને ઘાઘરાનું સ્વરૂપ આપવામાં આવે છે), ઉપર લાલ રંગનો કબજો અને માથે નાખેલું કાળા રંગનું કપડું. વૃદ્ધાના ચહેરા ઉપર ખેડાયેલા ખેતર જેવા ચાસ, દાઢી અને બંને હાથ ઉપર છૂંદણાનું ભરતકામ, બાવડા ઉપર બલોયાં, કાનમાં સોનાની પાતળી લોંબડી. આંખોમાં ભોળપણ અને મોં ઉપર મૂંઝવણ. બિચારી એજન્ટના ભરોસે આવી હશે, પણ અહીં આવીને ભરાઈ પડી હશે. શું બોલવું અને કેવી રીતે બોલવું એની એને શી ખબર હોય ? એની પાસે તો બસ, આટલી જ વાત હતી : 'મારા ગગાની વહુએ સોકરો જણ્યો સે ને મારે એ ઝીણકાને રમાડવા જાવું સે !'

આર.પી.ઓ.ની સત્તાવાહક ખુરશીમાં બેઠેલા પરપ્રાંતીય 'સજ્જન'નો ચહેરો તંગ હતો. કટકીપ્રથા બંધ હોવાને કારણે એ ભયંકર હદે અકળાયેલા હતા. આર પાયેલા કપડા જેવી કડક મુખમુદ્રા, સળગતા કોલસા જેવી આંખો અને ભભૂકતી આગ જેવા શબ્દો ! કોઈ પણ દેખીતા કારણ વિના એ ડોસીને ધમકાવી રહ્યા હતા.

મારાથી ન રહેવાયું. મેં સાહેબને વિનંતી કરી, 'સર, આઇ એમ સૉરી ટુ ઇન્ટરવિન; બટ ધિસ ઓલ્ડ વુમન ઇઝ કમ્પ્લીટલી ઇલિટરેટ. હાઉ કેન શી ટૉક ઈન ઇંગ્લિશ ઑર હિન્દી ? શી કેન બેરલી સ્પીક ઈન ગુજરાતી. ઇફ યુ ડૉન્ટ અન્ડરસ્ટેન્ડ વ્હોટ શી સ્પીક્સ, આઈ ઑફર માય સર્વિસ એઝ એન ઇન્ટરપ્રીટર. ઇફ યુ કાઇન્ડલી પરમિટ...'

'નો ! આઇ ડૉન્ટ પરમિટ !' એ દાનવે મારી સામે જોઈને ડોળા કકડાવ્યા, 'આઇ ડૉન્ટ ઈવન પરમિટ યુ ટુ ઇન્ટરફીયર. વેઇટ ટીલ આઇ કિક ધિસ ઑલ્ડ બેગર આઉટ એન્ડ યૉર ટર્ન કમ્સ !'

ઑફિસ એમની હતી. ખુરશી એમની હતી. સત્તા પણ એમની હતી. મારી પાસે ખામોશ રહેવા સિવાય બીજો રસ્તો ન હતો. બાકી ખોપરીની અંદર આક્રોશનો ચરુ ખદબદી ઊઠ્યો હતો. જો મારે પોતાને પાસપોર્ટ લેવાની ગરજ ન હોત, તો અવશ્ય મેં એની ફેંટ પકડીને ફટકાર્યો હોત ! એક લોકશાહી દેશના જવાબદાર નાગરિક તરીકે મારા કેટલાક હક્કો હોય છે. મારા દેશની એક અભણ વૃદ્ધ સ્ત્રીનું હડહડતું અપમાન કરતા એક તુમાખીભરેલા અધિકારીને હું અવશ્ય પડકારી શકું

જ. અંગ્રેજો તો ચાલ્યા ગયા, પણ આ દેશમાંથી અંગ્રેજી ભાષાની ભૂરકી હજુ ઓસરી નથી.

સાહેબે ડોશીને અપમાનિત કરીને બહાર ધકેલી દીધી. પાછળ એની ફાઇલનો એણે ઘા કર્યો. પછી મારી સામે જોયું. મારી દરમિયાનગીરી એમને ગમી ન હતી, પણ મારી ફાઇલ સંપૂર્ણ હતી. મારી સાથે ભાષાની કે કાયદાની કશી જ બહાનાબાજી ચાલી શકે એમ ન હતી. એટલે નછૂટકે એ રાક્ષસે મારો પાસપોર્ટ તો મંજૂર કરવો જ પડ્યો, પણ મને સાવ હેરાન ન કરે તો એ 'સાહેબ' શાનો ?

એટલે એણે હુકમ કર્યો, 'યૉર પાસપોર્ટ ઇઝ રેડી. યુ કલેક્ટ ઇટ ઍટ ફોર ઓ'ક્લોક ટુડે.'

સવારના અગિયાર વાગ્યે થતી વાતચીત. પાસપોર્ટ મારી સામે જ હતો. તૈયાર હતો, પણ મારે એ લેવા માટે બપોરે ચાર વાગ્યે આવવાનું હતું. એટલે કે વીસ કિલોમીટરનો બીજો ધક્કો. એટલો સમય અને એટલું પેટ્રોલ બાળવાનું. દવાખાનું રેઢું મેલીને. હું મારી પાછળ અખબારી પીઠબળ ધરાવતો હતો. ધારું તો સરકારમાં એની વિરુદ્ધ ફરિયાદ કરી શકતો હતો, પણ ફરી એક વાર મેં સંયમ જાળવ્યો, કારણ કે મારે ગરજ હતી.

હું ઑફિસની બહાર નીકળ્યો, ત્યારે પેલી ડોશી એના સામાન પાસે બેસીને રડી રહી હતી. હું એની પાસે ઊભો રહ્યો. મારા રાજ્યની એક અશિક્ષિત સ્ત્રી આટલી હદે અપમાનિત થતી હું પહેલી વાર જોઈ રહ્યો હતો. મેં એને આશ્વાસન આપ્યું, 'માજી, તમને હું પાસપોર્ટ તો અપાવી શકતો નથી, પણ એટલું વચન આપું છું કે આજે ચાર વાગ્યા પછી એટલે કે મારું કામ થઈ ગયા પછી હું એ રાક્ષસને છોડવાનો નથી. એણે જે રીતે તમારું ઘોર અપમાન કર્યું છે એ બદલ હું એની વિરુદ્ધમાં ફરિયાદ કરીશ. રાજ્ય સરકાર, કેન્દ્ર સરકાર, ગૃહખાતું, ઉડ્ડયન મંત્રાલય, વિદેશ મંત્રી – જ્યાં જ્યાં જવું પડે ત્યાં હું જઈશ. મીડિયાની મદદ લઈશ. એ માણસે જો ગુજરાતમાં નોકરી કરવી હોય તો ગુજરાતી ભાષા જાણવી પડે, શીખવી પડે. આ વાતનું એને ભાન કરાવીશ અને નહીંતર એની બદલી થાય એવી માગણી ઉઠાવીશ.'

વૃદ્ધાની આંખોમાં આંસુ ઊભરાયાં, 'રૈવા દે, દીકરા ! મુંને ઈંગરેજી નો આવડે એમાં ઈ બચાડાનો હું વાંક ? અને ઈને સજા કરાવનાર આપણે કોણ ? ઉપર મારો ભગવાન બેઠો સે હજાર હાથવાળો ! ઈ એનાં લેખાં લેહે !'

*

એ દિવસે ચાર-સવા ચાર વાગ્યે હું મારો પાસપોર્ટ મેળવીને પીઠ ફેરવવા

જતો હતો, ત્યાં અચાનક ઑફિસમાં ધમાચકડી મચી ગઈ. દસ-બાર માણસોની ટુકડી અંદર ધસી આવી. બધા ક્રાઇમ બ્રાન્ચના અધિકારીઓ હતા. સાથે હાથકડી લઈને બે પોલીસમૅન પણ હતા. ચોક્કસ બાતમીનું પગેરું સૂંઘતા એ બધા પૂરી તૈયારી કરીને આવ્યા હતા. બનાવટી પાસપોર્ટ કૌભાંડની ગંગોત્રી મોટા સાહેબ સુધી પહોંચતી હતી.

વાવાઝોડાની જેમ એ લોકો ઑફિસમાં ગયા. ઝંઝાવાતની ઝડપે બહાર આવ્યા. પેલો રાક્ષસ રડમસ ચહેરે હાથકડી પહેરીને એમની સાથે હતો.

પેલી ડોશી હજુયે જમીન ઉપર બેઠી હતી. એણે આ દૃશ્ય જોયું. એક નજર એણે સરકારી બંગડી પહેરેલા એ સાહેબ તરફ ફેંકી. પછી બીજી નજર મારી તરફ. એના ચહેરા પરની કરચલીઓમાં હાસ્ય ખીલ્યું, 'દીકરા, આ તેં કર્યું ?'

મેં એમનો હાથ પકડી લીધો, 'ના મા ! આ તો તમે કર્યું છે ! તમારાં આંસુએ કર્યું. તમારી તળપદી જબાનમાંથી ઊઠેલા શ્રાપે કર્યું. એ ડફોળને અંગ્રેજીમાં વાત કરતાં તો આવડ્યું, પણ એક માતાની ભાષા સમજતાં ન આવડ્યું !'

(સાવ સાચી ઘટના. અત્યારે પણ એ અધિકારી નોકરીમાંથી બરતરફ છે. એની સામેના નાણાકીય ગેરરીતિના આક્ષેપો મારા નથી, ક્રાઇમ બ્રાન્ચના છે. એનો જે ફેંસલો આવે તે ખરો, પણ એની ઉદ્ધતાઈની સજા તો ઈશ્વરે એ જ દિવસે એને આપી દીધી. ભગવાન કે ઘર અંધેર ભી નહીં હૈ ઔર દેર ભી નહીં હૈ !)

ગઢનો કાંગરો ખેરવવો મુશ્કેલ છે, પણ પછી આખો ગઢ પડતાં વાર નથી લાગતી

'આ રવિવારે તમને સમય છે ?' એક તાજા જ બનેલા મિત્રનો ફોન આવ્યો.

'ના.' મેં એકાક્ષરી જવાબ આપ્યો. આવો એકાક્ષરી જવાબ હંમેશાં ઉતાવળના પડીકામાં બંધેયેલો હોય છે. મિત્ર એ ઉતાવળને સૂંઘી શક્યા.

'ના પાડતાં પહેલાં એટલું પણ નહીં પૂછો કે શેના માટે સમય ફાળવવાનો છે ?'

'આ પૂછ્યું ! શેના માટે ? બોલો...!' મેં ઉતાવળને બરકરાર રાખી. થોડાક શબ્દો વધાર્યા.

'હું અવિનાશની બહેનને મળવા જવાનો છું. મને એમ કે કદાચ તમને સાથે આવવાનું ગમશે, પણ જવા દો એ વાત. તમને અત્યારે મળવાની તો શું, પણ મરવાનીયે ફુરસદ નથી, પણ હું તો આ રવિવારે જવાનો જ છું...'

એ ફોન મૂકવા જતા હતા, પણ મેં એમને રોક્યા. એમણે મારી દુ:ખતી નસ ઉપર આંગળી મૂકી દીધી હતી. હવે મારી પાસે વાત કરવાનો અને સાંભળવાનો પર્યાપ્ત સમય હતો. મારી ઉતાવળનું પડીકું ખૂલી ગયું હતું, મેં એનો ડૂચો વાળીને ફેંકી દીધો. મિત્રને ખબર હતી કે અવિનાશ નામનું બ્રહ્માસ્ત્ર નિશાન ઉપર વાગશે જ ! અને એ વાગ્યું જ !

'હું પણ તમારી સાથે આવું છું. ક્યારે ? કેટલા વાગ્યે ? ક્યાં ?' મેં બિનશરતી શરણાગતિ સ્વીકારતાં પૂછવા માંડ્યું.

આવી શરણાગતિ પાછળ એક મજબૂત કારણ હતું. અવિનાશ મારો મિત્ર હતો. છેક પાંસઠની સાલમાં જૂનાગઢની પ્રાથમિક શાળામાં છઠ્ઠા ધોરણમાં અમે સાથે ભણતા હતા. એ પછી તરત જ અમે વિખૂટા પડ્યા હતા. એ પછી મેં ક્યારેય એને જોયો ન હતો અને હવે પછી ક્યારેય એને જોવા પામવાનો ન હતો.

અવિનાશનું ભરજુવાનીમાં અકસ્માત અવસાન થયું હતું.

✳

અવિનાશ સારો છોકરો હતો. અને સંસ્કારી પણ. બેઠી દડીનો. ભરાવદાર અને હસમુખો. પાણીદાર આંખો અને સંસ્કારી વાણી-વર્તન. એની અટક અધ્વર્યુ હતી. એટલે વર્ગના હાજરીપત્રમાં એનો ક્રમ સૌથી મોખરે રહેતો. મારી અટક અંગ્રેજી 'ટી' મૂળાક્ષર પરથી શરૂ થતી હોવાને કારણે મારો રોલ નંબર છેક પાછળના પાંચ-સાત નામોમાં આવે ! અવિનાશ મારાથી ખૂબ આગળ હતો અને જિંદગીના રોલ-કોલમાં પણ એ બહુ આગળ નીકળી ગયો.

આ જગતમાં જે જન્મે છે એ મરે છે. માણસમાત્ર મરણને પાત્ર ! પણ અવિનાશનું મોત અતિશય કરુણાજનક હતું. અમે છૂટા પડ્યા એ પછી એના પિતા નોકરી અર્થે અમદાવાદમાં આવી ગયા. પરિવારમાં ફક્ત ચાર જ જણાં. અમે બે, અમારાં બે ! અવિનાશ મોટો અને પિન્કી નાની. પિતાએ દીકરાને ઉછેર્યો, ભણાવ્યો-ગણાવ્યો, સંસ્કારી બનાવ્યો. પછી અમદાવાદની જ એક સુંદર અને સંસ્કારી યુવતી શોધીને એને રંગેચંગે પરણાવ્યો.

બસ, એ બદનસીબ બાપની જિંદગીમાં આ અંતિમ ખુશી હતી.

લગ્નના બીજા જ દિવસે અવિનાશનું મૃત્યુ થયું ! પત્નીને લઈને 'હનીમૂન' માટે ઊપડેલા અવિનાશને કાળ ભરખી ગયો. ભરૂચ પાસેના નારેશ્વર ખાતે બે કાંઠે વહેતી નર્મદાનાં જળ જોઈને એ લલચાયો. નહાવા પડ્યો. ચાંદના ટુકડા જેવી નવોઢા કાંઠે બેસીને છબછબિયાં કરતી હતી. રેતમાં પડેલાં છીપલાં વીણી-વીણીને સાડીના પાલવમાં બાંધ્યે જતી હતી, ત્યાં પતિએ ચીસ પાડી. પાણીના વમળમાં ફસાઈ ગયેલો અવિનાશ હાથપગ પછાડતો હતો.

બે-ચાર ક્ષણમાં મામલો પતી ગયો. તરવૈયાઓએ લાશ બહાર કાઢી, ત્યારે અવિનાશની પત્ની બેહોશીની ગર્તામાં સરી પડી હતી. 'અખંડ સૌભાગ્યવતી ભવ'ના આશીર્વાદ પામીને ભવસાગરમાં કદમ માંડતી એક નારી ફક્ત ચોવીસ કલાકના લગ્નજીવન પછી 'ગંગા સ્વરૂપ' બની ગઈ હતી !!

અવિનાશનો નાશ થયો હતો. શેક્સપિયર સાચો ઠર્યો. વ્હૉટ ઇઝ ધેર ઈન એ નેઇમ ?

✳

મને આમાંથી એક અક્ષરની પણ જાણ ન મળે. હું તો વર્ષોનાં વર્ષો સુધી અવિનાશના સગડ ઢૂંઢતો રહ્યો. કોઈ જૂનો દોસ્ત મળી જાય તો એને અચૂક પૂછી લઉં, 'અવિનાશ યાદ આવે છે ? ક્યાં છે એ અત્યારે ? શું કરે છે ?'

પણ છેક સત્તાવીસ વર્ષના દીર્ઘ અંતરાલ પછી આ નવા જ બનેલા મિત્ર દ્વારા અવિનાશનું પગેરુ મળ્યું. મિત્રનું નામ આર.કે. ! મૂળ નામ તો લાંબું હતું, પણ અમે નિકટના મિત્રો અંગત વાતચીતમાં એમને આર.કે. કહીને બોલાવતા હતા. મારાથી વયમાં મોટા હતા. પરગજુપણાની બીમારીથી પીડાતા હતા. એ અવિનાશનું સરનામું જાણી લાવ્યા.

અને એ જાણકારી બોલતી હતી કે અવિનાશ હવે સરનામાની સરહદ ઓળંગીને ક્યાંક દૂર-સુદૂર ચાલી નીકળ્યો હતો. મુકામ પોસ્ટ : સ્વર્ગપુરી, જિલ્લો : ઇન્દ્રલોક, અપ્સરાગલી, મેનકા-સદન, ઉર્વશીકૃપાની બાજુમાં.

હા, ઈશ્વર દયાળુ છે. એટલે મારા મિત્રને એણે અવશ્ય અપ્સરાગલીની મધ્યમાં સ્થાન આપ્યું હશે, કારણ કે અવિનાશ ભરજુવાનીમાં મૃત્યુ પામ્યો હતો. મેનકા અને ઉર્વશીને ટક્કર મારે એવી રૂપાળી પત્નીને માત્ર જોઈને એ ચાલ્યો ગયો હતો. ભાગ્યમાં પીરસાયેલો રૂપનો થાળ ભોગવવાનું બાકી રહી ગયું હતું. અવિનાશની જીદ હતી કે લગ્ન પછી કુળદેવીનાં દર્શન કર્યા પછી જ 'હનીમૂન'નો પ્રારંભ કરવો.

કુદરત કેવા કેવા અજબગજબના આટાપાટા ખેલતી હોય છે ! કોઈ હિન્દી ચિત્રપટની પટકથાને ટક્કર મારે એવો ઘટનાક્રમ અવિનાશની જિંદગીમાં ભજવાઈ ગયો. મૃત્યુ પણ કેવું ચોક્કસ સમયે થયું !

માત્ર એક વ્યક્તિના ડૂબવાથી સંપૂર્ણ પરિવાર ખેદાનમેદાન થઈ ગયો. અવિનાશની મા અર્ધપાગલ જેવી બની ગઈ. દીકરો ગયો એ ક્ષણમાંથી એ ક્યારેય બહાર ન નીકળી શકી. પૂરી જિંદગી એણે ચિત્તભ્રમ અવસ્થામાં ગુજારી નાખી. અવિનાશના પપ્પા ખરા અર્થમાં મર્દ માણસ સાબિત થયા. પુત્રના અવસાનના આઘાતને એમણે સામી છાતીએ ઝીલ્યો. ચહેરા પરની શિકલ બદલાવા ન દીધી. એક વર્ષ પછી જુવાન પુત્રવધૂને એમના જ ઘરના આંગણામાં માંડવો રોપીને પરણાવી દીધી. વહુને દીકરી સમજીને પારકા પુરુષના હાથમાં સોંપી.

અને પછી છાતીની ઢાલ હટાવી દીધી. દીકરાના મોતના એક વર્ષ પછી બાપ પહેલી વાર રડ્યો. છાતીફાટ રડ્યો અને પછી બીજા જ દિવસે માસીવ હાર્ટઍટેકનો ભોગ બનીને એ ચાલી નીકળ્યો. અવિનાશને મળવા !

મળવું તો મારેય હતું, પણ અવિનાશને નહીં. હજુ જિંદગીથી હું કંટાળ્યો ન હતો અને મરવાની મને ઉતાવળ ન હતી, પણ મારે અવિનાશની બહેનને મળવું હતું.

ઑગસ્ટ મહિનો હતો. રવિવારનો દિવસ. વરસાદી સાંજ. હું અને આર.કે. નીકળી પડ્યા. ભીના રસ્તાઓ ઉપર થઈને વાહન દોડાવતા. રાયપુર-ખાડિયાની

પોળોની આંટીઘૂંટીમાંથી પસાર થતા, અચાનક તૂટી પડતા વરસાદના ઝાપટામાં ભીંજાતા, કોઈ દુકાનના છાપરા નીચે આશરો લેતા, આખરે અમે અમારા ગંતવ્ય સ્થાને જઈ પહોંચ્યા.

'ક્યારેય મળ્યા છો પિન્કીને ?' આર.કે.એ ખડકીની સાંકળ ખખડાવતા પહેલાં પૂછી લીધું.

'એક વાર મળ્યો છું. ફક્ત એક જ વાર. એના પપ્પા સાથે પિન્કી શાળામાં આવી હતી. સાવ નાનકડી હતી. અમે પોતે માંડ બારેક વર્ષના હોઈશું. પિન્કી તો પાંચ-છ વર્ષની જ...'

'શું કરશો એને મળીને ? ખરખરો ? આટલા વર્ષે ?'

મિત્રના આ પ્રશ્નનો મારી પાસે જવાબ ન હતો. ખરખરો અવસાનનાં આટલાં બધાં વર્ષો પછી કરી શકાય ખરો ? અને કરાય તોપણ કોની આગળ બેસીને કરવો ?

મિત્રનો બાપ તો ચાલ્યો ગયો હતો. મા હતી, પણ ન હોવા જેવી હતી. સંવેદનાથી એ પર થઈ ચૂકી હતી. પિન્કી તો પારકી થાપણ કહેવાય. થાપણ પણ હવે એની અસલી માલિકના ઘરમાં એટલે કે સાસરે હતી. પોતાના સંસારમાં સ્થિર થઈ ચૂકેલી એ સ્ત્રીને મળીને હું શું કરવા માગતો હતો ? એના રુઝાઈ ચૂકેલા જખ્મોને ફરીથી ખોતરવા ઇચ્છતો હતો ? એને આશ્વાસન આપવા જતો હતો ? એ આશ્વાસન જેની એને હવે જરૂર નહોતી ? કે પછી એકના એક વહાલસોયા ભાઈના અવસાન પછી એની બહેન જિંદગીના ખાલીપાને કેવા સમાધાન સાથે સ્વીકારે છે એ તડજોડ જોવાના ઘૃણિત ઇરાદા સાથે હું જઈ રહ્યો હતો ? કે પછી...? કે પછી...?

શી ખબર ? માનવીના મનના પાતાળમાં પડેલાં માનસિક સંચલનોને કોણ જાણી શક્યું છે ?

ડહેલીમાં પગ મૂકતાંવેંત હું પિન્કીને ઓળખી ગયો. પાંચ વર્ષની હતી, ત્યારે એક વાર એને જોઈ હતી. અત્યારે એ બે છોકરાંની મા હતી. બત્રીસ વર્ષનું બૈરું બની ગઈ હતી. સહેજ શ્યામ, મેદસ્વી, અવિનાશની જેમ જ ઊંચાઈમાં જરાક ઓછી, પણ નમણાશની છલકાતી નદી જેવી. આંખો જોઈને જ ખબર પડી જાય કે આ અવિનાશની બહેન હોવી જોઈએ.

ઓસરીમાં બેસીને શાક સમારી રહી હતી. અમને જોઈને ઊભી થઈ ગઈ. મને તો શાની ઓળખે ? પણ આર.કે.ની સાથે ઘરોબો હતો.

'આવો, અંકલ ! તમારા જમાઈ તો દુકાને બેઠા છે. ફોન કરું તો હમણાં આવી જશે. બોલાવું ?' એણે અમને આવકાર આપ્યો. પાણી આપ્યું. અમને સોફામાં બેસાડ્યા. પછી પતિને બોલાવવા માટે અમારું સૂચન માગ્યું.

પણ આર.કે.એ એને વારી, 'ના, બેટા ! એને દોડાવવાની જરૂર નથી. અમે તો ખાસ તને મળવા માટે આવ્યા છીએ.'

પિન્કી મારી તરફ પૃચ્છાભરી નજરે જોઈ રહી. આર.કે.ની વાણી ચાલુ જ હતી, 'આ ભાઈ મારા મિત્ર છે. તને જાણીને આનંદ થશે કે એ અવિનાશના પણ મિત્ર હતા ! એમને તો હમણાં જ ખબર પડી કે... એ તને મળવા માગે છે...'

વાતાવરણ બોજિલ બની ગયું. આર.કે.ના ગળામાં ભીનાશ બાઝી ગઈ. અવિનાશના ઉલ્લેખ માત્રથી હું મારી બાર વર્ષની ઉંમરમાં ચાલ્યો ગયો. પણ આશ્ચર્ય ! સામે બેઠેલી પિન્કી સ્મિત કરી રહી હતી !

'એમ ? તમે ભાઈના મિત્ર હતા, એમ ને ? સારું કર્યું; તમે આવ્યા એ મને ગમ્યું.'

ઓત્તારીની ! તારું ભલું થાય ! હું એને જોઈ રહ્યો. પાંચ વર્ષની ઢીંગલીને અચાનક આટલાં વર્ષે ફરીથી મળતો હતો. ટી.વી. સ્ક્રીનના ટચૂકડા પાત્રને એકદમ મોટા ફિલ્મી પડદે જોવા જેવું લાગી રહ્યું હતું, પણ આઘાત એ વાતનો હતો કે પિન્કી રડવાને બદલે હસી રહી હતી !

મેં આંસુની ટાંકીનું ઢાંકણું ઉઘાડતો હોઉં એ રીતે અતીતની વાત ઉખેળી, 'બહેન, હું અને અવિનાશ સાથે ભણતા હતા. મિત્રો હતા. છઠ્ઠા ધોરણમાં હતા, ત્યારે ખૂબ રમ્યા છીએ, ધીંગામસ્તી કરી છે. બહુ સારો છોકરો હતો અવિનાશ.'

પિન્કી હસતી હતી ! પાણી તો નહીં, પણ ઝાંઝવાનું પણ ક્યાંય નામોનિશાન ન મળે.

'મને ખબર પડી કે અવિનાશ હવે... આ દુનિયામાં નથી... ત્યારે ખૂબ મોટો આઘાત... આખી રાત ઊંઘ ન આવી... રડ્યા જ કર્યું... પછી વિચાર આવ્યો કે લાવ, પિન્કીને મળીને...'

'એમ ? સારું કર્યું ભાઈ ! શું લેશો ? ચા કે કૉફી ?' પિન્કી હળવા સ્મિત સાથે ઊભી થઈ અને પાણીના ખાલી ગ્લાસ ઉઠાવીને રસોડા તરફ ચાલતી થઈ.

મેં આર.કે. સામે જોયું. એ ચિડાયા, 'તમે શું ધારો છો ? ભાઈ મરી જાય એટલે બહેને આખી જિંદગી રડ્યા જ કરવાનું ? દિવસ-રાત ? વરસોનાં વરસ લગી ?'

'હું ક્યાં એવું કહું છું ? પણ કોઈ બહેન એના સંવેદનતંત્રની આસપાસ આટલી સખત કિલ્લેબંદી રચીને જીવી શકે ખરી ? મૃત ભાઈનો મિત્ર આવીને એ કિલ્લાને હચમચાવે તોપણ એની દીવાલમાંથી એક કાંકરીયે ન ખરે ?'

અમારો સંવાદ અટક્યો. પિન્કી ચા લઈને આવી રહી હતી. હું ચાના ઘૂંટ ભરતો રહ્યો, સરસ હતી. સ્વાદમાં મીઠી, અસરમાં કડક. ટેસદાર ! જાણે કશું જ

બન્યું ન હોય એવી !

'શરદભાઈને અવિનાશનો ફોટોગ્રાફ જોવો છે. એકાદ મળી શકે ?' કપ ખાલી કર્યા પછી આર.કે.એ વાતને આગળ ધપાવી.

'હા, છે ને ! એના લગ્નનું આખું આલ્બમ છે ! પણ શોધવું પડશે. કોને ખબર ક્યાં પડ્યું હશે ?' કહીને પિન્કી અંદરના ઓરડામાં ચાલી ગઈ. હું વિચારતો હતો. ભાઈ મરી ગયો એની સાથે જ એની જોડેનો સંબંધ પણ મરી ગયો ? એની તસવીરોનો સંગ્રહ ક્યાંક સબડતો હશે ! મતલબ કે પિન્કી ક્યારેય સ્વર્ગસ્થ ભાઈનો ચહેરો જોવાની પણ પરવા નહીં કરતી હોય ?

એટલી વારમાં એ બહાર આવી. ધૂળ ખંખેરેલું આલ્બમ મારા હાથમાં મૂક્યું. હું એનાં પાનાં ઊથલાવતો ગયો. પાને-પાને અવિનાશ છવાયેલો હતો. ગણેશ-સ્થાપનથી માંડીને પરણવા માટે જતી વખતે હાથમાં શ્રીફળ પકડીને ઊભેલો અવિનાશ, માંડવામાં પોંખાતો અવિનાશ, ફેરા ફરતો અવિનાશ, હસ્તમેળાપ કરતો અવિનાશ, પરણ્યા પછી તરત જ નવોઢાની સાથે વડીલોના ચરણોમાં ઝૂકીને આશીર્વાદ મેળવી રહેલો અવિનાશ...!

'એક ફોટોગ્રાફ... મારે જોઈતો હોય તો... હું લઈ શકું...? આમાંથી ફાટે નહીં એ રીતે કાઢી શકું ?' મેં અચકાતાં-અચકાતાં પૂછ્યું, 'તમે મને સ્ટુડિયોનું સરનામું આપો, તો હું એની કૉપી કઢાવીને મૂળ ફોટો તમને પરત કરી દઈશ... આઈ પ્રોમિસ...!'

'અરે, ભાઈ ! એવી માથાકૂટ કરવાની જરૂર જ શી છે ? લઈ જાવને તમતમારે ! જોઈએ તો આખું આલ્બમ લઈ જાવ !' પિન્કી એવી રીતે બોલી રહી હતી જાણે અવિનાશ એનો નહીં, પણ બીજા કોઈનો ભાઈ હોય ! એ તદ્દન સ્વસ્થ હતી. પછી એ વરિયાળી લેવા માટે અંદર ચાલી ગઈ.

આર.કે. મારા કાનમાં બબડ્યા, 'આ મકાન મૂળ અવિનાશના ભાગે જતું હતું. બાપની મિલકત. હવે પિન્કીના ભાગે આવેલું છે. અવિનાશ મરી ગયો, ત્યારે હું અહીં આવ્યો હતો. એની લાશને અહીં આ ચોકમાં જ સૂવડાવી હતી. નદીમાંથી કાઢીને પોસ્ટમોર્ટમ બાદ અહીં જ લાવ્યા હતા. આપણે બેઠા છીએ એનાથી પાંચેક ફીટ દૂર જ અવિનાશને...'

મારા મન ઉપર વિષાદનું અંધારું ઊતરી આવ્યું. શહેર ઉપર પણ સાંજ ઢળી રહી હતી. વરસાદ હજુ પણ ધીમો ધીમો ચાલુ જ હતો. મેં વરિયાળી ખાતાં ખાતાં પિન્કી તરફ જોયું. એ હવે વાળમાં કાંસકો ફેરવી રહી હતી. કદાચ એને ક્યાંક બહાર જવાનું હશે.

અમે ઊભા થયા. મને જગતના વ્યવહારનું રહસ્ય સમજાઈ ગયું હતું. આપણે ખાલીઅમથા આપણા વ્યક્તિત્વનો બોજ માથા ઉપર ઉઠાવીને જીવ્યા કરીએ છીએ ! બાકી આપણા અવસાન બાદ અમુક વર્ષો થાય એ પછી આપણી બહેન, આપણાં માવતર, પત્ની, જો બાળકો હોય તો બાળકો – બધાં જ આપણને ભૂલીને એમની અંગત દુનિયામાં ગોઠવાઈ જતાં હોય છે. અમર પાલનપુરીનો શેર મારા દિમાગમાં ઝબકી ગયો :

મારી પાછળ મારી હસ્તિ એ રીતે વીસરાઈ ગઈ,
જળમાંથી નીકળી આંગળી ને જગા પુરાઈ ગઈ !

આર.કે. ખડકીની બહાર પહોંચી ગયા. હું પણ નીકળવાની અણી ઉપર હતો. ત્યાં મને કશુંક યાદ આવી ગયું. હું પાછો ફર્યો. હમણાં બે-ત્રણ દિવસ અગાઉ જ રક્ષાબંધનનો તહેવાર ગયો હતો. ત્યારે પણ પિન્કીને ભાઈની યાદ નહીં આવી હોય ? કદાચ નયે આવી હોય ! પણ મારે એની સાથે નિસ્બત ન હતી. અત્યારે મારા મનમાં માત્ર એક જ વિચાર રમી રહ્યો હતો : ભાઈ-બહેન અને રક્ષાબંધન. અવિનાશ મારો દોસ્ત હતો અને સામે ઊભી છે એ મારા દોસ્તની બહેન. એટલે કે મારી પણ બહેન.

મેં કોઈ અદૃશ્ય ધક્કાને વશ થઈને ખિસ્સામાંથી પાકીટ કાઢ્યું. અંદરથી રૂપિયા બહાર કાઢ્યા. ત્રણ દિવસ પહેલાં જેટલી રકમ મારી સગી બહેનને રાખડીના સ્નેહપેટે આપી હતી એ જ રકમ પિન્કીના હાથમાં મૂકી દીધી.

'અરે, આ શું કરો છો ?' પિન્કી તદ્દન સ્વસ્થ હતી, 'ના ભાઈ ! તમે અવિનાશના મિત્ર ખરા ! પણ એમાં આવો વહેવાર કરવાનો હોય નહીં.'

'બહેન ! સાંભળ ! ધ્યાનથી સાંભળ : હું કદીયે કોઈને બહેન બનાવતો નથી. મારે ઈશ્વરદત્ત એક જ બહેન છે અને એ પૂરતી છે. હું કોઈને ધર્મની બહેન બનાવું એ મારી મા-જણી બહેનને પસંદ પણ નથી. મારી બાબતમાં એ બહુ પઝેસિવ છે, પણ આ પૈસા હું તને નથી આપતો ! અવિનાશ ખુદ જીવતો થઈને આ પસલી એની બહેનને આપી રહ્યો છે ! એ મારો મિત્ર હતો ! અમે સાથે ભણતા ત્યારે મને તો ઠીક પણ એને પોતાનેય ક્યાં એવો ખ્યાલ હતો કે એક દિવસ એના મરણ બાદ હું આ રીતે...? મને એ સમયની એક ઘટના સાંભરે છે, બહેન ! શાળામાં એક દિવસ હું ગેરહાજર હતો. જ્યારે 'રોલ કોલ' વખતે મારું નામ બોલાયું, ત્યારે અવિનાશે 'યસ સર' કહીને મારી હાજરી પુરાવી દીધી. અમે એને 'પ્રોક્સી પ્રેઝન્સ' કહેતા. આજે જિંદગીના 'રોલ કોલ'માં હું એની હાજરી પુરાવવા આવ્યો છું. લઈ લે, બહેન ! ના ન પડાય...'

'અવિનાશ...! ભઈલા...! મોટા ભાઈ...! અવિનાશ...' પિન્કી ચોધાર આંસુએ રડી પડી, જાણે કોઈ બંધ તૂટે અને તળાવનો જળભંડાર ઊમટી પડે એ રીતે એની આંખોનું તળાવ ફાટ્યું, 'ભાઈ, હું તમને નથી ભૂલી શકતી. કોશિશ તો બહુ કરું છું ભૂલવાની. બહારથી કઠણ દેખાવાનો અભિનય પણ કરું છું. કોઈ તમારા વિશે વાત કરે છે, ત્યારે નિર્મમ, લાગણીહીન દેખાવાનો દંભ પણ કરી લઉં છું...પણ તમે નથી ભુલાતા ! અવિનાશભાઈ...!'

એ મને અવિનાશનો મિત્ર નહીં, પણ ખુદ અવિનાશ માનીને બોલ્યે જતી હતી. બોલતાં બોલતાં રડ્યે જતી હતી. ખળભળી તો હું પણ ગયો હતો. ઝડપથી બહાર નીકળી ગયો. પુરુષને પીગળવું ન શોભે !

આર.કે. ખડકીની બહાર ઊભો હતો. મારી સામે સ્મિત ફરકાવીને બોલ્યો, 'જોયું ને ? ગઢનો કાંગરો ખેરવવો મુશ્કેલ છે, પણ આખો કિલ્લો ધરાશાયી થતાં વાર નથી લાગતી ! તમે ઘણના ઘા ઉપર ઘા ઝીંકતા રહો, તો દરવાજા ભડોભડ ભીડાઈ જાય, પણ કમાડ ઉપર હળવેકથી દસ્તક મારો તો દ્વાર તરત ઊઘડે. તમે અવિનાશના મિત્ર બનીને જાવ તો એની બહેન કદાચ દ્રવે, કદાચ ન પણ દ્રવે, પણ તમે ખુદ અવિનાશ બનીને જાવ, તો...?'

આ 'તો ?'નો જવાબ ખડકીની અંદર મોજૂદ હતો. હું નજરોનજર જોઈને આવતો હતો. અમે પોળમાંથી નીકળીને મોટા રસ્તા ઉપર આવ્યા. વરસાદ રહી ગયો હતો, પણ અમે જાણતા હતા કે ક્યાંક, કોઈ ઘરમાં, મનની ભીતરનું ચોમાસું પૂરબહારમાં જામ્યું હતું. નદી બનીને વહી રહ્યું હતું. વરસો પહેલાં નદીમાં ડૂબી ગયેલો ભાઈ આ લાગણીની નદીમાંથી પાછો જીવતો થયો હતો.

(સત્ય ઘટના)

મારો ચાલીસ વર્ષ પહેલાંનો ચહેરો હજી વાતાવરણમાં લહેરાતો હતો

'પપ્પા, હવે તમે અમને ક્યાં લઈ જાવ છો ?' મારા તેર વર્ષના પુત્ર સ્પંદને ભારોભાર ઉત્સુકતા અને વિસ્મય સાથે પૂછ્યું, 'તમારા જૂનાગઢમાં તો જોવાલાયક ઘણાં બધાં સ્થળો છે !'

'હવે હું જ્યાં રહ્યો છું એ સ્થાન જૂનાગઢનું સૌથી શ્રેષ્ઠ, સૌથી રમણીય અને મારા માટે સૌથી વધારે મહત્ત્વ ધરાવતું સ્થાન છે. સાચું કહું તો હું એ જગ્યા તને નહીં, પણ ખુદ મને બતાવવા માટે જઈ રહ્યો છું.'

સોળમી જુલાઈ, બે હજાર બેનું વર્ષ હતું. બપોરના બે વાગી ચૂક્યા હતા. મારી જ ગાડીમાં મારો પરિવાર હતો. સિત્તેર વર્ષના પિતાજી હતા, ઓગણીસ વર્ષની દીકરી હતી અને તેર વર્ષનો દીકરો. ચાર પૈડાંના વાહનમાં એક સાથે ત્રણ-ત્રણ પેઢીઓનું પ્રતિનિધિત્વ પ્રવાસ કરી રહ્યું હતું. ત્રણેય પેઢીઓનાં મનની ભીતર અલગ-અલગ ભાવવિશ્વ વિસ્તરી રહ્યું હતું. નિવૃત્ત પિતાજી કદાચ આ શહેરમાં પસાર કરી દીધેલો પરસેવાભીનો અતીત યાદ કરી રહ્યા હશે. જિંદગીનાં બેતાલીસ વરસ. પરિશ્રમનાં, કરકસરનાં, એકના એક પુત્રને ઉછેરીને મોટો કરવાનાં, એને ભણાવી-ગણાવીને ડૉક્ટર બનાવવાનાં, માટીના ક્યારામાં સોનાનો છોડ ઉછેરવાનાં વરસો. પ્રાથમિક શાળામાં શિક્ષક તરીકે નોકરી કરવાનાં પ્રામાણિક વરસો. અને પછી વધારાના સમયમાં આઠ-આઠ કલાક ટ્યૂશન્સ ખેંચવાનાં વરસો. જૂનાગઢના ઢોળાવવાળા આકરા ચઢાણના રસ્તાઓ ઉપર સાઇકલ ખેંચતાં, હાંફતાં, પસીનો રેલાવતાં અને અરમાનોના છોડને એ પરસેવાની વાછટથી સિંચવાનાં વરસો. આજે એ જ રસ્તાઓ ઉપર દીકરો એમને ગાડીમાં બેસાડીને ફેરવી રહ્યો હતો. આ એમનું મનોજગત હતું.

તો મારી પાસે મારું મનોવિશ્વ હતું. આ શહેર કાયમ માટે છોડી દીધાને પા સદી જેટલો સમય વીતી ગયો હોવા છતાં હજુ એની માયા છૂટતી ન હતી.

અમદાવાદમાં અઢી દાયકાના વસવાટ પછી પણ હું મારી જાતને પરદેશી માનું છું. આજે પણ ક્યાંક જવું હોય તો મને એ સરનામું જડતું નથી. અને જૂનાગઢમાં ?

'પપ્પા, તમને આટલાં વરસ પછી પણ અહીંનું બધું યાદ છે ? તમે કોઈને પૂછ્યા વગર જ્યાં જવું હોય ત્યાં જ ગાડી લઈ જાવ છો !' મારી દીકરીના સવાલમાં ભારોભાર આશ્ચર્ય હતું અને એ વાજબી હતું. એના પપ્પાની બાઘાઈ વિશે એને પૂરી જાણકારી હતી.

મેં હસીને જવાબ વાળ્યો હતો, 'બેટા, આ તો ખુલ્લી આંખે ફરી રહ્યો છું, પણ જો તું મારી આંખે પાટો બાંધી દે તોપણ કશો ફરક ન પડે ! તું જ્યાં કહે ત્યાં તને લઈ જાઉં !' આ શહેરના 'ચપ્પા ચપ્પા, બુટ્ટા બુટ્ટા હાલ હમારા જાને હૈ' અને સામે હું પણ અહીંની શેરીઓ, રસ્તાઓ અહીંના પથ્થરે પથ્થરને પહેચાનું છું. આજે આ શહેરની જ એક સંસ્થા દ્વારા મારા જાહેર-સન્માનનો કાર્યક્રમ આયોજિત કરવામાં આવેલ હતો. શહેરના પ્રબુદ્ધ નાગરિકોની ઉપસ્થિતિમાં મને 'જૂનાગઢ-રત્ન'નો ઍવૉર્ડ આપવામાં આવનાર હતો. હું રત્ન જેવો છું એ એમની માન્યતા હતી. એમને મુબારક, પણ મારી માન્યતા એ કે હું કંકર સમાન છું. આ દુનિયામાં જૂનાગઢ એક માત્ર એવું શહેર છે જ્યાં મને એકવચનમાં સંબોધનારા હજારો માણસો છે. જ્યાં ખુલ્લા પગે ચડ્ડી-બુશકોટ પહેરીને હું શૈશવનાં સોનેરી વર્ષો પસાર કરી ચૂક્યો છું. મારે મન 'જૂનાગઢ-રત્ન'માં વધારે મહત્ત્વ જૂનાગઢ શબ્દનું હતું, રત્નનું તો લેશમાત્ર નહીં.

અને મારાં સંતાનોનું વિચારજગત વળી સાવ જુદું જ હતું. એમાં વિસ્મય હતું, સવાલો હતા, કુતૂહલ હતું. આટલા નાનકડા શહેરને જોઈને પપ્પા આમ આટલી હદે ઘેલા-ઘેલા કેમ થઈ ગયા છે એવો મૂંઝવી દેનારો સવાલ હતો.

'પણ અમને ક્યાં લઈ જાવ છો એ તો કહો ! બે વાગ્યા. કકડીને ભૂખ લાગી છે.' દીકરાએ ફરિયાદ કરી.

'બસ, થોડી વાર. અડધો કલાક ખમી જા. ભૂખ મને પણ લાગી છે.' કહીને મેં ગાડીને જમણી બાજુના ખાંચામાં વાળી. સવારના સાત વાગ્યાના નાસ્તો પતાવીને નીકળ્યા હતા, બાળકોને જૂનાગઢનાં જોવાલાયક સ્થળો બતાવવા માટે. એ બહાને હું પણ મારા અતીતનાં સ્મરણો ઉપર સુંવાળો હાથ અને મીઠી નજર ફેરવી રહ્યો હતો. નરસિંહ મહેતાનો ચોરો, ઉપરકોટનો કિલ્લો, વિલિંગ્ડન ડેમ, પરીતળાવ, ભવનાથ મહાદેવનું પુરાણપ્રસિદ્ધ મંદિર, ગરવો ગઢ ગિરનાર, ભૂતનાથનું મંદિર, મોતીબાગ, લાલઢોરી, ઈટવા, ઇંદ્રેશ્વર...! આ શહેરમાં એક મહિનો રહું તોપણ ઓછું પડે. મારી પાસે તો ફક્ત ગણતરીના થોડાક કલાકો જ હતા.

જવાહર રોડનો ઢાળ ઊતરીને મદન ખારોડના ડહેલા પાસેથી જમણા હાથે આવેલી ગલીમાં સહેજ આગળ જઈને એક ખુલ્લા ચોકમાં મેં ગાડી ઊભી રાખી.

'નીચે ઊતરો.' મેં બાળકોને કહ્યું. પિતાજી તો ત્યાં સુધીમાં પ્રસન્ન ચહેરે ગાડીમાંથી નીચે પગ મૂકી ચૂક્યા હતા, 'આ સામે દેખાય છે એ મારી જિંદગીના પૂર્વાર્ધનું પાટનગર. આ મકાનમાં અમે રહેતા હતા. અહીં જ હું નાનામાંથી મોટો થયો. ભાડાનું ઘર હતું. પંદર વૉટના બલ્બના પ્રકાશમાં રાતોની રાતો જાગીને... આવો, તમને એ બધું બતાવું !'

હજી થોડી વાર પહેલાં જ હું એમને ઉપરકોટનો કિલ્લો જોવા લઈ ગયો હતો, પણ એ તો રાણકદેવી અને રા'ખેંગારનો કિલ્લો હતો. જ્યારે આ ડહેલીબંધ મકાનનો એક નાનકડો હિસ્સો મારો કિલ્લો હતો. મારી સ્મૃતિઓને સંગોપીને બેઠેલો શૈશવ-ગઢ.

મેં એક ઊંડો શ્વાસ છાતીમાં ખેંચીને ચોપાસ જોયું. બધું જ બદલાઈ ચૂક્યું હોય એવું લાગતું હતું. આ ચોક પણ અત્યારે સૂમસામ હતો. મારા કાનમાં જગજિતસિંઘે ગાયેલી ગઝલના શબ્દો ગુંજી રહ્યા : વો કાગઝ કી કશ્તિ, વો બારિશ કા પાની...!

મારું એ બધું જ આ શેરીના આ ચોરસ ટુકડામાં સમાયેલું હતું. અહીં જાનીનો ડહેલો હતો. એમાં સામસામે આવેલાં એક-એક નાની ઓરડીનાં બનેલાં ચાલીસેક જેટલાં મકાનો હતાં. દરેકમાં મારો એક-એક ભેરુ રહેતો હતો. સાંજ પડ્યે અમારી કિલકારીઓથી આ ચોક ગુંજી ઊઠતો હતો. એક બટુક હતો. અમે એને બટકો કહીને બોલાવતા. એક દિલપો હતો, વિઠ્ઠલ હતો, બાજુની ગલીમાં એક તોફાની છોકરો હતો, રમલો ભોઈ. અમને બધાંને આખું વરસ મારતો રહેતો હતો. એક દિવસ મેં એને લોહીલુહાણ કરી નાખ્યો હતો. એક જગો હતો જગદીશ. અત્યારે એ ઇન્કમટેક્સમાં સારા હોદ્દા ઉપર છે. હજુ પણ અમારી મૈત્રી ટકી રહી છે. એક જિતુ હતો, જે જુવાનીના ઉંબરે જ કૅન્સરનો કોળિયો બની ગયો હતો. એનો મોટો ભાઈ અશ્વિન હજી જીવે છે ? ક્યાં ? ખબર નથી.

પણ સામે જોયું તો જાનીનો ડહેલો જ ન હતો ! ત્યાં અત્યારે કોઈ ચોક્કસ જ્ઞાતિની બોર્ડિંગનું પાટિયું વાંચી શકાતું હતું. અમારો અવાજ સાંભળીને બે-ચાર વિદ્યાર્થીઓ બારીમાંથી ડોકાં કાઢીને અમને જોઈ રહ્યા. અપરિચિતતાનું અંધારું બંને પક્ષે એક સમાન હતું. બધું બદલાઈ ચૂક્યુ હતું.

ખૂણામાં રામજીનું મંદિર હતું, જ્યાંનો પૂજારી મરી ચૂક્યો હતો. એની રૂપાળી છોકરી મારી નાનપણની ભિલ્લુ હતી. ચંચળ અને નમણી. યુવાનીમાં પગ મૂકતાંની

સાથે જ એ કોઈની સાથે ઊડી ગઈ હતી. બાજુમાં કોલસાની વખાર હતી, એની બાજુમાં...!

પણ એ બધું યાદ કરવાનો શો અર્થ હતો ? જ્યારે હતું ત્યારે હતું. અત્યારે એ જગ્યાએ જૂનાં મકાનો તૂટીને નવાં આલીશાન બાંધકામો ઊભાં થઈ ગયાં હતાં. આખી શેરીમાં એક પણ માણસ મારું ઓળખીતું દેખાતું ન હતું. જે મોટા હતા એ કદાચ મરી ચૂક્યા હતા. જે નાના હતા એ અત્યારે મોટા થઈ ગયા હતા અને બીજે ક્યાંક ઊડી ગયા હતા. નવું વૃક્ષ, નવી ડાળ, નવો માળો. બીજાની વાત શા માટે ? હું પોતે અત્યારે કેટલો દૂર જઈને વસી ગયો હતો !

સદ્‌ભાગ્યે જે મકાનમાં અમે રહેતાં હતાં એ ખુલ્લું હતું. અંદરથી એક આધેડ વયના સજ્જન બહાર આવ્યા : 'કોનું કામ છે, ભાઈ ?'

મેં મારો ઉદ્દેશ જણાવ્યો : 'આ મકાનમાં આજથી પચીસ વરસ પહેલાં અમે રહેતાં હતાં.'

'ઓહ ! એ પછી તો આ મકાન બે વાર વેચાઈ ચૂક્યું છે. હાલમાં હું એનો માલિક છું.'

'આ મારાં બાળકો છે. મારી ઇચ્છા એમને મારું જૂનું મકાન દેખાડવાની છે. જો તમે રજા આપો તો...'

'અરે, એમાં રજા શાની ? મારી પહેલાં આ ઘર તમારું હતું. તમારો એની ઉપર પ્રથમ અધિકાર છે. પૈસા આપીને મકાન ખરીદી લેવાથી એની સાથેની લાગણી થોડી ખરીદી શકાય છે ? પ્લીઝ, કમ ઈન ! યુ આર મોસ્ટ વેલકમ !' અત્યંત શાલીનતાથી એ સજ્જને બપોરના કસમયે અમને મકાનની અંદર પ્રવેશ આપ્યો.

પણ આ શું ? હું આંચકા સાથે ઊભો રહી ગયો. સામે બાથરૂમ હતો એ ક્યાં ગયો ? અને અહીં અમારા રસોડાની બારી પડતી હતી ત્યાં અત્યારે ભીંત ચણાઈ ગઈ છે. અને અહીં પાણીની કૂંડી ચણેલી હતી એ ક્યાં ? ઓટલો, બારણાં, ઉપર જવા માટેનો દાદર, લાકડાનાં પગથિયાં...! હું જાણે કે કોઈ બીજા જ મકાનમાં આવી ચડ્યો હતો !

સજ્જન મકાન-માલિકની સાથે અલપઝલપ વાતો ચાલુ જ હતી. વાત-વાતમાં થોડીક અંગત ઓળખાણ પણ નીકળી પડી. એમણે હોંશપૂર્વક આખા ઘરમાં અમને ફેરવવા માંડ્યા. પણ કયું ઘર ? જે ઘરમાં અમે વરસો સુધી રહ્યાં હતાં એનો તો માત્ર બાહ્ય આકાર જ જળવાયેલો હતો. આંતરિક રચનામાં ધરમૂળથી ફેરફારો થઈ ચૂક્યા હતા. પાણિયારું, રસોડું, પૂજાનું સ્થાન, દીવાલમાં જડેલાં કબાટો, એક કબાટની બાજુમાં ખૂણામાં મારું ચોરખાનું – જ્યાં હું મારો મૂલ્યવાન ખજાનો (લખોટીઓ,

કોડીઓ, માચીસનાં ખોખાંની છાપો, ગાભાનો દડો, પેન્સિલોના ટુકડાઓ વગેરે) છુપાવતો હતો...! અત્યારે એમાંનું કશું જ અહીં દેખાતું ન હતું.

મેં હવામાં આકૃતિઓ દોરીને મારાં બાળકોને અમારી એ વખતની વ્યવસ્થાનો ખ્યાલ આપવાનો પ્રયત્ન કર્યો : 'અહીં એક સોફાસૅટ પડ્યો રહેતો, જેમાં આડો પડીને હું આખી રાત વાંચ્યા કરતો. ...અહીં એક હીંચકો હતો... એના ઉપર હું અને તમારી ફોઈ (એટલે કે મારી બહેન) મોટેથી હીંચકા ખાતાં હતાં...અહીં એક લાકડાનું ટેબલ હતું...એની ઉપર મારી ચોપડીઓ રહેતી હતી... અહીં એક ટેબલફેન હતો, જે હવા કરતાં વધારે તો અવાજ ફેંકતો હતો...!'

હું નાનકડું બાળક બની ગયો હતો. મારા દીકરાથી પણ નાનો. કરોડો સ્મરણો મારા ચિત્તમાં ઊભરાતાં હતાં. દેહમાં મીઠો રોમાંચ જાગી રહ્યો હતો. સાથે સાથે એક અવસાદ પણ. અવસાદ એ વાતનો કે આ બધું એ સમયે હતું ! અત્યારે એમાંનું કશું જ નથી. ન જડ, ન ચેતન. મને ઓળખી શકે એવું કોઈ માણસ અહીં ન હતું અને હું જેને ઓળખી શકું એવી કોઈ ચીજ ત્યાં જોવા મળતી ન હતી.

ઘરધણીએ અતિશય આગ્રહ કરીને ચા-પાણી પિવડાવ્યાં. એમનો આભાર માનીને અમે નીકળ્યાં, ત્યારે કાંડાઘડિયાળમાં સરકતો કાંટો ત્રણ વાગ્યાનો સમય બતાવી રહ્યો હતો. ભૂખ એની તીવ્રતાના તમામ સીમાડા તોડીને આગળ વધી રહી હતી.

અમે ડહેલીની બહાર નીકળ્યાં, ત્યાં મારી નજર સામે બારણે આવેલા મકાન ઉપર પડી. અરે, આ તો પુષ્પામાસીનું મકાન ! મને બરાબર યાદ છે. ત્યાં એક લોહાણા પરિવાર રહેતો હતો. એ કુટુંબનો જુવાન દીકરો અમારી નજર સામે એક સુંદર સ્ત્રીને પરણીને આવ્યો હતો. એનું નામ પુષ્પા. હરેલા-ભરેલા પુષ્ટ દેહવાળી એ સ્ત્રી મારી બાની સાથે અનેક વાર વાતો કરવા માટે આવતી રહેતી. થોડાં વર્ષોના લગ્નજીવન બાદ એને બિચારીને સંતાનપ્રાપ્તિ ન થઈ એટલે એ કાયમ દુઃખી દુઃખી થઈને ફરતી રહેતી. એ પછી ઘણાં વરસે એના ઘરે પારણું બંધાયું હતું. કદાચ દીકરી જન્મી હતી.

હું શેરીમાં ઊભો રહીને આ બધું યાદ કરતો હતો, ત્યાં જ એ ઘરનું કમાડ ખૂલ્યું. એક આધેડ વયની સ્ત્રી ઓટલા ઉપર આવી. હું ઓળખી ગયો. આ જ પુષ્પામાસી ! એમની આજુબાજુએ એમની જ પ્રતિકૃતિઓ જેવી બે જુવાન છોકરીઓ પણ બહાર નીકળીને ઊભી રહી ગઈ. તો ભગવાને એમને બીજે ખોળે પણ દીકરી જ આપી હતી.

એ અજાણપણાનો ભાવ આંજેલી આંખે મારી સામે જોઈ રહ્યાં હતાં. મારાથી

સહસા પુછાઈ ગયું, 'પુષ્પામાસી, ઓળખાણ પડે છે ?'

એમણે આંખો ઝીણી કરી. હથેળીનું નેજવું કર્યું, 'ના, ભાઈ કોણ તમે ?'

'મને ઓળખ્યો, માસી ? હું...' આગળ બોલતાં હું અટકી ગયો. શો મતલબ એ જણાવવાનો કે હું કોણ હતો ? જો બિત ગઈ સો બાત ગઈ ! કાળના અવિરત પ્રવાહમાં માનવીનું મૂલ્ય કેટલું ? જ્યાં આપણે વર્ષો સુધી જીવ્યાં, રમ્યાં, લડ્યાં, ઝઘડ્યાં, ત્યાંની એક પણ વ્યક્તિ આજે આપણને ઓળખે પણ નહીં એ કેવી અસહ્ય વ્યથાને જન્મ આપનારી વાત છે !

'માફ કરો, માસી ! હું કોઈ જ નથી. મારી ભૂલ થઈ ગઈ.' બોલીને હું પીઠ ફેરવવા જતો હતો, પણ એ હજુયે મારી સામે જ જોયા કરતાં હતાં. સૂમસામ શેરી, બપોરનો સમય અને પચાસ વર્ષના એક પુરુષને ઓળખવા મથતી એક સાઠ-પાંસઠની સ્ત્રી ! એમને નિષ્ફળતા જ હાથ લાગી. એમની હતાશ આંખો મારી ઉપરથી ખસીને મારી બાજુમાં ઊભેલા મારા દીકરા તરફ પડી. એ એક-બે ક્ષણો માટે સ્પંદન સામે તાકી રહ્યાં. પછી જાણે અચાનક એમના વિસ્મૃતિના અંધકારથી છવાયેલા દિમાગી આભમાં વીજળીનો ઝબકાર થયો !

'કોણ ? અનસૂયાબહેનનો બાબો તો નહીં ?!' એમણે મને ઓળખી કાઢ્યો. બરાબર ઓળખી કાઢ્યો. અનસૂયા મારી બાનું નામ. અને આ મારી શેરી માટે હું 'બાબો' હતો.

'શાબાશ, માસી ! આખરે મને ઓળખી ગયાં ખરાં !'

'અરે, ભાઈ ! તને ક્યાં ઓળખી શકું છું. તને છાપામાં તો વાંચું છું...પણ તું કેટલો બધો બદલાઈ ગયો છે ? ક્યાંથી ઓળખાય ? પણ આ તારા દીકરાનો ચહેરો જોઈને તારી ઓળખાણ પડી ગઈ.' પુષ્પામાસીની આંખોમાં આનંદ-આનંદ હતો.

મેં પૂછ્યું, 'એમ ? મારો દીકરો મારા જેવો જ દેખાય છે ? હું જ્યારે નાનો હતો ત્યારે...?'

'જેવો દેખાય છે એમ પૂછો છો, ભાઈ ? હું શું કહું ? બસ, એમ સમજો કે એ તમારી ઝેરોક્ષ નકલ લાગે છે ! આવો ને બાબાભાઈ, બધાં ઘરમાં તો આવો...! શું કરે છે તમારી બા ?' પુષ્પાબહેનની પૂછપરછ હવે એ.કે.-૫૬ના નાળચામાંથી વછૂટતી ગોળીઓની જેમ ચાલી રહી હતી.

અને હું ખુશ હતો ! અહીં તો હજીયે બધું જેમનું તેમ જ છે. આ શેરીમાં ક્યાં કશું જ બદલાયું છે ? મારો ચાલીસ વર્ષ પહેલાંનો ચહેરો પણ અહીંની હવામાં હજીયે એવો ને એવો જ સચવાયેલો છે !

(શબ્દશઃ સત્ય ઘટના)

મૃત્યુના કારણમાં લખો :
તાજી જન્મેલી અને તરત મારી નંખાયેલી બાળકીની ચીસ !

જેના ચાર ખૂણે ચાર શિવાલયો આવેલાં હોય એવું ગામ જોયું છે ? મેં જોયું છે. જિંદગીનાં સોનેરી વર્ષો મેં એ સ્થળે પસાર કર્યાં છે. સાથિયા આકારનું ઘડ્યું હોય એવું સમચોરસ ગામ. ચાકથી દોરેલા ચાર પટ્ટાઓ જેવા ચાર મુખ્ય માર્ગો. એકમેકને જ્યાં છેદે ત્યાં વર્તુળાકાર બજાર. બહાર ચોપાસ નાની-મોટી ટેકરીઓ અને ચાર ખૂણે ચાર શિવાલયો.

કાપડી દરવાજા પાસે એક સાર્વજનિક હૉસ્પિટલ. સારી એવી મોટી. ગામની વસતિ ત્રીસ હજારની. એમાં હિંદુ-મુસ્લિમની ટકાવારી પચાસ-પચાસ જેટલી, પણ હૉસ્પિટલનું સો પ્રતિશત ભંડોળ સુખી હિંદુ દાતાઓ તરફથી એકઠું થાય અને એ નાણાંમાંથી લગભગ પંચોતેર ટકા પૈસા ગરીબ મુસલમાન દરદીઓ માટે વપરાય.

એમ.ડી.ની ડિગ્રી પ્રાપ્ત કર્યા પછી બીજા જ દિવસે મને ત્યાં ઇન્ટરવ્યૂ માટે બોલાવવામાં આવ્યો. સાત વણિક શ્રેષ્ઠીઓએ ભેગા મળીને મને પ્રશ્નો પૂછ્યા. મારા જેવા પચીસ વર્ષના બિનઅનુભવી યુવાનના તબીબી કૌશલ્યમાં એમને ભરોસો પડ્યો હશે; ત્યાં ને ત્યાં મને નિમણૂકપત્ર આપી દીધો. હાજર થવા માટે એક અઠવાડિયાની મુદત આપી, પણ હું તો એ જ દિવસે અમદાવાદ જઈને થોડીઘણી ઘરવખરી સાથે પાછો આવી ગયો. ત્રીજા દિવસથી મારી નોકરી શરૂ થઈ ગઈ.

રોજ નવા નવા અનુભવો થતા હતા. મારા ઉત્સાહનો પાર ન હતો. ગામમાંથી અલગ-અલગ જૂથના અસંખ્ય માણસો મને મળવા માટે આવતા. ભૂતકાળની વાતો અને ભવિષ્યની આગાહીઓ કહી સંભળાવતા. ગામમાં કોનાથી સાચવવા જેવું છે અને હૉસ્પિટલમાં કયો કર્મચારી ખટપટિયો છે એની વણમાગી જાણકારી પીરસી જતા.

પણ ખરી મજા વહેલી સવારે ઊઠવાની હતી. અમદાવાદમાં એલાર્મના કર્કશ

અવાજથી ઊઠવા માટે ટેવાયેલા મને અહીં આવ્યા પછી જાણે કે સ્વર્ગ મળ્યું. હૉસ્પિટલના ત્રીજા માળે આવેલા મારા નિવાસસ્થાનની કોઈ પણ દિશામાં પડતી બારીમાંથી એક એક શિવમંદિર જોઈ શકાતું હતું. એટલે સવારના પહોરમાં મારા બંને કાન ઘંટના લયબદ્ધ અવાજોથી તરબતર થઈ ઊઠતા. ઘંટારવથી ન જગાય, તો કોયલનો ટહુકો બીજા એલાર્મ માટે તૈયાર જ હોય. અને એ પણ જો નિષ્ફળ જાય, મારા ખુલ્લા વરંડામાં મોર ઊડતો ઊડતો આવે અને એના મધુર કેકારવથી મારા કાન છલકાવી દે !

પંદર દિવસમાં તો હું આ ત્રિવિધ એલાર્મ-અવાજોથી ટેવાઈ ગયો. બલકે મને એનું વ્યસન થઈ ગયું. જ્યાં સુધી ત્રણેય અવાજો ન સંભળાય, ત્યાં લગી હું પથારીમાં જ પડી રહું; જાગી ગયો હોઉં તોપણ !

પણ સોળમો દિવસ અલગ ભાતનો બનીને ઊગ્યો. સવારે સાડા પાંચ વાગ્યે ડોરબેલના કર્કશ અવાજે મારી ગાઢ નિંદરમાં ખલેલ પાડી. આંખો ચોળતો હું ઊભો થયો. બારણું ઉઘાડ્યું, તો સામે રામજી ઊભો હતો. રામજી હૉસ્પિટલનો સૌથી સિનિયર વૉર્ડબૉય હતો. આધેડવયના રામજીએ આ નગરની અનેક રંગછટાઓ જોયેલી હતી. એના માથા ઉપરના વાળ અનુભવના તડકામાં તપીને સફેદ થયા હતા.

'શું છે, રામજી ?' મેં બગાસું ખાધું.

'સાહેબ, એક બાળકીને જોવા માટે આવવાનું છે. તાજી જન્મેલીને...'

'સારું, તું જા ! હું આવું છું.' મેં રામજીને ઇશારો કર્યો. પછી હું મોં ધોવા માટે વૉશબેસીન તરફ વળ્યો.

આમ તો મારી નિમણૂક ગાયનેકોલૉજિસ્ટ તરીકેની હતી. એટલે નાની બાળકીનો કેસ મારા કાર્યક્ષેત્રમાં ન આવે, પણ એ દિવસે મેડિકલ ઑફિસર છુટ્ટી ઉપર ગયેલા હતા, માટે મારે જવું પડે એમ હતું.

હું ઝટપટ નીચે ઊતર્યો. રામજી મને એક ટ્રોલી તરફ દોરી ગયો, જ્યાં એક તાજી જ ખીલેલી કળીને સુવાડવામાં આવી હતી.

એની સાવ નજીક જઈને મેં જોયું તો હું હલબલી ઊઠ્યો. ગંદી ગોદડીમાં એક સાવ ઉઘાડી બાળકી પડી હતી. જન્મ પછી તરત જ જોવા મળે એવી એની હાલત હતી. એનો કુમળો દેહ હજુ ભીનો અને ક્યાંક ક્યાંક લોહીના ધાબાવાળો હતો. ઠંડીને કારણે ચામડી ભૂરી પડી ગઈ હતી. તબીબી ભાષામાં એને 'એક્રોસાયનોસિસ' કહે છે. જો આવી સ્થિતિ વધારે સમય સુધી ચાલુ રહે તો આ ભૂરો રંગ બાળકીના મૃત્યુનું કારણ પણ બની શકે. એની નાજુક ચામડી પર કીડીઓ

તેમજ બીજી અજાણી જાતની જીવાત ચોંટેલી હતી.

'કોણ છે આની સાથે ?' મેં પૂછ્યું.

'કોઈ નથી, સાહેબ !' રામજીએ સૂચક રીતે કહ્યું. પછી ઉપર આસમાન તરફ ઇશારો કર્યો. હું સમજી ગયો; આ ત્યજી દેવાયેલું શિશુ હતું.

'એને હૉસ્પિટલમાં કોણે પહોંચાડી ?'

'ભટ્ટવાડાના જમુકાકા રોજ સવારે શિવશંભુના મંદિરે બીલીપત્ર ચડાવવા જાય છે એમણે...'

રામજીની અધૂરી માહિતીએ મારા મનમાં આ બાળકીની ખોજનું આખુંયે દૃશ્ય ચીતરી આપ્યું.

કુંવારી સ્ત્રી, લંપટ પુરુષ અને આ અનૌરસ સંતાન. મધરાતે જન્મ્યું હશે. એ પછી વહેલી સવારના આછા અંધકારમાં કોઈ એને ગામથી દૂર શિવમંદિરની બહાર આવેલી શિલાઓના સહારે મૂકી ગયું હશે. નાળમાંથી ઝમતા લોહીની ગંધે કીડીઓ અને જીવાતોને નોતરું આપ્યું હશે. ઠંડીના સુસવાટાએ એની રક્તવાહિનીઓ થિજાવી દીધી હશે. ઑક્સિજન ન મળવાને લીધે ચામડી, નાક, હાથ-પગની આંગળીઓ અને હોઠ જાંબુ જેવાં કાળાં ભૂરાં પડી ગયાં હશે. આમ થયું હશે એ મારી કલ્પના હતી, પણ આમ જ થયું હતું એનો પુરાવો મારી આંખો સામેની ગોદડીમાં પડ્યો હતો.

'સિસ્ટર, આને સેવલોનના પાણીથી સાફ કરી નાખો. એની નાળ ઉપર સ્વચ્છ દોરો બાંધો. એન્ટિબાયોટિક્સનાં ઇન્જેક્શનો આપો. ધનુર્વાની રસી આપો. સદરો અને લંગોટ પહેરાવો. પછી હૂંફાળા કપડામાં લપેટીને એને દૂધ પિવડાવો. આટલું કર્યા પછી એને ઑક્સિજન આપવો કે નહીં એ વિચારીશું. જો હૂંફને લીધે સાયનોસિસ અદૃશ્ય થઈ જશે, તો ઑક્સિજન નહીં આપીએ.'

'અને ધારો કે ડિહાઈડ્રેશન જેવું લાગે તો ?' નર્સે પૂછ્યું.

'અત્યારે તો નથી લાગતું, પણ જો એવું લાગશે તો ગ્લુકોઝ ડ્રીપ ચડાવીશું.'

આટલું બોલી રહ્યા બાદ મને કાયદો સાંભરી આવ્યો.

'રામજી, એક કામ કરવું પડશે.'

'ફરમાવો, સાહેબ !'

'પોલીસ સ્ટેશને જઈને જાણ કરવી પડશે. લાવારીસ બાળકનો મામલો છે. આપણે તો સારવાર કરી છૂટીએ, પણ એક વાર એનો જીવ બચી જાય એ પછી શું ? માટે ફોનનું ચકરડું ઘુમાવો !'

જરૂરી વ્યવસ્થા કરીને હું ઉપર ગયો. હવે પથારીમાં પડવાનો કશો અર્થ ન

હતો. પૂર્વ દિશામાં સાત ઘોડાનો અસવાર માથું કાઢી રહ્યો હતો. મારા ત્રણેય પ્રાકૃતિક એલાર્મ સ્વરો ક્યારનાયે શાંત થઈ ચૂક્યા હતા. મેં આખરી વાર બગાસું ખાધું અને ચા બનાવવા માટે રસોડા તરફ ગયો.

*

સાડા દસ વાગ્યા હશે. હું નાહી-ધોઈને તૈયાર થઈને વૉર્ડમાં દર્દીઓને તપાસીને કન્સલ્ટિંગ રૂમ ભણી જવાની તૈયારીમાં હતો. ત્યાં મારી નજર બાળકી ઉપર પડી. એની સ્થિતિ અત્યારે ઘણી સુધારા ઉપર જણાઈ રહી હતી. એના હાથ-પગ અને મોં ફરી પાછો ગુલાબી રંગ ધારણ કરી ચૂક્યાં હતાં. મનોમન રાજી થતો હું ઓ.પી.ડી. તરફ વળી ગયો.

અગિયાર-સાડા અગિયાર થયા હશે, ત્યાં બહારની કોરિડોરમાં વજનદાર પગલાંનો અવાજ સંભળાયો. સાથે જ હૉસ્પિટલના કર્મચારીઓની રઘવાટભરી દોડાદોડી.

ઘેલો હાંફળો-ફાંફળો મારી પાસે દોડી આવ્યો. એ ઓ.પી.ડી.નો પટાવાળો હતો.

'શું છે, ઘેલા ? કેમ આટલો બધો હાંફી રહ્યો છે ? જાણે પોલીસવાળા પાછળ પડ્યા હોય એમ ?' મેં જાણીજોઈને હળવા સૂરમાં પૂછ્યું. ઘેલો શરાબી હતો. ઘણી વાર પોલીસે એને સળિયા પાછળ કરી દીધો હતો.

'સાહેબ, પોલીસ જ છે ! મોટા સાહેબ ! પેલી છોડીને જોવા માટે આયા છે !' ઘેલાના બોલવામાં ડર હતો.

'તે આવવા દે ને ! આપણે તો બોલાવ્યા છે.' મેં કહ્યું. જોકે મને આશ્ચર્ય એ વાતનું થયું કે સવારે સાત વાગ્યે મેં પોલીસ સ્ટેશને જાણ કરી હતી, ત્યારે છેક આટલા કલાક પછી સાહેબ કેમ આવ્યા હશે ?

અને પી.આઈ. કાદરીએ મારા કન્સલ્ટિંગ રૂમમાં પ્રવેશ કર્યો. પહેલી જ નજરે મને એ માણસ પ્રત્યે અરુચિ જન્મી. પી.આઈ. એટલે આવા નાના સ્થળનો રાજા ગણાય, એ વાતની ના નથી, પણ એનો મતલબ એવો થોડો છે કે એણે શિષ્ટાચારના સર્વસ્વીકૃત નિયમોનું પાલન નહીં કરવાનું ? મારી અનુમતિ લેવાનો વિવેક બતાવ્યા વગર જ એ અંદર આવી ગયા. મારી સામે પડેલી ખુરશીમાં હું એમને વિનંતી કરું એ પહેલાં જ બેસી ગયા. પછી જાણે હું તહોમતદાર હોઉં એ રીતે મારી સામે જોઈ રહ્યા. એમનો જમણો હાથ નાનકડા દંડા ઉપર હતો અને ડાબો હાથ પૂળા જેવી મૂછ ઉપર.

હું પણ એમની સામે જોઈ રહ્યો. ઊંચો, ગોરો, ભરાવદાર દેહ, ચોરસ ખભા.

જાણે શરીરને બદલે ગોદરેજનું કબાટ આપણી સામે ઊભું હોય એવું લાગે ! ખાખી વર્દી, કાળાં ચશ્માં, લાલ બૂટ, કમર ઉપર પીળો ચળકતા બક્કલવાળો, ચામડાનો પટ્ટો.

'છોકરીની મા કોણ છે ?' સાહેબે પૂછ્યું. એમના અવાજમાં તોછડાઈ હતી.

'મને ખબર નથી.'

'તો પછી તમે એને દાખલ શા માટે કરી છે ?'

'ઇટ ઇઝ માય ડ્યૂટિ.'

'વ્યભિચારી સ્ત્રીઓનાં પાપ સંઘરવાને તમે ડ્યૂટિ માનો છો ?'

'તમારી ક્યાંક ભૂલ થતી લાગે છે, સાહેબ ! આ બાળકી માત્ર બાળકી જ છે. એ પાપ નથી. એ પણ મારી-તમારી જેમ એક...'

'શટ અપ ! આપણે આપણા ફાધર્સનાં નામો જાણીએ છીએ. આને તો મા મૂળો ને બાપ ગાજર ! ક્યાં છે છોકરી ?'

'ઉપર વૉર્ડમાં છે. તમે જઈ શકો છો અને એને જોઈ પણ શકો છો.'

એ હસ્યા, 'મોહમ્મદ ડઝન્ટ ગો ટુ માઉન્ટેન, બટ માઉન્ટેન ગોઝ ટુ મોહમ્મદ ! બોલાવો એને અહીં.'

હું સ્પષ્ટપણે પી.આઈ.ની આ તુમાખીથી ક્રુદ્ધ હતો, પણ મારી વય આ જમાનાના ખાધેલ પોલીસ અધિકારીનો સામનો કરવા માટે કાચી પડતી હતી. વળી એ સ્થળે હજી હું નવો-સવો હતો અને સ્થળ જેમ નાનું એમ પોલીસનો રુઆબ વધુ મોટો – એ વાત હું જાણતો હતો.

અને મારા બોલવાની રાહ જોવા માટે ઘેલો ક્યાં નવરો હતો ? કાદરીસાહેબનો હુકમ એણે ચાલીને જવાને બદલે ઊડીને બજાવ્યો. બે મિનિટમાં તો એ વૉર્ડમાંથી બાળકીને લઈને હાજર થઈ ગયો.

'એને જીપમાં મૂકી આવ ! ત્યાં હવાલદાર બેઠો હશે. મારે આ મુદ્દમાલને પોલીસ સ્ટેશનમાં લઈ જવો પડશે. એના મૂળની છાનબિન કરવી પડશે. થોડીઘણી વાર પણ લાગશે. તપાસ પૂરી થશે કે તરત જ પાછા એને તમારી તહેનાતમાં પેશ કરી દઈશું.'

હું મૂંઝાઈ ગયો, 'સર, પ્લીઝ, લિસન ટુ મી ! આ ન્યૂબોર્ન ચાઇલ્ડ છે. એને સારવારની જરૂર છે. અને હું નથી માનતો કે કેસની છાનબિન માટે તમારે આ બાળકીની જરૂર પડે. મહેરબાની કરીને તમે...'

પી.આઈ. કાદરી હસ્યા, 'લો, બોલો ! મગને પગ આવ્યા ! ડૉક્ટર સાહેબને તો હવે એ પણ સમજાવા માંડ્યું કે પોલીસને શાની જરૂર પડશે અને શાની નહીં !'

પછી એ ખુરશીમાંથી ઊભા થયા. અવાજમાં કરડાકી ભેળવી અને મારી સામે ધારદાર નજરે જોયું, 'ડૉક્ટર, નવા લાગો છો. હજુ જુવાન દેખાવ છો. સ્માર્ટ થવાનું છોડી દો, નહીંતર ભારે પડી જશે. કોને પૂછીને તમે આ છોકરીને હૉસ્પિટલમાં દાખલ કરી ? કોની સંમતિથી તમે એની સારવાર શરૂ કરી ? યુ શુડ હેવ ઇન્ફોર્મ્ડ ધી પોલીસ બિફોર ડુઇંગ ઑલ ધીસ ! પહેલાં આનો મામલો પતાવી લેવા દો. પછી હું તમને હેન્ડલ કરું છું !'

ચોખ્ખી ધમકી હતી આ. દાદાગીરી ગણો કે બેશરમી ! જે ગણો તે. છોકરીને દવાખાનાની હૂંફમાંથી ખેંચીને આ ખાખી વર્દીનો રાવણ ઉઠાવી ગયો.

મેં લાચાર થઈને ઉપર જોયું. હે ભગવાન ! તું ખરેખર ક્યાંય છે ખરો ? કોણ જવાબ આપે ? આસમાન વસ્તી વિનાનું હતું. અત્યારે તો વાદળો પણ ન હતાં !

✳

છોકરી બિચારી મરી ગઈ. દૂધ-પાણીનાં ટીપાં પણ પામ્યા વગર દિવસ આખો પોલીસની જીપમાં રઝળપાટ કરી કરીને સાંજ સુધીમાં કરમાઈ ગઈ. રાક્ષસ જેવો પી.આઈ. એનું મૂળ ખોદવાની મથામણ કરતો રહ્યો. મને પાછળથી જાણવા મળ્યું કે એક-બે શકમંદોને પકડીને એણે વીસ-વીસ હજાર રૂપિયા ખંખેરી લીધા હતા.

સાંજે એક હવાલદાર આવીને છોકરીની લાશ મૂકી ગયો. 'સાહેબનો હુકમ છે. રાત પડે એ પહેલાં આનું પોસ્ટમોર્ટમ પતાવી નાખવાનું છે.'

પોસ્ટમોર્ટમ એટલા માટે કરવું જરૂરી હોય છે કે જ્યારે દર્દીના મોતનું કારણ જાણીતું ન હોય, ત્યારે પી.એમ. રિપોર્ટ દ્વારા એ જાણી શકાય. મને તીવ્ર ઇચ્છા થઈ આવી કે રિપોર્ટમાં લખી દઉં : કોઝ ઑફ ડેથ : પી.આઈ. કાદરી !

રાત પડતામાં તો બધું પતી ગયું. પ્રભાતમાં ઊગેલું પુષ્પ રાત ઢળતામાં મૂરઝાઈ ગયું. માટી ભેગું થઈ ગયું.

એ પછી મારું મન ઈશ્વરમાંથી ઊઠી ગયું. ચાર ખૂણે આવેલાં ચારેય શિવાલયો હવે મારા માટે નિરર્થક બની ગયાં. સવારે હું ઘંટારવ સંભળાય એ પહેલાં જ ઊઠી જતો હતો, જેથી મારો દિવસ એ બનાવટી ઈશ્વરના જયઘોષ સાથે શરૂ ન થાય ! મારા નાસ્તિક બનવાની એ શરૂઆત હતી, કારણ કે મેં ભગવાન નામના ન્યાયાધીશની નિષ્ક્રિયતા નજરોનજર જોઈ લીધી હતી. જે ઈશ્વર એક નાનકડી અસહાય છોકરીનો જીવી ન બચાવી શક્યો, એ મને કયા કામમાં આવવાનો હતો ?

✳

બે જ મહિના થયા હશે આ ઘટનાને. આપણી અદાલતોમાં ઉપરાછાપરી પાડવામાં આવતી મુદતોની સરખામણીમાં બે મહિના કંઈ લાંબો સમયગાળો ન

ગણાય.

એક મધરાતે શહેરની મધ્યમાં આવેલી એક મોટી દુકાનમાં ચોરો ઘૂસ્યા. રૉન મારવા નીકળેલી પોલીસટુકડીને ગંધ આવી. એમણે ચોરને પડકાર્યા. ચોરલોકો વાહનમાં આવ્યા હતા. વાહનમાં જ નાસી છૂટ્યા. એક પોલીસ કૉન્સ્ટેબલે મોટા સાહેબને ફોન કરીને સમાચાર આપ્યા.

કાદરીસાહેબની દાઢ સળકી. ચોરીનો મામલો હતો. પીછો કરવામાં ફાયદો જ ફાયદો હતો. ચોર પકડાય તો એને જેલના હવાલે કરી દેવાય અને માલને ઘરભેગો ! અને કદાચ ચોર છટકી જાય, તોયે શું ? કશું નુકસાન તો હતું જ નહીં. એ પહેરેલે કપડે નીકળ્યા. જીપ લીધી, ડ્રાઇવર લીધો, બે હવાલદારોને સાથે લીધા અને ચોર ગયા હતા એ દિશામાં નીકળી પડ્યા.

મધરાતનો સુમાર. અમાસનું અંધારું અને ખરાબ રસ્તો. ડ્રાઇવરથી સ્પીડ પકડાતી ન હતી. કાદરી અકળાયા, 'ઊઠ ! તારાથી પીછો નહીં થાય. મને સ્ટિયરિંગ સંભાળવા દે !'

ડ્રાઇવરને પાછળ બેસાડીને કાદરીએ ડ્રાઇવિંગ સંભાળ્યું. જિંદગીમાં પહેલી વાર પોલીસ ઇન્સ્પેક્ટર જાતે જીપ ચલાવવા બેઠા. કોઈનો સંકેત હશે ? સાવ કાચા, સાંકડા રોડ ઉપર પૂરપાટ ગતિએ વાહન દોડાવવા ગયા, એમાં ક્યારે, ક્યાં ગોથું ખાઈ બેઠા એની સહેજ પણ ખબર ન પડી.

વહેલી સવારે કોઈ ટ્રક પસાર થતી હતી એના ડ્રાઇવરે જીપને ઊંધા પડેલા વંદાની જેમ ઊંડા ખાડામાં પડેલી જોઈ. હવાલદારો અને જીપ ડ્રાઇવર મૂઢ મારને લીધે બેહોશ હતા. પી.આઈ. કાદરીની હાલત ભયાનક હતી. જીપના આગલા હિસ્સા અને સીટની વચ્ચે એવા ફસાઈ ગયા હતા કે દરવાજો તોડીને કાઢવા પડ્યા.

એ દિવસે સવારે પણ મને રામજીએ વગાડેલા ડોરબેલના કર્કશ અવાજે જ જગાડ્યો. સર્જન છુટ્ટી ઉપર હતા. મેં અને આર.એમ.ઓ.એ હવાલદારોને અને જીપ ડ્રાઇવરને પ્રાથમિક સારવાર આપીને ભાનમાં લાવી દીધા, પણ કાદરીસાહેબને અમે બચાવી ન શક્યા.

સાંજ પહેલાં એમની પડછંદ કાયાનું પોસ્ટમોર્ટમ પણ પતી ગયું. રિપોર્ટ ભરતાં ભરતાં મૃત્યુના કારણવાળું ખાનું આવ્યું. આર.એમ.ઓ.એ મને પૂછ્યું, 'કોઝ ઑફ ડેથમાં શું લખું ? હેડ ઇન્જરી લીડિંગ ટુ કાર્ડિયાક એરેસ્ટ ?'

એક ક્ષણ માટે મારા દિમાગમાં વિચાર ઝબકી ગયો, 'ના, મૃત્યુના કારણમાં લખો : એક તાજી જ જન્મેલી અને પછી તરત જ મારી નાખવામાં આવેલી બાળકીની છાતીમાંથી ઊઠેલી ચીસ !'

પણ પછી હું કશું જ ન બોલ્યો. બસ, ઉપરની દિશામાં જોયું. ત્યાં અત્યારે ભરચક વસ્તી દેખાતી હતી. તેત્રીસ કરોડ જેટલી.

મારી આસ્તિક બનવાની ઘટનાની એ શરૂઆત હતી ! જે ઈશ્વર નવજાત ટેણકીની હળવી ચીસનો પણ પડઘો પાડતો હોય, એ ભવિષ્યમાં જરૂર પડે ત્યારે મારા પોકારનો પ્રતિસાદ તો આપવાનો જ છે ને ?

(પૂરેપૂરી સત્ય ઘટના)

દુનિયામાં કડવા, કંજૂસ અને ગણતરીબાજ પણ સજ્જનો હોય છે : કાન્તિલાલ શેઠ જેવા

બે ભાઈઓ જમવા બેઠા. એકવીસ વર્ષના મનુભાઈ અને અઢાર વર્ષનો કનુભાઈ. ખોબા જેવડું રસોડું. ખોલી જેવો ઓરડો. માસિક પાંચ રૂપિયાના ભાડાનું મકાન. મનુભાઈ પરણેલા. કનુ કુંવારો. બચપણમાં જ બેય ભાઈઓના માથા ઉપરથી પિતા નામનું છાપરું ઊડી ગયેલું. કેવી રીતે મોટા થયા હશે એ કલ્પનાનો વિષય.

મનુભાઈની ધર્મપત્ની મધુએ બેય ભાણામાં બબ્બે રોટલીઓ પીરસી દીધી. સાથે અડધી-અડધી વાટકી જેટલી છાશ. બીજી વાર પીરસવાનો પ્રશ્ન ન હતો અને આગ્રહ કરવા માટે કોઈ ગુંજાઈશ ન હતી. હજી તો બે નાનાં બાળકોને જમાડવાનાં હતાં. અને બાકી વધે તો ખુદ મધુને પણ હજુ જમવાનું હતું.

ઈ. સ. ૧૯૫૫ની વાત છે. રૂપિયો ગાડાના પૈડા જેવડો હતો અને સુખની ને સંપત્તિની વ્યાખ્યા બહુ સાંકડી હતી. દસ-પંદર રૂપિયામાં પૂરું કુટુંબ જીવી શકતું હતું અને સરેરાશ આમપ્રજાને પાંચસો રૂપિયા એકસાથે ગણવા જતાં ચક્કર આવી જતા હતા.

પણ મનુભાઈને આવા ચક્કર આવવાની કશી શક્યતા ન હતી. એક પત્ની, એક ભાઈ અને બે બાળકોનો પરિવાર દુનિયાભરના અભાવો વચ્ચે 'આરામથી' જીવ્યે જતો હતો.

ત્યાં બરાબર બારના ટકોરે ટપાલીનો અવાજ સંભળાયો.

'કનુભાઈ કાળીદાસ ત્રિવેદી.'

બેય ભાઈઓને આશ્ચર્ય થયું. ટપાલો તો બધી મોટા ભાઈ મનુના નામે આવે ! આજે કનુના નામની બૂમ કેમ સંભળાણી ? વધુ આશ્ચર્ય તો ત્યારે થયું જ્યારે ટપાલીએ કવરના બદલામાં કનુની સહી માગી.

'અહીંયાં સહી કરવી પડશે. રજિસ્ટર્ડ પોસ્ટ છે.'

ટપાલી તો ગયો, પણ કિસ્મતના આકાશમાં રચાયેલી આતશબાજીના તણખા વેરતો ગયો.

પરબીડિયાની અંદર એક પ્રિન્ટેડ પત્ર હતો. અમદાવાદની પ્રખ્યાત બી.જે. મેડિકલ કૉલેજમાંથી આવેલો પત્ર. અઢાર વર્ષના કનુને મેરિટ ઉપર એમ.બી.બી.એસ.ના અભ્યાસક્રમમાં માનભેર પ્રવેશ મળતો હતો. અઠવાડિયાની અંદર ફીની રકમ ભરી જવાની તાકીદ હતી, નહીંતર કનુનું કિસ્મત કોઈ બીજાના નામે તબદીલ થઈ જવાનું હતું.

તૂટીફૂટી ખોલી જેવડા ઘરમાં સન્નાટો વ્યાપી ગયો.

'ડૉક્ટર બનવા માટે તેં અરજી મોકલી હતી ?' મોટા ભાઈએ પૂછ્યું.

'હા, માર્ક્સ સારા આવ્યા એટલે મને થયું કે ફૉર્મ તો ભરી જોઈએ ! લાગે તો તીર, નહીં તો તુક્કો તો છે જ !' કનુએ ઉત્સાહપૂર્ણ ઉત્તર તો વાળી દીધો, પણ પછી અચાનક એની નજર ઘરની દીવાલો ઉપરથી ખરેલા પોપડાઓના ખાલી સ્થાન ઉપર પડી, 'પણ એવું નથી કે એડ્મિશન મળ્યું એટલે મારે મેડિકલ કૉલેજમાં ભણવા માટે જવું જ. મોટા ભાઈ, મારે તો બી.એસસી. પૂરું કરવાની પણ ઇચ્છા નથી. ક્યાંક આછી-પાતળી નોકરી મળી જતી હોય તો હું તૈયાર છું.'

એ જમાનામાં એસ.એસ.સી.ના સર્ટિફિકેટ ઉપર એક નહીં પણ એકસો નોકરીઓ મળી જાય એવી હતી અને બિસ્માર હાલતમાં જીવતા એ બે ભાઈઓને ગરજ પણ નોકરીની હતી.

પણ મનુભાઈએ દીવાલ ઉપરનું લખાણ, જેને અંગ્રેજીમાં સૂચક રીતે 'રાઇટિંગ ઑન ધી વૉલ' કહે છે, એ વાંચી લીધું.

'ના, બેટા ! આ પત્ર મેડિકલ કૉલેજના ડીને નથી પાઠવ્યો, આ તો ભાગ્યવિધાતાએ મોકલાવેલ મેસેજ છે. તકદીરે પાઠવેલી ટપાલ છે આ. ઉપર આસમાનમાં બેઠેલી કોઈ અદશ્ય શક્તિ ઇચ્છે છે કે તું ડૉક્ટર બને ! હું એ આજ્ઞાને માથે ચડાવું છું.'

'પણ મોટા ભાઈ ! પૈસાનું શું ? કૉલેજની ફી, હૉસ્ટેલની ફી, ભોજન-ખર્ચ, પુસ્તકો, કપડાં અને તેલ-સાબુ જેવી પરચૂરણ ચીજો તો ખરી જ ! ક્યાંથી લાવશો આટલા બધા રૂપિયા ?'

મનુભાઈ બે રોટલીનો ક્વોટા પૂરો કરીને ઊભા થઈ ગયા, 'પૈસા મારે કે તારે ક્યાં લાવવાના છે ? આપવાવાળો તો ઉપર બેઠો છે. એ સુઝાડશે એમ કરીશું. ચાલ, તું માનસિક રીતે અમદાવાદ જવાની તૈયારી શરૂ કર.'

તૈયારીમાં તો બીજું શું કરવાનું હોય ? બે સુતરાઉ પાટલૂન હતાં ફાટેલાં અને

બે ખમીસ હતાં જરી ગયેલાં. કનુએ આખો વસ્ત્રભંડાર ભાભીને હવાલે કરી દીધો, 'ભાભી, થીગડાં મારી આપો. તમારો દિયર ડૉક્ટર બનવા માટે જઈ રહ્યો છે. ભગવાન જો સાથ આપશે, તો ભવિષ્યમાં તમને મોંઘી રેશમી સાડીઓથી...'

*

એક અઠવાડિયાની મુદત હતી. સાતમા દિવસે સાંજના પાંચ વાગ્યે ફી ભરવા માટેની બારી બંધ થાય એ પહેલાં પંદર મિનિટે કનુ અને મનુની જોડી ઉછીના પૈસાની જોગવાઈ સાથે માંડ-માંડ પહોંચી શકી. પહેલી ચડાઈ પૂરી થઈ, હવે ખરી લડાઈ શરૂ થતી હતી. સિનિયર વિદ્યાર્થીઓને મળીને વાતચીત દ્વારા માહિતી મેળવી લીધી કે એમ.બી.બી.એસ. થવા માટે સાડા ચાર વર્ષના સંપૂર્ણ અભ્યાસક્રમનો કુલ અંદાજીત ખર્ચ કેટલો થાય ! જે આંકડો સાંભળવા મળ્યો એનાથી છાતીનાં પાટિયાં ભીંસાઈ ગયાં. લગભગ અઢારથી વીસ હજાર રૂપિયા આવશ્યક હતા. બેય ભાઈઓ બજારમાં વેચાવા માટે ઊભા રહે તોયે આટલા રૂપિયા ન મળે !

'શું કરીશું, મોટા ભાઈ ?' કનુના બંને હાથ પેન્ટના ખિસ્સામાં હતા. બંને ખિસ્સાં ફાટેલાં હતાં. રૂમાલ પણ ન રહી શકે, ત્યાં રૂપિયાનો તો સવાલ જ ક્યાં હતો ?

'એક રસ્તો છે, કનુ ! અને એક જ રસ્તો છે.' મનુભાઈએ ઊંડો વિચાર કરીને જણાવ્યું, 'ખેડા જિલ્લાના એક નાનકડા શહેરમાં એક સુખી સજ્જન વસે છે. વણિક છે. દાતા છે. એમનાં માતા-પિતાની સ્મૃતિમાં એક ચેરિટેબલ ટ્રસ્ટ બનાવ્યું છે અને ગરીબ, દુઃખી, દર્દીઓ કે વિધવાઓને જરૂરી સહાયતા કરે છે. રોકડ રકમ નથી આપતા, પરંતુ ચીજવસ્તુઓ જરૂર આપે છે. આપણે એમને મળીને કોશિશ કરી જોઈએ.'

અમદાવાદથી સીધા બસમાં બેસી ગયા. અઢી કલાકની મુસાફરી પછી રાત્રે મંજિલના સ્થળે પહોંચ્યા. અત્યારે જવું ઠીક નહીં એમ વિચારીને રાત્રે ધર્મશાળામાં રોકાયા. ભોંય ઉપર ગંધાતા ગોદડામાં પાસાં ઘસી-ઘસીને રાત પસાર કરી નાખી. સવારે ખુલ્લી ચોકડીમાં નળ નીચે બેસીને સ્નાન કર્યું. પછી શરીર ઉપર થીગડાંવાળાં કપડાં અને મનની ભીતર અખંડ, અકબંધ, એક પણ સાંધા વિનાનાં સપનાં ધારણ કરીને બંને ભાઈઓ કાન્તિલાલ શાહના વિશાળ બંગલાના ઝાંપા પાસે જઈ ઊભા.

ઝાંપો બંધ હતો. કોઈ ચોકીદાર પણ ન હતો. અંદરના બગીચામાં એક બુઢ્ઢો માળી બાગકામમાં વ્યસ્ત હતો. મેંદીની વાડને લાંબી કાતર વડે ટ્રીમ કરી રહ્યો હતો.

'કાકા ! ઓ માળીકાકા ! ઝાંપો ખોલશો જરા ?' મનુભાઈએ વાણીમાં ભારોભાર વિનંતી ભેળવીને હળવી બૂમ મારી.

ઢીંચણથી ઉપર અડધી સાથળ ઉઘાડી દેખાય એવું ટૂંકું ધોતિયું પહેરેલો વૃદ્ધ માળી સદરા ઉપરથી મેંદીનાં પાંદડાં ખંખેરતો દોડી આવ્યો.

'શું કામ છે ?'

'શેઠસાહેબને મળવું છે.'

'મારો સવાલ બરાબર સાંભળો. પછી જવાબ આપો. મેં એવું નથી પૂછ્યું કે કોને મળવું છે ? મેં પૂછ્યું કે શું કામ છે !' માળીના બોલવામાંથી જૂની કહેવતનો અર્થ ટપકતો હતો : ચા કરતાં કીટલી વધુ ગરમ હોય.

'આ મારો નાનો ભાઈ છે. એના અભ્યાસ માટે સ્કૉલરશિપ જોઈએ છે. શેઠસાહેબ ઉદાર છે એવું સાંભળ્યું છે...'

કીટલીએ વરાળ છોડી, 'એવું કોણે કહ્યું તને ? શેઠ જેવો કંજૂસ માણસ આ ધરતી ઉપર બીજો કોઈ નહીં મળે. આવી રીતે દોડી આવતાં તમને બેયને શરમ ન આવી ? અહીં રૂપિયાનાં ઝાડ ભાળી ગયા છો ?'

'કાકા, જે હોય તે, પણ હવે જ્યારે અહીં સુધીનો ધક્કો ખાધો જ છે, ત્યારે શેઠને મળીને જ પાછા જવું છે. પ્લીઝ, તમે ઝાંપો તો ઉઘાડો !' મનુભાઈએ આજીજી કરી.

માળીએ કૃપા કરી. ઝાંપો ઉઘાડ્યો. પછી બંધુબેલડીને બંગલાની અંદર દોરી ગયો. બીજા મજલે આવેલા દીવાનખંડમાં લઈ જઈને હીંચકા તરફ આંગળી ચીંધી : 'બેસો. શેઠ થોડી વારમાં આવતા જ હશે.'

બેય ભાઈઓ લાકડાના હીંચકા ઉપર ફફડતા હૈયે બેઠા. દીવાનખંડની સજાવટ બહુ સાદી અને સસ્તી હતી. ખુરશી તો એક પણ દેખાતી ન હતી. હીંચકાની સામે દીવાલને અડીને એક ગાદલું બિછાવેલું હતું. ભીંતને અઢેલીને એક લંબગોળ ઢોલક જેવો તકિયો ગોઠવેલો હતો. બારીઓના પડદા, ગાદલાની ખોળ, તકિયાનો ગલેફ – જ્યાં જુઓ ત્યાં ખાદીનો સફેદ રંગ. દીવાલો પણ ચૂનાથી ધોળેલી. કોઈ ઝાકઝમાળ નહીં, ઐશ્વર્યનો આછોપાતળો સંકેત આપે એવી કોઈ સાબિતી નહીં.

દીવાનખંડ જેવા જ એના શેઠ. થોડી જ વારમાં એ સદેહે પ્રગટ થયા. કનુ-મનુ ઊભા થઈ ગયા, 'અરે, આપ ?!'

આંચકો લાગવાનું કારણ ? શેઠ ખુદ માળીકાકા જ હતા ! ચહેરા ઉપરથી માટી લૂછતાં બોલ્યા, 'હા, હું જ શેઠ કાન્તિલાલ શાહ. શું થાય ? માળીઓ પણ આજ-કાલ મોંઘા થઈ ગયા છે. બે રૂપિયાનો પગાર માગે છે ! મહિને દા'ડે !'

કનુએ મોટા ભાઈ સામે જોયું અને મનુએ નાના સામે. આવા કંજૂસ આગળ સોનાની જાળ પાણીમાં નાખવી કે પછી ઊભા થઈને ઘરભેગા થઈ જવું ?

'બોલો, કોના માટે સ્કૉલરશિપ જોઈએ છે ?' માળી-કમ-માલિકે પૂંઠાથી પવન નાખતાં પૂછ્યું. આ ઇન્ટરવ્યૂની શરૂઆત હતી.

મનુભાઈએ વિગતે વાત સમજાવી. શેઠ આંખો બંધ કરીને સાંભળી રહ્યા. વચમાં અલ્પવિરામ જેવું પૂછી લીધું, 'તમારા પિતાશ્રી શું કરે છે ?'

'એ તો દસ વર્ષ પહેલાં જ સ્વર્ગે સિધાવ્યા ! અમને સાવ નાના મૂકીને.'

'તો તમારું ઘર કેવી રીતે ચાલે છે ? આવકનું સાધન ?'

'હું માસ્તર છું ને ! પૂરું થઈ રહે છે.'

'તો પછી કનુને ડૉક્ટર બનાવવાનો દાખડો શા માટે ? કોઈ આછી-પાતળી નોકરી ખોળી કાઢો ને !'

મનુ સળગી ગયો, 'શેઠ, અમે પૈસાની મદદ માગવા માટે તમારી પાસે આવ્યા છીએ, સલાહ સાંભળવા માટે નહીં. અને આજકાલ તો નોકરીઓ પણ ક્યાં રેઢી પડી છે ? સારા સુખી માણસોને પણ મહિને બે રૂપિયા પગારના ચૂકવવામાં ચૂંક આવે છે.'

શેઠ કટાક્ષ સમજી ગયા, પણ નારાજ ન થયા. જાણે સાંભળ્યું જ નથી ! ઇન્ટરવ્યૂ આગળ ચાલ્યો, 'કુલ કેટલી રકમની જરૂર પડશે ?'

'પાંચ વર્ષના અઢાર હજાર. પણ જરૂરી નથી કે કોઈ એક જ દાતા પૂરી રકમ આપે. તમે પાંચ-છ હજાર રૂપિયા આપશો, તોપણ એમ.બી.બી.એસ.નું દોઢ વર્ષ નીકળી જશે. એ પણ વધારે લાગતા હોય તો માત્ર મેસબિલ જેટલી રકમ આપી શકો છો. એ ન પોસાય તો કૉલેજ-ફી કે હૉસ્ટેલ-ફી...'

વાતચીત ચાલુ હતી, ત્યાં મુનીમ જેવા દેખાતા એક આધેડ પુરુષનું આગમન થયું. કોઈ અગત્યની વાત માટે આવ્યા હોય એવું લાગ્યું. એમણે એક કાગળ શેઠજીના હાથમાં મૂક્યો. વાંચીને શેઠનાં ભવાં ખેંચાઈને છેક કાન સુધી પહોંચી ગયાં, 'આ શું ? ચાર સાબુ ? એક મહિનામાં ? અને બાર માથાં વચ્ચે હેરઓઇલની એક બાટલી ખપી જાય છે ? મારું દેવાળું ફૂંકાવવાનો વિચાર છે કે શું ?'

પછી તીવ્ર અણગમા સાથે એ ચીજવસ્તુઓની ખરીદીનું ટોટલ મારી રહ્યા. પાછો એમનો આક્રોશ બૉમ્બ બનીને ફાટ્યો, 'આમાં તો એક નયા પૈસાની ભૂલ આવે છે ! મુનીમજી, તમે નહીં ચાલો. મને ભીખ માગતો કરી દેશો. સાંજ સુધીનો સમય આપું છું; એક પૈસાનો તાળો મેળવીને રાત પડે એ પહેલાં મને હિસાબ બતાવી જાવ, નહીંતર કાલ સવારે નોકરીમાં ન આવશો.'

કનુ-મનુ ઊભા થઈ ગયા. હવે આ મખ્ખીચૂસના 'મહેલ'માં ઊભા રહેવાનો કશો મતલબ ન હતો.

'કેમ ચાલ્યા ?' શેઠજીએ શુષ્ક અવાજમાં પૂછ્યું.

'બસ, ઘરભેગા થઈ જઈએ. બસનો સમય થવા આવ્યો છે.'

'બસભાડાના પૈસા છે ? કે પછી...?

'એટલા તો છે, પણ ખૂટશે તો પૅસેન્જરો પાસેથી માગી લઈશું.'

'હા, મૂળે બ્રાહ્મણભાઈ ખરા ને ! તમને માગવામાં શરમ ન નડે !'

શેઠજીની જીભ કુહાડાછાપ હતી. એક ક્ષણ તો બેય ભાઈઓ ડઘાઈ ગયા, પણ પછી કનુથી ન રહેવાયું. આંખોમાંથી અંગારા વરસાવીને એ બોલી ઊઠ્યો, 'શેઠ, અમે અહીં એટલા માટે આવ્યા હતા કેમ કે અમને એમ હતું કે આ દુનિયામાં કોઈ તો સજ્જન હશે, પણ અફસોસ ! અમે ખોટા પડ્યા ! ફરીથી ક્યારેય તમારી પાસે આવવાની ભૂલ નહીં કરીએ.'

'જો માણસ હો તો ફરીથી ક્યારેય આ દિશામાં પગ ન મૂકતા. જાવ, સિધાવો હવે !' શેઠજીના બોલવામાં ટાઢક હતી. કનુ-મનુને વિદાય કર્યા પછી એ કરોડપતિ કાન્તિલાલ રસોડામાં જઈને દૂધના તપેલામાં પડેલી માખીને કાઢવાના અતિ અગત્યના કાર્યમાં ડૂબી ગયા !

✳

ત્રણ દિવસ પછી મનુભાઈના ઘરના સરનામે ટપાલી આવીને મનીઑર્ડર આપી ગયો. સાથેની કાપલીમાં લખાણ હતું : 'પૂરા અઢાર હજાર રૂપિયા મોકલ્યા છે. ગણવાની જરૂર નથી. મેં સાત વાર ગણી જોયા છે. કટકે-કટકે મોકલવાનો અર્થ નથી. આવો તેજસ્વી છોકરો નિરાંતે ભણે કે પછી દર છ મહિને-બાર મહિને ભીખ માગતો ફરે ? અને એને કહેજે કે તું ભવિષ્યનો ડૉક્ટર છે. એક વાણિયાના બારણે આવીને હાથ લંબાવીને ઊભો રહે એ તને ન શોભે. અને જરા જીભ ઉપર કાબૂ રાખતાં શીખ. વાણિયાની વાણી સમજતાં શીખ. મેં તને કહ્યું ને કે ફરી વાર ક્યારેય આ દિશામાં ફરકીશ મા ! એનો અર્થ સમજાય છે ? આ રૂપિયા પાછા ન ચૂકવીશ. ભવિષ્યમાં કમાય તો બીજા કોઈ 'કનુ'ને મદદરૂપે આપી દેજે. અને છેલ્લી વાત ! આ દુનિયામાં સજ્જનો ખરેખર હોય છે. અને એમાંથી ક્યારેક કોઈ કડવા, કંજૂસ અને ગણતરીબાજ પણ હોય છે – આ કાન્તિલાલ જેવા !'

(સત્ય કથા : કોઈ વાતરસિયા વાર્તાકારે યોજનાપૂર્વક મલાવીને મીઠું-મરચું ભભરાવીને લખી હોય એવી આખીયે ઘટના પહેલી નજરે લાગે છે, પણ પૂરેપૂરી સત્ય કથા છે. સંબંધિત તમામ પાત્રોને હું રૂબરૂમાં મળ્યો છું. કનુ નામનો એ ગરીબ છોકરો અત્યારે અડસઠ-સિત્તેરનો ડૉક્ટર નિવૃત્ત થવા આવ્યો છે. ખૂબ તેજસ્વી તબીબ તરીકે એ અમેરિકામાં ગયો અને ધીકતી કમાણી કરી. આજે પરદેશમાં ચાર જુદાં જુદાં પ્રખ્યાત શહેરોમાં એની માલિકીના ચાર બંગલાઓ છે. સૌથી નાનો બંગલો દસ

કરોડનો છે. વૈભવનું વિશ્વ તમામ ક્ષિતિજો વિસ્તારીને એના નસીબમાં વ્યાપી ગયું છે. પત્ની, બાળકો, દાગીના, ગાડીઓ, કીર્તિ અને સંતોષ – કશાયની મણા નથી.

એના મોટા ભાઈ મનુભાઈને પણ એણે સુખની વાછટ પૂરતા પ્રમાણમાં આપી જાણી છે અને મેડિકલ લાઈનમાં પ્રવેશ મેળવતી વખતે એનાં ફાટેલાં કપડાં ઉપર થીગડાં મારી આપનાર ભાભીને આજે પણ એ મા કરતાંયે વિશેષ પૂજ્યભાવથી સાચવે છે.

બધું બરાબર છે, પણ એને એક વાતની ફરિયાદ છે. અમેરિકા જઈને અઢળક ધન કમાયા પછી એક દિવસ અઢાર હજાર રૂપિયા વ્યાજ સાથે મૂળ માલિક કાન્તિલાલ શેઠને પરત કરવા માટે ખેડા જિલ્લાના એ નાનકડા શહેરમાં આવેલા બંગલામાં જઈ ચડ્યા, ત્યારે વયોવૃદ્ધ શેઠજી આ `અબૂધ' ડૉ. કનુ ઉપર બગડી બેઠા, `તું શું મને ભિખારી સમજે છે ? આવ, અંદર આવ ? મારી પાસે કેટલું ધન છે એ હું તને બતાવું છું. આજ સુધીમાં મેં અઢાર હજાર લોકોને લાખો રૂપિયાની મદદ કરી છે. પણ આજ સુધીમાં એક પણ માણસ મને પૈસા પાછા આપવા માટે નથી આવ્યો. આજે પહેલી વાર તેં આવી હિંમત કરી ! આવ, તને આ ગરીબ માણસનો ખજાનો દેખાડું !'

ડૉ. કનુભાઈના ખુદના શબ્દોમાં : `એક મોટા ઓરડામાં જાણે સ્વયં કુબેરનો ખજાનો સચવાયેલો હતો. કરોડો રૂપિયા રોકડા, અઢળક સોનું, ચાંદીની પાટો, શેર-સર્ટિફિકેટો, હૂંડીઓ, બૅગો ભરીને પાઉન્ડ્ઝ, ડૉલર્સ ! મને સમજાઈ ગયું કે એમની પાસે હું આજે પણ કેટલો ગરીબ છું !')

જિંદગીના ત્રાજવામાં એક તરફ દારુણ ગરીબી ને સામેના પલ્લામાં માણસની આગવી ખુમારી

વૈશાખનો મહિનો. બપોરના અઢી-ત્રણ વાગ્યાનો સમય. હું પરિવાર સાથે કારમાં સોમનાથથી જૂનાગઢ તરફ આવી રહ્યો હતો. સૂરજ ભઠ્ઠીની જેમ સળગી રહ્યો હતો અને તાપ સગડીના સળગતા અંગારાની જેમ દઝાડી રહ્યો હતો.

ટાલિયાના માથે ઈંડું ફોડો તો એની ઑમલેટ બની જાય એવી ગરમી હતી !

ગળે શોષ પડતો હતો. સાથે લીધેલું પાણી ખલાસ થઈ ગયું હતું. સીધા, સપાટ, ડામરના હાઈ-વે ઉપર જળના નામે માત્ર મૃગજળ દેખાતું હતું. દૂર સડક ઉપર ડામરની સપાટી ઉપરથી પરાવર્તિત થતાં સૂરજનાં કિરણો જળસ્રોત હોવાનો આભાસ રચી રહ્યાં હતાં. પાણીની કલ્પનામાત્રથી અમારી તરસ બેવડાઈ જતી હતી.

ત્યાં મારી નજર એક ખુલ્લા છકડા ઉપર પડી. છકડો એટલે શું એ સમજવા માટે સૌરાષ્ટ્રમાં જન્મ લેવો પડે ! જૂના રાજદૂત મોટરસાઇકલના એન્જિન ઉપર નાના ટૅમ્પોની સાઇઝનું ખુલ્લું બોડી બાંધીને જે નવું વાહન તૈયાર કરવામાં આવે એને કાઠિયાવાડી પ્રજા છકડાને નામે ઓળખે છે. ગ્રામ્ય વિસ્તારમાં તો લોકોના આવાગમનનું મુખ્ય સાધન જ એ ગણાય. બાથરૂમ જેટલી જગ્યામાં ત્રીસ-પાંત્રીસ પેસેન્જર્સ ચડી બેસે. પાંચ-સાત જણા તો સળિયો પકડીને હવામાં ટિંગાતા હોય ! ડ્રાઇવર પેટ્રોલની ટાંકી ઉપર અધૂકડો બેઠો હોય !

પણ અમારી ગાડીની આગળ જે છકડો જતો હતો એમાં ફક્ત બે જ માણસો બેઠા હતા. એક ડ્રાઇવર અને બીજો મજૂર. કારણ કે એ માલ વહન માટેનો ફેરો હતો. છકડામાં ઠાંસી-ઠાંસીને લીલાં નાળિયેર ભરેલાં હતાં. સોમનાથ હમણાં જ ગયું હતું. એટલે મારા દિમાગમાં ચિત્ર સ્પષ્ટ થઈ ગયું. દરિયાકાંઠાનાં ગામાડાંઓમાંથી નાળિયેરનો જથ્થો શહેર ભણી જઈ રહ્યો હતો.

મેં ભગવાનનો આભાર માન્યો. તરસ જાગે અને આંખ સામે લીલાં નાળિયેર

હાજર થાય એને સદ્‌નસીબ નહીં તો બીજું શું કહેવાય ?

મેં ગાડી છકડાની સમાંતર લીધી. મારી બાજુમાં મારો જુવાન ભાણેજ બેઠો હતો. એના તરફની બારી હવે છકડાને સાવ અડોઅડ હતી. મેં ઇશારો કર્યો, ‘પારસ, છકડાના ડ્રાઇવરને પૂછ ! શો ભાવ રાખ્યો છે ?’

પારસે પૂછ્યું. પણ સત્તરેક વર્ષના ડ્રાઇવર છોકરાનો મિજાજ મર્સિડિઝના માલિક જેવો હતો. એણે ના પાડી દીધી, ‘માલ વેચાઈ ગયો છે.’

‘પણ અમારે તો સાત-આઠ નંગ જ જોઈએ છે. તું ભાવ તો બોલ !’

‘ગણેલાં નંગ છે, સાહેબ ! શેઠને ખબર પડે તો ચીરી નાખે. મને તરસ લાગી હોય તોયે આ ઢગલામાંથી એકેય નાળિયેર મારાથી ન પિવાય !’

થયું. વેરાવળ વીસેક કિ.મી. પાછળ રહી ગયું હતું. જૂનાગઢને હજુ બહુ વાર હતી. મને જિંદગીમાં પહેલી વાર પાણીની સાચી જરૂર સમજાઈ રહી હતી. ખિસ્સામાં દસ હજાર રૂપિયા પડેલા હતા, પણ એ કશાયે કામ લાગે એમ ન હતા. તરસ છિપાવવા માટે પાણીની જરૂર હતી. ફક્ત પાણીની.

‘સાહેબ, આમ તો તમને એક પણ નાળિયેર નહીં મળી શકે. એક કામ કરો ! આજુબાજુમાં ક્યાંય વાડી દેખાય, તો ત્યાં તપાસ કરો.’ ચાર-પાંચ છકડાવાળાઓને પૂછ્યા પછી આખરે મને એક ડ્રાઇવરે રસ્તો સુઝાડ્યો.

અને બીજી જ મિનિટે ઈશ્વરે મને વાડી સુઝાડી. ડાબા હાથે રસ્તાની ધાર ઉપર એક મોટા વૃક્ષના થડમાં કોઈએ ખીલો ઠોકીને પાટિયું લટકાવ્યું હતું. વાડીનું નામ હતું. અંદર જંગલ તરફ ઇશારો કરતું તીરનું નિશાન હતું. અને પછી એક બળદગાડું માંડ જઈ શકે એવો કાચો, રેતાળ રસ્તો હતો.

મેં ધીમેથી ગાડીને ગાડાવાટ ઉપર વાળી લીધી.

*

ભારે જમાવટ થઈ ગઈ. જલસો પડી ગયો. વચ્ચે ખુલ્લા ચોકમાં નેતરની ખુરશીઓ નાખીને અમે બેઠા હતા. કોઈ પણ દિશામાં નજર નાખો તો માંડ વીસેક ફીટ જેટલું દૂરનું દૃશ્ય જોઈ શકે એટલી ગીચ વનરાજી. કોઈ કુબેરની વાડી હોવી જોઈએ. વ્યવસ્થિત કામકાજ હતું. એક તરફ ઊંચી-ઊંચી નાળિયેરીનાં ઝુંડનાં ઝુંડ. પાંચસોથી ઓછી નહીં હોય. એની બરાબર સામેના વિશાળ ખેતરમાં આંબાનાં ઝાડ. કેસર કેરીઓનાં આંબાવાડિયાં આનાથી મોટાં. મેં જિંદગીમાં બીજે ક્યાંય જોયાં નથી. જોયાં તો શું, પણ કલ્પ્યાં પણ નથી. એની બાજુમાં ચીકુનાં વૃક્ષો, લસણનું વાવેતર. એક અલાયદા હિસ્સામાં નાગરવેલનાં પાનનો ઉછેર. એક ભાગમાં ચોરવાડનાં પ્રખ્યાત ચૂમકી કેળાં. દૂધી જેવડું અક્કેક કેળું. વૃક્ષો હતાં એ વન જેટલાં હતાં. ફળો

હતાં એ શહેરની ફ્રુટ માર્કેટ કરતાંયે વધારે હતાં. ખેતર અમાપ વિસ્તારમાં ફેલાયેલું હતું. બધું રસથી, સ્વાદથી, રંગથી અને સુગંધથી લચી-લચી રહ્યું હતું.

સિવાય કે અમારી સામે બેઠેલાં બે જણાં – પગી અને તેની ઘરવાળી !

'એ આવો આવો મારા બાપલા ! તમતમારે હાલ્યા આવો ! તરસ લાગી સે ઈમાં પૂસવાનું હું હોય ! માણસ તરસ્યાને હાટુ પાણીની પરબું બંધાવે સે ! તંઈ અમે તમને જાકારો દઈસું ?'

મેં ગાડી વાડીની અંદર લીધા પછી આ ચીંથરેહાલ વૃદ્ધ પગીને સંકોચ સાથે પાણીનું પૂછ્યું, ત્યારે એ અસલી સોરઠી જબાનનો માલિક મહેમાનને જોઈને ખીલી ઊઠ્યો. અદકેરા ભાવ સાથે અમને ગાડીમાંથી ઉતાર્યાં. એની વૃદ્ધ ઘરવાળી એક બંધ ઓરડીમાંથી નેતરના મૂંઢા કાઢી લાવી. અમે બેઠાં. ઊંચાં વૃક્ષો પચાસ-સાઠ ફીટ જેટલાં ઊંચે ગયા પછી એકબીજા તરફ ઝૂકીને લીલી છત્રી રચી દેતાં હતાં. એટલે વાડીની અંદરનું વાતાવરણ ઍરકન્ડિશન્ડ લાગતું હતું.

પગી હાથ જોડીને ઊભો હતો. ડોશી દોડાદોડી કરી રહી હતી. પિત્તળના કળશ્યાઓમાં ઠંડું હિમ જેવું પાણી આવી ગયું. હું લોટામાંથી જળના ઘૂંટડા ભરતો હતો, પણ મારી નજર નાળિયેરીના ઝાડ તરફ ફરતી હતી.

'આપું સું, બાપલા, આપું સું !' પગી બોખા મોઢે હસી પડ્યો. પછી લસણના વાવેતર તરફ ફરીને હાક મારી. એક કિશોર હરણના બચ્ચાની ઝડપે દોડતો-ઠેકતો આવી પહોંચ્યો.

'સુરિયા, ચડી જા દીકરા નાળિયેરી માથે !' પગીએ છોકરાના માથે હાથ ફેરવ્યો. પછી અનાયાસ મોંમાંથી શબ્દો સર્યા, 'મારા સોકરાનો સોકરો છે. બચાડાની મા મરી ગઈ. બાપેય હવે મરવા પડ્યો સે !'

મારા કાન ચમક્યા, પણ એના કરતાંયે વધારે તો આંખો ચમકી. છોકરો હરણ જેવો લાગતો હતો, એ હવે વાનર બની ગયો હતો. જોતજોતામાં તો છેક નાળિયેરીની ટોચ ઉપર પહોંચી ગયો અને પછી લીલૂડો વરસાદ શરૂ થયો. મોટાં ફૂટબૉલ જેવડી સાઇઝનાં એક પછી એક નાળિયેર બૉંબની માફક પડવા માંડ્યાં. સાઠ-સિત્તેર જેટલાંનો ઢગલો થઈ ગયો. પછી વાનરબાળ નીચે આવી ગયો.

'સુરિયા, કપ-રકાબી માંજી લાવ, બેટા ! મે'માનુંને સા પાઈયેં !' પગી ઓરડીની પાછળ જતાં બબડ્યો. પાછળથી આવતો ભેંસોનો ભાંભરવાનો અવાજ સાંભળીને મારા કાન ચમક્યા. કેવી જમાવટ કરી છે ધરતીના આ ટુકડા માથે ! આનો માલિક બહુ મોટું માથું હોવો જોઈએ.

બોઘરણામાં શેડકઢું દૂધ દોહીને આવેલો પગી અમારી સામે જમીન ઉપર

બેસી ગયો. ડોશી દૂધ ઉઠાવીને ઓરડી તરફ ચાલી ગઈ.

'કાકા, અમારે ચાની જરૂર નથી. મોડું પણ થાય છે. આમાંથી પાંચ-દસ નાળિયેર ગણી આપો એટલે અમે રવાના થઈએ.' મેં વિવેક કર્યો.

'ઈમ નો જવાય, સાહેબ ! સેઠ જાણે તો અમને મારી નાખે ! મે'માન તો ભાગ્યશાળીને ઘીરે હોય !' પગી વાતોડિયો નીકળ્યો અને હું વાતરસિયો.

ચાસણી જેવી જાડી ચાના ઘૂંટડા ભરતાં અમે વાતે વળગ્યા.

*

શું હતું આ પતિ-પત્ની પાસે ? ચીંથરેહાલ શરીરો અને એવી જ ચીંથરેહાલ જિંદગી ! જાતના કારડિયા રાજપૂત. બહુ કરડી કોમ, પણ શિક્ષણનું પ્રમાણ ખૂબ જ ઓછું. પૈસેટકે દરિદ્ર. સ્વભાવના રુક્ષ. બોલવામાં મીઠડા. પણ વીફરે તો માથું ઉતારી લે.

ડોસાનું નામ કાનજી. ડોસીનું નામ રાણી. રાણીમા જુવાનીમાં કદાચ રાણી જેવાં લાગતાં હશે. અત્યારે તો સાવ દાસી દેખાતાં હતાં ! ખજૂર જેવો ઘેરો રતૂંબડો રંગ. ઊંડા ગાલ, ત્રાજવા ત્રોપાવેલી દાઢી, ઊંડી બખોલ જેવી આંખો અને ઝાંખી પડી ચૂકેલી દૃષ્ટિ. લાલ રંગનું જૂનું કાપડું ચણિયાની જગ્યાએ વીટેલું. ઉપર લાલ કબજો અને માથે કાળી ઓઢણી. આબરૂ ઢાંકવા માટે ધારણ કરેલાં કપડાં એવાં તો ફાટેલાં હતાં કે એની ગરીબીને ખુલ્લી કરી નાખતાં હતાં.

કાનજીએ મેલીદાટ ચોળણી અને માથે થીગડાવાળું કેડિયું પહેરેલું. મૂળ રંગ સફેદ હશે આપણા અનુમાનનો વિષય.

'તમે આ સુરિયાની મા વિશે વાત કરતા હતા...!' મેં એક લૂંટાઈ ચૂકેલી જિંદગીનું ઉત્ખનન શરૂ કર્યું.

'ઈ તો બાપડી આ સુરિયા વખતે જ પાછી થઈ ગઈ ! જલમ આપીને બસાડી હાલી ગઈ ! સોકરાને આ ડોશીએ જ મોટો કર્યો. એનો બાપુ જૂનેગઢ વયો ગ્યો'તો ! ઈ ક્યે કે મને આવા જંગલમાં નો હોરવે ! મારે શેરમાં જાવું સે ! કમાવા ! તી ગ્યો ! ધૂળ કમાય ? હોટલુંની સા ને વાસી ગાંઠિયા ખાઈ-ખાઈને શરીર ખલ્લાસ કરી નાખ્યું. ટી.બી. થઈ ગ્યો. અટાણે સરકારી ઇસ્પિતાલમાં ખાટલે હૂતો સે. માને ઘણુંયે મન થાય કે હું ન્યાં કણે દોડી જાઉં, પણ તો પસેં આંઈ હું થાય ? અમારા સેઠ ભલા સે. ભગવાનનું માણહ. દીકરાની સારવારનો ને દૂધ-ખોરાકનો ખરચો આપે સે. અને અમે એની વાડીનું ધ્યાન રાખીયે છંયે. આ સુરિયાને જોઈ-જોઈને જિંદગી ટૂંકી કરીએ છંયે.'

સુરિયો દૂરથી આવી રહેલો દેખાયો. ચાર-પાંચ ફેરા મારી મારીને એ અમારા

માટે સુપર માર્કેટ ખડકી રહ્યો હતો. એક મોટી પછેડીમાં આખું વરસ ચાલે એટલું લસણ. કાચી કેસર કેરીઓ તો આખી ડીકી ભરાઈ જાય એટલી. ગાડીની અંદરની જગ્યા લીલાં નાળિયેરોથી રોકાઈ ગઈ હતી.

'કેળાં હજી કાસાં સે ! પણ સીકુ લઈ જાવ. બહુ મીઠાં સે !' પગી આખી વાડી લૂંટાવી દેવાના મૂડમાં જણાતો હતો.

'કાકા, તમારા શેઠ ક્યાં છે ? શું કરે છે ?'

'ઈ તો મુંબઈ સે. મોટા માણસ સે. આ વાડી તો ઈમને મન કાનખજૂરાનો એક ટાંગો જ સે !'

'તો તો તમે સુખી માણસ ગણાવ. ભલે દીકરાની બીમારીનું દુઃખ છે, પણ એ એક વાતને બાદ કરતાં અહીં બીજી બધી વાતે સુખ જ સુખ છે. અમારે અમદાવાદમાં તો આવી લીલીછમ્મ વાડી ભોગવવાનું કરોડપતિના નસીબમાં પણ લખાયેલું નથી હોતું.'

'ઈ વાત હાવ હાચી ! પણ હાચું કહું ? આંઈ બે જ વાતની ખોટ્ય સે. એક તો માણહની અને બીજી રોકડા રૂપિયાની. આ વાડીમાં તમારા જેવો કોઈ વટેમારગુ આવી સડે એટલી જ વસ્તી. બાકી ભૂત રોવે ભેંકાર. હું, સુરિયો ને આ ડોસી. ઝાડની હામું ક્યાં લગી જોયા કરીયેં ? અને બીજી ખોટ ખણખણતા રૂપિયાની. શેઠ પગાર આપે સે, પણ ઈ તો દીકરાની ખબર કાઢવા સાર-પાંસ વાર જાઉં એમાં વપરાઈ જાય !'

હું સમજી ગયો. વાત હવે નાણાંની દિશામાં વળી રહી હતી. આ પગીની આખી વર્તણૂકનું રહસ્ય મને હવે સમજાઈ ગયું. રોજ અમારી જેવા પાંચ-સાત મુલાકાતીઓ આ તરફ આવી ચડતાં હશે. એમની મીઠી મહેમાનગતિના બદલામાં તગડી બક્ષિસ. અને ઉપરથી નાળિયેર, કેરી, કેળાં, ચીકુ અને લસણનું વેચાણ. શેઠ ક્યાં નવરો બેઠો છે કે પાઈ-પાઈનો હિસાબ પૂછે ?

અત્યારે પણ પગીએ વાત-વાતમાં રોકડા રૂપિયાનો ઇશારો કર્યો જ ને ?

હશે ! આપણે શું ? આપણે તો જે ખરીદ્યું એટલાની જ કિંમત ચૂકવવાની છે ને ? એ પૈસાનું શું થાય છે એ જોવાની આપણી જવાબદારી ક્યાં છે ? અને એવો હક્ક પણ ક્યાં છે ? અને એક રીતે આમાં ખોટું શું છે ? અબજોપતિ શેઠિયો માત્ર મૂડીરોકાણ માટે આવી વાડી ખરીદીને એનું કાળું નાણું સંતાડતો ફરે. આ ગરીબ ધણી-ધણિયાણી આ વાડીનું ધ્યાન રાખે, ઝાડવાંને પાણી પાય, સાફ સફાઈ કરે, રખોપું કરે, ભેંસો સાચવે અને આ કાળકોટડી જેવા એકાંતવાસમાં જનમટીપની સજા જેવી જિંદગી ગુજારે. કાનખજૂરાના હજાર પગમાંથી એકાદ પગ તૂટે અને આ

ડોસા-ડોસીની હથેળીમાં ખરી પડે તો એમાં ખોટું શું છે ?

આખો પરિવાર ગાડીમાં બેસી ગયો. મેં બેસતાં પહેલાં ખિસ્સામાંથી પાકીટ કાઢ્યું. મનોમન ગણતરી તો કરી જ રાખેલી. છતાં પણ વહેવાર ખાતર પૂછી લેવું સારું. નકામા છેતરાઈએ નહીં. એમ માનીને પૂછ્યું, 'કાકા, કેટલા રૂપિયા આપવાના છે ?' મારું ગણિત પાંચસોના આંકડાને પાર કરી જતું હતું.

પણ ડોસો આંખો ભીની કરી બેઠો, 'અરે, ભગવાન ! ઈ હું બોલ્યા ? તમે તો મે'માન કે'વાવ ! અને અમારા સેઠે તો કહી રાખેલું જ સે કે આવતા-જતા કોઈ પણ વટેમારગુ પાંહેથી એક પૈસોય નંઈ લેવાનો ! કાકા, તમારે જેટલા રૂપિયા જોતા હોય ઈ મારી પાંહેથી માંગી લેવાના ! અને વાતેય હાચી. હું માંગુ સું ત્યારે સેઠ ક્યારેય ના નથી પાડતા.'

'એમ ? તમારા શેઠ ક્યારેય વાડીની મુલાકાતે પધારે છે ખરા ?'

'આવે ને ! પહેલાં તો બહુ આવતા ! પણ હમણાંથી ઓસા થઈ ગ્યા સે. પણ આજથી તંઈણ મહિના મોર્ય આવેલા. સેઠ, સેઠાણી, ઈમના બેય દીકરાવ, બેય વહુઓ, ઈમનાં સોકરાંવ ! હંધાય આવ્યાં'તાં. આ તમે બેઠા'તા ને, ન્યાં જ ઈવડાંઈ બેઠેલાં. મોટા સેઠ તો ખુરશીમાં નો બેહે. સાવ મારી હામેં, મારી જેમ જ ભોંય ઉપર બેહી જાય. ભગવાનના માણહ. આયેં બાજુમાં જ તો ઈમનું ગામ સે.'

'તમારા શેઠ ધંધો શેનો કરે છે ?'

'ઈ આંપડે નોં જાણીયે. આપડાંને એટલી ખબર કે શેઠનું નામ ધીરુભાઈ સે !'

મારું ધ્યાન હવે પગીની વાત તરફ ન હતું. જૂનાગઢ પહોંચવામાં મોડું થતું હતું. ત્યાં ભોજન પતાવીને પાછું અમદાવાદ તરફ ઊપડવાનું હતું. મેં પૈસા આપવાનો બહુ આગ્રહ કર્યો. ફળોની કિંમત પેટે નહીં તો બક્ષિસ લેખે રૂપિયા સ્વીકારી લેવાનો અતિશય આગ્રહ કર્યો, પણ પગી ન માન્યો. છેવટે એના પૌત્રાના હાથમાં પાંચસો રૂપિયાની નોટ મૂકી, પણ સુરિયાએ એક નજર દાદાની સામે ફેંકી લીધી અને પછી તરત નોટ મને પાછી આપી દીધી. હું આ રંક માણસની અમીરીને જોઈ રહ્યો. એની જિંદગીના ત્રાજવામાં કિરતારે એક પલ્લામાં દારુણ ગરીબી મૂકી દીધી હતી અને સામેના પલ્લામાં આ માણસે પોતાની ખુમારીનું વજન ગોઠવ્યું હતું.

'માફ કરજો, સાયેબ ! ગમે તેટલા ગરીબ છંયે, તોયે રજપૂત છંયે ! અણહક્કનું નાણું કાં ભીખ કે'વાય, કાં ચોરી ! ઈ નોં જ લેવાય !' પગીની આંખોમાં પહેલી વાર ચમકારો દેખાયો. પછી એણે વાત ઉપર પૂર્ણવિરામ મૂકી દીધું, 'લ્યો, ત્યારે રામ-રામ ! જે માતાજી !' મેં ગાડી બહાર કાઢી. હાઈ-વે ઉપર સહેજ આગળ ગયા

ત્યાં જર્મણા હાથે પાટિયું જોયું. કાળા પાટિયા ઉપર સફેદ અક્ષરોમાં ગામનું નામ ચીતરેલું હતું : કુકસવાડા.

મારા મનમાં વીજળીનો કડાકો થયો. ધીરુભાઈ અને કુકસવાડા ? ખરેખર ? એ તો ન જ હોય ને ? કેમ ન હોઈ શકે ? આ એમનો તો પંથક છે. પગીની વાતનો પ્રત્યેક શબ્દ મારા કાનમાં ઓડિયો કેસેટની જેમ સંભળાઈ રહ્યો. વાડીના માલિકનું વર્ણન, ધંધો, મુંબઈ, બે દીકરાઓ, બે વહુઓ, સ્વભાવ, ઉદારતા...! રકમ ગોઠવાતી જતી હતી. સરવાળો રચાતો જતો હતો.

પણ આ સરવાળાનો જવાબ ખરેખર સાચો હશે ? ખબર નથી. જિંદગીના અંકગણિતમાં આપણા ભાગે ક્યારેક દાખલાઓ ગણવાનું જ લખાયેલું હોય છે ! એનો જવાબ સાચો છે કે ખોટો એની ખરાઈ આપણે કરી શકતા નથી. અને દરેક વખતે જવાબ જાણવાની આપણી જીદ પણ નથી હોતી. મારી નજર સામે અસલી હીરા જેવો રિલાયેબલ માણસ ખડો હતો. એનાથી મોટું રિલાયન્સ બીજું કયું હોઈ શકે ?

(સત્ય ઘટના. ઉનાળાની કાળઝાળ બપોરે લીલાનાઘેર વાડીમાં સાંભળવા મળેલો આ માનવટહુકો જિંદગીભર યાદ રહેશે.)

ક્યાંય તારા નામની તખ્તી નથી,
અય હવા ! તારી સખાવતને સલામ

'એક સારા મહંમદ રફીની જરૂર છે.'

'એ તો આજથી પચીસ વર્ષ પહેલાં જ જન્નતનશીન થઈ ગયા. હવે પાછા ક્યાંથી લાવવા ? તદ્દન નામુમકીન વાત !'

'જાણું છું, પણ હું 'બૉડી ઑફ રફીસાહેબ'ની વાત નથી કરતો, હું તો 'વૉઇસ ઑફ રફી' માગી રહ્યો છું.'

'ઓહ, એમાં શું આટલા બધા મૂંઝાઈ ગયા છે ? અમદાવાદની પોળ-પોળમાં એક-એક 'વૉઇસ ઑફ રફી' રખડે છે. એક ઢૂંઢો, હજાર મિલતે હૈં !'

ઉપરનો સંવાદ આજથી ચાર-પાંચ વર્ષ પહેલાં મારી અને મારા સાથીની વચ્ચે થયેલો. પ્રસંગ અમારી જૂની હિંદી ફિલ્મોના ગીત-સંગીતના શ્રવણ અને સંવર્ધન માટે સ્થપાયેલી 'સ્ટાર્સ મ્યુઝિકલ ક્લબ'ના એક કાર્યક્રમનો હતો. કેટલાંક વર્ષોથી અમદાવાદના શાલીન અને સંસ્કારી સંગીતપ્રેમીઓને સાથે રાખીને અમે કેટલાક મિત્રો ચાલીસ, પચાસ અને સાઈઠના દશકોનું હિંદી સંગીત માણવાનો સફળ, સંનિષ્ઠ પ્રયાસ કરી રહ્યા છીએ. જેની સાથે ઉપરોક્ત સંવાદ થયો એ મારા મિત્ર અમારી ક્લબના સેક્રેટરી પણ છે.

ઘણા વખતથી મને થયા કરતું હતું કે અમદાવાદના તખ્તાને એક સારા, તાઝગીભર્યા 'વૉઇસ ઑફ રફી'ની જરૂર છે. એટલે મારા મનની વાત મેં સંસ્થાના સેક્રેટરી સમક્ષ રમતી મૂકી. એણે આપેલો જવાબ કટાક્ષસભર હોવા છતાંયે સાચો હતો. માત્ર અમદાવાદ કે ગુજરાતમાં જ શા માટે ? હિંદુસ્તાનનું પ્રત્યેક શહેર, એની ગલી-ગલી આ મહાન ગાયકની સબળી કે નબળી અનુકૃતિઓથી ઊભરાયા કરે છે. મૂળ તો એ બધા કલાકારો રફીસાહેબના પ્રેમીજનો છે. એટલે જ એ લોકો એમણે ગાયેલાં ગીતો એમની રીતે ગાવાની દયાજનક કોશિશો કરતા હોય છે.

અમદાવાદમાં પણ પરિસ્થિતિ મહદ્અંશે સારી નથી. જેમનો કંઠ સારો છે, એમનું નામ નથી હોતું. જેનું નામ હોય છે એના દામ ખોટા હોય છે. મહેનત તો કોઈનેય કરવી જ નથી. રફીસાહેબનું સહેજ અઘરું ગીત ગાવા માટે કહો એટલે બહાનાંબાજી શરૂ થઈ જાય ! રફીસાહેબના અવાજની રેન્જની ફરતે સો માઈલના કૂંડાળામાં પગ મૂકી શકે એવો એક પણ કલાકાર આજ દિન સુધી હિંદુસ્તાનની સરઝમીંએ પેદા કર્યો નથી અને છતાં પણ સમાચારપત્રોનાં પાનાં 'વૉઇસ ઑફ રફી'ની ઉદ્દંડ જાહેરખબરોથી છલકાતાં રહે છે.

મારે તો તલાશ ફક્ત 'વૉઇસ ઑફ રફી'ની ન હતી. મારે એવો કલાકાર શોધવો હતો જે 'નેચર ઑફ મહંમદ રફી' પણ હોય ! જેનું ચારિત્ર્ય, વ્યક્તિત્વ, હૃદયની શુદ્ધતા અને વર્તનની પારદર્શકતા, નિર્વ્યસનીપણું, નિર્દંભીપણું – આ બધાં લક્ષણો પણ રફીસાહેબ જેવાં જ આ કલાકારમાં હોય. ભલે એનો કંઠ સાવ રફી સાહેબના અવાજની સમકક્ષ ન હોય, પણ એ તમને મૂળ ગીતની યાદ તાજી કરાવી આપે એવો તો હોવો જ જોઈએ. ઉપરાંત એ કલાકારમાં તાઝગી હોવી જોઈએ. છાપેલાં કાટલાં ન ચાલે. દામ પણ એ વાજબી માગતો હોય અને એક ખોબો દામના બદલામાં સૂંડલો ભરીને પસીનો પાડવા તૈયાર હોય !

મારી વાત સાંભળીને સેક્રેટરી વિચારમાં પડી ગયા, 'આટલા બધા સદ્ગુણોનો કોથળો આ કળિયુગમાં ક્યાંથી લાવવો ? સહરાના રણમાંથી સાચો હીરો શોધવા જેવું અશક્ય કામ છે, પણ એક નામ યાદ આવે છે : મહેમૂદખાન !'

'નવો ગાયક છે ?'

'ના, બહુ જૂનો કલાકાર છે. આજથી પંદર-વીસ વર્ષ પહેલાં અમદાવાદના સ્ટેજને એ ધમરોળતો હતો. પછી હાલાતના કાતિલ મારને કારણે એ મૂંગો થઈ ગયો. ગરીબીએ એના ગળા પાસેથી ગીતો છીનવી લીધાં. એણે મજબૂર બનીને વી.આર.એસ. સ્વીકારી લીધું. છેલ્લે એણે સ્ટેજ ઉપર ગાયું એ વાતને પણ આજે તો બાર-બાર વરસ થઈ ગયાં ! તમે કે'તા હો, તો વાત કરું એની સાથે.'

'પણ અત્યારે એ હશે ક્યાં ?'

'મસ્જિદમાં.' સેક્રેટરીની જીભ ઉપર એક મજબૂર કલાકારની મુફલિસીનું સરનામું હતું, 'એ મુસલમાન છે. જુહાપુરામાં સાવ નાની ખોલીમાં રહે છે. લાંબો-પહોળો પરિવાર છે અને સાંકડું ઘર છે. ઘરમાં ને ઘરમાં બે ડગલાં ચાલવા માટે પગ ઉપાડે છે, તો ઘરની બહાર આવી જવાય છે. મિલમાં નોકરી કરતા હતા એ પણ છૂટી ગઈ છે. દીકરાઓ કમાય એ સમય દૂર છે અને દીકરીઓને પરણાવવી પડે એ સમય નજીક છે. આવી દારુણ સ્થિતિમાં માણસ બીજું શું કરે ? જો કલાકાર

ધનવાન હોય તો એને પંચતારક હોટલના બોલરૂમમાં કે બારમાં શોધવો પડે. મહેમૂદખાન આખો દિવસ અલ્લાના ઘરમાં, મસ્જિદના ઓટલા ઉપર પડ્યા રહે છે. તમે જો હા પાડો તો...'

બાર વર્ષ પૂર્વે આથમી ચૂકેલા આ કલાકારને સેક્રેટરી શોધી લાવ્યા. ઈશાંની નમાજ પઢીને બહાર નીકળતા હતા, ત્યારે મસ્જિદની બહારથી જ ઉઠાવી લાવ્યા. મારી સામે હાજર કર્યા.

હું એમને જોઈ રહ્યો. પડછંદ બાંધો, વજનદાર દેહ, લંબગોળ આકર્ષક ચહેરો, નમ્રતા અને ઇબાદતના ભારથી ઝૂકેલી આંખો, લાલ મહેંદી કરેલા માથાના અને દાઢીના વાળ અને એની નબળી આર્થિક સ્થિતિની ચાડી ફૂંકતાં કપડાં.

'સલામ આલેકુમ, સા'બ !' એમણે કહ્યું.

'જય શ્રીરામ !' મેં અભિવાદનનો જવાબ અભિવાદનથી આપ્યો.

'મને યાદ કર્યો, સાહેબ ? બાકી દુનિયા તો મને વર્ષોથી ભૂલી ગઈ છે.' એ ફિક્કું હસ્યા. મેં નોંધ્યું કે એમના બોલવામાં કટાક્ષ ન હતો, કડવાશ પણ ન હતી. જો કંઈ હતું તો એ માત્ર ફરિયાદ હતી.

'મહેમૂદખાન, અમારા કાર્યક્રમ માટે ગાઈ શકશો ? થોડી વાર માટે મહેમૂદમાંથી મહંમદ બની શકશો ?'

'કોશિશ કરી જોઉં, સાહેબ ! બાર વર્ષથી તખ્તાનું પગથિયું ચડ્યો નથી, જોઉં છું કે ગળું કેવો સાથ નિભાવે છે !'

'આપણે કોઈ જુગાર નથી રમવો. નિષ્ફળ જવું કદાચ તમને પોષાય, પણ અમને નહીં. અમારી ક્લબની એક પ્રકારની ઊંચી પ્રતિષ્ઠા છે. દરેક કાર્યક્રમમાં દસથી બાર ગાયકો ભાગ લેતા હોય છે. હું નથી ઇચ્છતો કે લીંબુના એક ટીપાથી પૂરો દૂધપાક બગડી જાય. આપણે રિહર્સલ રાખીશું. એમાં તમને અજમાવી જઈશું. જો અવાજ સારો નહીં લાગે...તો...'

*

રિહર્સલ્સ થઈ ગયાં. મહેમૂદખાનનો અવાજ તો સુંદર લાગ્યો, પણ મુસીબત એ થઈ કે એમની પાસે ગીતો તૈયાર ન હતાં. આ કેવી રીતે ચાલે ? પૂર્વાભ્યાસ માટે પંદર દિવસ પહેલાં અમારા તરફથી એમણે ગાવાનાં ગીતોની મૂળ અવાજમાં ઓડિયો કેસેટ તૈયાર કરીને એમના હાથમાં પહોંચતી કરી દેવામાં આવેલી, છતાં પણ રિહર્સલ વખતે એમણે ગીતની પંક્તિઓ આડીઅવળી કરી નાખી. શબ્દોમાં છબરડા કર્યા.

હું જરા તપી ગયો : 'સૉરી, મહેમૂદખાન ! તમે નહીં ચાલી શકો. અમારે

બીજો કલાકાર શોધવો પડશે.'

એ નીચું જોઈ ગયા, 'માફ કરના, સા'બ ! એક મૌકા ઔર દીજીયે. કલ મૈં પૂરી તૈયારી કે સાથ આઉંગા...'

મેં એમને મોકાનું એક્ષટેન્શન આપ્યું. બીજે દિવસે બપોરે ત્રણ વાગે રિહર્સલ હતું. અમે હાજર, વાદ્યકારો હાજર, પણ મહેમૂદખાન ગાયબ. અમે અન્ય ગાયકોનાં ગીતો લેવા માંડ્યા. મહેમૂદખાન છેક પાંચ વાગે ઝબક્યા. હું ગુસ્સે ન થઈ જવાય એટલા માટે હોઠ સીવીને બેસી રહ્યો, પણ આ વખતે સેક્રેટરી ઊકળી બેઠા, 'ભાઈ, અબ તુમ્હારી કોઈ જરૂરત નહીં હૈ. તુમ વાપસ જા સકતે હો.'

એ નીચું જોઈ ગયા, 'એક મૌકા... સિર્ફ એક હી મૌકા... ફિર કભી અપના મુંહ નહીં દિખાઉંગા.'

'પણ ત્રણને બદલે પાંચ વાગે આવવાનું ?'

'ગલતી હો ગઈ, લેકિન મજબૂરી થી.' એ વધુ ન બોલી શક્યા, પણ મને શક પડ્યો; કદાચ એ પગે ચાલતા આવ્યા હશે. ખિસ્સામાં રિક્ષાભાડું નહીં હોય !

'ઓ.કે. ! આવી જાવ. આજે તો ગીત તૈયાર કરીને આવ્યા છો ને ?' મારા કડક પ્રશ્નનો જવાબ એમણે માઈકમાં એમનો બુલંદ કંઠ વહેતો મૂકીને આપ્યો.

મને અવાજથી તો સંતોષ થયો, પણ મહેમૂદખાનનાં કપડાં બાબતમાં હજી મને ચિંતા હતી.

મેં સેક્રેટરીને કાનમાં ટકોર કરી, 'એને કહેજો કે કાર્યક્રમ વખતે સારાં કપડાં પહેરીને આવે ! આ ગૅરેજના મિકેનિક જેવા ડૂચા નહીં ચાલે. સ્ટેજ ઉપર કલાકારના દેખાવનું પણ મહત્ત્વ હોય છે.'

મહેમૂદખાનને મારી સૂચન પહોંચાડી દેવામાં આવી. એમણે માથું હલાવ્યું. બહુ પાછળથી મને જાણવા મળ્યું કે અમે એમને ગીતોની ઓડિયો કૅસેટ તો આપી દીધી, પણ એમણે એ એક વાર પણ સાંભળી ન હતી. ટેપરેકર્ડર હોવું જોઈએ ને ?

*

બરાબર સાડા આઠ વાગે અમદાવાદના આશ્રમ રોડ ઉપર આવેલા ટાઉન હૉલનો પડદો ઊઘડ્યો. સભાગૃહ પ્રેક્ષકોથી ખીચોખીચ ભરાયેલું હતું. બાલ્કની પણ સંગીત-રસિકોથી ઊભરાતી હતી. ક્લબના પ્રમુખ તરીકે અને કાર્યક્રમના સૂત્રધાર તરીકે મેં માઈક ઉપરથી સભ્યોનું સ્વાગત કર્યું. કાર્યક્રમની હવા બાંધી અને પ્રથમ કલાકાર તરીકે પ્રખ્યાત સિનિયર ગાયિકા નીલુબહેન દવેના નામની જાહેરાત કરી. નીલુ દવે એમના સુંદર કંઠમાં લતાજીનું ગીત પેશ કરી ગયાં. તાળીઓનો નાદ શમ્યો એટલે મેં મહેમૂદખાનના નામની ઉદ્‌ઘોષણા કરી. એમનો પરિચય આપતી કેટલીક

વાતો કરી. એક જમાનામાં તખ્તો ગજાવતો આ કલાકાર ગરીબીના મારથી મૂગો બની ગયો. બાકી નીલુબહેનને સૌ પ્રથમ તખ્તા પર લાવવામાં નિમિત્ત બનનાર આ મહેમૂદખાન જ હતા. આવી આવી માહિતી સાંભળીને શ્રોતાસમૂહમાં એમના વિશે જિજ્ઞાસા ઉત્પન્ન થઈ. અને પછી...!

મહેમૂદખાને ધમાકેદાર એન્ટ્રી મારી. સફેદ કોટ-પેન્ટમાં, એક પણ ડાઘ વગરના શર્ટ અને ટાઈ સાથે એ ઉપસ્થિત થયા. સુઘડ દેખાવ અને ચીવટપૂર્વક હોળેલા વાળ સાથે એમણે માઈક હાથમાં લીધું અને પછી ફિલ્મ 'તુમસે અચ્છા કૌન હૈ ?'ના રફી સાહેબે ગાયેલા ગીતની શરૂઆત કરી.

પ્રથમ પંક્તિ અને તાળીઓનો પ્રચંડ મુશળધાર વરસાદ ! આવો બુલંદ અને તાજગીસભર અવાજ અત્યાર સુધી ક્યાં છુપાઈને બેઠો હતો ? લોકો મંત્રમુગ્ધ બનીને મહેમૂદખાનને સાંભળી રહ્યા. ગીત પૂરું થયું, ત્યાં તો 'વન્સ મોર'ની માગ ઊઠી. પ્રેક્ષકોની ફરમાઈશ એવી પ્રચંડ હતી કે જાણે ટાઉન હૉલની છતમાં તિરાડ પડી જશે એવું લાગ્યું. એ કાર્યક્રમમાં એમના ફાળે આવેલાં બધાં જ ગીતો જબરજસ્ત સફળતાને વર્યાં.

રાત્રે એક વાગે અમે એમના કોટના ખિસ્સામાં પુરસ્કારનું કવર સરકાવતા હતા અને એ પૈસા લેવાની આનાકાની કરી રહ્યા હતા. અમે પરાણે એમને સંમત કર્યા.

એ મહેમૂદખાનનો પુનર્જન્મ હતો. એ પછી તો પૂરા ત્રણ-સાડા ત્રણ વર્ષ દરમિયાન એ અમારા દરેક કાર્યક્રમમાં ગીતો રજૂ કરતા રહ્યા. દરેક વખતે હું મંત્રીને કહેતો રહ્યો, 'મારી ઇચ્છા છે કે મહેમૂદખાનને આપણા તરફથી એક ટેપરેકર્ડર ભેટમાં આપવું. અને એક સૂટ પણ ! દર વખતે એ સફેદ રંગના એકને એક કપડામાં...'

પણ માણસના મનમાં ઊઠતા બધા જ વિચારોને અમલના વાઘા ક્યાં પહેરાવી શકાતા હોય છે ? અચાનક એક દિવસ મારા સહયોગી મલય મુલતાનીએ એક આઘાતજનક સમાચાર આપ્યા, 'મહેમૂદખાન ગઈ કાલે જન્નતનશીન થઈ ગયા !'

'શું ? ક્યારે ? કેમ કરતા ?' મને જબરદસ્ત આંચકો લાગ્યો. મને મળેલી માહિતી હચમચાવી મૂકનારી નીકળી. ગરીબના મોતનાં કારણો પણ બહુ મોટાં નથી હોતાં. મહેમૂદખાનની એક દાઢ સડી ગઈ હતી. ખાનગી ડેન્ટીસ્ટે દાઢ પડાવી નાખવાની સલાહ આપી. ચેપ કાબૂમાં લેવા માટે એન્ટિબાયોટિક્સની જરૂર હતી. દોઢસો રૂપિયાનો જ સવાલ હતો, પણ મહેમૂદખાન માટે દોઢસો રૂપિયા દોઢ કરોડ જેટલા હતા. એ જનરલ હૉસ્પિટલમાં ગયા. પછી શું થયું એ કોને ખબર ? દાઢ પડાવતી વખતે એમને એનેસ્થેસિયા અપાયું, એમાંથી એ કોમામાં સરી ગયા. પાછા

બહાર જ ન આવ્યા. કદાચ મહેમૂદખાન પણ શાયર 'બેફામ'ની આ પંક્તિ ગણગણાવીને આપણને અલવિદા કરી ગયા : 'બેફામ' શ્વાસ અટકી ગયો તેથી શું થયું ? માફક ક્યાં આવતી હતી જગતની હવા મને ?

માત્ર દોઢસો રૂપરડીના વાંકે એક પહાડ પાયા સોતો ઊખડી પડ્યો. અમદાવાદના કલાજગતમાં અરેરાટી વ્યાપી ગઈ. જેનાથી જે કંઈ બની શકે એમ હતું એ મદદ કરવા માટે પહોંચી ગયા.

મારા સાથીદારોએ પણ સૂચન કર્યું, 'સાહેબ, આપણે એમના પરિવાર માટે કશુંક કરવું જોઈએ. આપણે જ તો મહેમૂદખાનનો હાથ ઝાલ્યો હતો !'

મેં 'હા' તો પાડી, પણ મારા હકારમાં વિશ્વાસનું વજન ન હતું. એનું કારણ એ કે એ સમય શકવર્તી હતો. ગોધરાકાંડનું લોહી હજુ રેલવે સ્ટેશનના પ્લૅટફૉર્મ પરથી સુકાયું ન હતું. હવામાં કારસેવકોની બળેલી લાશોની દુર્ગંધ ઘૂમરાતી હતી. સમગ્ર રાજ્યમાં કોમી રમખાણો ફાટી નીકળ્યાં હતાં. ગુજરાત પૂરેપૂરું બે કોમો વચ્ચે વિભાજિત થઈ ચૂક્યું હતું. ટી.વી.ની ન્યૂઝ ચૅનલો રાતદિવસ ગુજરાતના મુખ્યમંત્રી અને રાજ્યના હિંદુઓ પ્રત્યે વિષવમન કરી રહી હતી. હકીકત એ હતી કે નફરતની આંધી બંને છાવણીઓમાં ઊઠેલી હતી. મુસ્લિમો પણ કંઈ કમ આક્રમક ન હતા. એસ.ટી.ની બસો હજુ પણ જુહાપુરા કે સરખેજને બાયપાસ કરીને જ શહેરની બહાર નીકળી શકતી હતી. આવા માહોલમાં એક મુસ્લિમ કલાકાર માટે આર્થિક સહાયની ટહેલ નાખવી ? મને તો આ કાર્ય હવાની સપાટી ઉપર અક્ષરો ઉપસાવવા જેવું અશક્ય લાગતું હતું, પણ મિત્રોના આગ્રહ સામે અંતે હું ઝૂકી પડ્યો.

હવેનો કાર્યક્રમ સ્વ. ગુરુદત્તની ફિલ્મોનાં ગીતો ઉપર હતો. ફરીથી એ જ માહોલ, એ જ પ્રેક્ષકવૃંદ, એ જ વાદ્યકારો અને માઈક ઉપર સૂત્રધાર તરીકે પણ હું જ !

એક પછી એક પંદર ગીતો રજૂ થયાં. મધ્યાંતરનો સમય થયો. મેં અટકચાળું કર્યું. સાથે લાવેલા પૉકેટ સાઇઝના ટૅપરેકર્ડરમાં આગલા કાર્યક્રમની ઓડિયો કૅસેટ ભરાવીને સ્વીચ ઑન કરી. ટૅપરેકર્ડરને માઈકની સામે ધર્યું. હવામાં મહેમૂદખાનનો બુલંદ કંઠ રેલાઈ રહ્યો : 'લાખો હૈં નિગાહોં મેં, જિંદગી કી રાહમેં, સનમ હસીન જવાં...'

અડધા ગીતે મેં ચાંપ બંધ કરી દીધી. શ્રોતાઓ સ્તબ્ધ. મેં કારણ રજૂ કર્યું, 'આ ગીત અધૂરું જ રહ્યું, કારણ કે એનો ગાનાર પણ મહેફિલને અધૂરી છોડીને ચાલ્યો ગયો છે. મહેમૂદખાન હવે આપણી વચ્ચે નથી રહ્યા. હવે પછી ક્યારેય એ સફેદ સૂટધારી, નિષ્કલંક વ્યક્તિત્વ આપણને ફરીવાર જોવા નહીં મળે. એ તો ગયા,

પણ એમની પાછળ રહેલા એમના પરિવારનું શું ?'

પૂરી ત્રણ મિનિટ સુધી હું રૂંધાયેલા ગળે બોલતો રહ્યો. એમની આર્થિક દુર્દશા ને એમનું ગૌરવ જળવાય એ રીતે મેં ચિતાર આપ્યો. પછી ઉમેર્યું, 'આપણાં બધાંના ઘરોમાં બાથરૂમની સાઇઝ પણ એમની ઓરડી કરતાં વધુ મોટી હશે. હવે જોવાનું એ છે કે આપણા દિલની સાઇઝ કેવડી છે ! હવે પડદો પડશે, ફક્ત પાંચ મિનિટ પૂરતો મધ્યાંતર હશે. એ પછી ગુરુદત્તનાં ગીતોનો કાર્યક્રમ આગળ ચાલશે. આ સુજ્ઞ શ્રોતાઓને મારે આનાથી વિશેષ કંઈ જ કહેવું નથી.'

અને હાજર હતા એ તમામ પ્રેક્ષકો મારી ટકોર સમજી ગયા. સ્ટેજ ઉપર આવી-આવીને એમનાં હૈયાંની તિજોરી ખાલી કરી ગયા. પુરુષો એમનાં ખિસ્સાં અને સ્ત્રીઓ એમની પર્સ ઠાલવી ગઈ. એક પણ ખુરશી એવી ન હતી, જેમાં બેઠેલી વ્યક્તિ પથ્થરદિલ સાબિત થઈ હોય.

એક યુવાન સભ્ય તો આડીઅવળી કરન્સી નોટોનો થોકડો મારા હાથમાં મૂકીને દોડી ગયા. મારા સહાયકે એમને પકડીને પૂછ્યું, 'તમારું નામ તો કહેતા જાવ !'

જવાબમાં એમણે શે'ર સંભળાવ્યો,

'ક્યાંય તારા નામની તકતી નથી,

એ હવા ! તારી સખાવતને સલામ !'

'પણ રૂપિયા કેટલા છે એ તો કહો !'

'મેં ગણ્યા નથી. ખિસ્સામાં જેટલા હતા એ બધા જ આપી દીધા છે.'

મેં રકમ ગણી તો લગભગ સાડા ત્રણ હજાર રૂપિયા નીકળ્યા. શહેરના પ્રખ્યાત બાળરોગ નિષ્ણાત ડૉ. દૂધિયા સાહેબ પણ વરસાદની જેમ વરસીને ખાલી થઈ ગયા. રાત્રે ઘરે જવા માટેનું રિક્ષાભાડું પણ ન રાખ્યું. દોઢ વાગે રિક્ષાવાળાને ઘર પાસે થોભાવીને કહ્યું, 'બે મિનિટ માટે ઊભો રહે. હમણાં ભાડું લઈને આવું છું.'

દૂધિયા સાહેબને અમદાવાદમાં કોણ ન ઓળખે ? રિક્ષાવાળો પણ ઓળખતો હતો. એ અજાયબીમાં ડૂબી ગયો, 'શી વાત છે, સાહેબ ? તમારા ખિસ્સામાં પચાસ રૂપિયા ન હોય ? કોઈ ગઠિયાએ પાકીટ તફડાવી લીધું કે શું ?'

દૂધિયા સાહેબે જવાબ ન આપ્યો. પણ મનમાં ચોક્કસ બબડ્યા હશે, 'હા, કંઈક એવું જ સમજ ! પણ પાકીટ તફડાવી જનાર કોઈ ગઠિયો નહીં, પણ એક નખશિખ સજ્જન હતો !'

✽

બરાબર પાંચ મિનિટ બાદ પડદો ખૂલ્યો, ત્યારે સભાગૃહ શાંત હતું. સૌ પોતાની બેઠકોમાં ગોઠવાઈ ગયા હતા. મેં જાહેર કર્યું, 'તમારો ખૂબ ખૂબ આભાર. મહેમૂદખાનના પરિવાર માટે તમે લંબાવેલ હાથને હું કાયમ માટે સ્મરણમાં રાખીશ. ફક્ત પાંચ મિનિટનો સમય અને આડત્રીસ હજાર રૂપિયા ?! ધન્ય છે તમારી ઉદારતાને ! અહેસાન મેરે દિલ પે તુમ્હારા હૈ દોસ્તો...!'

અને કાર્યક્રમ આગળ ચાલ્યો.

(સાવ સાચી ઘટના. ગુજરાતને ગાળો દેતા તમામ વિકૃતોને આ ઘટના સમર્પિત કરું છું. અને સાથે આ સવાલ પણ : એક હિંદુ કલાકારના પરિવાર માટે આવી ઉદારતા પાકિસ્તાનમાં વસતા મુસ્લિમો દર્શાવી શકે ખરા ? જવાબ સ્પષ્ટ છે. તો પછી જનરલ મુશર્રફ ત્યાં બેઠા બેઠા ગુજરાતના મુસલમાનોની ચિંતા શા માટે કરે છે ?)

માણસ માત્ર નસીબને આધીન !

સવારનો સમય, નવ વાગ્યા હશે. શેરીમાં બૂમ ઊઠી : 'કનુભાઈ કમભાગી મરણપથારીએ છે...! માંડ પાંચ-સાત મિનિટનો મામલો લાગે છે. દાગતરેય હાથ અધ્ધર કરી દીધા...!'

આટલું બોલતાં-બોલતાં કોઈક ઘર પાસેથી પસાર થઈ ગયું. મોટા ડહેલામાં ત્રીસ-પાંત્રીસ ભાડુઆતોનાં હારબંધ સામસામે ઘર. ત્રીસ-પાંત્રીસ વર્ષ પહેલાંનો સમય. એટલે પડોશીઓ વચ્ચે સંપ સારો. આદમીઓ પગમાં ચંપલ પહેરીને નીકળી પડ્યા. સ્ત્રીઓ પણ પાછળ. બધાંનાં પગલાં એક જ દિશામાં. શેરીના છેવાડે આવેલા એક ઓરડીના આવાસ તરફ. તમામના પગમાં ગતિ હતી અને મનની મતિ પણ હતી.

શેરીમાં સોપો પડી ગયો એવું વાતાવરણ હતું. આકાશ વાદળિયું હોવાને કારણે સવાર છે કે સાંજ એ કહેવું મુશ્કેલ હતું. કૂતરાં રડી રહ્યાં હતાં. પડોશીઓનાં ઘરોમાં વાગતા રેડિયા ખામોશ થઈ ગયા હતા. પંખીઓ પણ પાંખોને ફફડાટ ન થાય એવા જ આશયથી કદાચ ઊડાઊડ કર્યા વગર શાંતિથી બેસી રહ્યાં હતાં. પુરુષોના ચહેરા ગંભીર અને સ્ત્રીઓના રડમસ હતા. પ્રકૃતિના તમામ ઘટકો ઉપર જાણે યમરાજાના પાડાની કાળી છાયા પથરાઈ ચૂકી હતી !

ઝોળી જેવા કાથીના ખાટલામાં કનુભાઈ જિંદગીની અંતિમ ક્ષણોમાં જીવી રહ્યા હતા. માથા આગળ ખાટલાની પાંગતે એમનાં પત્ની લલિતાબહેન બેઠાં હતાં. ચહેરા ઉપર રુદન અને આંખોમાંથી અશ્રુધાર.

'લલિતા...! આવજે...! છોકરાંવને હાચવજે...! મેં તને બહુ દુઃખી કરી...! બોલ્યું... ચાલ્યું... માફ...!' કનુભાઈની શ્વાસની ધમણ છેક ફળિયાની બહાર સંભળાતી હતી.

'હવે વલોપાત કર્યા વિના ભગવાનનું નામ લ્યો.' લલિતા કરુણ સ્વરે બોલી.

'ભગવાનનું નામ શું લ્યે ?... આ દુનિયામાં ભગવાન જેવું ક્યાંય છે જ નહીં ને !... બાકી જો ઈ હોય... તો આપણી આ... દશા હોય !... મને તારી ચિંતા નથી... પણ આપણાં બાળકો... રખડી પડવાનાં બાપ વગર... રાજુ... સવલી... અને નાનકો... બાપ વગર ભીખ માગશે બચાડાં...'

'આવું શું કામ બોલતા હશો ? ભઈસા'બ, મહાદેવનું નામ લ્યો ને ! ઓમ્ નમઃ શિવાય... ઓમ્ નમઃ શિવાય... બોલો... ઓમ્....'

પણ કનુભાઈની શ્વાસની તિજોરીનું તળિયું આવી ગયું હતું. શબ્દો પહાડ બની ગયા. મોં સુકાઈ ગયું. જીભમાં જોર ન રહ્યું. હોઠ ફફડ્યા. 'ઓમ્' એટલું તો માંડ બોલાયું. વળતી જ ક્ષણે એમનો હંસલો ઊડી ગયો. લલિતાબહેનની આંખો સામે પતિ નામનું પિંજર પડી રહ્યું. અ.સૌ. હતાં એમાંથી એ ગં.સ્વ. બની ગયાં.

ઘર, ફળિયું ને શેરી એક સામટાં રડી ઊઠ્યાં.

બધાંનાં મોંમાં એક જ વાત હતી : 'ભારે કરી. કનુભાઈ ખરા અર્થમાં કમભાગી હતા. જેવા જીવવામાં, એવા જ મરવામાં. માત્ર જો એકાદ-બે વરસ જ બેઠા હોત, તો છોકરા-છોકરીને ઠેકાણે પાડતા જાત !'

*

સાત સમંદર ખેડીને સહીસલામત આવેલું જહાજ કિનારા પાસે આવીને ડૂબે એને શું કહેશો ? ખૂંખાર, ઝડપી ગેંદબાજો સામે અડીખમ ઊભો રહેલો ક્રિકેટનો ખેલાડી છેક નવ્વાણું રનના સ્કોરે બોલ્ડ થઈ જાય તો એને શું કહેવાય ? કરોડો રૂપિયા ખર્ચીને જાજરમાન, ભવ્ય અને ઊંચું મંદિર બંધાવ્યું હોય, બસ, ફક્ત મૂર્તિની પ્રાણપ્રતિષ્ઠા કરવાની જ બાકી હોય, ત્યાં અચાનક ભૂકંપનો જોરદાર આંચકો આવે અને એ ભવ્ય મંદિર ધરાશાયી થઈ જાય, તો એને તમે શું કહેશો ? આશ્ચર્ય ? જોગાનુજોગ ? અકસ્માત ? નિયતિ ? ઈશ્વરની મરજી ? વિધાતાના લેખ ? કે પછી કમનસીબી ?

કનુભાઈની જિંદગીમાં આ સાતેય સવાલો સામટા ભેગા થઈને એક જવાબરૂપે આવ્યા હતા. મેં એમના જીવનનો બહુ નિકટતાથી અભ્યાસ કર્યો છે. એમને આસમાની ઊંચાઈ પરથી ગબડીને ઊંડી ખીણમાં પડતાં જોયા છે. ફરીથી ઊંચે ઊઠવા માટે જબરદસ્ત હવાતિયાં મારતાં પણ જોયા છે. જૂની કવિતાનો કરોળિયો તો છ વાર ભોંય ઉપર પછડાયો હતો, પણ છેવટે સાતમી વાર ઊંચે ચડવામાં સફળ થયો હતો, પરંતુ કનુભાઈની સિત્તેર વારની કોશિશો નાકામ રહી હતી. લોકોએ આથી જ એમનું નામ કનુભાઈ કમભાગી પાડી દીધું હતું.

*

જન્મ ગામડા ગામમાં જમીનદાર બાપના ઘરે. દોમદોમ સાહ્યબી. ચારસો વીઘા

ફળદ્રુપ જમીન. મેડીબંધ મકાન. ગાયો અને ભેંસોનો મોટો જમેલો. ચાર જાતવાન
અશ્વો. દસ ભેંસોનું દૂધ તો ઘોડા ગટગટાવી જાય. ગામ આખું છાશ માટે
જમીનદારના ડહેલે દોટ મૂકતું આવે. સળી ઊભી રહે એવી જાડી છાશ મફતમાં
આપવાની.

કે'વાય ખેડૂત. મોટા જમીનદાર, પણ જન્મે બ્રાહ્મણ. નામ પુરુષોત્તમ પંડ્યા.
ગોરાણીનું નામ મધુબહેન. ભગવાને ખોબલે-ખોબલે સુખ આપેલું, પણ એક વાતનું
દુ:ખ. સંતાન ન મળે.

કેટકેટલાં તપ, દોરા-ધાગા, સારવાર અને દાનધરમ પછી દીકરાનો જન્મ થયો.
એ આપણો કનુ. નાનો હતો ત્યારે એને જોનારા સૌ કહેતા કે કનુ કાનુડો હતો.
રાજાના કુંવર પેઠે ઊછરીને મોટો થયો. ગોરાણીમા દીકરાનું સુખ જોવા ઊભાં ન
રહ્યાં. સત્તર વર્ષના પુત્રને મૂકીને મરી ગયાં.

અત્યાર સુધી ભાગ્યનું ચક્કર સવળું ચાલી રહ્યું હતું એ હવે અવળી દિશામાં
ફરવા માંડ્યું. બાપ-દીકરાને કોણ જાણે કેમ પણ કદીયે મનમેળ ન જામ્યો. સાત
ખોટનો દીકરો બાપને કેવો વ્હાલો હોય ! પણ અહીં તો સામસામી લાકડીઓ ઊડે.
ગોરાણી બેઠાં હતાં ત્યાં સુધી બધું દાબ્યું-દુબ્યું ચાલ્યું, પછી એક દિવસ ભડકો
થયો.

બાપે ગુસ્સામાં આવીને સંભળાવી દીધું, 'અત્તારે ને અત્તારે નીકળી જા
ઘરબારો ! વે'તો પડ્ય, નિકર ધોલ ઠોકી દે.' હાત જલમમાંયે હામો ના ભટકતો...!'
તળ કાઠિયાવાડની બોલી છે. અત્તારે એટલે અત્યારે. વે'તો પડ્ય એટલે
ચાલતો થઈ જાય. નિકર એટલે નહીંતર. ધોલ એટલે થપ્પડ અને સાત જન્મમાંયે
સામે ન ભટકતોનો જવાબ કે બાપ-દીકરાની લેણાદેણી ખતમ થઈ. ઋણાનુબંધનો
અંત આવી ગયો.

એ પછી કાનુભાઈના બાપનું શું થયું, એમની ચારસો વીઘા જમીન, નવચંદરી
ભેંસો અને કામધેનુ જેવી ગાયો ક્યાં ગઈ, પાંખાળા ઘોડા કયા આસમાનમાં ઊડી
ગયા – એની કોઈને કશી જાણ થવા ન પામી. ખુદ કનુભાઈને પણ નહીં. જીવનભર
એ રખડ્યા, રઝળ્યા, થાક્યા, તૂટી ગયા પણ એક વાતમાં કાન પકડવા પડશે;
કનુભાઈએ ક્યારેય બાપના પગ પકડવાનો વિચાર સુધ્ધાં ન કર્યો.

સત્તરમા વરસે ઘર છોડ્યું, પૂરા પંદર વર્ષ ભટક્યા. શહેરમાં આથડ્યા.
બત્રીસમા વરસે ગરીબ ઘરની કન્યા સાથે લગ્ન કર્યું. પોતે તો દુ:ખી હતા જ, લલિતાને
પણ પારાવાર દુ:ખમાં સહભાગી કરી.

પણ લલિતા ધર્મમાં આસ્થાવાળી હતી. ભગવાનમાં માનતી. કનુભાઈનો

વિશ્વાસ 'ઈશ્વર' નામના શબ્દ ઉપરથી ઊઠી ગયેલો. કેમ ? તો વાંચો એનાં કારણો !

લગ્ન પછી ઘરના આર્થિક વહેવારના બે છેડા ભેગા કરવા માટે કનુભાઈએ કંઈક ઉધામા કરી જોયા. પંદર વરસની બચતમાંથી એક દુકાન ભાડે લીધી. સરસામાન વસાવ્યો. ગાંઠિયાની દુકાન શરૂ કરી. શહેરનો શ્રેષ્ઠ કારીગર શોધી લાવ્યા. જાહેરાતોનાં ફરફરિયાં છપાવ્યાં. કોઈ વાતે કમી ન રાખી, પણ સરવાળે શું થયું ? દોઢ લાખની વસ્તીવાળા એ શહેરમાં વીસ દુકાનો ગાંઠિયાની હતી, એમાંથી ઓગણીસ ધમધોકાર ચાલતી હતી. એક ન ચાલી. એ કનુભાઈ કમભાગીની.

ત્રીસ હજાર રૂપિયા ઊંધા કર્યા પછી દેવું ચૂકવવા માટે એમણે દુકાન વેચી નાખી. એક વાર તો આપઘાત કરવાની અણી ઉપર આવી ગયેલા, પણ લલિતાએ વાર્યા, 'માધેવ ઉપર ભરોસો રાખો ! ભોળિયો શંકર કોઈને મરવા નથી દેતો.'

પત્નીના શબ્દે બેઠા થઈને કનુભાઈએ કટલેરીની લારી શરૂ કરી. દોઢસો લારી ચાલતી હતી, એમની એક જ ન ચાલી. આઠ હજાર ડૂબી ગયા.

'આમ હિંમત ન હારો. ભગવાન જેવો ભગવાન બેઠો છે. એણે દાંત આપ્યા છે તો ચાવણુંયે એ જ આપી રે'શે.' લલિતાએ ફરીથી પતિને ભાંગી પડતાં બચાવી લીધો. ત્યાં સુધીમાં એના ખોળામાં રાજુ રમતો થઈ ગયો હતો.

ચાની કીટલી. ગામમાં ચારસો ધમધમતી હતી. કનુની કીટલી બુઝાઈ ગઈ. આઠસો રૂપિયા પાણીમાં. લલિતા સુવાવડના ખાટલે હતી. દીકરીને છાની રાખવાની સાથે સાથે ધણીને પણ શાંત પાડતી હતી.

પ્લાસ્ટિકની ચીજવસ્તુઓ, કાપડની છૂટક ફેરી, મીઠાની લારી, સાબુનો ધંધો, બક્કલ-બોરિયાની લારી...! બેસુમાર ધંધાઓ. પણ એકેયમાં યારી ન મળી. ભયાનક ગરીબી વચ્ચે બાળકો મોટાં થતાં રહ્યાં. હવે તો નાનકો પણ હતો.

ત્રણ બાળકો. ત્રીસ ધંધા. દારુણ ગરીબીમાં કાઢેલા બે દાયકા. અને પછી જીવન-નાટક ઉપર આખરી વાર પડદો પડી ગયો.

જ્યારે કનુભાઈ ગુજરી ગયા ત્યારે મોટો દીકરો રાજુ બી.કોમ.ની છેલ્લી પરીક્ષા સેકન્ડ ક્લાસમાં પાસ કરીને બે મહિનાથી ઘરે બેઠો હતો. નોકરી માટે આઠ જગ્યાએ અરજીઓ કરી ચૂક્યો હતો. ખુદ કેન્સરગ્રસ્ત હાલતમાં કનુભાઈ રૂબરૂ જઈ-જઈને મોટા મોટા સાહેબોને મળી આવ્યા હતા. પગમાં પડીને વિનવી ચૂક્યા હતા : 'સાહેબ, એક આટલું કામ કરી આપો. રાજુને નોકરીમાં રાખી લો. પહેલી તારીખે બાંધેલો પગાર મળતો થઈ જાય તો અમારું કુટુંબ જીવી જાય.'

પણ કશું વળ્યું નહોતું.

'મરણટાણે સૌથી મોટી ફિકર એમને સવલીની હતી. સવિતા એમની દીકરી.

બે વર્ષ પહેલાં એસ.એસ.સી. પાસ થઈને પી.ટી.સી.નું ભણી ઊતરી હતી. હમણાં જ પરીક્ષા આપીને પરવારી હતી. પરિણામ આજકાલમાં આવવાનું બાકી હતું.

કનુભાઈ મરણની આગલી રાતે પત્ની સાથે વાતો કરતા હતા, 'લલિતા, બીજું બધું તો ઠીક છે, પણ આ સવલીનું શું થશે?'

'દીકરીની જાત છે. બીજું શું થવાનું? કાલે સવારે પરણીને સાસરે જતી રે'શે.'

'અરે, પણ એનો દેખાવ તો જો! સાડા ચાર ફીટની ઢીંગલી છે. રંગમાં પણ કાળી. બે દાંત આગળ નીકળી ગયા છે. એને જો નોકરી મળી જાય તો મેળ પડશે. છોકરીનો હાથ ઝાલનારો કોઈ નથી નીકળવાનો. પણ નોકરીવાળી છોકરીનો હાથ...'

કનુભાઈને જોરદાર ખાંસીનો હુમલો આવ્યો, એમાં બાકીના શબ્દો ડૂબી ગયા.

'ભગવાનનું નામ લ્યો. ખાલી અમથો વલોપાત છોડો.' લલિતાબહેન પાસે આનાથી વધારે બીજાં કોઈ વાક્યો ન હતાં.

એકની એક ટેપ સાંભળીને માણસ અકળાય, એમ છેલ્લાં વીસ-વીસ વર્ષથી પત્નીના મુખેથી એકનું એક આશ્વાસન સાંભળતા આવેલા કનુભાઈ હદ બહાર ઉશ્કેરાઈ ગયા : 'ભગવાન...! ભગવાન...! ભગવાન...! તારે હવે બંધ કરવું છે ભગવાનનું નામ બોલવાનું? કે પછી...?'

ફરી પાછી ખાંસી. ફરી પાછું વાતનું ડૂબવું. અને ફરી પાછું મૌન.

અને અંતે કનુભાઈ બાવન વર્ષની ઉંમરે ફેફસાંના કેન્સરથી રિબાઈને આ દુનિયા છોડી ગયા. કૂતરાં રડતાં હતાં એ બંધ થઈ ગયાં. એને બદલે માણસોનું રુદન શરૂ થયું.

✳

બરાબર સાડા નવ વાગે કનુભાઈએ શ્વાસ છોડ્યો. દોઢેક કલાકની અંદર એમને કાઢી જવામાં આવ્યા. પુરુષો સૌ સ્મશાનમાં હતા. સ્ત્રીઓ લલિતાને ઘેરીને ખરખરો કરી રહી હતી.

'ભગવાનેય કેવો પથ્થરદિલ છે! બિચારા કનુભાઈ ઉપાધિ સાથે લઈને ગયા! રાજુનું શું થશે? સવલીનું શું...?'

વાક્ય અધૂરું રહ્યું. ટપાલી આવ્યો. ટોળું જોઈને એ ભલો માણસ મામલો પામી ગયો. રોજ તો બારણામાંથી જ 'ટપાલ...!' કહીને કાગળપત્ર ફેંકીને ચાલ્યો જતો હતો, પણ આજે છેક અંદર સુધી આવ્યો. લલિતાના હાથમાં પત્ર મૂકીને અદબભેર ચાલ્યો ગયો.

લલિતાએ પત્ર સવલીના હાથમાં મૂક્યો. સવલીએ રડતી આંખે પરબીડિયું ફોડ્યું. અંદરથી કાગળ કાઢ્યો. વાંચ્યો. આવી હાલતમાં પણ એની આંખોમાં એક

વિશિષ્ટ ચમક આવી ગઈ.

'મા...!'

'શું છે !?' લલિતાએ છાશિયું કર્યું, ત્યારે જ સવલીને ભાન થયું કે એનો બાપ હજી હમણાં જ મર્યો છે. આટલા મોટેથી બોલવું સારું ન કહેવાય.

'શું છે ?' માએ બીજી વાર પૂછ્યું.

'મા, રાજુભાઈને નોકરી મળી ગઈ ! સરકારી નોકરી ! ટ્રેઝરી ઑફિસમાં. દસ દિવસમાં હાજર થવાનો હુકમ છે !'

કનુભાઈનું બારમું હતું એ જ દિવસે સવલીનું પી.ટી.સી.નું રિઝલ્ટ જાહેર થયું. અઠ્યાસી ટકા માર્ક્સ સાથે કુ. સવિતા કનુભાઈ સમગ્ર ગુજરાતમાં પ્રથમ ક્રમાંકે ઉત્તીર્ણ થયાં હતાં ! એક મહિનાની અંદર એને નોકરી મળી ગઈ શાળામાં શિક્ષિકા તરીકેની. બે મહિનાની અંદર સાથે નોકરી કરતા એની જ જ્ઞાતિના એક જુવાન શિક્ષક સાથે એની આંખ લડી ગઈ.

વિધાતાનું ચક્ર વર્ષોથી જામ થઈ ગયેલું હતું એ રાતોરાત ઘૂમવા માંડ્યું. સુખની ઘટનાઓ એવી તો ફાસ્ટ ફૉરવર્ડ ગતિમાં દોડી રહી હતી કે સવલીનાં લગ્ન ઊજવવા માટે કનુભાઈની વરસી પણ વહેલી વાળી લેવી પડી !

✳

આજે આ વાતના પાયા ઉપર સાડાત્રણ દાયકાની ઇમારત ઊભી છે. સવિતા એના ઘરે સુખી છે. રાજુ સવલી કરતાં પણ વધારે સુખી છે. એને કમાતી પત્ની મળી છે. બેય જણાં ભેગાં થઈને મહિને દા'ડે પાંત્રીસ હજાર રળી લે છે. નાનો નાનકો હવે મોટો થઈ ગયો છે. બધા જ અર્થમાં મોટો. અત્યારે એ ડેપ્યુટી કલેક્ટર છે. એની પત્ની બૅંક ઑફિસર છે.

સહિયારા કુટુંબનો વિશાળ બંગલો છે. આગળના પાર્કિંગમાં ગાડી છે, પાછળના ભાગમાં વાડી છે. ઘરમાં બબ્બે લાડી છે અને ચાર બાળકોની લીલીછમ્મ વાડી છે. સૌ કરતાં વધારે સુખી લલિતાબહેન છે. મોંઘીદાટ સાડી પહેરીને હીંચકે ઝૂલતાં એ સુખ અને સમૃદ્ધિના ઓડકાર ખાધા કરે છે.

એમના શયનખંડની દીવાલ ઉપર એક જૂની થઈ ગયેલી ફ્રેમમાંથી મઢેલી એક છબી લટકે છે. એમાં વર્ષો પહેલાં આથમી ચૂકેલા કનુભાઈ કમભાગીનો ઉદાસ ચહેરો છે. એ ચહેરો એક પણ શબ્દ બોલતો નથી, તોપણ લલિતાબહેનને એવું કેમ લાગ્યા કરતું હશે કે પતિ જાણે એને પૂછતા હોય :

'લલિતા, એટલું કહીશ કે મારો વાંક શો હતો ? મારો બાપ પૈસાદાર હતો. મારા દીકરાઓ પૈસાદાર છે. વચમાં હું જ એકલો શા માટે દરિદ્ર રહી ગયો ? શું

આને જ પ્રારબ્ધ કહેતાં હશે ! બાકી પરસેવો તો મેં પણ ખૂબ પાડ્યો છે. ભગવાન શું આ ઘરમાંથી મારા નીકળવાની જ રાહ જોતો હતો ? હજુ તો મારી લાશ બળી રહી હતી, ત્યાં જ રાજુની નોકરીનો હુકમ...?'

કનુભાઈના સવાલોનો લલિતાબહેન પાસે શો જવાબ હોય ! હાથમાં ફરતી માળા આંખે લગાડીને બિચારાં બબડી લે છે : 'હવે મર્યા પછી શું કામ વલોપાત કરો છો ? ભગવાનનું નામ લ્યો ને !'

(સત્ય ઘટના છે. કનુભાઈની પૂરી જિંદગીનો હું ચશ્મદીદ ગવાહ રહ્યો છું. કેટલુંક નજરોનજર જોયેલું છે, કેટલુંક કાનોકાન સાંભળેલું ! ક્યારેક પ્રશ્ન થાય છે કે આ વ્યથાકથાને શું નામ આપવું ! આશ્ચર્ય ! જોગાનુજોગ ? અકસ્માત ? નિયતિ ? ઈશ્વરેચ્છા ? વિધાતાના લેખ ? કે પછી એમની કમનસીબી ? પૂરા ખાનદાનમાં આ એક જ જીવ શા માટે દુઃખી અને દરિદ્ર રહી જાય ? માનવીના ભૌતિક ઐશ્વર્ય માટે માત્ર નસીબ જ જવાબદાર ? પુરુષાર્થની કશી જ કિંમત નહીં ? કે પછી કર્મફળ ? કશું સમજાતું નથી. જે સમજાય છે તે મનમાં બેસતું નથી. પણ તેમ છતાંયે મનના સાતમા પાતાળમાંથી એક મૂક આશીર્વાદ અવશ્ય ઊઠે છે : કનુભાઈનાં સંતાનો વગડાની વેરાની ભોગવી ચૂક્યાં છે, ત્યારે હે ઈશ્વર ! આ સુખનો ટહુકો સદાયને માટે ચાલુ રાખજે !)

દિવાળીનું દારૂખાનું ખામોશ થઈ ગયું હતું, પણ બેસતા વર્ષના ફટાકડા ફૂટવા માંડ્યા હતા

'બહેન, આ ફ્લેટ ક્યાં આવ્યો એ કહેશો ? ક્યારનાયે અમે શોધીએ છીએ. મળતો નથી.' સામેથી ચાલી આવતી એક જાડી, કાળી, કદરૂપી સ્ત્રીને જોઈને મેં કાર ધીમી પાડી. બાજુમાં મારા મિત્ર વનમાળીદાસ બેઠા હતા. એમણે બારીમાંથી કાગળની ચબરખી બહાર કાઢીને એ સ્ત્રીની સામે ધરી.

'સરનામું પૂરું લઈને ઘરની બહાર નીકળતા હો, તો...?' મોં બગાડીને એ ચાલતી થઈ. જતાં-જતાં બદબૂના ઝોકા જેવું વાક્ય એ વનમાળીદાસના કાન ઉપર મારતી ગઈ, 'મૂવો વાંદરો ઘરડો થાય તોયે ગુલાંટ મારવાનું ન ભૂલે. રૂપાળું બૈરું ભાળ્યું નથી કે એની સાથે વાત કરવાનાં બહાનાં ખોળી કાઢે.'

સારું થયું કે ત્યાં સુધીમાં મેં ગાડી દોડાવી મૂકી હતી, નહીંતર વનમાળીદાસ સાચ્ચે જ વાંદરો બનીને ઠેકી પડ્યા હોત. તોયે એમનાથી સાવ તો બોલ્યા વગર ન જ રહી શકાયું. બારીમાંથી ડોકું કાઢીને એમણે પાછળની દિશામાં જવાબ ફંગોળ્યો, 'ઓ હેડંબાદેવી ! ઘરમાં અરીસો રાખો છો કે નહીં ? ક્યારેક એનો ઉપયોગ કરતાં રહેજો. રૂપાળું બૈરું. હું હ...!'

વનમાળીદાસની જીભને માત્ર એક્સિલરેટર જ હતું, બ્રેક ન હતી. એક વાર એ બોલવાનું શરૂ કરે, એ પછી અટકવાનું નામ ન લે. મોટા ભાગે તો એ જગતની સામે બખાળા જ કાઢતા હોય. એમના સિવાય વિશ્વમાં બીજું કોઈ સારું હોય જ નહીં. મેં એમનું નામ વનમાળીદાસ જગમોહનદાસ દેસાઈને બદલે વનમાળી વાંકો પાડી દીધું હતું. અને એમણે આ નામ મારો ભરપૂર વાંક કાઢ્યા પછી સ્વીકારી પણ લીધું હતું. ('વનમાળી વાંકા'ના ઉપનામથી લખતા પીઢ પત્રકાર સ્વ. દેવેન્દ્ર ઓઝા સાથે એને કોઈ સંબંધ નથી.)

એમના બબડાટનું સુકાન એમણે હવે મારી તરફ ફેરવ્યું, 'કોણ જાણે આજે

કોનું મોઢું જોઈને નીકળ્યા છીએ. સાડા આઠ વાગી ગયા. આઠ વાગે તો આપણે પાર્ટીમાં પહોંચી જવાનું હતું. હજુ સુધી ઘર નથી જડ્યું. નવ સુધીમાં જો નહીં પહોંચી જઈએ, તો તારો વનરાજ મહેમાનોને જમવા બેસાડી દેશે. આપણા માટે થઈને બીજાને એ ક્યાં સુધી ટટળાવ્યા કરે ? આપણી તો દિવાળી બની જશે હોળી !'

વનમાળી વાંકાની હજાર વાતમાંથી આ એક વાત સાચી હતી. મને પણ રહી-રહીને આ જ સવાલ મૂંઝવતો હતો : 'આજે કોનું મોં જોઈને નીકળ્યા છીએ કે આ સપરમો દા'ડો આ અજાણ્યા વિસ્તારના નિર્જન માર્ગો ઉપર રઝળી-રઝળીને પસાર કરી રહ્યા છીએ ?

વાત એમ હતી કે વનરાજ વાઘમારે મારો બહુ જૂનો મિત્ર હતો. આજે પણ છે. નાનપણમાં જૂનાગઢમાં સાથે હતા. પછી જુદા પડી ગયા. વર્ષોથી મળ્યા ન હતા. હું મારી રીતે અને વનરાજ એની રીતે અલગ-અલગ દરિયામાં હાથ-પગ વીંઝતા હતા. વનરાજ સંગીતના ક્ષેત્રમાં બહુ ઝડપથી આગળ આવી ગયો. હું ડૉક્ટર બન્યો. પ્રાઇવેટ પ્રૅક્ટિસ શરૂ કરી. સ્ટેથોસ્કોપ અને સિઝર્સની દુનિયામાં રાત-દિવસ કસબ અજમાવી લીધા પછી જ્યારે થાક ખાવા માટે થોડીક વાર પૂરતો થંભ્યો, ત્યારે મારો જૂનો સાહિત્યશોખ નવેસરથી સાંભરી આવ્યો. અને છેક આડત્રીસમે વરસે મેં કલમ ઉઠાવી. મેં લખવાનું શરૂ કર્યું એ પછી તરત વનરાજે મને ખોળી કાઢ્યો. ફોન ઉપર જ અમે ભેટ્યા, પણ મળવાનું હજુ બન્યું ન હતું.

આજે સવારે એનો મારી ઉપર ફોન આવ્યો, 'સાંજે તારે મારા ઘરે આવવાનું છે. પાર્ટી રાખી છે. મારું નવું આલ્બમ રિલીઝ થયું છે એની ખુશીમાં. અને દિવાળી પણ છે, આજે. એટલે એક થાળીમાં બેવડી ઉજવણી છે. તારે એકલાએ નથી આવવાનું. ભાભીને અને બાળકોને સાથે લઈને જ આવવાનું છે. સરનામું લખી લે...'

'તારી ભાભી તો બાળકોને લઈને પિયરમાં ગઈ છે, પણ તારી શરત છે એનો હું ભંગ નહીં કરું. એકલો નહીં આવું. સાથે મારા મિત્રને લેતો આવીશ. આમ પણ તારો વિસ્તાર મારા માટે અજાણ્યો છે. મને એકલાને તો સરનામું જ નહીં જડે.' મેં સામે ચાલીને વનમાળી વાંકા માટે આમંત્રણ માગી લીધું. પછી એણે ફોન ઉપર લખાવ્યું એ સરનામું સાંભળી લીધું. કાગળ-પેન હાથવગાં ન હતાં, એટલે યાદ રાખી લીધું. એ પછી નવરો પડ્યો ત્યારે કાગળ શોધીને સ્મૃતિના આધારે સરનામાની વિગત ટપકાવી લીધી. આખું રામાયણ આને કારણે જ ઊભું થયું. સરનામામાં ક્યાંક કશીક ભૂલ થઈ ગઈ. એને કારણે અમે ગોટે ચડી ગયા. સેટેલાઈટ વિસ્તારથી દૂરનું સરનામું હતું એટલું તો ચોક્કસ હતું, પણ ફ્લૅટના નામમાં કશીક ગરબડ હતી. અમને વનરાજનું ઘર ન જડ્યું. પોણો કલાક નીકળી ગયો.

મણિનગરનો વિસ્તાર છોડ્યાને દોઢ કલાક થઈ ચૂક્યો હતો. દિવાળીની રોશની પાછળ રહી ગઈ હતી. ફટાકડાના અવાજો સંભળાતા બંધ થઈ ગયા હતા. પેટમાં બિલાડાં બોલતાં હતાં. શહેરના માર્ગો ઉપર અન્નકૂટની જેમ વાનગીઓથી ઊભરાતી દુકાનો જોઈને અમે પસાર થયા હતા. એટલે સ્વાદેન્દ્રિય સંપૂર્ણપણે પ્રદીપ્ત થઈ ચૂકી હતી, પણ અહીં તો દિવાળીનું એક પણ ચિહ્ન દેખાતું ન હતું.

આ એ સમયની વાત છે, જ્યારે એ વિસ્તાર આજના જેવો સુવિકસિત ન હતો. છૂટાછવાયા હાઈ-રાઈઝ ફ્લેટ્સ બંધાયે જતા હતા. પાંખી વસતી હતી. રસ્તાઓ તૂટેલા હતા. મોબાઈલ ફોનનું આગમન હજુ થયું ન હતું. સરનામું પૂછવા જઈએ તો લફંગામાં ખપતા હતા.

આસપાસમાં સિમેન્ટ-કોંક્રીટનું જંગલ રચાયે જતું હતું. નવા નવા ફ્લેટ્સ, એપાર્ટમેન્ટ્સ, બંગલાઓ બંધાઈ રહ્યા હતા. રસ્તાની બંને તરફ ઈંટ, રેતી અને કપચીના ઢગલાઓ ખડકાયેલા હતા. મકાનો પૂરેપૂરાં બંધાયાં ન હોય, એટલે એમના નામવાળાં પાટિયાં પણ ક્યાંથી લાગ્યાં હોય ? વીજળીની રોશની પણ ન મળે. ધીમે-ધીમે અંધારું વધી રહ્યું હતું અને હવે તો સામેથી જેને સરનામું પૂછી શકાય એવા માણસો પણ અથડાતા બંધ થઈ ગયા હતા.

ત્યાં મારી નજર એક દૂરના પી.સી.ઓ. બૂથ ઉપર પડી. લોકલ પબ્લિક ટેલિફોન માટેના એ બૂથનો પીળો રંગ દેખાઈ આવતો હતો. ગાડીને ત્યાં સુધી લઈ જવી મુશ્કેલ હતી. મેં વનમાળીદાસને વિનંતીના રૂપમાં હુકમ કર્યો, 'લો, આ કાગળની કાપલી. એમાં વનરાજના ઘરનો ટેલિફોન નંબર લખેલો છે. સામે જઈને ફોન ઘુમાવો અને એના ઘરનું પાક્કું સરનામું જાણી લાવો. બની શકે તો વનરાજને કહેજો કે અમે આ જગ્યાએ ઊભા છીએ, ત્યાં આવીને અમને લઈ જાઓ.'

'પણ આપણે ક્યાં ઊભા છીએ એની જ આપણને ક્યાં ખબર છે ?'

'એ માહિતી તમને ફોન – બૂથવાળો આપશે.'

વાંકાચૂંકા રસ્તા ઉપર વરસાદી પાણીથી ભરાયેલાં ખાબોચિયાં ઓળંગતા વનમાળીદાસ વાંકા માંડ-માંડ મંજિલે પહોંચ્યા, પણ તરત જ પાછા આવ્યા.

'કેમ ? શું થયું ?'

'આ વિસ્તારની તમામ ફોન-લાઇન્સ ડેડ છે. સાંજથી રિપેરિંગ કામ ચાલી રહ્યું છે.'

'હવે ?'

આ સવાલનો અમારી પાસે કોઈ જવાબ ન હતો. સમય હાથમાંથી સરી રહ્યો હતો. નવ, સાડા નવ, દસ...! આટલા મોડા વનરાજના ઘરે જવાનો કશો અર્થ પણ

હતો. તો શું કરવું ? પાછા વળી જવું ? પણ તો પછી વનરાજને કેવું લાગે ? એ કંઈ સાચું કારણ સ્વીકારવાનો ન હતો. એની ખુશીના પ્રસંગે હું હાજર ન રહ્યો અને ઉપરથી બહાનાં બતાવું છું એમ જ માની લેવાનો હતો. દાયકાઓ પછી પુનર્જીવિત રહેલો સંબંધ વરસાદ વગરના પાકની જેમ સુકાઈ જવાનો ડર હતો.

'કેમ મૂંઝાઈ ગયો ?' વનમાળી વાંકાએ પૂછી લીધું. ચારે બાજુ સૂમસામ હતું, અંધારું અમારી ગાડીને અજગરની માફક ગળી રહ્યું હતું. મેં પણ થાકી-હારીને ગાડીને એક જગ્યાએ ઊભી રાખી દીધી હતી.

'વનમાળી ! દોસ્ત ! હવે આપણે ગાડી અહીં જ પાર્ક કરીને પગે ચાલીને સરનામું શોધવું પડશે.' મેં ધડાકો કર્યો.

'કેમ ? તો પછી આ ગાડી શા માટે સાથે લીધી છે ?'

'દોસ્ત, વાત એમ છે કે ગાડીમાં પેટ્રોલ ખૂટવા આવ્યું છે. રિઝર્વમાં ચાલી રહી છે. આમ ને આમ સરનામું શોધવામાં જો પેટ્રોલનો ધુમાડો કરતા રહીશું તો એક સમય એવો આવશે કે વનરાજનું ઘર તો બાજુ પર રહી જશે, પણ આપણા ઘરેય નહીં પહોંચી શકાય.'

થયું ! વનમાળી વાંકાએ મારો વાંક કાઢવાનું શરૂ કર્યું. દસ મિનિટના એકધારા દોષરોપણનો ટૂંકસાર એટલો કે : 'ઘરેથી નીકળતી વખતે પેટ્રોલનો કાંટો જોઈ ન લેવાય ? ટાંકી ફૂલ કરાવીને જ નીકળાય ને ?'

'એ વાતની તારા કરતાં મને વધુ ખબર છે, વનમાળી ! આજકાલનો હું ગાડીમાં નથી ફરતો. પણ આજે પેટ્રોલપંપની હડતાલ છે.'

મારા આ નવા અણુધડાકાથી તો વનમાળી સાવ ખળભળી ગયો. મતલબ કે અત્યારે ક્યાંક આસપાસમાં પંપ મળી આવે તોપણ ગાડીમાં પેટ્રોલ ભરાવવું શક્ય ન હતું.

'હવે શું કરીશું ?' વનમાળી વાંકાએ હડતાલ માટે પંપમાલિકોને ભરપેટ ગાળો દીધા પછી એનો એ જ સવાલ ફરી પાછો પૂછી નાખ્યો.

'પાછા વળી જઈએ. કદાચ ઘરે પહોંચી જવાય એટલું બળતણ ટાંકીમાં હશે.'

'પણ પછી જમવાનું શું કરીશું ? ઘરે જઈને રાંધવાનું ? મારી બૈરીયે બહારગામ ગઈ છે. ભૂખ્યા પેટે મને તો ઊંઘ પણ નહીં આવે.'

હવે વનરાજનો અડ્ડો શોધી કાઢ્યા વિના બીજો કોઈ છૂટકો ન હતો. પગે ચાલીને આખો વિસ્તાર ખૂંદી નાખ્યો. નવી બંધાતી કેટલીયે સ્કીમના ચોકીદારોને પૂછી વળ્યા. ક્યાંક કોઈક શૉપિંગ સેન્ટરમાં એકાદ દુકાન મોડે સુધી ખુલ્લી રહેલી જોવામાં આવે તો ત્યાં જઈને પૂછતા રહ્યા.

આખરે એક ધોબીએ માહિતી આપી. એક બંગલાની બહાર લાકડાની કેબિનમાં એનું ઘર-કમ-દુકાન હતી. એ હજુયે જાગતો હતો. મેં એને સરનામું પૂછ્યું. એણે શંકાભરેલી નજરે મને સામે પૂછ્યું.

'કદાચ આ સરનામું સામેની ગલીના એક ફ્લૅટનું જ છે, પણ તમારે કામ કોનું હતું ? અત્યારે ? આટલી મોડી રાતે ?'

'ભાઈ, તું આડાઅવળા સવાલો પૂછવાનું બંધ કર. અમે તો અહીં પાર્ટીમાં આવવા માટે નીકળ્યા છીએ.'

'પાર્ટી ? એટલે કે જમવાનું ?' ધોબીને યાદ આવી ગયું, 'તો તો બસ એ જ ગલીમાં ચાલ્યા જાવ. આજે સાંજે ત્યાં કંઈક પાર્ટી જેવું હતું ખરું ! બહુ બધી ગાડીઓને મેં એ ગલીમાં જતાં જોઈ હતી, પણ સાહેબ, પાર્ટી તો અત્યારે પૂરી થવા આવી હશે.'

મેં હવે જ ઘડિયાળ તરફ જોયું. રાત્રિના અગિયાર વાગ્યા હતા. પંદર વીસ કિલોમીટર દૂર અમદાવાદના આકાશમાં ફટાકડાની રંગબેરંગી રોશની આટલે દૂરથી પણ દેખાઈ રહી હતી. અવાજ અલબત્ત, નહોતો સાંભળી શકાતો.

✳

જે ક્ષણોના દાયરામાં કેદ છે એ મૈત્રી શાની ? જે સૂરજના ઊગવા સાથે વિકસે છે અને સાંજના ઢળવા સાથે આથમે છે એને દોસ્તી કેવી રીતે કહેવાય ?

આઠ વાગ્યાની પાર્ટીમાં આવવાનું આમંત્રણ હતું. અને અમે પહોંચ્યા સવા અગિયાર વાગે. વનરાજના વિશાળ, લક્ઝુરિઅસ ફ્લૅટનું દ્વાર ઉઘાડું હતું. પાર્ટી આથમી ચૂકી હતી. ભોજન તો ક્યારનુંયે પતી ગયું હશે. એ પછી પણ મહેમાનોની ગપસપ મોડે સુધી ચાલતી રહી હશે. હવે બધા અતિથિઓ ધીરે ધીરે 'ગૂડ નાઇટ' કહેતા વિદાય લઈ રહ્યા હતા. તમામ મહેમાનો અમદાવાદની જાણીતી હસ્તીઓ કહી શકાય. શહેરના નામાંકિત આર્કિટેક્ટ્સ, બિલ્ડર્સ, ગાયકો, સંગીતકારો, ચિત્રકારો, કવિઓ અને નૃત્યાંગનાઓ ! મને નવાઈ ન લાગી. વનરાજ પણ હવે આ બધાંની જેમ જ એક રાષ્ટ્રીય સ્તરે ખ્યાતનામ એવી 'સિલિબ્રિટી' બની ચૂક્યો હતો.

મેદાન જ્યારે ખાલી થયું ત્યારે અમે ફ્લૅટમાં પગ મૂક્યો. અત્યાર સુધી હું એક તરફ ખસીને ઊભો હતો અને વનરાજનું ધ્યાન મહેમાનોને વળાવવામાં હતું એટલે એની નજર પડી ન હતી. હવે જ પડી. અને જ્યારે પડી, ત્યારે...?

'અરે ! તું આવી ગયો, ભાઈ ? હું તારી કેટલી રાહ જોઈને બેઠો હતો !' બોલતાં-બોલતાં જ એ મને વળગી પડ્યો. ન કશી ફરિયાદ ન કોઈ ઠપકો. ઉપહાસ.

ન ગુસ્સો. બસ, પ્રેમ જ પ્રેમ. એક સામટાં પાંત્રીસ વરસ અમારી વચ્ચેથી ઓગળી ગયાં.

એ અમને અંદર દોરી ગયો. એની સુંદર પત્ની જોડે મારો પરિચય કરાવ્યો. આગ્રહ કરી-કરીને અમને જમાડ્યા. એની પ્રગતિની વાતો જણાવી. મારી પ્રગતિનો હિસાબ જાણી લીધો. રાતના બે વાગ્યા સુધી આગ્રહ કરીને અમને બેસાડી રાખ્યા. દોસ્તીના પરફ્યુમથી અંગ-અંગ મહેકી ઊઠ્યું.

છેવટે સવા બે વાગે જેમ-તેમ કરીને એની પકડમાંથી મારો હાથ છોડાવીને અમે જવા માટે ઊભા થયા. એ ગાડી સુધી અમને વળાવવા આવ્યો.

મેં ગાડી સ્ટાર્ટ કરી થોડેક દૂર ગયા પછી વનમાળીદાસને એમ જ પૂછ્યું, 'કેવો સરસ મિત્ર છે, નહીં ? મઝા આવી ને ?'

એણે કટાણું મોં કર્યું, 'તને આવી હશે. દોસ્ત તારો હતો ને એટલે. મને એની વાતોમાં શું રસ પડે ? હા, જમવાનું સરસ હતું. મને ખાવામાં ખૂબ મઝા આવી...!'

મેં ધારદાર નજરે એની સામે જોયું, 'દોસ્ત, ખરું કહું છું. તારું નામ વનમાળીદાસ દેસાઈને બદલે વનમાળી વાંકો જ હોવું જોઈએ. વાંકો પણ શા માટે ? વનમાળી વાંકદેખો જ રાખવું જોઈએ.'

✳

'હવે શું થયું ?' વનમાળીએ અકળાઈને પૂછ્યું. રાતના પોણા ત્રણ વાગ્યા હતા. અંધારું વધી ગયું હતું. સ્ટ્રીટ લાઇટ્સ પણ બંધ હતી. અમારી ગાડીની હેડલાઇટના પ્રકાશમાં મેં ત્રણ ઓળાઓને ચાલતાં જતા જોયા. ગાડી છેક એમની પાસે લઈ જઈને ઊભી રાખી. તરત જ વનમાળીએ સવાલનો હથોડો વીંઝ્યો : 'હવે શું થયું ? પેટ્રોલ ખલ્લાસ ?'

'ના, ગાડી એટલે ઊભી રાખવી પડી છે કે આપણે પાછો રસ્તો ભૂલી ગયા છીએ. આ વિસ્તારમાં ધોળે દિવસે પણ આપણે ભૂલા પડી જઈએ. આ તો રાત છે. ટાંકીમાં કદાચ ઘર સુધી પહોંચી શકાય એટલું જ પેટ્રોલ બચ્યું છે, પણ ભૂલા પડવાની 'લક્ઝરી' આપણને પરવડે એવી નથી. અત્યારે પૂછવું પણ કોને ?'

'કોને તે આ માણસો દેખાય છે એમને !'

'માટે તો ગાડી ઊભી રાખી છે.'

'પણ જરા સાવધાની રાખજે. માણસો સાવ ગરીબ દેખાય છે. ચોર-લૂંટારા જેવા. ખિસ્સામાં છરી-બરી પણ રાખતા જ હશે.'

'આપણું શું લૂંટી લેવાના છે ?'

'કેમ ? મારી ત્રણ આંગળીઓમાં સોનાની વીંટીઓ છે. ગળામાં અઢી તોલાની

ચેન છે. પાકીટમાં દસ-બાર હજાર રૂપિયાની કેશ છે. અહીં આવવા માટે ઘરેથી નીકળ્યો એ પછી તરત જ રસ્તામાં જૂનો વેપારી મિત્ર મળી ગયો. ઉઘરાણીના રૂપિયા આપ્યા એ મારા ખિસ્સામાં જ પડ્યા છે.'

વનમાળીદાસનો ખુલાસો પૂરો થયો ત્યાં સુધી મેં રાહ જોઈ. પછી એના તરફની બારીનો કાચ નીચે ઉતાર્યો. પેલા ત્રણ મુફલીસો અમારી સામે જોઈ રહ્યા. મેલાં કપડાં, થાકેલા ચહેરા, હાથમાં ઓજારો – દેખાઈ આવતું હતું કે એ લોકો મજૂરો હોવા જોઈએ. મેં એમને રસ્તો પૂછ્યો. એમણે સામે પૂછ્યું કે તમારે ક્યાં જવું છે.

'કોઈ પણ દિશાની મુખ્ય સડક બતાવી દો. બની શકે તો આશ્રમરોડ તરફ જતી હોય એવી સડક.'

'અમારે નહેરુનગર ચાર રસ્તા સુધી જવું છે. અમને ત્રણેયને ગાડીમાં બેસાડી દો, તો ત્યાં સુધી તમને પહોંચાડી દઈએ.' એક મજૂરે તૈયારી બતાવી. મેં હા પાડી. વનમાળીદાસનો કચવાટ સ્પષ્ટ દેખાઈ આવતો હતો, પણ અંધારું હોવાથી મજૂરો એમનો ચહેરો જોઈ શક્યા નહીં.

મેં ગાડીનું પાછલું બારણું ઉઘાડ્યું. મજૂર-ત્રિપુટી અંદર ગોઠવાઈ ગઈ. સાથે એમનાં કોદાળી, ત્રિકમ અને પાવડા પણ.

વનમાળીનો ધૂંધવાટ હવે અંગ્રેજીમાં શરૂ થયો : 'યુ હેવ ટેકન એ ગ્રેટ રિસ્ક. યુ ડૉન્ટ નો ધીઝ પીપલ. ધે આર ડેકોઈટ્સ. ધે મે કિલ અસ. ધે હેવ ગૉટ ધીઝ વેપન્સ વિથ ધેમ.'

વનમાળીદાસના શબ્દોમાં ભયાનક આક્રોશ હતો, પણ એ જહેમતપૂર્વક અવાજની સપાટી શાંત રાખીને બોલી રહ્યા હતા. મજૂરોને ખબર ન પડે એટલા ખાતર એ એવી રીતે વાતચીત કરી રહ્યા હતા જાણે હવામાન કે રમતગમતના જગત વિશે સામાન્ય ચર્ચા કરી રહ્યા હોય.

મેં પણ એમને એવા જ મૃદુ અવાજમાં ઉત્તર વાળ્યો, 'લૂક, વનમાળીદાસ ! વી ડીડ નોટ હેવ એની અધર ઑપ્શન. ઍન્ડ આઇ ડૉન્ટ થિન્ક ધે આર વિકેડ પીપલ. યુ હેવ ગૉટ ટુ ટ્રસ્ટ સમવન, સમ ટાઇમ્સ ઈન યોર લાઈફ.'

પણ વનમાળીદાસનો બબડાટ ચાલુ જ રહ્યો. 'આપણે એમનો સામનો કેવી રીતે કરી શકીશું. મારા ખિસ્સામાં આટલું જોખમ પડેલું છે એનોયે તને વિચાર ન આવ્યો ? આ લોકો ગાડી રોકીને ખાલી અમથી કોદાળી ફટકારવાની ફોગટ ધમકી આપે તોપણ આપણે તો માલ ધરી દેવો પડે. તને દુનિયાદારીનું ભાન જ નથી. હવે તો ભગવાન જ આપણને બચાવી શકે છે. એક વાર જો નહેરુનગર સુધી પહોંચી

જઈએ...તો...'

પહોંચી ગયા. ગાડી નહેરુનગર સર્કલ પાસે જઈને મેં ઊભી રાખી. પાછળનું બારણું ખોલી નાખ્યું. ત્રણેય મજૂરો એમના 'ઘાતક' સરંજામ સાથે ઊતરી ગયા.

'સાહેબ, હવે તો મારગ જડી જશે ને ?' ત્રણમાંના સૌથી મોટા દેખાતા મજૂરે પૂછ્યું.

'હા, ભાઈ ! હવે વાંધો નથી. તમારો ખૂબ ખૂબ આભાર !' મેં ગાડીમાં બેસતાં કહ્યું, 'તમે હવે જઈ શકો છો.'

'એ તો હવે જઈશું જ, પણ જતાં પહેલાં પેલા સાહેબ સાથે મારે વાત કરવી છે.' આટલું કહીને લગભગ પાંત્રીસેક વર્ષનો એ મજૂર વનમાળી બેઠો હતો એ તરફની બારી પાસે ગયો. પછી ફિક્કું હસીને બોલ્યો, 'સાહેબ, ખોટું ન લગાડતા, પણ એક વાત કરવી છે. જે લોકો ચોર-લૂંટારા છે એ ક્યારેય મહેનત મજૂરીનું કામ નથી કરતા. અમે તો પરસેવો પાડીને પેટ ભરનારા છીએ. ગરીબ જરૂર છીએ, પણ ખરાબ કામ કરવાવાળા નથી. તમે ઠાલા અમથી બી મર્યા.'

વનમાળી સ્તબ્ધ. હું પણ નવાઈ પામી ગયો. જરા નરમાશથી પેલા મજૂરને પૂછી બેઠો, 'ભાઈ, તું શેની વાત કરી રહ્યો છે ? તને અંગ્રેજીમાં સમજ પડે છે ? અમે તો કંઈક બીજી જ વાતો કરતા હતા.'

'ના, સાહેબ ! તમે ભલા દેખાવ છો. તમે જૂઠું ન બોલશો. અમે તો સાવ અંગૂઠાછાપ છીએ. અંગ્રેજી તો બાજુ પર રહ્યું, અમને ગુજરાતીયે પૂરું નથી આવડતું, પણ અમે દુનિયાને બહુ નજીકથી જોઈ લીધી છે. આ વાળ સૂરજના તડકામાં ધોળા નથી થયા. જે ઘડીએ તમે અમને ગાડીમાં બેસાડ્યા, એ જ ઘડીથી આ સાહેબનો બબડાટ ચાલુ થઈ ગયેલો. અમે વગર સમજ્યે હંધુયે સમજી ગયા'તા ! એક વાર તો રીસમાં ને રીસમાં સાચ્ચે જ તમને લૂંટી લેવાનો વિચાર ઝબકી ગ્યો'તો, પણ પછી મનમાં થયું કે એવું કરવાથી નુકસાન અમારા જેવા ગરીબોને જ થવાનું છે. આ સાહેબ જેવા શંકા રાખનારા જીતી જશે અને તમારા જેવા ભરોસો મૂકનારા હારી જશે. એટલે પછી...! લ્યો સાહેબ, આવજો ત્યારે...! રામ રામ !'

એ પછી આખા રસ્તે અમે ચૂપ રહ્યા. વનમાળીદાસ સાવ જ મૂંગો હતો. છેક ઘર પાસે પહોંચી ગયા, ત્યારે મેં ખામોશી તોડી, 'દોસ્ત, જોઈ લીધું ને ? આખું જગત ખરાબ છે એવું માનવાનું હવે બંધ કર. ખરાબી ક્યાંક આપણી અંદર પણ હોઈ શકે છે. મહેરબાની કરીને આજ પછી વાંકદેખા બનવાનું છોડીને ફરી એક વાર વનમાળીદાસ બની જા.'

જવાબમાં વનમાળીએ નિઃસાસો નાખ્યો, 'કોણ જાણે આજે સવારે ઊઠીને

કોનું મોઢું જોયું છે ? એક વાત પણ સીધી ઊતરતી નથી. ઘર શોધવામાં અડધી રાત પડી ગઈ. ભૂખ મરી ગઈ, ત્યારે છેક ભોજન મળ્યું. રઝળી-રઝળીને દમ નીકળી ગયો અને છેલ્લા આ મજૂરો પણ ફરી ગયા. સાલ્લા સાવ મજૂરો જ નીકળ્યા. એક પણ ધારણા ખરી ન સાબિત થઈ. આખી દુનિયા જ ખરાબ છે.'

દિવાળીનું દારૂખાનું ખામોશ થઈ ગયું હતું, પણ બેસતા વર્ષના ફટાકડા ફૂટવાનું ચાલુ થઈ ચૂક્યું હતું. પૂર્વની ક્ષિતિજ ઉપરથી નવા વર્ષનો નવલો સૂરજ થોડા જ કલાકો પછી ઊગવાની તૈયારીમાં હતો, પણ મારી સામે એક વાંકદેખો વનમાળી ખડો હતો. મને થયું કે વર્ષ બદલાય છે, સમય બદલાય છે, પણ માણસ નથી બદલાતો. માત્ર માણસ એકલો જ નથી બદલાતો. આ વરસે નવા વરસની ઉષાકાળે હું અને તમે આપણે સૌ બદલાઈએ એવી શુભ કામના સાથે...

અને... ટાયગર હિલ ઉપર તિરંગો ફરક્યો

રાતના સાડા અગિયાર વાગ્યા હતા. મારા દિમાગનું ઉષ્ણતામાન ધીમે-ધીમે વધતું જતું હતું. મારો કઝીન દક્ષેશ દર એક કલાકે ફોન કર્યા કરતો હતો. 'મોટા ભાઈ, હવે થોડી જ વારમાં આવું છું. બસ, વધારે મોડું નહીં થાય. જાગતા રહેજો.'

જાગતા રહેવાની તો અહીં નવાઈ જ ક્યાં હતી ? રોજ રાત્રે બે-ત્રણ વાગ્યા સુધી ઊંઘવાનું બનતું જ નથી. પણ આ રીતે આમ કોઈના આગમનની પ્રતીક્ષા કરતા બેસી રહેવાનું આટલાં વરસોમાં આજે પહેલી જ વાર બનતું હતું.

દક્ષેશ મારો ભાઈ છે. ઇડર પાસેના વડાલી ગામની આર્ટ્સ કૉલેજમાં પ્રિન્સિપાલ છે. પીએચ.ડી. થયેલો (ડૉક્ટર) છે. અને સાહિત્યકાર પણ છે. લગભગ દર અઠવાડિયે મારા ઘરે આવતો હોય છે, પણ આ વખતે એના ફોનમાં થોડુંક 'સરપ્રાઇઝ'નું તત્ત્વ ભળેલું હતું : 'સાથે એક મહેમાનને લેતો આવું છું.'

'કોણ છે ?' મેં પૂછ્યું હતું.

'એ નહીં કહું. પણ તમે એને કદીયે મળ્યા નથી. મને ખાતરી છે કે એને મળીને તમે ખુશ થઈ જશો.'

આ વાત સવારની. એ પછી બીજા પાંચ ફોન કોલ્સ. સાંજે સાત વાગ્યે આવીએ છીએ...આઠ થઈ જશે... અડધો કલાક... પોણો કલાક... નવ વાગે તો પહોંચીએ જ છીએ...! અને અત્યારે સાડા અગિયાર વાગ્યા હતા.

ત્યાં જ ઝાંપો ખખડ્યો. પછી દક્ષેશનો પગથિયાં ચડવાનો અવાજ સંભળાયો. સાથે કોઈના ભારે બૂટનાં વજનદાર પગલાંનો તાલબદ્ધ સ્વર પણ. મેં બારણું ખોલ્યું. દક્ષેશ દેખાયો. એની પાછળ એક અજાણ્યો પુરુષ હતો. મેં દક્ષેશને પ્રેમપૂર્વક ખખડાવવાનો મક્કમ નિર્ધાર કરેલો હતો, પણ એ હવામાં ઓગળી ગયો. ક્યારેય કોઈને પણ આવકારતી વખતે મારા મોંમાંથી જે આદર, વિનય અને પ્રેમભાવ આટલી જિંદગીમાં નથી નીકળ્યો, એ આજે પહેલી વાર સહજ રીતે, અનાયાસ છલકાઈ

પડ્યો : 'અરે, આપ ? આઈએ ! હમારા ઘર પાવન કીજિયે...!'

કોણ હતી એ વ્યક્તિ ? કોઈ મોટા રાજકીય નેતા ? કોઈ વિખ્યાત ધાર્મિક ગુરુ ? કોઈ અંગત વડીલ ? કોઈ લક્ષ્મીનંદન ? સમાજસેવક ? કોઈ જગમશહૂર વૈજ્ઞાનિક ? ફિલ્મ અભિનેતા ?

દક્ષેશે પરિચય કરાવ્યો, 'ઈનસે મિલિયે. યે હૈ યોગેન્દ્રસિંહ રામકરણસિંહ યાદવ. ઇન્ડિયન આર્મીકે સિપાહી, ઔર પરમવીરચક્ર વિજેતા.'

હું ડાર્કગ્રીન રંગના લશ્કરી યુનિફોર્મમાં સિંહની જેમ શોભતા એ નરબંકાને જોઈ રહ્યો, જેના અપ્રતિમ શૌર્યને કારણે કારગીલ યુદ્ધમાં ટાયગર હિલના નિર્ણાયક અંતિમ જંગમાં ભારત વિજેતા બનીને બહાર આવ્યું હતું અને સફેદ બરફથી છવાયેલા એ ઉત્તુંગ શિખર ઉપરથી ચાંદ-તારાથી અંકિત લીલો ધ્વજ નીચે ઊતરી ગયો હતો અને એના સ્થાને આપણો પ્રાણપ્યારો ત્રિરંગો લહેરાઈ ઊઠ્યો હતો.

છાતી ઉપર હાથ રાખીને કબૂલ કરું છું એ ક્ષણે ભારતમાતાના આ સપૂતને આવકારતાં મને જેટલો આનંદ થયો, એટલો કદાચ સ્વયં ભગવાન મારા દ્વાર ઉપર આવીને ઊભા હોત તોપણ ન થયો હોત !

*

સંસ્કૃતમાં એક સરસ ઉક્તિ છે : યુદ્ધસ્ય વાર્તા રમ્યા । જંગની વાત હંમેશાં રોચક હોય છે. એમાં પણ એ જંગ જો ભારત અને પાકિસ્તાન વચ્ચેનો હોય તો એની કથા વધુ રોમાંચક બની જાય છે. કેમ કે આખું જગત જાણે છે તેમ આ લડાઈ ધર્મ અને અધર્મ વચ્ચેની હોય છે. હું 'યુદ્ધસ્ય કથા' સાંભળવા માટે ધૃતરાષ્ટ્ર કરતાં વધારે સારા નસીબવાળો હતો, કારણ કે અંધ રાજાએ તો સંજય દ્વારા કહેવાતી કૉમેન્ટ્રી સાંભળીને સંતોષ માણવાનો હતો, જ્યારે મારે તો કારગીલના યુદ્ધમાં ભાગ લેનાર અને દુશ્મનોને ધૂળ ચાટતા કરી મૂકનારા એક જવાનના મુખે સ્વયં એના પરાક્રમની દાસ્તાન સાંભળવાની હતી. તો આ રહી કારગીલની કહાની, પરમવીર કી જુબાની.

હું આર્મીમાંથી છુટ્ટી લઈને ઘરે આવ્યો, એ દિવસ પહેલી મે, ઓગણીસો નવ્વાણુંનો હતો. ઉત્તરપ્રદેશના બુલંદશહર જિલ્લામાં આવેલું ઔરંગાબાદ અહીર મારું ગામડું. માતા સંતરાદેવીએ મારા કપાળમાં કંકુ-ચોખાનો ચાંલ્લો કરી ઓવારણાં લીધાં. ઘરમાં ઉલ્લાસનું વાતાવરણ હતું. લગ્નગીતો ગુંજી રહ્યાં હતાં. મહેમાનો આવી રહ્યા હતા. પાંચ દિવસ પછી મારાં લગ્ન હતાં.

પાંચમી મેના દિવસે મારી જાન ઊઘલી. રીના નામની ખૂબસૂરત કન્યાને મારી જીવનસંગિની બનાવી હું ઘરે પાછો આવ્યો. પછી રાત પડી. એ મારી મધુરજની

હતી. અમારું હનીમૂન માંડ પંદર દિવસ ચાલ્યું. કાયરો કાયમ ક્રીડારત રહેતા હોય છે, જ્યારે શૂરવીરોનો સંસાર સપ્તાહ-બે સપ્તાહનો હોય છે.

બરાબર વીસમી તારીખે આર્મીના હેડ ક્વાર્ટરમાંથી મારી ઉપર ટેલિગ્રામ આવ્યો : 'પાકિસ્તાની ઇન્ટ્રુઝન ઈન કારગીલ. યુ આર ઇન્સ્ટ્રક્ટેડ ટુ જોઈન યૉર પ્લાટૂન. કેન્સલ ધી લીવ. બાય ઑર્ડર, ઇન્ડિયન આર્મી.'

અને હું એ જ ક્ષણે નીકળી પડ્યો. પત્નીએ પૂછ્યું : 'બસ ? જા રહે હો ?' મેં એકવાર એની ભીની, ઘેઘૂર આંખોમાં જોયું, 'હાઁ જા રહા હૂં. માતાને બુલાયા હૈ. શાયદ વાપસ ના ભી આ સકૂં. તુમ ભગવાનસે એક હી પ્રાર્થના કરના : તુમ્હારા પતિ લૌટ કે આયે યા ન આયે, લેકિન દેશ કી સરજમીં આઝાદ રહે, આબાદ રહે.'

હું નીકળી પડ્યો. પાછળ મારું કુટુંબ, પત્ની, પિતા, માતા, ભાઈ-ભાભી, ભત્રીજા-ભત્રીજી બધાં જ છૂટી ગયાં. મારી સામે હવે બે જ સંબંધો હતા; એક ભારત માતા અને બીજો તિરંગો ઝંડો.

મારું પ્રથમ પોસ્ટિંગ તોતોલીંગ પહાડી ઉપર હતું. ત્યાં પૂરા બાવીસ દિવસ સુધી મેં સતત ચુસ્તદુરસ્ત ફરજ બજાવી. મારા કૅપ્ટનનું ધ્યાન મારી તરફ ખેંચાયું. એણે મને બોલાવીને આદેશ આપ્યો : 'તુમ્હારી બહાદુરી શાયદ તુમ્હારી મૌતકી વજહ બન સકતી હૈ. લેકિન દેશકો બચાને કે લિએ હમેં તુમ્હારે જૈસે વીરોંકી હી જરૂરત હૈ. તુમ્હારા અગલા નિશાના હૈ ટાયગર હિલ. તુમ્હારી પ્લાટૂનકા નામ રખા ગયા હૈ ઘાતક પ્લાટૂન. પૂરે ઑપરેશન મેં યે આક્રમણ સબસે ઘાતક રહેગા ઔર અહમ્ ભી ! તુમ્હારા નારા હોગા, 'ભારતમાતા કી જય ! ઔર માં ભવાની, સર્વદા શક્તિશાલી !'

હું એક-એક શબ્દ જાણે પી રહ્યો હતો.

ચોથી જુલાઈની રાત ઢળી. બાર વાગે તારીખ બદલાણી. પાંચમી જુલાઈ. બરફની સાતસો મીટર ઊંચી પહાડી ઉપર આક્રમણ કરવા માટે અમે ફક્ત પચીસ જવાનો મોજૂદ હતા. તેજસ્વી ચંદ્ર અમારી ઉપર સર્ચલાઈટની જેમ પ્રકાશ ફેલાવી રહ્યો હતો. બરફના બૅકગ્રાઉન્ડમાં પહાડી ઉપર બેઠેલા દુશ્મનો અમને તરત જ પકડી પાડે એમ હતા. અમે વાદળનું આવરણ ચંદ્રમાને ઢાંકી દે ત્યાં સુધી રાહ જોવાનું નક્કી કર્યું. એ ઘડી રાત્રે એક વાગે આવી.

જેવું અંધારું છવાયું કે તરત જ પચીસ સિંહો પાકિસ્તાની કૂતરાઓનો શિકાર કરવા નીકળી પડ્યા. પહાડી રસ્તાની ખડી ચડાઈ, ઉપરથી આવતો બરફનો અને બુલેટોનો અંધાધૂંધ વરસાદ, સાંકડા પહાડી રસ્તાઓ અને આધાર માટે ફક્ત દોરડાં. તોપણ, અમે સતત ચાર કલાક સુધી મોતને થાપ આપીને જિંદગીના સહારે સરકતા

રહ્યા.

સવારે પાંચ વાગે સહેજ ખખડાટ થયો અને દુશ્મનને ગંધ આવી ગઈ. ઉપરના બંકરમાંથી ફાયરિંગ ચાલુ થઈ ગયું. પથ્થરોની આડમાં છુપાઈને અમે પણ ગોળીનો જવાબ ગોળીથી આપ્યો. પૂરા પાંચ કલાક નીકળી ગયા.

પણ એવામાં એક ખરાબ વાત બની ગઈ. બંકરમાંથી નીચે ઊતરેલા થોડાક પાકિસ્તાની સૈનિકોએ બે પડખામાંથી ક્રોસ ફાયરિંગ શરૂ કર્યું. આપણી ટુકડી બે ભાગમાં વિભાજિત થઈ ગઈ. સૈનિકો વિખૂટા પડી ગયા. સાત સૈનિકો ઉપરની તરફ અને અઢાર નીચેની તરફ. હું સૌથી મોખરે એટલે કે ઉપરના સાત સૈનિકોમાંનો એક હતો.

હવે ખરાખરીનો ખેલ જામ્યો. બંકરમાંથી નીચે ઊતરેલા દુશ્મનોની સંખ્યા દસ હતી. અમે સાત. પરિણામ શું ધારો છો ? અડધા કલાકના જીવસટોસટના જંગ પછી એ દસમાંથી નવ ખતમ થઈ ચૂક્યા હતા. આપણા સાતેસાત સલામત હતા. આજ સુધીનાં ભારત-પાકિસ્તાન વચ્ચેનાં તમામ યુદ્ધોમાં આ જ રેશિયો જળવાતો આવ્યો છે. ત્યારે તો કવિએ ગાવું પડ્યું છે : 'દસ દસકો એકને મારા !'

પણ અહીં દસને બદલે નવ મર્યા હતા. જે એક બચી ગયો એ પાછો બંકરભેગો થઈ ગયો. એણે ત્યાં જઈને સાચી માહિતી આપી દીધી, 'નીચે ફક્ત સાત જ સૈનિકો છે.'

એ સાથે જ 'અલ્લાહો અકબર'ના નારા સાથે પચાસ-સાઠ પાકિસ્તાની સૈનિકો હથિયારો અને દારૂગોળા સાથે અમારી ઉપર તૂટી પડ્યા. અમે પણ બહાદુરીથી લડ્યા પણ અમારા પક્ષે તમામ પરિબળો વિરુદ્ધમાં હતાં. અમે વિભાજિત હતા, નીચે હતા, રાતભરના આરોહણ બાદ થાકેલા હતા અને સંખ્યા તેમજ શસ્ત્રોમાં કમજોર હતા.

ઉપરથી એક હૅન્ડગ્રેનેડ ફેંકાયો. મારા જમણા પગનો છૂંદો કરતો ગયો. સાત ફ્રેક્ચર થયાં. પગ નકામો બની ગયો. બીજી ગ્રેનેડ મારા નાકને, જમણા ગાલને અને જમણી આંખના ખૂણાને ચીરતો ગયો. ચહેરો ખૂનથી લથબથ થઈ ગયો.

'નરેશ, જલદીસે મેરે નાક પર પટ્ટી બાંધો.' હું ચિલ્લાયો. નરેશ મારી જ પ્લાટૂનનો મારો નિકટતમ સાથી હતો. બરફની શિલા પાછળથી એ પટ્ટી બાંધવા માટે બહાર નીકળ્યો, એ સાથે જ દુશ્મને એને જોઈ લીધો. એની મશીનગન ગર્જી ઊઠી. નરેશે મારી છાતી ઉપર આખરી દમ તોડ્યો. બીજો સાથે ખિસ્સામાંથી બેન્ડેજ કાઢીને મારી તરફ દોડ્યો. એનું નામ અનંતરામ. એ પણ વીંધાઈ ગયો. નરેશની છાતીમાં એણે દમ તોડ્યો. બીજી પાંચ મિનિટમાં બાકીના ચાર સાથીઓ પણ શહીદ

થઈ ગયા. સામે પચીસ દુશ્મનોનો ખાત્મો બોલી ગયો હતો.

હું બેહોશ જેવો થઈને પડેલો હતો. એ લોકોએ માની લીધું કે સાતે-સાત ભારતીય સૈનિકો ખતમ થઈ ગયા. વધેલા પાંત્રીસ પાકિસ્તાનીઓ અમારી ચોમેર ફરતે નાચવા માંડ્યા. અમને અને હિંદુસ્તાનને ઉદ્દેશીને ગંદી ગાળો વરસાવવા માંડ્યા. દરેક મૃતદેહને એમના વજનદાર બૂટની લાતો ફટકારતા હતા. (જીનિવા કરાર અનુસાર આમ કરવાની મનાઈ છે.)

એક સિપાહી ચાલાક નીકળ્યો. કોઈ જીવતું નથી એની ખાતરી કરવા માટે એણે સાતેય ભારતીયોની લાશો ઉપર મશીનગનમાંથી ગોળીઓ વરસાવી. હું પણ એમાંથી બાકાત ન હતો.

મારી છાતી ઉપરથી નરેશ અને અનંતના મૃતદેહો હટાવીને એણે મારા હૃદય ઉપર નાળચું ધર્યું અને પછી ટ્રીગર દબાવ્યું. ગોળી છૂટી પણ ખરી. હું એ જ ક્ષણે મરી ગયો હતો, પણ મારું નસીબ જોર કરતું હશે. મારા શર્ટના ડાબા ખિસ્સામાં પરચૂરણ હતું. પાંચ-પાંચ રૂપિયાના વીસેક જેટલા સિક્કાઓ હતા. બુલેટ બરાબર એક સિક્કા સાથે અથડાઈને ફંટાઈ ગઈ. પાંચ રૂપિયાનો સિક્કો મારા માટે બુલેટપ્રૂફ જેકેટ સાબિત થઈ ગયો.

મને પણ બધાંની સાથે મરેલો સમજી દુશ્મનો પાછા ફર્યા. એમાંથી એક બોલી ગયો : 'આજ રાતકો હમ નીચે જાકર એમ.જી. પોસ્ટ પર હમલા કર દેતે હૈં.'

હું નેવું ટકા મૃતપાય બની ચૂક્યો હતો, પણ જે દસ ટકા જેવો બાકી હતો એ આટલું સાંભળ્યા પછી નિર્જીવની જેમ પડ્યો રહી શકે એમ ન હતો. સમગ્ર કારગીલ યુદ્ધની આ નિર્ણાયક ક્ષણ હતી. જો એમનો રાતનો આક્રમણનો વ્યૂહ સફળ થાય તો આપણો સર્વનાશ થાય એવો ભય હતો. મેં બાજુમાં જોયું. એક હૅન્ડગ્રેનેડ પડ્યો હતો. એક હાથે ફેંક્યો. દડો સીધો સ્ટમ્પ ઉપર જ વાગ્યો. ત્રણ દાંડિયા ડૂલ થઈ ગયા. પછી સૂતાં સૂતાં જ મશીનગન ઉઠાવી. એક પગ અને એક આંખ નકામા બની ગયાં હતાં, પણ નિશાન હજુયે સાબૂત હતું.

હવે જે બન્યું એ દંતકથા નથી, ઇતિહાસ છે. 'દસ-દસકો એકને મારા'ની વાત ખોટી સાબિત થવાની હતી. જાનહાનિનું સમીકરણ હવે નવેસરથી લખાવાનું હતું. જે પરાક્રમ માટે યોગેન્દ્રસિંહને રાષ્ટ્રનો સર્વોચ્ચ ઇલકાબ મળવાનો હતો એ કામ ઈશ્વર તેના હાથે આ ક્ષણે જ પાર પડાવવાનો હતો.

માત્ર દસ મિનિટના એકધારા ગોળીબારમાં યોગેન્દ્રસિંહના હાથે પૂરા પાંત્રીસ પાકિસ્તાની સોલ્જર્સ હણાયા. આઝાદી પછીનાં યુદ્ધોની તવારીખમાં કોઈ એક સિપાઈના હાથે મરેલા સૌથી વધુ દુશ્મનોનો આંકડો એ દિવસે ચોપડામાં નોંધાયો.

પણ યુદ્ધ હજુ પૂરું થયું ન હતું. યોગેન્દ્રસિંહ કહે છે, 'મારે નીચેના કૅમ્પ ઉપર પહોંચીને કૅપ્ટનને માહિતગાર કરવાના હતા કે રાત્રે સાવધાન રહેજો. પણ મારામાં શક્તિ જ ક્યાં બચી હતી ? શરીરમાંથી ખાસ્સું એવું ખૂન વહી ગયું હતું. છેલ્લા ચોવીસ કલાકમાં મારી હોજરીમાં માત્ર ત્રણ બિસ્કિટ જ પડ્યાં હતાં. ગળે શોષ પડતો હતો અને આંખે અંધારાં આવતાં હતાં.

'ચાલવાનું શક્ય નહોતું, એટલે મેં ગબડવાનું શરૂ કર્યું. ક્યારે હું એમ.જી. પોસ્ટ સુધી પહોંચ્યો એની મને પણ ખબર નથી, પણ મારા કાને મારા સાથીઓનો અવાજ અથડાયો, ત્યારે મેં મંદ અવાજે હોઠ ફફડાવ્યા : ભારત માતાકી જય...! ભવાની સર્વદા શક્તિશાલી...! મેં યોગેન્દ્રસિંહ... છોટાવાલા....! આજ રાત દુશ્મનોંકી ફૌજ આ રહી હૈ.

'બસ, પછી હું બેહોશ થઈ ગયો. મને કશું જ યાદ નથી.'

*

યોગેન્દ્રસિંહે 'યુદ્ધસ્ય રમ્યા કથા' પૂરી કરી. એ જ્યારે હોશમાં આવ્યા ત્યારે મિલિટરી હૉસ્પિટલના બિછાનામાં હતા. બેહોશ થયા પછી શું બન્યું એ વિશે એમને કશી જાણ ન હતી.

એ કથા હું તમને જણાવું છું. ઘાતક પ્લાટૂનના સૈનિકોને એક બૂરી રીતે ઘવાયેલા બિહામણા સૈનિકનો દેહ બરફીલા નાળા પાસે મળી આવ્યો, જેનો ચહેરો ઓળખી ન શકાય એવો બની ગયો હતો. એના કહેવા ઉપરથી ખબર પડી કે એનું નામ યોગેન્દ્રસિંહ યાદવ હતું. પણ ઘાતક પ્લાટૂનમાં આ જ નામવાળા બે સોલ્જર્સ હતા. એમાંથી આ કોણ ? એનો જવાબ પણ એણે જાતે જ આપી દીધો હતો : 'છોટાવાલા.'

પછી ખબર પડી કે મોટો હતો એ યોગેન્દ્રસિંહ પેલા છ શહીદોની સૂચિમાં સામેલ થઈ ચૂક્યો હતો.

એ રાત્રે ઘાતક પ્લાટૂને પાકિસ્તાની કૂતરાઓનું ભયાનક સામૈયું કર્યું. મધરાતે ટાયગર હિલ સર કરી. અને રાત્રે ત્રણ વાગ્યે દેશના લશ્કરી વડાએ ભારતના રાષ્ટ્રપતિને ભરઊંઘમાંથી જગાડીને ખુશખબર આપ્યા, 'સર, આઈ એમ સૉરી ! મગર મુજસે રહા નહીં ગયા. ખબર યહ હૈ કિ હમારે જવાનોંને ટાયગર હિલ પર કબજા કર લિયા હૈ. પૂરે દસ મહિને કા બાદ વહાં હમારા તિરંગા ફિરસે લહેરા ઊઠા હૈ. ભારતમાતા કી જય...!'

યોગેન્દ્રસિંહ યાદવના દેહ ઉપર અનેક શસ્ત્રક્રિયાઓ કરવામાં આવી. કેટલાયે બાટલા લોહીના ચડાવવા પડ્યા. પૂરા સોળ મહિનાની સઘન સારવાર બાદ એ બચી

ગયો. ઇન્ડિયન આર્મીના કમાન્ડર-ઇન-ચીફ ખુદ એની તબિયત વિશે જાતમાહિતી મેળવતા રહ્યા.

અને પછી એક ઉચ્ચ અફસર આવીને હૉસ્પિટલની પથારી ઉપર સૂતેલા આ 'સામાન્ય' સિપાઈને અદબભેર સલામ મારીને એના હાથમાં એક કવર મૂકી ગયા. 'છવ્વીસ જાન્યુઆરી, ૨૦૦૨ના રોજ દિલ્હીના સમારોહમાં રાષ્ટ્રપતિ કે.આર. નારાયણ તમારી પ્રતીક્ષા કરતા હશે.'

✳

જેમ દેશના સિવિલિયનોના સન્માનોમાં 'ભારતરત્ન' સૌથી ઉચ્ચ હોય છે, એ જ રીતે લશ્કરમાં શૌર્ય માટેનાં સન્માનોમાં સર્વોચ્ચ હોય છે – 'પરમવીર ચક્ર'. દેશના લગભગ છ દશકના ઇતિહાસમાં આ ખિતાબ મેળવનાર બહાદુરો ફક્ત એકવીસ જેટલા જ છે. એમાંના મોટા ભાગના લડતાં લડતાં શહીદ થઈ ગયા છે. ઉચ્ચતમ શૌર્ય બતાવ્યા પછી પણ જીવંત રહેનારાની સંખ્યા માત્ર ચારની જ છે. એમાં લેટેસ્ટ નામ છે, યોગેન્દ્રસિંહ યાદવનું.

રાત્રે એક વાગે મારા ઘરના ડ્રૉઇંગરૂમમાં આ પરમવીરનો ફોટો પાડતી વખતે મેં મારી જાતને પૂછી લીધું : 'આજે અમદાવાદને આંગણે ભારતનો અતિ અતિ પરાક્રમી એવો આ સપૂત પધાર્યો છે એની કેટલા અમદાવાદીઓને ખબર હશે ? અને કદાચ હોય, તોપણ શું ? એને મળવામાં આજની પેઢીને શો રસ પડે ? પણ જો એને બદલે કોઈ લંપટ, શરાબી, હત્યારો અને દેશદ્રોહી અભિનેતા શહેરની મુલાકાતે આવેલો હોય તો ? એને જોવા માટે આખું શહેર ઊમટે.

એકત્રીસમી ડિસેમ્બરની પાર્ટીઓમાં શરાબ પીને નાચતા અને યુવતીઓની ઇજ્જત લૂંટતા આજના યુવાનોને જોઉં છું, ત્યારે થાય છે કે શું આમને માટે આ આઝાદી બની છે ? પણ પછી યોગેન્દ્રસિંહને યાદ કરું છું, ત્યારે થાય છે કે...!!

જબ વક્ત ગુલશન પે ખડા થા, તબ લહુ હમને દિયા,
અબ બહાર આઈ, તો કહતે હૈં કિ તેરા કામ નહીં!

૧૯૪૨ની સાલ. આઝાદી માટેની લડતના દિવસો. સ્વાતંત્ર્ય સંગ્રામની બંને વિચારધારાઓ – અહિંસક અને સશસ્ત્ર ચળવળો ચરમસીમાએ ચાલી રહી હતી. મહાત્મા ગાંધીનો 'હિંદ છોડો'નારો હિંદુસ્તાનની હવામાં ધીમા શાસ્ત્રીય રાગની જેમ ગુંજતો હતો અને એની સાથોસાથ, એની સમાંતરે હિંસક ક્રાંતિમાં વિશ્વાસ ધરાવતા નવલોહિયા યુવાનોના બૉંબધડાકા પણ આધુનિક પોપસંગીતની જેમ ધૂમ મચાવી રહ્યા હતા.

ઑગસ્ટ મહિનો આવ્યો. જન્માષ્ટમીનો તહેવાર. જૂનાગઢના હેઠાણ ફળિયામાં આવેલી એક લાંબી, સાંકડી, અંધારી પોળના છેક છેલ્લા બે માળિયા મકાનના ઉપલા મજલે જુગારની મહેફિલ જામી હતી. ગામના ઉતાર જેવા દસ-બાર પુરુષો હવાઈ ગયેલી ખારી સીંગ અને સસ્તા દેશી શરાબની સંગતમાં તીન પત્તીનો જુગાર રમતા બેઠા હતા. શ્રીકૃષ્ણના જન્મના નિમિત્તે આ અસામાજિક તત્ત્વોને ખાણી-પીણી અને જુગારની છૂટ મળી ગઈ હતી.

રાતના અગિયાર વાગવા આવ્યા. અચાનક સાંકળ ખખડવાનો અવાજ સંભળાયો. ઘરધણી ઉર્ફે ગોકળદાસે મોટેથી પૂછી લીધું, 'કોણ ?' પછી સાથીઓ સામે જોઈને આ સવાલ વિશે ચોખવટ કરી, 'પૂછવું પડે, ભાઈ ! ક્યાંક પોલીસવાળા ટપકી પડે તો જેલના સળિયા ગણતા થઈ જઈએ. જુગારનું તો હજીયે કંઈક સમજાવી શકાય, પણ આ દારૂનું શું કરવું ?'

બધાંએ માથાં હલાવ્યાં. આમ તો જોકે શરાબના નશાને કારણે આખાં શરીરો જ હલતાં હતાં, પણ પોલીસના ડરને કારણે તરત બધા કામે લાગી ગયા. પત્તાંની કેટ ગાદલા નીચે સંતાડી દીધી. દારૂના શીશા બારીમાંથી દેખાતા ખુલ્લા ઘાસના મેદાનમાં ફેંકી દીધા. કાચના ગ્લાસ કબાટની અંદર સંતાડ્યા. બાકી વધી ખારી

સીંગ. બધાંએ એક એક બુકડો મોંમાં ઓરી દીધો. છેલ્લે બચ્યો કાગળ માત્ર. હવે ભલે આવતી પોલીસ. કાગળના ડૂચા ઉપર જેટલાં કાગળિયાં કરવા હોય એટલાં કરી શકે છે.

ગોકળદાસે ફરીથી બૂમ મારી, 'કોણ છે ? અત્યારે કોણ સાંકળ ખખડાવવા નવરું થયું ?'

'મામા, જલદી બારણાં ઉઘાડો ! ગોકળમામા, પ્લીઝ ! હું જમનમામાનો ભાણિયો. વિનોદ. મને પગમાં ગોળી વાગી છે. પોલીસ મારી પાછળ છે. પકડાઈ જઈશ તો મને ફાંસી થશે. પ્લીઝ...' વિનોદના અવાજમાં અર્જન્સી હતી. બારણાંની ધડાપીટ તો ચાલુ જ હતી અને સાંકળનો ખખડાટ પણ.

ગોકળદાસ ઊભા થયા. વિનોદની ઓળખાણ એમને પડી ગઈ. જમનભાઈ એટલે એમના લંગોટિયા ભેરુ. અત્યારે આફ્રિકામાં સ્થાયી થયેલા હતા. આ વિનોદ એટલે જમનભાઈનો સગો ભાણો. મિત્રનો ભાણેજ એટલે પોતાનો પણ ભાણેજ.

છોકરો તેજસ્વી હતો, પણ કમનસીબે દેશને અંગ્રેજોની ગુલામીમાંથી આઝાદ કરાવવાના અવળા (?) માર્ગે ફંટાઈ ગયો હતો. આખો દિવસ ભગતસિંહની, ચંદ્રશેખર આઝાદની અને સુખદેવ-રાજગુરુની વાતો કરતો હતો. એના ઘરના નિજમંદિરમાં ભગવાન શ્રીકૃષ્ણની છબિની અડોઅડ, સહેજ નીચે એણે વીર સાવરકરની છબિ પણ મૂકેલી હતી. દિવસ-રાત એ પોતે માની લીધેલા આ જીવંત કે સ્વર્ગસ્થ થઈ ચૂકેલા ક્રાંતિવીરોની જ ચર્ચામાં ડૂબેલો રહેતો હતો. પછી ધીમે-ધીમે એ ગોકળમામા પાસે આવતો ઓછો થઈ ગયો હતો. ગોકળદાસે ક્યાંકથી સાંભળ્યું હતું કે એ શસ્ત્રો બનાવવામાં પડી ગયો હતો.

આમ તો ગોકળદાસે બારણું ન જ ઉઘાડ્યું હોત; પણ જમનભાઈ સાથેની બચપણની મૈત્રીની શરમ નડી. એમણે દ્વાર ખોલ્યાં. એ સાથે જ લોહીથી લથબથ વિનોદ જમીન ઉપર ફસડાઈ પડ્યો. અવાજ સાંભળીને અંદરના ઓરડામાંથી કંચનબહેન દોડી આવ્યાં. કંચનબહેન એટલે ગોકળદાસનાં ધર્મપત્ની. વિનોદની હાલત જોઈને એ ગભરાઈ ગયાં. પણ એ દિવસોમાં દેશભક્તોનું ઘાયલ થવું એ કોઈ નવાઈની વાત નહોતી, એટલે કંચનબહેન તરત જ પરિસ્થિતિ પારખી ગયાં. દોડીને ઘરમાં પડેલું ભગવાનને દીવો કરવા માટેનું રૂ લઈ આવ્યાં. જૂનો સાડલો ફાડીને પાટો બનાવી દીધો. પાણીથી જખમ સાફ કરીને તાબડતોબ કામચલાઉ ડ્રેસિંગ કરી આપ્યું.

ગોકળદાસ અણગમાભરી નજરે પત્નીની ગતિવિધિને જોઈ રહ્યા. પાટાપિંડીનું પત્યું એટલે એ મેદાનમાં ઊતર્યા, 'ભાણા વિનોદ ! આ ગોળી શાથી ખાવી પડી ?'

'મામા, જરા ધીમેથી બોલો, અમે ચાર ક્રાંતિકારીઓ અડધા કલાક પહેલાં જ બૉંબવિસ્ફોટ કરીને નાસી છૂટ્યા છીએ. જેતલસર પાસે એક ટ્રેનને ઉડાવી દીધી છે. અંદર કેટલાક અંગ્રેજ અફસરો હતા. જીપમાં બેસીને જૂનાગઢ સુધી તો આવી ગયા, પણ મજેવડી દરવાજે ઝડપાઈ ગયા. પોલીસે નાકાબંધી કરી લીધી હતી. પણ ત્રણ સાથીદારો વીંધાઈને શહીદ થઈ ગયા. હું કમનસીબ હતો એટલે બચી ગયો. તોયે એક ગોળી જમણા પગની પિંડીને વીંધી ગઈ. માંડ-માંડ અહીં સુધી પહોંચ્યો છું.' વિનોદ આટલું બોલતાંમાં તો હાંફી ગયો. પગમાંથી સતત વહી જતા લોહીને કારણે એને ખૂબ જ અશક્તિ વર્તાઈ રહી હતી.

'તેં ખોટું કામ કર્યું, ભાણા ! તારું લોહીભીનું પગેરું શોધતી પોલીસ જો અહીં સુધી આવી જશે, તો મારી બદનામી થશે.' ગોકળદાસને પહેલેથી જ આ સ્વતંત્રતા માટેની ચળવળ સામે ભારે અણગમો હતો. આઝાદીની જરૂર શી હતી એ જ એમને સમજાતું ન હતું. અંગ્રેજો શું ખોટા હતા ?

વિનોદની નજર સામે ફાંસીનો ગાળિયો નાચવા લાગ્યો. ત્યાં જ કંચનબહેને એને બચાવી લીધો. એમણે પતિને ખખડાવી નાખ્યા, 'શરમ નથી આવતી આવું બોલતાં ? આ તો ભાણો છે, બાકી એને બદલે આપણે બારણે કોઈ અજાણ્યો જુવાન આવ્યો હોય, તોપણ આવું ન બોલાય. અને વિનોદે જે કર્યું છે એ પોતાના માટે થોડું કર્યું છે ? દેશ માટે કર્યું છે, આપણા સૌના માટે કર્યું છે. અને તમને બદનામીની પડી છે ? હમણાં જુગાર રમતા હતા અને દારૂ ઢીંચતા હતા ત્યારે પોલીસ પકડી ગઈ હોત તો શું થાત ? કાલના છાપામાં નામ અને ફોટો બેય ચમકી જાત.'

પછી એ વિનોદ તરફ ફર્યાં. 'ચાલ, ભાણા ! ઊભો થા ! અંદર ખાટલામાં પડીને આરામ કર. હું બાજુમાંથી ડૉ. વસાવડાને બોલાવી લાવું છું. એ દેશભક્ત ડૉક્ટર ક્રાંતિકારોની સારવાર સાવ મફતમાં કરે છે અને વાત પણ પેટમાં રાખે છે.'

કંચનબહેન વિનોદનો હાથ ઝાલીને ઓરડામાં લઈ ગયાં. ગોકળદાસ ત્યાં ઊભા હતા અને વિચારતા હતા કે બેમાંથી કયું કામ પહેલાં કરવું જોઈએ ? જુગારની અધૂરી રહેલી મહેફિલ પુનઃ શરૂ કરવી ? કે પછી જમીન ઉપર પડેલા લોહીના ડાઘ ધોવડાવી સાફ કરાવવા ?

*

'ચા પીવી પડશે, ગોકળભાઈ ! રાત અભી બાકી હૈ.' ચંદુલાલે બગાસું ખાધું. વાત સાચી હતી. રાતના બે વાગ્યા હતા. શ્રીકૃષ્ણ જન્મની ઉજવણી પતી ગયા પછી તરત જ પોલીસે શહેરભરમાં 'કરફ્યુ' નાખી દીધો હતો. આમેય તે રાત્રે બે વાગ્યે ઘરની બહાર નીકળવા માટે કોણ નવરું હોય ? કુદરતી સંચારબંધી જ અમલમાં

હોય ને ?

પણ આ અઠંગ જુગારીઓ તો જેમ જેમ રાત ભાંગતી જતી હતી, એમ ખીલતા જતા હતા. નશો ઓસરી રહ્યો હતો. દારૂના બાટલાઓ તો ઘરની પછવાડેના ઘાસમાં ગરક થઈ ચૂક્યા હતા. હવે શું કરવું ? વાત છેવટે ચા પીવા આગળ અટકી.

ગોકળદાસ રસોડામાં ગયા. ધોયેલા મૂળાની જેમ પાછા ફર્યા, 'ઘરમાં દૂધ નથી. ચા નહીં મળે.'

'એ કેમ ચાલે ?' ચંદુલાલનાં બગાસાં વધ્યે જતાં હતાં, 'જૂનાગઢમાં કંઈ એકલું તમારું જ ઘર થોડું છે ? આડોશપાડોશમાં તપાસ કરો.'

અત્યારે દુકાન ખુલ્લી હોવાનો તો સવાલ જ ઊભો નહોતો થતો, પણ ત્યાં ગોકળદાસના દિમાગમાં અજવાળું થયું, 'બાજુવાળી શેરીમાં કાન્તિલાલ કબાડીના ઘરે પણ આજે બેઠક જામવાની હતી. ત્યાંથી ચોક્કસ દૂધ મળી રહેશે.'

એમણે રસોડામાંથી તપેલી લીધી, પગમાં સ્લીપર પહેર્યાં અને 'હમણાં આવું છું' કહીને નીકળી પડ્યા. પણ ગોકળદાસ ગયા તે ગયા. પાછા ન દેખાયા. હમણાંને બદલે પૂરા છ મહિના સુધી એ જોવા ન મળ્યા. શું થયું હશે એમને ? કશી કલ્પના ? તર્ક ? અનુમાન ? ગાંડી તો ગાંડી પણ કોઈ ધારણા ?

ઝાઝી માથાફોડ કરવાની જરૂર નથી. સાચો ઉત્તર આ રહ્યો.

ગોકળદાસ તપેલી હાથમાં ઝાલીને ડોલતા ડોલતા ઘરની બહાર નીકળ્યા. પછી શેરીની બહાર. કાબૂની બહાર તો પહેલેથી હતા જ. છેક શેરીના નાકેથી વળીને ગોકળદાસ ડાબા હાથે આવેલી પડોશની ગલીમાં દાખલ થવા ગયા, ત્યાં જ નાકા પાસે ઊભેલી પોલીસના હાથમાં ઝડપાઈ ગયા.

'ક્યા નામ હૈ તુમ્હારા ?' કરફ્યુનું કડક પાલન કરાવવા માટે ઊભેલા બ્રિટિશ પોલીસના જુવાને આર પાયેલા અવાજમાં પૂછ્યું.

'ગોકલદાસ.'

'કિધર જાતે હો ?'

'દ...દ...દૂધ લેને કે લિએ.'

'અભી ? રાતકુ દો બજે ? તુમ્હારે બાપકી દુકાન હૈ ક્યા ?'

'દુ..દુકાનમેં નહીં... મગર... યે... ત... ત...' ગોકળદાસ 'તપેલી' શબ્દ બોલવા માગતા હતા, પણ 'તપ-તપ' થઈ ગયા. આગળ બોલી ન શક્યા.

બે જવાનોએ અંદરોઅંદર સંતલસ કરી લીધી, 'સમજમેં આયા કુછ ? યે તો વો હી ગેન્ગકા લગતા હૈ. બૉંબ ફોડનેવાલા. એરેસ્ટ હિમ !'

ગોકળદાસ જેલભેગા થઈ ગયા. કરફ્યુભંગની સજા ઉપરાંત રાતના બે વાગ્યે

શંકાસ્પદ હિલચાલ કરવાના આરોપસર આ 'સશસ્ત્ર' ક્રાંતિકારી કારાગૃહના સળિયા પાછળ ધકેલાઈ ગયા. સારું હતું કે કોઈએ એમનું મોં ન સૂંઘ્યું, નહીંતર એક ગુનો ઓર ઉમેરાઈ જાત.

રાજ્યદ્રોહના ગુનામાંથી માંડ-માંડ છૂટીને ગોકળદાસ છ મહિને બહાર આવ્યા. એ પણ જામીન ઉપર. કેસ તો હજુ ચાલુ જ હતો.

ઘરે આવીને પહેલું કામ એમણે પત્નીને ઘઘલાવવાનું કર્યું, 'ક્યાં ગઈ પેલા ભાણિયાની મામી ? તારી જાતની મારું તારીની...! એ તોફાનીને ઘરમાં ઘાલ્યો એમાં થઈને આ બધી રામાયણ ?'

કંચનબહેન ડૂસકાં ભરતાં રહ્યાં અને સ્વબચાવ કરતાં રહ્યા, 'એમાં એનો બિચારાનો ક્યાં વાંક આવ્યો ? તમે તો દૂધ લેવા બહાર ગ્યા'તા.'

પણ ગોકળદાસનું 'લૉજિક' જુદું હતું. આ કહેવાતા રાષ્ટ્રપ્રેમીઓ સશસ્ત્ર આંદોલનો કરે, બૉંબ ફોડે, રેલવેના પાટા ઉડાવે, અંગ્રેજોને મારે – આ બધું કરે, એટલે શહેરમાં સંચારબંધી અમલમાં આવે ને ? અને તો જ પછી અધરાતે-મધરાતે એમના જેવા નિર્દોષ સજ્જન નાગરિકને પોલીસ પકડીને જેલભેગા કરી દે ને ? આ દેશમાં આઝાદી તો આવવી જ ન જોઈએ. ભગતસિંહની જેમ અડધા દેશવાસીઓને ફાંસીએ લટકાવી દેવા જોઈએ. ત્યારે વળી શું...?!!

✳

૧૯૪૭માં દેશ આઝાદ થયો. સાગમટે આઝાદ થયો. એમાં સૌ આવી ગયા. વિનોદ જેવા ક્રાંતિકારીઓ પણ અને ગોકળદાસ જેવા અંગ્રેજપ્રેમીઓ પણ.

પછી કૉંગ્રેસનું રાજ આવ્યું. ધીમે-ધીમે લોકોને સમજાયું કે અંગ્રેજો સારા હતા.

અને એક ચોક્કસ સમયે જે-તે સરકારે એક સુંદર નિર્ણય લીધો : સ્વાતંત્ર્યસેનાનીઓને પેન્શન આપવાનો.

વાત કાઢી નાખવા જેવી ન હતી. આ દેશની આઝાદી માટે જેણે-જેણે ભોગ આપ્યો હતો, લાઠીઓ ખાધી હતી, જેલવાસ વેઠ્યો હતો, સરકારી નોકરીઓનો ત્યાગ કર્યો હતો એ તમામનો આ રીતે ઋણસ્વીકાર થાય એમાં ખોટું શું હતું ?

પણ સવાલ એ હતો કે આટલાં વરસો બાદ નક્કી શી રીતે કરવું કે કોણે ખરેખર લડાઈમાં ભાગ લીધો હતો ? પેન્શનની લાલચે તો કૈંક ખાટસવાદિયા દોડી આવે. સરકારે જવાબ શોધી કાઢ્યો : જેમણે જેલવાસ વેઠ્યો હોય એ જ ખરા સ્વાતંત્ર્ય સેનાની. જેલના ચોપડામાંથી શોધીને પુરાવો લઈ આવવો પડે. કઈ સાલમાં, કઈ જેલમાં, કેટલી મુદત માટે કારાવાસ વેઠ્યો એની વિગત જણાવો. પછી તમારું નામ પેન્શનરોની યાદીમાં સામેલ.

વિનોદની આર્થિક હાલત કથળી ગઈ હતી. આઝાદી માટેના જંગમાં એનો અભ્યાસ બળીને ખાખ થઈ ગયો હતો. પછી પણ ક્યાંય નોકરીનું ઠેકાણું પડેલું નહીં. આછો-પાતળો ધંધો હતો. એમાં માંડ માંડ ગુજરાન ચાલતું હતું. હવે છોકરાં પણ મોટાં થયાં હતાં. પત્ની બીમાર રહેતી હતી. જો પેન્શનનો લાભ મળી જાય તો...!

વિનોદ સંબંધિત અધિકારીને મળ્યો. બધી વાત જણાવી. લેખિત અરજી પણ આપી, પણ અધિકારીને કાગળમાં રસ ન પડ્યો. એમણે સરકારી સવાલ પૂછ્યો, 'જેલમાં ગયેલા ?'

'ના, જરાક માટે બચી ગયો હતો. બાકી પકડાયો હોત, તો જેલ નહીં પણ ફાંસી થઈ હોત.'

'ફાંસી ન ચાલે. મર્યા પછી મડદાં કાંઈ પેન્શન માગવા નથી આવતાં.' સરકારી માણસે સરકારી દલીલ કરી.

વિનોદને યાદ આવ્યું. જમણો પગ ઊંચો કરીને પિંડી ખુલ્લી કરી 'આ નિશાન દેખાય છે ? બંદૂકની ગોળીનું છે. મજેવડી દરવાજા પાસે હું ભાગતો હતો, ત્યારે પોલીસે...'

'નિશાન સાચું, ગોળી પણ સાચી. પોલીસવાળાએ ગોળી મારી હશે એય માની લઉં. પણ કારણો તો બીજાં પણ હોઈ શકે છે !'

'જેમ કે ?' વિનોદે આંખો ઝીણી કરી.

'અરે ભ'ઈ ! પોલીસ તો દારૂની બાટલી લઈને નાસતા ગુનેગારનેય ગોળી ધરબી દે. એમ કાંઈ ગમે તેવા હાલી-મવાલીને પેન્શન ન આપી દેવાય. કાયદો એટલે કાયદો ! સાબિતી હોય તો રજૂ કરો. દલીલ હોય તો દૂર થાઓ.'

હતાશ થઈને વિનોદ ટેબલ પાસેથી દૂર થઈ ગયો. ઑફિસમાંથી બહાર નીકળતો હતો, ત્યાં જ સામેથી ગોકળદાસ આવતા દેખાયા. એમના હાથમાં એક પ્લાસ્ટિકની કોથળી હતી અને પગમાં થનગનાટ. વિનોદને જોઈને એ થંભી ગયા : 'અરે, ભાણાભાઈ ! તું અહીં ક્યાંથી ?'

વિનોદ જવાબ આપવાના મૂડમાં ન હતો, એટલે ટૂંકમાં પતાવ્યું, 'હું તો બસ, એમ જ...! પણ તમે ? ગોકળમામા, તમે અહીં ક્યાંથી ?'

'હું ને ? હું તો અહીં સ્વાતંત્ર્યસેનાનીના પેન્શન માટે મારો હક્ક-દાવો પેશ કરવા માટે આવ્યો છું. તને શી ખબર હોય, ભાણા ? દેશ માટે અમેય કાંઈ ઓછાં બલિદાનો નથી આપ્યાં ! જેલમાં પણ જઈ આવ્યા છીએ. જૂનાગઢની સેન્ટ્રલ જેલનું ૧૯૪૨ના વરસનું રજિસ્ટર બોલે છે. એના પાનાની ઝેરોક્સ નકલ સાથે લઈને

આવ્યો છું. જોઉં છું, મને પેન્શન લેતાં કોણ રોકે છે ?'

ગોકળમામા ઑફિસમાં ગરક થઈ ગયા. વિનોદ મુઠ્ઠીઓ વાળીને એમની પીઠને જોતો રહ્યો. એનું ચાલે તો એ આજે ફરી વાર બૉંબવિસ્ફોટ કરે !

(સત્ય ઘટના. પાત્રોનાં નામ બદલ્યાં છે. વિનોદ રઝળી-રઝળીને મરી ગયો. ગોકળદાસે જીવ્યા ત્યાં સુધી પેન્શન ખાધું, રેલવેમાં મફત મુસાફરીઓ માણી, સરકાર તરફથી મફતમાં રહેઠાણ મળ્યું એ ભોગવ્યું અને આઝાદ ભારતની આબોહવામાં ધરાઈને જીવ્યા અને `મેરા ભારત મહાન'ના નારા સાથે મર્યા.)

(શીર્ષકપંક્તિ : શહીદ ક્રાંતિવીર સ્વ. રામપ્રસાદ `બિસ્મીલ')

ઝરણા યાદ છે, ગુલાબ યાદ છે
અને પહેલા ધોરણનો આ પાઠ પણ યાદ છે

'ગુલાબ સરસ છે. મને ગમે છે. આપી દે....'
'નહીં આપું.'
'દઈ દે !'
'કેમ ? મારું છે.'
'કહું છું આપી દે, નહીંતર...'
'નહીંતર શું કરી લઈશ ?'
'એમ ? ત્યારે જોઈ લે...!'

આટલો સંવાદ સાવ સાચુકલો. મને શબ્દશઃ યાદ છે. ભલે ને એ સંવાદની સપાટી ઉપર પિસ્તાલીસ વરસની ધૂળના થર જામી ગયા હોય ! છેલ્લા વાક્ય પછી બોલવા જેવું કંઈ રહ્યું નહીં. હવે તો ધમકીના અમલનો સમય થયો હતો. મહંમદ ગઝની જાણે સોમનાથના મંદિરનો ખજાનો લૂંટતો હોય એમ એક બાળલૂંટારો એક નિર્દોષ કન્યાના ચોટલા ઉપર ત્રાટક્યો અને ગુલાબનું ફૂલ લૂંટીને અદૃશ્ય થઈ ગયો.

દુઃખ અને શરમ સાથે કહેવું પડે છે કે એ ગુલાબનો ધાડપાડું હું પોતે હતો. લગભગ સાઠની સાલની વાત. હું માંડ પાંચેક વરસનો હોઈશ. પ્રાથમિક શાળામાં પહેલા ધોરણમાં મને તાજો જ ભણવા મૂકેલો. મારાથી સવા વરસ મોટી મારી બહેન પણ એ જ ક્લાસમાં મારી સાથે જ ભણે. હું આમ તો તોફાની ન ગણાઉં, પણ જિદ્દી ખરો. ગુલાબ પાછળ ગાંડો એ વખતે પણ હતો. ભવિષ્યમાં કદાચ આ જ કારણથી મારી એક કૉલમના નામકરણમાં 'ગુલાબ' શબ્દ મૂકવાનું પસંદ કર્યું હશે. (રણમાં ખીલ્યું ગુલાબ !)

મોટી બહેનની આંગળી ઝાલીને ચાલતો-ચાલતો નિશાળે જાઉં. બેસવાનું પણ બહેનની બાજુમાં, છોકરીઓની વચ્ચે જ. સામેની પાટલીઓ ઉપર બેઠેલા છોકરાઓ

મારી મશ્કરી કરે તો ક્યારેક જઈને એમને મારઝૂડ કરી આવું, પણ જીવવાનું તો નારીજાતિની વચ્ચે જ. તબીબી પ્રૅક્ટિસમાં પણ એ જ સિલસિલો ચાલુ રહ્યો છે. આજે હું ગાયનેકોલૉજિસ્ટ છું.

આ જે દિવસની વાત કરું છું, એ મારી જિંદગીમાં એક ખૂબ જ મહત્ત્વની ઘટના બનીને આવ્યો હતો. શાળાનો ઘંટ વાગવાને માંડ પાંચેક મિનિટની વાર હશે. વર્ગશિક્ષક રામશંકર માસ્તર વર્ગખંડમાં પગ મૂકે એ પહેલાં જ ઉપરની ઘટના બની ગઈ. માથામાં ગુલાબનું ફૂલ ખોસીને આવેલી એ છોકરીનો ચહેરો આજે પણ મને યાદ છે. અને નામ પણ. ઝરણા મારી જ ઉંમરની, તંદુરસ્ત, ગોરી-ગોરી અને હસમુખી છોકરી હતી. સારા, સુખી ઘરની હોશિયાર દીકરી. મારી મોટી બહેનની બહેનપણી પણ ખરી. અને એ નાતે મારીયે સખી. બધું બરાબર ચાલ્યું હોત, જો ગુલાબ વચ્ચે ન આવ્યું હોત ! પણ સંબંધોમાં ગુલાબ આવ્યું અને કાંટા વાગ્યા.

હું ગુલાબ ખૂંચવીને અટકી ગયો હોત તોપણ ઠીક હતું, પણ મારા મનની દાઝ મેં ઝરણાની પીઠ ઉપર એક જોરદાર મુક્કો મારીને ઉતારી. પૂરી તાકાતથી ઝીંકેલો એ બંધ મુઠ્ઠીનો હથોડો જાણે કોઈ પોલા બંધ વાજિંત્ર ઉપર હાથ માર્યો હોય એમ પ્રતિઘોષ જન્માવી ગયો. આખો ક્લાસ સ્તબ્ધ, ખામોશ અને પછી ઝરણાના મોંમાંથી ઊઠેલી રુદનની તીવ્ર ચીસ.

ચોતરફથી મારી ઉપર ધિક્કારનો વરસાદ વરસ્યો અને પરસાળમાં સાહેબનાં પગરખાંનો જાણીતો અવાજ સંભળાયો. મેં ઝડપથી નિર્ણય લઈ લીધો. યુદ્ધભૂમિમાં હવે ક્ષણવાર માટે પણ ઊભા ન રહેવાય. માર પડવાનું પૂરું જોખમ હતું. હું પહાડ ઉપરથી પડતા ઝરણાની ઝડપે નાસી છૂટ્યો. સીધો પહેલા માળે આવેલા ધોરણ નંબર છના વર્ગખંડમાં. ત્યાં જવાનું કારણ ?

✳

આતંકવાદીઓ, ગુંડાઓ કે મવાલીઓ જન્મજાત નથી હોતા. દાઉદ કે છોટા શકીલ કંઈ માના પેટમાંથી એ.કે.-૫૬ લઈને નથી અવતરતા. એમને બગાડવામાં મુખ્ય ફાળો હોય છે પર્યાવરણનો. અને બીજો મહત્ત્વનો ફાળો એમના આશ્રયસ્થાનનો. જો વિશ્વમાં પાકિસ્તાન કે દુબઈ જેવાં અભયારણ્યો ન હોત તો કદાચ આતંકવાદીઓનું અસ્તિત્વ પણ ન હોત.

મારા માટેનું મેં કલ્પી લીધેલું આશ્રયસ્થાન એટલે મારી જ શાળાના પ્રથમ માળ ઉપર આવેલો છઠ્ઠા ધોરણનો એક ક્લાસરૂમ. ત્યાં શિક્ષકની ખુરશી ઉપર મારા પિતાશ્રી બેઠા હોય. સિંહ જેવા ખૂંખાર અને હાથી જેવા મજબૂત. હું એમનો એકનો એક વહાલસોયો પુત્ર. જિંદગીમાં ક્યારેય એમણે મારી ઉપર હાથ ઉપાડ્યો

નથી. મારાં તોફાનોથી બહુ અકળાય તો બધો ગુસ્સો પોતાની જાત ઉપર કાઢે. મુઠ્ઠીઓ વાળીને હવામાં મારે, બરાડા પાડે, આંખોમાંથી અંગારા વરસાવે, પણ મને મારે નહીં. શાળામાં એક શિક્ષક તરીકે એમનું ખૂબ જ માન. હેડમાસ્તર પણ એમને આદરથી બોલાવતા. વિદ્યાર્થીવર્ગમાં એમની ચાહના અન્ય શિક્ષકોને ઈર્ષા જન્માવે.

હું ચૂપચાપ દોડીને એમની ખુરશીની નજીકમાં ભોંય ઉપર બેસી ગયો. એ હજુ હમણાં જ વર્ગખંડમાં પ્રવેશ્યા હતા. હાજરી પૂરતા હતા. એમણે મને જોયો, પણ એનાથી આગળ કશો વિચાર એમના દિમાગમાં નહીં આવ્યો હોય. કારણ કે એમના માટે આ નવું ન હતું. રોજ દિવસમાં એકાદ વાર હું પહેલા ધોરણમાંથી નાસીને છઠ્ઠા ધોરણમાં પહોંચી જતો. મનમાં આવે ત્યાં સુધી બેસું અને પાછો નીચે રામશંકર માસ્તરના રામરાજ્યમાં ! રામશંકર માસ્તર પણ મારા પિતાજીની શરમમાં મને કશો ઠપકો ન આપતા.

પણ આજે તો ભારે થઈ ! મારા આવ્યાને બે મિનિટ પણ માંડ થઈ હશે, ત્યાં તો ખુદ રામશંકર માસ્તર લાવલશ્કર સહિત મારા પિતાજીના વર્ગખંડમાં આવી પહોંચ્યા. સાથે આખો વિદ્યાર્થીસમૂહ હતો. મારી બહેન પણ ખરી. અને પેલી ઝરણા તો હોય જ ! બહેનની આંખોમાં મારા તરફની દયા હતી અને ઝરણાની આંખોમાં આંસુ.

રામશંકર માસ્તર આવ્યા ત્યારે તો અતિશય ઉગ્ર દેખાતા હતા, પણ જેવું મારા પિતાએ પૂછ્યું, 'શું છે ? કેમ આવવું થયું, રામભાઈ ?' એની સાથે જ એ ઢીલા પડી ગયા. ચહેરો આર કરેલી ખાદી જેવો હતો, એમાંથી ભીનાં મસોતાં જેવો બની ગયો. કારણ ? મારા પિતાજી હેડમાસ્તરના ફર્સ્ટ આસિસ્ટન્ટ હતા. વધારે સત્તા ધરાવતા હતા.

દીન ચહેરે એ બોલ્યા, 'જુઓને, સાહેબ ! તમારા બાબલાએ આ છોકરીનું ગુલાબ ઝૂંટવી લીધું...! અને ઉપરથી એને મારી પણ ખરી...! હવે આ છોકરીના વાલી ફરિયાદ લઈને આવે તો મારે એમને શો જવાબ દેવો ?' આટલું બોલતામાં તો રામશંકર હાંફી ગયા. ગુસ્સો તો ક્યારનોય ઢોળાયેલા પેટ્રોલની જેમ ઊડી ગયો હતો, હવે તો એ ફિક્કું, કૃત્રિમ સ્મિત કરવાની કોશિશ કરી રહ્યા હતા.

મારા પિતાજીએ એક વાર રડતી છોકરી સામે જોયું. પછી મારી સામે. એમના વર્ગનાં સાઠ છોકરાં અને બીજાં સાઠ રામશંકર માસ્તરનાં. તમામ ચહેરાઓ તંગ હતા.

પિતાએ પુત્રને પૂછ્યું, 'સાહેબની વાત સાચી છે ?'

'હા.' મેં તદ્દન નિષ્ફિકર જવાબ વાળ્યો. મારે મન આ જવાબ સાથે જ વાતનો

અંત આવી જતો હતો. દુબઈની અદાલતમાં દાઉદને શી સજા થવાની હોય ?

પણ એ પછી જે થયું એ ભયંકર હતું. મારે માટે કલ્પનાતીત હતું. મારા પિતાએ મારો હાથ પકડ્યો. પછી ઘસડતા હોય એમ મને ઝરણાની સામે ખેંચી ગયા.

'બેટી, રડીશ નહીં. લે, આ તારું ફૂલ.' એ બોલ્યા. ઝરણાએ રડતી આંખે ગુલાબ પકડ્યું, પણ એની આંખનાં આંસુ સૂકવવાનાં હજુ બાકી હતાં.

મારા પિતાજીએ મને ફેરવીને ઊભો રાખ્યો.

મારી પીઠ હવે ઝરણાની સામે હતી. અને ઓરડામાં ગુંજતો હતો સિંહનાદ સમો મારા 'બાપ'નો અવાજ : 'માર આ બદમાશને, દીકરી ! જરા પણ દયા ન બતાવીશ. કોઈ તને નહીં વઢે. હું પણ નહીં, તારા સાહેબ પણ નહીં. એક મુક્કાથી અટકતી નહીં. એ રડે તોપણ મારતી રહેજે. જ્યાં સુધી તને શાંતિ ન થાય, તને એમ ન લાગે કે તને ન્યાય મળી ગયો છે ત્યાં સુધી એને મારતી રહેજે. ભૂલી જા કે એ મારો દીકરો છે.'

હું હલબલી ગયો. એ સમયની મારી સ્થિતિ મને સંપૂર્ણપણે યાદ છે. જે છત ઉપર મેં અતૂટ ભરોસો મૂકેલો હતો, એ અત્યારે અચાનક તૂટી પડી હતી. મારા પિતાજી આ શું કરી રહ્યા હતા ?! અને આટલા બધા વિદ્યાર્થીઓના દેખતાં મારે એક છોકરીના હાથનો માર ખાવાનો ? સામે ત્રીસેક જેટલી છોકરીઓ પણ ઊભી હતી.

હું નીચું માથું કરીને ઊભો હતો. મારી પીઠ કમાનની જેમ ખેંચાઈને તંગ હાલતમાં વળેલી હતી. મારી શરમનો કોઈ પાર ન હતો.

અને મારા કાન ઉપર ઝરણાનાં વાક્યો અથડાયાં, 'ના, સાહેબ ! મારે એને મારવો નથી. મારી ફરિયાદ હું પાછી ખેંચું છું. તમે પણ એને ન ફટકારશો, પ્લીઝ...!'

ઝરણા સારી છોકરી હતી અને સંસ્કારી પણ હતી. મને મારીને એના હાથ એ પ્રદૂષિત કરવા નહોતી માગતી. માફી આપીને એણે મને ફટકારી નાખ્યો હતો. હું માથું ઊંચું કરીને એની તરફ ફર્યો. એ મારી સામે જોઈને મીઠું હસી. મારા જીવમાં જીવ આવ્યો.

✳

એ રાત્રે એક મધ્યમવર્ગીય ભાડાના મકાનમાં પંદર વૉટના બલ્બના પીળા પ્રકાશમાં એક પ્રામાણિક શિક્ષક એની પત્ની સાથે વાતો કરી રહ્યા હતા. બાજુમાં એમનાં દીકરી-દીકરો ઊંઘતાં હતાં.

પત્ની શિક્ષકને પૂછી રહી હતી, 'ધારો કે એ છોકરીએ આપણા દીકરાને

ફટકાર્યો હોત તો શું થાત ? તમે એ જોઈ શકત ખરા ? તમને એ કેટલો વહાલો છે ! જિંદગીમાં ક્યારેય તમે એની ઉપર હાથ ઉપાડ્યો નથી...!'

અને શિક્ષકે વિદ્યાર્થીને ભણાવતા હોય એમ પત્નીને જવાબ આપ્યો, 'એ અલગ વાત છે. ઘરમાં હું એનો બાપ છું. પણ શાળામાં હું શિક્ષક છું. સાચો શિક્ષક શિક્ષા પણ કરે અને શિક્ષણ પણ આપે. હું દાખલો બેસાડવા માગતો હતો. આપણા દીકરાને એવું ન લાગવું જોઈએ કે એના સારા-નરસા, ખરા-ખોટા દરેક કાર્યમાં મા-બાપ એની સાથે છે.'

પૂરાં પિસ્તાલીસ વરસ થઈ ગયાં આ ઘટનાને. આ અડધી રાતનો સંવાદ પણ સમયના થર નીચે દટાઈ ચૂક્યો છે. હું બંધ આંખે ઊંઘી ગયાનો ઢોંગ કરતો માતા-પિતા વચ્ચેનો આ સંવાદ સાંભળી રહ્યો હતો અને એનું પરિણામ શું આવ્યું છે ?

એક વિદ્યાર્થી એના દીર્ઘ અભ્યાસકાળ દરમિયાન પૂરેપૂરો શાંત બની રહ્યો. તોફાનના ઉંબર સુધી પહોંચીને પાછો વળી ગયો. આજે પણ ખોટાં કામો કરવાની લાલચોમાં અસંખ્ય વાર આવી ગયો હોઈશ, પણ દુષ્ટતાના કૂંડાળાની પરિઘરેખાને સ્પર્શીને પાછો વળી ગયો છું. અંદરથી મારા જ આત્માએ મને ચાબુક ફટકારીને સાવધ કર્યો છે, 'બસ અટકી જા ! એમ ન માની લઈશ કે તારા દરેક કાર્યમાં તારાં માતા-પિતા તારી સાથે જ છે.' ઝરણા યાદ છે, ગુલાબ યાદ છે અને પહેલા ધોરણનો આ પાઠ પણ યાદ છે.

હજી જાફર-અમીચંદોના વારસદાર બાકી છે;
ઘણા આ પાર બાકી છે, ઘણા તે પાર બાકી છે !

આપણો દેશ ઘણીબધી બાબતોમાં પરાવલંબી હશે. પેટ્રોલ અને પરફ્યુમ વચ્ચેની હજારો ચીજવસ્તુઓ માટે આપણે પરદેશ તરફ મીટ માંડવી પડતી હશે, પણ એક વાતે આપણે આત્મનિર્ભર છીએ. એ ચીજ છે ગદ્દારી !

જ્યારે વીર સાવરકર વિશે વિચારવા બેસું છું, ત્યારે સૌથી પહેલાં આ જ વિચાર મારા દિમાગમાં આષાઢી રાતની વીજળીની જેમ ચમકી ઊઠે છે; ભારતમાતાના આ બહાદુર સપૂતને જેટલો અન્યાય અંગ્રેજોએ નથી કર્યો એટલો આપણા કૉંગ્રેસીજનોએ અને સામ્યવાદી બિરાદરોએ કર્યો છે. ક્યારેક મને લાગે છે કે આ પવિત્ર દેશની હતભાગી ધરતી ઉપર વિધાતાનો કોઈક અભિશાપ વરસેલો હશે, કારણ કે આ ધરતીની ફેક્ટરીમાં દાયકાઓ થયા શહીદ ભગતસિંહ, વીર સાવરકર, મહારાણા પ્રતાપ કે છત્રપતિ શિવાજી મહારાજ જેવા નરપુંગવોનું ઉત્પાદન બંધ પડી ગયું છે. અને અફસોસ ! મીરજાફર અને અમીચંદોના પ્રોડક્શનથી કારખાનાં ધમધમી રહ્યાં છે.

અંગ્રેજ સરકારે તો સાવરકરને એક જ વાર સજા ફટકારી. એક જ વાર દેશનિકાલ કર્યા, પણ કૉંગ્રેસીઓ અને સામ્યવાદીઓ તો આઝાદી પછી પણ આ દેશભક્તને દેશવટો આપતા રહ્યા છે. એક ઇટાલિયન વ્યક્તિના વપરાઈને ફેંકી દેવાયેલા ટોઇલેટ-પેપરને ઝૂકી-ઝૂકીને મસ્તકે અડાડતા આ નપુંસકોને ક્યારેય નહીં સમજાય કે બીલીપત્રની પવિત્રતા શી ચીજ છે !!

વિનાયક દામોદર સાવરકર. આ નામ મને શરૂઆતથી જ પ્રિય રહ્યું છે. એવું હરગિઝ નથી કે 'સાધના'એ આ વ્યક્તિવિશેષ વિશે લેખ લખવાનું મને સૂચન કર્યું, માટે હું સાવરકરજી વિશે શબ્દોની રંગોળી સજાવવા બેઠો છું. ફરમાઈશ પ્રમાણે કાંદા, બટાકા કે મરચાંનાં ભજિયાં ઉતારી આપે એ તાવડાવાળો હોય, લેખક ન

હોઈ શકે !

આ સિંહપુરુષ વિશે આ અગાઉ પણ હું ત્રણ-ચાર વાર લખી ચૂક્યો છું. સમય નામના ખલનાયકે જ્યારે જ્યારે મને સળી કરી છે અને ઉશ્કેર્યો છે ત્યારે મેં આ વીર નાયક માટે લેખો લખ્યા છે. જ્યારે પણ સાવરકરનો વિરોધ થતો જોયો છે, ત્યારે મૂળ વિચાર તો તલવાર વાપરવાનો આવ્યો છે, પણ ગાંધીજીના અહિંસક ભારતમાં વસતા હોવાનું ભાન થયું છે, માટે કલમ વાપરી છે. અત્યારે સાવરકરજીના જીવન ઉપર એક નવલકથા લખવાનું સત્કાર્ય હું કરી રહ્યો છું. એ વિશે છેલ્લા એક વર્ષથી હું શત-પ્રતિશત સાવરકરમય બની ગયો છું. એમના વિશેનાં, લગભગ સાત હજારથી પણ અધિક સંખ્યામાં પૃષ્ઠો હું ત્રણ વાર વાંચી ગયો છું. એક વાર જાણકારી માટે, બીજી વાર અભ્યાસુની દૃષ્ટિથી અને ત્રીજી વાર નવલકથાના આલેખનમાં કોઈ વિગતદોષ ન રહી જાય એ માટે. હજુ કદાચ બે કે ત્રણ વાર મારે એ પાનાંઓ જોઈ જવાં પડશે. સાવરકરની જિંદગી સાવરકરે તો માત્ર એક જ વાર જીવી છે, મને એ ઘટનાસભર જિંદગી કૈંક વાર જીવવાનું સદ્ભાગ્ય મળશે.

હમણાં કોઈક ઇન્ટરવ્યૂમાં 'સુશિક્ષિત' અને 'પ્રબુદ્ધ' નાગરિકોને પૂછવામાં આવ્યું : 'તમે મહાત્મા ગાંધીજી, પં. જવાહરલાલ નહેરુ, વીર સાવરકર અને શહીદ ભગતસિંહ વિશે શું-શું જાણો છો ? એ એકાદ મિનિટમાં કહો.'

આ દરેક પાત્ર વિશે એક મિનિટ બોલવાનું હતું. આનંદથી પાગલ થઈ જવાય એવી વાત છે કે પ્રથમ બે નામો વિશે એક-એક કલાક લગી સતત એકધારું બોલી શકાય એટલી માહિતી એ બધા જ સજ્જનો પાસે હતી. (અને હોવી જ જોઈએ. એની સામે મારો કશો જ વાંધો કે વિરોધ નથી.)

પણ સળગી જવાય એવી વાત તો આ છે : શહીદ ભગતસિંહ વિશે આ પંડિતો એક જ વાક્ય જાણતા હતા કે એને કોઈક કારણસર ફાંસીની સજા ફરમાવવામાં આવી હતી.

અને આપણો દેહ જ નહીં, પણ હાડકાં પણ બળીને રાખ થઈ જાય એવી વાત આ હતી : 'વીર સાવરકર નામ તો અમે ક્યાંક સાંભળેલું છે, પણ અમને ખબર નથી કે એ કોણ હતા !' તમામના મુખે એકસરખો ઉત્તર હતો.

દોષ જવાબ આપનારાઓનો નથી, અપરાધ તો આ જવાબ આટલાં વરસ સુધી આ દેશની પ્રજાને ન ભણાવનારાઓનો છે. એક ચોક્કસ વિચારધારાને વળગીને ખુરશીને ધાવતા રહેલા દેશદ્રોહી રાજકારણીઓએ જાણી-જોઈને આ દેશના સપૂતોના ઇતિહાસથી આપણી પ્રજાને અંધારામાં રાખી છે. જવાહરલાલ નહેરુના જાકીટમાં શોભતા સુગંધી ગુલાબની પાછળથી વીર સાવરકરની દેશભક્તિનો

લાલચટ્ટાક રંગ બહાર આવતાં દાયકાઓ લાગી ગયા.

સાવરકર વિશે નવી પેઢીને કશી જ જાણ નથી. અને જે થોડીઘણી માહિતી કૉંગ્રેસી ફિલ્ટરમાંથી ગળાઈ-ચળાઈને જનતા જનાર્દનના કર્ણવીવરમાં ટપકે છે એ માહિતી કરતાં વધુ તો ગેરમાહિતી છે. જેમ કે સાવરકર હિંસાવાદી હતા, અવિચારી અને ઝનૂની હતા, કાયર હતા, જુઠ્ઠા હતા, બોલીને ફરી જનારા હતા, કોમવાદી હતા, મુસ્લિમ વિરોધી હતા... વગેરે... વગેરે...! આ યાદીમાં ઉમેરો કરવાનું સરકારી કામ હજુ ચાલુ જ છે અને અત્યારની સરકાર સાવરકરને ત્યાં સુધી યાદ રાખશે જ્યાં સુધી આ દેશની પ્રજા એમને ભૂલી ન જાય.

કવિ મનોજ ખંડેરિયાની શે'રપંક્તિ યાદ આવે છે :

બધાનો હોઈ શકે, સત્યનો વિકલ્પ નથી,
ગ્રહોની વાત નથી, સૂર્યનો વિકલ્પ નથી.

આજે સમય આવી ગયો છે કે દેશની યુવાન અને કિશોર પેઢીને એક જ કુટુંબની અસંખ્ય વ્યક્તિઓ વિશે જ્ઞાન આપવાને બદલે અસંખ્ય પરિવારોના એક-એક સપૂત વિશે સાચી માહિતી આપવામાં આવે. નહેરુવંશના ગ્રહો, ઉપગ્રહો અને પૂર્વગ્રહો વિશે પ્રશસ્તિગાન કરવાને બદલે બીજા સૂર્યો વિશેની ઋચાઓનું પઠન કરવામાં આવે.

તો સત્ય એ છે મિત્રો કે સને ૧૮૮૩માં મહારાષ્ટ્રના નાસિક પાસેના ભગુર ગામમાં દામોદરરાવ સાવરકર નામના ચિત્તપાવન બ્રાહ્મણ પિતાના ઘરમાં વિનાયકનો જન્મ થયો હતો. આ કુટુંબ આપણા ચિત્તને જ નહીં, પણ ભૂમિને પાવન કરનારું એટલા માટે ગણાયું છે કે, એક માત્ર કુટુંબ હતું જેનાં ત્રણેય સંતાનો (સગા ત્રણેય ભાઈઓ) આઝાદીના સંગ્રામકાળમાં સામેલ હતા. એમાંથી બે બંધુઓ એક સાથે કાળાપાણીની સજા ભોગવી રહ્યા હતા.

ત્રણ ભાઈઓમાં વચેટ વિનાયક; એ આપણા વીર સાવરકર. જન્મથી જ એ વાઘ હતા. ભણવામાં અત્યંત તેજસ્વી હતા, પણ પુસ્તકિયા કીડા ન હતા. મોટા ભાગે એ અભ્યાસક્રમ સિવાયનું વાચન વિશેષ કરતા. કસરતી હતા. ઉત્તમ વક્તા હતા. સ્પષ્ટવક્તા હતા. શ્રેષ્ઠ કવિ હતા. સ્વજનો, સ્ત્રીઓ તેમજ મિત્રો જોડે અતિ મધુર વાણીમાં વાત કરનારા હતા. શિવાજીની ભવાની તલવારને પાંચમો વેદ કહીને પૂજનારા હતા. અને, મા ભવાનીને સગી મા માનનારા હતા.

છઠ્ઠીના દિવસે જ્યારે વિધાતા આ બાળકના લેખ લખવા માટે પધાર્યા હશે ત્યારે શક્ય છે કે છ દિવસનું આ અબોલ બાળક એમના કાનમાં ગણગણી ચૂક્યું હશે :

'મેરે લિએ કિસી કાતિલકા ઇંતજામ ન કર,
કરેંગી કત્લ ખુદ અપની જરૂરતેં મુજકો.'

પોતાનું ભાવિ વિધાતાને બદલે વિનાયકે જાતે લખ્યું અને લોહીના અક્ષરો વડે લખ્યું.

એમને કાયર કહીને નવાજનારા બહાદુરો જાણી લે કે આ દેશભક્ત અને ધર્મભક્ત બાળકે માત્ર બાર વર્ષની વયે ભગુરની નીમજગા ટેકરી ઉપર આવેલી એક મસ્જિદનો ધ્વંસ કર્યો હતો અને પછી એની સજા આપવા માટે આવેલા મુસલમાન છોકરાઓને માર્યા હતા. દુશ્મનોની ધોલાઈ કરવા માટે વિનાયકને ક્યારેય સાબુની કે ડિટરજન્ટની જરૂર પડતી ન હતી.

દસ વર્ષની ઉંમરે માતાનું મૃત્યુ, પછી પિતાનું આજીવન પુનઃલગ્ન કર્યા વગર જીવન ગુજારવું, ધનિકાવસ્થામાંથી દરિદ્રતા ભણી ગબડતા જવું, પ્લેગની મહામારીમાં પિતાને ગુમાવવા...આવા તો અનેક આઘાતો વિનાયકે ઝીલવા પડ્યા. અને છતાં વિનાયકની રચનાત્મક પ્રવૃત્તિનો આલેખ જુઓ. દસમા વરસે પ્રથમ કાવ્યરચના. ચૌદમા વરસે નાસિકમાં પ્રથમ જાહેર વક્તવ્ય. એમાં પ્રથમ ઇનામ મેળવ્યું. પંદરમા વરસે લોકમાન્ય ટિળકની જેલમુક્તિના અવસરે કાવ્ય લખ્યું, જે અખબારમાં છપાયું.

આ જ અરસામાં કુળદેવી મા ભવાનીની મૂર્તિ સમક્ષ ભીષણ પ્રતિજ્ઞા લીધી : 'મારું સમગ્ર જીવન માતૃભૂમિને આઝાદ કરાવવા માટે ન્યોછાવર કરી નાખીશ. તારી સમક્ષ પ્રણ લઉં છું. એ માટે પ્રાણનું બલિદાન આપવું પડે તોપણ પાછીપાની નહીં કરું.'

આજની યુ.પી.એ. સરકારનો મણિશંકર નામનો કોઈ ઐયર બકવાસ કરે છે કે સાવરકર વીર નહીં, પણ કાયર પુરુષ હતા. આંદામાનની જેલમાંથી છૂટવા માટે એમણે બ્રિટિશ સરકાર પાસે માફી માગી લીધી હતી.

એ 'બહાદુર' પ્રધાનને ખબર નથી કે આ 'કાયર' પુરુષે તો પંદર વરસની કાચી ઉંમરે પોતાના પ્રાણ ગુમાવવાની તૈયારી કરી લીધી હતી. ફાંસી માટે સજ્જ થયેલા કેદીને જનમટીપનો શો ભય હોય ?

વિનાયક એમના અંગત જીવનમાં એમની ભાભીની ખૂબ જ નિકટ હતા. યેસુભાભી એમની ભાભી કરતાં વિશેષ તો ભગિની હતી. બંને સાથે રમ્યાં, ઝઘડ્યાં, ભણ્યાં અને પછી કાયમને માટે વિખૂટાં પડ્યાં. જેલવાસ દરમિયાન વિનાયકે એમની ભાભીને જે પત્રો લખ્યા હતા એ વાંચીને ભલભલા પથ્થરદિલ ઇન્સાનો પણ રડી ઊઠે.

મોટા ભાઈ એમને મન પિતાના સ્થાને હતા અને નાનો ભાઈ પુત્રવત્ !

વિલાયતમાં જઈને બૅરિસ્ટરનું ભણ્યા, પણ ઇતિહાસના ચોપડે નોંધાયેલા એ એકમાત્ર વકીલ બન્યા કે જેમને લાયકાત મેળવી હોવા છતાં બૅરિસ્ટરની ડિગ્રી આપવામાં ન આવી.

યુરોપમાં ભૂગર્ભ પ્રવૃત્તિ કરવા બદલ પકડાયા. નાસિકના કલેક્ટરનું ખૂન થયું એમાં પરોક્ષ સામેલગીરીનો આરોપ એમના ઉપર આવ્યો. પછી કેદી બનીને દેશ ભણી આવતા હતા ત્યારે માર્ગમાં ભરદરિયે સ્ટીમરમાંથી કૂદી પડીને નાસી છૂટ્યા. એ પછીની ઘટનાઓ ખૂબ જાણીતી છે. ફરીથી પકડાયા. અદાલતી મુકદ્દમાનું નાટક ચાલ્યું. ન્યાયપ્રિય ગણાતા અંગ્રેજો તરફથી અન્યાયનું ઇનામ મળ્યું. પચીસ-પચીસ વર્ષનો બે ગણો આજીવન કારાવાસ એટલે કે કુલ મળીને પચાસ વર્ષની સજા. એ પણ દેશની કોઈ જેલમાં નહીં, આંદામાનની કાળાપાણીની સજા. જો જીવતા રહે તો છૂટે ત્યારે એમની ઉંમર સિત્તોતેર વર્ષની થઈ ગઈ હોય ! અંગ્રેજોનું ગણિત પાક્કું હતું, કાળાપાણીની યાતનાઓ અડધી સદી સુધી વેઠ્યા પછી કોણ અભાગી જીવતો રહ્યો હોય ? અને આવું અંકગણિત વિચારવા માટે એમની પાસે કારણ પણ હતું. વિનાયક સાવરકર તેમની નજરે વિશ્વભરમાં પથરાયેલા બ્રિટિશ સામ્રાજ્યના સૌથી ભયાનક આતંકવાદી હતા.

સાવરકર શબ્દોના સ્વામી હતા. એમનાં કેટલાંક વાક્યો તો શિલાલેખ ઉપરના કોતરકામ જેવાં બની ગયાં છે. કેટલાંક ઉદાહરણો : 'માત્ર અસ્પૃશ્યો જ પતિત થોડા છે ? પૂરું રાષ્ટ્ર પતિત છે !'

આ બોલનાર સાવરકરે પછીથી રત્નાગિરી જિલ્લાનાં અસંખ્ય મંદિરોમાં સવર્ણોના પ્રચંડ વિરોધ સામે ઝઝૂમીને દલિતોને પ્રવેશ કરાવ્યો હતો.

'એક દેવ, એક દેશ, એક આશા,
એક જાતિ, એક જીવન, એક ભાષા.'

આ બે પંક્તિઓમાં ગાંધી, નહેરુ, સરદાર અને સુભાષ આ ચારેય મહાપુરુષોનું વિચારદોહન એક સામટું આવી જાય છે. તકલીફ એ છે કે આ વિચારો સાવરકરજીએ બધા કરતાં પહેલાં રજૂ કર્યા હતા.

'હિંદુઓ અત્યાચારનો પ્રત્યાઘાત નથી આપી શકતા, એ માનવું ભૂલભરેલું છે.'

આ ચેતવણી સાવરકરજીએ આજથી એકસો સાત વર્ષ અગાઉ આપી દીધી હતી. કેટલાક ઈસમો એને વીસરી ગયા. અને ગોધરાના પ્લૅટફૉર્મ ઉપર હિંદુઓને જીવતા સળગાવવાની નિર્દોષ (!) રમત આચરી બેઠા ! પરિણામ ? એક આર્ષદ્રષ્ટાની ચેતવણી એક સદીના અંતરાલ બાદ સાચી પડીને ઊભી રહી.

'ઘરમાં ઘૂસી આવેલા ચોરને રાજા કહેવાય ?'

જે સમયે બ્રિટિશ સલ્તનતનો સૂર્ય હિંદની ધરતી ઉપર મધ્યાહ્નને તપતો હતો, ત્યારે જાહેરમાં વિનાયકે રજૂ કરેલો વિચાર. એ દિવસોમાં બ્રિટનનો રાજા હિંદની મુલાકાતે પધારવાનો હતો.

'પાંચ પાંડુપુત્રોમાંથી મને ભીમ પ્રિય છે, અર્જુન નહીં. હું માત્ર શસ્ત્રકૌશલ્યને ધ્યાનમાં નથી લેતો, વિચારકૌશલ્યને પણ નજરમાં રાખું છું. અર્જુનની કમજોરી એ હતી કે કુરુક્ષેત્રના રણમેદાનમાં એને વિષાદયોગ થયો હતો. ભગવાને અર્જુનને ભગવદ્‌ગીતા સંભળાવવી પડી, ભીમને નહીં ! જે પરાક્રમી છે એને ક્યારેય વિષાદયોગ લાગુ નથી પડતો.'

આ વિચાર લગભગ એંસી વર્ષ બાદ નવા સ્વરૂપે ૧૯૭૫માં આવેલી ગબ્બરસિંહની 'શોલે'માં ફરી વાર સાંભળવા મળ્યો હતો : જો ડર ગયા, વો સમજો મર ગયા !

'કલમ તોડો અને બંદૂક ઉઠાવો !'*

આજે એકવીસમી સદીમાં પણ આ હાકલ કેટલી પ્રસ્તુત છે ! એક સૂટકેસ કે વ્હીસ્કીની બાટલીની ભેટ પામીને વેચાઈ જતા હજારો-લાખો પત્રકારો અને લેખકોને આ વાક્ય અત્યારે પણ એટલું જ લાગુ પડે છે. આમ લખીશું તો સરકારને નહીં ગમે. સેક્યુલરિસ્ટોને નહીં ગમે. કેટલાક વિધર્મીઓ ગુસ્સે થશે. ક્યાંક કાયદાના કૂંડાળામાં પગ પડી જશે તો ?

વીર સાવરકર વિશેનો મારો એક લેખ વાંચીને ('સાધના'માં જ છપાયેલો) સૌરાષ્ટ્રમાંથી એક ખ્યાતનામ હસ્તીનો ફોન આવ્યો હતો : 'સરસ છે, બહુ સુંદર, પણ વાંચીને મને તો ડર લાગ્યો. તમને લખતાં ડર ન લાગ્યો ?'

'શાનો ડર ?'

'આ લુચ્ચાઓ તમને ક્યાંક હેરાન કરી મૂકે...!'

'આપણે ક્યાં ચોરી, જુગાર, નશો કે વ્યભિચાર કર્યો છે ? દેશ માટે ફનાગીરી વહોરી લેનાર વીર સાવરકરને આદરાંજલિ આપવી એ સાવરકરના જ દેશમાં જો અપરાધ ઠરતો હોય, તો હું જેલમાં જવા માટે પણ તૈયાર છું, પણ એ વખતે મારી એક શરત હશે.'

'શરત ?! એ વળી કઈ ?'

'મને બે-ચાર માસની સજા ન કરશો. જો કરવી હોય તો જનમટીપની સજા ફટકારજો. એ પણ આંદામાનની સેલ્યુલર જેલની દસ નંબરની કોટડીમાં. હું ત્યાં

---

* ૧૯૩૮માં મરાઠી સાહિત્ય પરિષદના અધ્યક્ષ તરીકે આપેલા વક્તવ્યમાંથી.

જવા માટે તૈયાર છું.'

'પણ ત્યાં તો જવાતું હશે ? એ તો કાળાપાણીની સજા કહેવાય.'

'એ જમાનો ગયો, મિત્ર ! હવે તો એ મંદિર છે, તીર્થધામ છે. એ ભૂમિ ઉપર વિનાયકના ચરણોની છાપ સચવાયેલી છે. ત્યાંની દીવાલો પર એમણે કાંટા અને નખની મદદથી કોતરેલી કાવ્યપંક્તિઓ ગુંજી રહી છે. ત્યાંના ઘાણીના કોલુમાં – એ કોટડીમાં સાવરકજીનો પસીનો મહેકી રહ્યો છે, ત્યાં મુસલમાન વૉર્ડરોના જુલમો સામેનો સાવરકરનો સામનો ડણકે છે, હિંદુઓનું ધર્મપરિવર્તન થતું હતું એ પ્રક્રિયાને ટોપ ગિયરમાંથી અટકાવીને એમણે રિવર્સ ગિયરમાં આણી દીધેલી, એના પડઘા આજે પણ આર.એસ.એસ. અને વી.એચ.પી. ઝીલી રહ્યાં છે. આવા પુનિત સ્થાનની યાત્રા (ભલે ને જેલયાત્રા) કરવાનું આપણા નસીબમાં ક્યાંથી ?!'

સાવરકરજી લિખિત 'મારી જનમટીપ' જો કોઈએ ન વાંચી હોય, તો એક વાર અવશ્ય વાંચી જવી. બાપુના 'સત્યના પ્રયોગો' મેં દસ વાર વાંચ્યા છે. સાવરકરની 'જનમટીપ' પાંચ વાર. હજી બીજી પાંચ વાર વાંચવાની છે. પ્રામાણિકતાથી કહું તો આ હિંસક ગણાયેલા ભયાનક કેદીનું એ જેલવાસનું આત્મકથાનક વાંચીને દર વખતે હું રડ્યો છું. મારો દૃઢ અભિપ્રાય છે કે સમગ્ર હિંદુસ્તાનમાં પ્રત્યેક દેશવાસી માટે આ પુસ્તકનું વાચન ફરજિયાત બનાવવું રહ્યું.

એ પછી આપણા શબ્દકોશમાં રાષ્ટ્રભક્તિ, દેશપ્રેમ, પ્રામાણિકતા, શૌર્ય, ત્યાગ અને બલિદાન જેવા અસંખ્ય શબ્દોનો સમાવેશ ચાલુ રાખવાની જરૂર નહીં રહે ! આ બધાને બદલે માત્ર 'વીર સાવરકર' એટલું લખી દેવામાં આવશે, તોપણ ચાલશે.

અને વીર સાવરકરનું જે અવતરણ મને સૌથી વધારે પ્રિય છે તે આ રહ્યું : 'દેવકાર્ય માટે નિર્વંશ થઈ જનારી વંશ-લતા અમર થઈ જાય છે.'

સાવરકરજીને મતે દેવકાર્ય એટલે જ દેશકાર્ય. એક દેશી રજવાડાના દીવાનની કન્યાને પરણીને તરત જ એ પચાસ વર્ષ માટે દેશનિકાલ થયા. સ્ટીમરમાં ચડતી વખતે રડતી પત્નીને એમણે આશ્વાસન આપતાં એક વાક્ય કહ્યું હતું. સંસારના ઉંબરે આ પુરુષ નિર્વંશ બનવાની વાત કરતો હતો. એક જ પરિવારમાં પ્રાઈમ મિનિસ્ટરોની ધારાવાહિક શ્રેણી પેદા કરનારા મનુષ્યોને માટે આ 'નિર્વંશ' બનવાની વાત જરા અઘરી લાગે એવી છે.

હવે છેલ્લું અવતરણ. ઇટાલીના શૂઝનાં તળિયાં ચાટીને પોતાની હોજરી ભરતા આવેલા મદહોશ ભક્તોને આ અવતરણ અર્પણ કરું છું. જે ભોળુડાઓ વીર સાવરકરને કાયર કહીને બદનામ કરે છે એ જરા ધ્યાનપૂર્વક વાંચે :

'काल स्वयं मुझसे डरा है, मैं नहीं। फाँसी का फंदा चुमकर, कराल काल के स्तंभों को झकझोर कर मैं अनेक बार लौट आया हूँ। फिर भी जीवित रहा, यह शायद कल की ही भूल थी।

સમયની ભૂલ ચીંધી બતાવનારો પુરુષ મને હંમેશાં સમયપુરુષ લાગ્યો છે !!

વીર સાવરકર એવા સમયપુરુષ હતા, એક સિંહપુરુષ હતા.

કાયદાનું શાસન અને બાવડાનું રક્ષણ !

'ફરમાઈએ, સા'બ ! ક્યા ખાયેંગે ?' હાઈ-વે ઉપર આવેલા પંજાબી ઢાબાના વેઇટરે 'ઑર્ડર' પૂછ્યો.

હું કંઈ વિચારું એ પહેલાં અનિરુદ્ધસિંહે જવાબ આપી દીધો, 'બત્રીસ પરોઠા, આઠ સબ્જી, સો ગ્રામ મરચાં, અચારની વાડકી, છ ગ્લાસ લસ્સી, એક ડઝન પાપડ અને પછી...'

એ પૂરું કરે એ પહેલાં જ વેઇટરે આમતેમ જોઈ લીધું, 'કુછ ઓર લોગ અભી આનેકો બાકી હૈ ક્યા ?'

'નહીં, ખાનેવાલે સિર્ફ હમ દો હી હૈં. તારે ઑર્ડરથી મતલબ કે જમવાવાળાના આંકડાથી ?'

ઢાબું પંજાબી હતું, વેઇટર પંજાબી હતો, વાનગીઓ પણ પંજાબી હતી, પણ ખાનારા ગુજરાતી હતા. એમાં પણ હું તો માત્ર બે જ પરોઠાનો ઘરાક હતો. ભોજન તૈયાર થતાં વાર લાગી, પીરસાતાં પણ વાર લાગી. એટલી વાર ખાવામાં ન લાગી. બત્રીસમાંથી ત્રીસ પરોઠા અનિરુદ્ધ ઝાપટી ગયો. બાકીનું બધું પરોઠાના અનુપાન રૂપે ચાલ્યું ગયું.

મને એમ કે હવે એ અણુવિસ્ફોટ જેવો ઓડકાર ખાશે, એને બદલે એણે કહ્યું, 'ખાસ મઝા ન આવી. ખીચડી-કઢી ખાવાં પડશે.'

પંજાબી મેનુમાં ખીચડી-કઢી ક્યાંથી જડે ? નાછૂટકે દાલ ફ્રાય અને પુલાવનો ઑર્ડર આપવો પડ્યો. અડધું તપેલું આરોગીને અનિરુદ્ધે દાવ ડિકલેર કર્યો.

બિલ ચૂકવીને અમે બહાર નીકળ્યા. હાઈ-વેને અડીને આવેલા એક મોટા વૃક્ષના છાંયામાં અમે ગાડી પાર્ક કરેલી હતી. એ તરફ ડગલું માંડતાં મેં ટકોર કરી, 'અનિયા, તારું તો પેટ છે કે પટારો ? આખા અઠવાડિયાનું સામટું ખાઈ લેવાતું હશે ? ત્રીસ પરોઠા હજમ ક્યારે થશે ?'

એણે જવાબ આપ્યો, 'અત્યારે બપોરના બે વાગ્યા છે. સાંજના આઠ વાગ્યે જમવાનું જોઈશે. વચમાં ચાર-પાંચ વાગ્યે ચા-નાસ્તાથી ચલાવી લઈશ.'

મારું માથું તપી ગયું. મારું ચાલે તો એને આખો મહિનો ભૂખ્યો રાખું. પણ શું કરું ? ગમે તેવો તોયે મિત્ર હતો. પાછો દરબાર. ઉંમરમાં પણ મારાથી ઘણો નાનો. એટલે પછી કડક સૂચના આપીને સંતોષ માની લીધો : 'અનિયા, ખાવાનું ઓછું કર. વજન ઘટાડ, નહિતર એક દિવસ ફુગ્ગાની જેમ ફૂલી જઈશ.' મારી વાત સાંભળીને એ કશું બોલ્યો નહીં. ફક્ત મંદ-મંદ હસતો રહ્યો.

✳

અનિરુદ્ધસિંહ ઝાલા મારો વાચક હતો, પછી મિત્ર બની ગયો હતો. જે રીતે હનુમાન ભગવાન શ્રીરામને પૂજે એમ જ એ મને પૂજતો હતો. સુખી મા-બાપનો એકમાત્ર પુત્ર. ગર્ભશ્રીમંત ખાનદાનનું ફરજંદ, પણ એની કેટલીક વાતો મને ક્યારેય સમજાય નહીં.

જેમ કે એક વાર હું એના ઘરે ગયો. સવારનો સમય હતો. મેં બારણું ખખડાવ્યું. એ અંદરના ઓરડામાંથી બહાર આવ્યો. હું ભડક્યો, 'અરે, અરે ! બાથરૂમમાંથી નહાતાં-નહાતાં નીકળી આવ્યો ? ટુવાલથી શરીર તો કોરું કરીને આવવું હતું ?' એણે ટૂંકી ચડ્ડી પહેરી હતી અને આખો દેહ પાણીથી નીતરી રહ્યો હતો.

'હું નહાતાં-નહાતાં બહાર નથી નીકળ્યો. હું તો કસરત કરતો હતો.'

'પણ આટલી બધી કસરત ?' મેં પરસેવાના રેલા તરફ જોઈને પૂછ્યું.

'આટલી બધી ક્યાં કરું છું ? એક હજાર દંડ, પંદરસો બેઠક, પાંચસો સૂર્યનમસ્કાર અને...'

'બસ, બસ, બસ ! મારાથી સંભળાતું નથી. બોલવાનુંયે બંધ કર અને મારું માને તો કસરત કરવાનુંયે બંધ કર. દેશમાં હવે કાયદાનું રાજ ચાલે છે, મારામારીના જમાના ગયા. આ મજૂરી વ્યર્થ છે.'

મારી સલાહ એણે સાંભળી લીધી. સામે એ કશું બોલ્યો નહીં. માત્ર મંદ-મંદ વેગે વહેતા પવન જેવું સ્મિત કરતો રહ્યો.

✳

'આંખો બંધ કરો.' અનિરુદ્ધે અધ્ધરતાલ વાત શરૂ કરી.

'પણ કેમ ? શું છે એ તો બોલ.'

'ના, પહેલાં આંખો બંધ કરો. પછી કહું છું.'

મેં હસીને આંખો મીંચી દીધી. અંધારપટમાં ઊભો હોઉં એવું વાતાવરણ સર્જાઈ ગયું. અનિરુદ્ધે મારા બે હાથ ભેગા કરીને કશુંક જાડા થાંભલા જેવું પકડાવ્યું.

'હવે કહી આપો કે આ શું છે ? આંખો ખોલવાની મનાઈ છે.'

મેં ઝાડના થડ જેવી એ ચીજ ઉપર હાથ ફેરવીને જવાબ આપ્યો, 'હાથીની સૂંઢ ? ના, ના ! આ તો એનો પગ છે.'

એ હસ્યો, 'હવે આંખો ખોલો.' મેં આંખ ઉઘાડીને જોયું તો મારા બે હાથના પંજા વચ્ચે એનું જમણા હાથનું બાવડું હતું.

'આનો અર્થ મારે શો સમજવો ?' હું ધૂંધવાયો.

'આ અર્થ નથી, પણ સરવાળો છે; બત્રીસ પરોઠા અને બે-અઢી હજાર દંડ-બેઠકનો સરવાળો. ભોજન અને કસરતનું પરિણામ.'

મારાથી ન રહેવાયું. ધધડાવી નાખ્યો, 'હવે આ સરવાળાનું શું કરશો ? લશ્કરમાં જોડાઈને મોરચે લડવા જશો ? દુશ્મનની એક જ ગોળી વાગશે ને આ સરવાળો બાદબાકીમાં બદલાઈ જશે. હાથોહાથની મારામારી થતી હતી એ જમાનો વીતી ગયો, ભઈલા ! આ બધું બંધ કર. કશા કામનું નથી.'

એણે સાંભળી લીધું. મને મોટા ભાઈ જેટલું માન આપતો હતો, એટલે મારી સામે કશી દલીલ ન કરી. પતંગિયું પાંખો ફફડાવતું હોય એમ ધીમું ધીમું હસતો રહ્યો.

✳

અમદાવાદનો ધમધમતો વિસ્તાર. સેંકડો વાહનો અને હજારો માણસોની અવરજવર ચાલુ હતી. હું અને અનિરુદ્ધસિંહ વાહન પાર્ક કરીને સડકની એક બાજુની ફૂટપાથ ઉપર ચાલી રહ્યા હતા. હું એને અહિંસા અને મગજ ઉપરનો સંયમ અને કાયદાની તેમ જ વ્યવસ્થાની આધુનિક પરિસ્થિતિ વિશે ભાષણ આપ્યે જતો હતો. ત્યાં અચાનક એક વિચિત્ર ઘટના બની ગઈ.

મારા કાન ઉપર કોઈ યુવતીની દબાયેલી ચીસ અથડાણી. મેં સહેજ ગરદન ઘુમાવીને પાછળ જોયું તો એક પચ્ચીસેક વર્ષનો ઊંચો, ખડતલ જુવાન એક સત્તર-અઢાર વર્ષની રૂપાળી, નમણી, નાજુક યુવતીને હાથ ઝાલીને ઘસડી રહ્યો હતો. કાળા પહાડ જેવો એ મવાલી સરેઆમ જાહેર માર્ગ ઉપર એક અબળાને ઉદ્દેશીને ગંદી ગાળો બોલી રહ્યો હતો.

'અબે, ચલતી હૈ કિ ફિર ઘસીટકે લે જાઉં ? સા..., દો મહિનેસે મના રહા હૂં. માનતી હી નહીં. આજ તો તુઝે હોટલમેં લે જાકર કુચલ ડાલૂંગા.'

'નહીં, મને છોડી દે. તેં મારી સાથે પ્રેમનું નાટક કર્યું હતું. મને લગ્નનું વચન આપ્યું હતું. અને હવે તું મને... હોટલમાં લઈ જવાની વાત કરે છે ? હું એવી છોકરી નથી. છોડ મને.' પેલી મોટેથી ચિલ્લાઈ રહી હતી. માણસો બધિર હોય એમ આ 'દ્રૌપદી'ની પડખે થઈને પસાર થઈ રહ્યા હતા.

મારાથી બોલ્યા વગર ન રહેવાયું, 'ભાઈ, તું આ શું કરી રહ્યો છે ? આપણાથી આવું અધમ કૃત્ય કરાય ? એક અબળાને...'

'અબે એય ? કૌન હૈ બે તૂ ?' પેલા દુઃશાસને મારી સામે ડોળા કાઢ્યા. પછી પેલીનો ચોટલો પકડ્યો. જાણે મારી ઉપરનો ગુસ્સો એની ઉપર કાઢતો હોય, એમ એ યુવતીના ગાલ ઉપર એણે એક જોરદાર લાફો ઠોકી દીધો. પછી મને માહિતી આપી, 'યે હમારા પર્સનલ મામલા હૈ. યે મેરી ઘરવાલી બનનેવાલી હૈ. ખાલી અમથી નખરે કરતી હૈ.' ફરી પાછી ગાળો. ફરી પાછી મારઝૂડ. ફરી પાછી પેલીની ચીસાચીસ.

બાજુમાંથી ટ્રાફિક પોલીસ પસાર થતો હતો. મારી આંખમાં ચમક આવી ગઈ. મેં એને વિનંતી કરી, 'ભાઈ, તમે કંઈક કરો. આ યુવાન એની જાળમાં ફસાયેલી પ્રેમિકાને ખરાબ ઇરાદાથી...'

એ હસ્યો, 'હું ટ્રાફિક-પોલીસમૅન છું. ફરિયાદ કરવી હોય તો તમારે પોલીસ સ્ટેશને જવું પડશે, પણ મારું માનો તો ફરિયાદ કરવાનું માંડી વાળો. આમાં પડવા જેવું નથી. આ છોકરી જ મને તો છાપેલું કાટલું લાગે છે. આ બેયની વચ્ચે લફરું હશે જ. નાહકના તમે ફસાઈ જશો.'

એક લાચાર યુવતી ઉપર જાહેરમાં અત્યાચાર થઈ રહ્યો હતો અને આખું શહેર શાંત હતું, સમાજ ચૂપ હતો, કાયદો મૂક હતો. બધું જ ખામોશ હતું. સિવાય એક જણ. અને એ એક જણ હતો અનિરુદ્ધસિંહ ઝાલા. જાતનો દરબાર. બત્રીસ પરોઠા ખાઈ જનાર અને એને પચાવી જાણનાર. વજન દોઢસો કિલોગ્રામ. જમણા હાથનું વજન હશે અડસટ્ટે ત્રીસેક કિલોગ્રામ.

એણે શર્ટની બાંય ચડાવી. પછી હાથી જેવું શરીર લઈને એ ચિત્તાની જેમ ઊછળ્યો. પેલા મવાલીની ફેંટ પકડી. એ સાથે જ અડધું શર્ટ ફાટી ગયું. પછી એક કે બાદ એક એવા ચાર તમારા એણે મવાલીના ગાલ ઉપર જડી દીધા. એ હાથ નહીં, પણ હથોડો હતો. શર્ટની જેમ જ ગાલ પણ ફાટી ગયો. મોઢું વાનર જેવું થઈ ગયું. છોકરી તો ક્યારનીયે એના હાથમાંથી છૂટી ગઈ હતી, હવે તો શ્વાસ છૂટી જવાની તૈયારીમાં આવી ગયો હતો.

'સા'બ, માફ કર દો.' મવાલી મારી સામે જોઈને કરગર્યો, 'યે તો બહોત મારતા હૈ. મુજસે બર્દાશ નહીં હોતા, મૈં મર જાઉંગા...'

'અનિરુદ્ધ, છોડ એને. જવા દે. એ હવે છોકરીને તંગ નહીં કરે.' મને દયા આવી ગઈ.

પેલાની વિનંતીઓ તો ચાલુ જ હતી, 'હાં, સા'બ ! મૈં કસમ ખાતા હૂં. વો

આજસે મેરી બહન હૈ. મુજે છોડ દો, પ્લીઝ !'

અને અનિરુદ્ધે એની પકડ ઢીલી કરી. પેલો પારધીની પકડમાંથી છટકેલા પંખીની માફક ભાગ્યો. ના ભાગ્યો નહીં, પણ ઊડ્યો. વગર પાંખે જાણે એને ઉડાન ફૂટી હતી.

છોકરી હવે રડતી અટકી ગઈ હતી. વહેતો ટ્રાફિક પણ હવે અટકી ગયો હતો. જમા થયેલા લોકો અનિરુદ્ધસિંહની પીઠ થાબડી રહ્યા હતા.

ટોળામાંથી કોઈ બોલ્યું, 'શાબાશ, જુવાન ! રંગ છે તારી મર્દાનગીને ! આનું નામ શરીર કહેવાય. આજની જુવાન પેઢી મેગી અને પિત્ઝા ખાઈ-ખાઈને માયકાંગલી થઈ ગઈ છે, પણ આપણી બહેન-દીકરીઓને ગુંડા-મવાલીઓ ઉપાડી જાય છે અને બળજબરીથી ભ્રષ્ટ કરે છે, એમનું રક્ષણ કોણ કરશે ? પોલીસતંત્ર પણ સાવ ખાડે ગયું છે. પ્રજાની પાસેથી હપતાઓ ઊઘરાવ્યા સિવાય એમને બીજું આવડે છે શું ? અને આપણે પણ શું કરીએ છીએ ? ચૂપચાપ બધું જોયા કરીએ છીએ. આજે સમજાય છે કે કૌરવસભામાં જ્યારે દ્રૌપદીનું વસ્ત્રહરણ થતું હતું, ત્યારે ભીષ્મ અને દ્રોણ શું કરતા હતા ?

ભીડ ધીમે-ધીમે વેરાઈ ગઈ. અનિરુદ્ધે પેલી છોકરીના હાથમાં પોતાનું વિઝિટિંગ કાર્ડ મૂક્યું, 'બહેન, પેલો જો ફરીવાર તને હેરાન કરે, તો આ નંબર ઉપર ફોન કરી દેજે. એના મહોલ્લામાં એના ઘરમાં જઈને હું એને મારી આવીશ.'

પેલી હવે ખુશ હતી, 'ભાઈ, તમારો ખૂબ ખૂબ આભાર. ક્યારેક મારા ઘરે જમવા ન આવો ? હું તમારી ઓળખાણ મારાં મમ્મી-પપ્પા સાથે...'

અનિરુદ્ધે એને અધવચ્ચે અટકાવી, 'જમવાની વાત જવા દે. હું આવીશ ખરો, પણ જમીશ નહીં. કારણ કે મારો ખોરાક ભીમ જેટલો છે. જાડા પરોઠા હોય તો બત્રીસ ઝાપટી જાઉં છું અને ઘરમાં બનાવેલી ગરમા-ગરમ ફુલકા રોટલી હોય તો...! પણ લાગે છે હવે મારે ખોરાક ઓછો કરવો જોઈએ. અને કસરત પણ, આટલું બધું વજન સારું નહીં. મારામારીના જમાના આથમી ગયા. હવે તો આપણા દેશમાં કાયદાનું શાસન છે...'

આટલું બોલીને એ અટકી ગયો. યુવતી આમાં શું સમજે ? પણ હું સમજી ગયો. મારો બેટો અનિયો મને ચાબખા મારી રહ્યો હતો, પણ આ વખતે મેં એનું માન રાખ્યું. હું કશું બોલ્યા વગર ફક્ત હસતો રહ્યો... એક અકબંધ બચેલા શિયળવાળી જુવાન મુગ્ધાના દિલ ઉપરથી લહેરાતા દુપટ્ટા જેવું મંદ-મંદ, હળવું-હળવું !

(સાવ સત્ય ઘટના, પોલીસની નાલાયકીનો હું સાક્ષી છું. એની નોકરી ન જાય, એટલા ખાતર સ્થળ-સમય-પાત્રોનાં નામ બદલી નાખ્યાં છે.)

ભાંગી પડેલા આપણા ભીતરમાં છાપરે,
સંભવ છે શબ્દ રેશમી પડઘાઓ પાથરે

સવારે સાત વાગ્યે ઊપડેલી ખાનગી લક્ઝરી બસ નવ-સાડા નવ વાગતામાં ભાણગઢના સીમાડે પહોંચી ગઈ. અમદાવાદથી મારા સહિત અન્ય પચીસેક મહેમાનો ત્યાં એક સમારંભમાં હાજરી આપવા માટે પધાર્યા હતા. જો કે ખરું પૂછો તો અમારા જેવા સંસારી માણસો માટે 'પધાર્યા'ને બદલે 'આવ્યા' હતા એવો શબ્દપ્રયોગ વધુ ઉચિત કહેવાય. સાચા અર્થમાં પધારનારા તો સંતો હતા.

'સાળંગપુર સ્વામિનારાયણ મંદિરના કોઠારી સ્વામી પધારી ચૂક્યા છે.' આયોજકોમાંના એકે કહ્યું, 'ઠાકરસાહેબ, તમારે એમને મળવું હોય તો મળી લો. પછી કાર્યક્રમની શરૂઆત કરીએ...!'

સામાન્ય રીતે ખોટા, દંભી સાધુઓને મળવાનું હું પસંદ કરતો નથી અને જે મને સાચા લાગે છે એવા સંતને વંદન કરવાનું હું ચૂકતો નથી. કોઠારી સ્વામી એટલે સો વર્ષ જૂના સાળંગપુરવાળા મંદિરના હોમ મિનિસ્ટર ! નમ્રતાનો મૂર્તિમંત અવતાર ! સૌજન્યનું સાકાર સ્વરૂપ ! અને મારા માટે તો...! પણ જવા દો એ વાત. અત્યારે મારે પેપર ફોડવું નથી.

તેઓ જ્યાં બેઠા હતા એ ઓરડામાં દર્શનાર્થીઓની ભીડ જામી હતી. હું ઓરડામાં દાખલ થયો, ત્યારે ભક્તજનો એમના પગમાં ઢળી રહ્યા હતા. મને જોઈને સ્વામીજી ઊભા થઈ ગયા. એમની આંખોમાં વાત્સલ્યની એક છાલક ઊપસી ગઈ અને મારી આંખોમાં કોઈને ન દેખાય એવી ભીનાશ. એકાદ-બે ક્ષણો માટે એમના વીતરાગી દેહ ઉપરથી ભગવાં વસ્ત્રો સરી પડ્યાં. માથા પરથી પાઘ અદશ્ય થઈ ગઈ. ત્યાં વેરાન ઉજ્જડ રણમેદાનમાં કાળા રેશમી ગુચ્છાદારા વાળ ઊગી નીકળ્યા. વયના થર સરી પડ્યા. ભગવા ખેસ અને ધોતીમાં શોભતા સંતની જગ્યાએ અડધી ચડ્ડી અને બુશકોટ પહેરેલો ચૌદ-પંદર વર્ષનો એક કિશોર ઊપસી આવ્યો અને

હું ૨૦૦૬ના વર્તમાનમાંથી ઊંચકાઈને ૧૯૭૦-૭૧ના અતીતમાં પહોંચી ગયો.

મારા અભ્યાસકાળનાં એ વરસો હતાં. જૂનાગઢ હતું, ત્યાંની પ્રતિષ્ઠિત હાઈસ્કૂલ 'સ્વામી વિવેકાનંદ વિનય મંદિર' હતી, તાજમહેલના આકારનું નવાબી મકાન હતું, રણજી ટ્રોફી મૅચ રમાડી શકાય એવા એક કે બે નહીં, પણ ત્રણ-ત્રણ ખુલ્લાં વિશાળ મેદાનો હતાં; ત્રણ હજાર વિદ્યાર્થીઓથી ગુંજતા વર્ગખંડો હતા અને એ ખંડોની લાંબી-પહોળી બારીઓમાંથી દેખાતો નયનરમ્ય પર્વત ગિરનાર હતો.

અત્યારના કોઠારી સ્વામી ત્યારે મારા સહાધ્યાયી હતા.

એક જ શાળામાં એક જ કાળખંડમાં તેઓ અને હું સાથે ભણ્યા હતા, બપોરની રિસેસમાં એક જ ધૂળમાં આળોટ્યા હતા, તોફાનમસ્તી કર્યાં હતાં અને પછી દરિયામાં તરતાં બે લાકડાંની જેમ દૂર દૂર ફેંકાઈ ગયા હતા.

એ મિકેનિકલ એન્જિનિયર થઈને તરત જ ૧૯૭૩માં પ્રગટ સ્વરૂપ પ.પૂ. શ્રી પ્રમુખસ્વામીના હસ્તે દીક્ષા પામીને સાધુ બની ગયા. વૈરાગ્યના પંથે વળી ગયા. હું લક્ષ્મીના રાજમાર્ગ તરફ આગળ વધ્યો. ચકાચૌંધ રોશનીથી ઝળહળતો આ માર્ગ મને ડૉક્ટરી વ્યવસાયમાં ખેંચી ગયો. મા સરસ્વતીના આશીર્વાદ મને સાહિત્યના સાઇડ-બિઝનેસ તરફ લઈ ગયા.

અને ઉંમરના એક નાજુક વળાંક ઉપર અમે ફરી પાછા મળી ગયા.

મેં એમને ઝૂકીને વંદન કર્યાં. ફોટોગ્રાફ ફ્લેશ ઉપર ફ્લેશ માર્યે જતો હતો. મારી આસપાસ ઊભેલા મિત્રો અંદરોઅંદર બબડી રહ્યા હતા : 'કહેવું પડે ! શરદભાઈ ડૉક્ટર છે અને આટલા જાણીતા લેખક છે, તોયે કેવા નિરભિમાની છે ! કેવા ભાવપૂર્વક સંતના ચરણોમાં માથું નમાવે છે !'

સત્ય માત્ર હું અને કોઠારી સ્વામી જ જાણતા હતા. મારું શરીર ઝૂકેલું હતું અને એમનો હાથ મારા મસ્તક પર હતો, પણ અમે ક્યાં વંદન કરવાની કે આશીર્વાદ આપવાની મનઃસ્થિતિમાં હતા ?! આ તો બધી ઈશ્વર નામના સ્ક્રિપ્ટરાઇટરે અમારા માટે લખેલી ભૂમિકાઓ હતી, પાત્રવરણી હતી, પ્રામાણિક અભિનય હતો.

સત્ય એ હતું કે પાંત્રીસ-છત્રીસ વર્ષ પછી મળી રહેલા બે છોકરાઓ આ ચેષ્ટા દ્વારા એકમેકને અદકેરા ભાવ સાથે ભેટી રહ્યા હતા, આલિંગી રહ્યા હતા, વહાલ કરી રહ્યા હતા.

સિત્તેરની સાલનો પેલો કિશોર હવે એમનો પૂર્વાશ્રમ હતો. વર્તમાન મારી સન્મુખ ઊભો હતો – પ.પૂ. સંતશ્રી જ્ઞાનેશ્વર સ્વામીના સ્વરૂપમાં !

✳

તાજેતરની જ ઘટના છે. તા. ૧-૧-૨૦૦૬ ને રવિવારની વાત. અમદાવાદથી

માંડ એકસો ત્રીસ કિલોમીટર છેટે આવેલા નપાણિયા મુલકની મુલાકાતે ગયા હતા. ધંધુકા તાલુકાનું ભાણગઢ અને એની આસપાસનાં આઠ-દસ ગામો વચ્ચે સમ ખાવા પૂરતું એક દવાખાનું. એ પણ અઠવાડિયામાં એક વાર (બુધવારે) જ ખુલ્લું રહે. આટલું કામ કરવાનો જશ પણ અમદાવાદમાં રહેતા આ વિસ્તારના મૂળ વતની એવા અરુણ ત્રિવેદીને આપવો ઘટે. એમાં ઊતર્યા પ્રમુખ સ્વામીના આશીર્વાદ. ગામ માટે, ગામ બહાર બાપા તરફથી એક પાક્કી શાળા ઊભી થઈ રહી હતી, એમાંથી એક છેવાડાનો ઓરડો આ દવાખાના માટે પણ ઊભો થઈ ગયો. સરસ્વતીનું મંદિર અને ધન્વંતરિનું ધામ જોડાજોડ ગોઠવાઈ ગયાં.

સમારંભ પણ સહિયારો હતો. ગુજરાત સરકાર તરફથી આ દવાખાનાને રસીકરણ માટે માન્યતા અને સહાય આપવાનું નક્કી થયેલ હતું – એની ઉજવણી હતી; સાથોસાથ શાળાના હોશિયાર વિદ્યાર્થીઓને સર્ટિફિકેટ અને ઇનામોની વહેંચણી કરવામાં આવનાર હતી.

મુખ્ય વક્તા તરીકે હું અને આશીર્વચન માટે પૂ. શ્રી કોઠારી સ્વામી હતા.

કોઈકે મારા કાનમાં ફૂંક મારી દીધી, 'સાહેબ, બીજું હંધુયે તો હમજ્યા, મારા ભૈ ! પણ આ પંથકમાં દારૂની મોટી રાડ છે ! ઘરે-ઘરે દારૂ પિવાય છે ! એનું કો'ક કરો.'

પછી તો પડખે ઊભેલા ચાર-પાંચ જણાએ માથાં હલાવ્યાં. એમાંથી ટપકેલી વાતનો ટૂંકસાર એટલો જ કે ભાણગઢ, ધોલેરા, મિંગલપુર, રાજપુર, રાહતલાવ અને એવાં જ બીજાં નાનાં-નાનાં ગામડાંઓ શરાબની બદીને કારણે બેહાલ થઈ ગયાં છે. આમેય તે આ કાંઠાળા વિસ્તારમાં કામધંધો તો કંઈ છે નહીં. કોળી પટેલોની વસ્તી આઠ મહિના ખેતમજૂરી કરે છે અને બાકીના ચાર મહિનામાં પૈસાનું પાણી કરી નાખે છે. માથા ભારે માણસો દેશી દારૂ ગાળવાની ભઠ્ઠીઓ ચલાવે છે. પોલીસખાતું પણ લાચાર બનીને કાં જોયા કરે છે, કાં હપતા ઉઘરાવીને નજર ફેરવી લે છે.

'હું આમાં શું કરી શકું ? જે પ્રસંગે આવેલ છું એ વિશે જ બોલી શકું. મારાથી વિષયાંતર ન થઈ શકે !' મેં હાથ અધ્ધર કરી દીધા. પછી સમજુ મિત્રોને સલાહ પણ આપી, 'તમે એક કામ કરો. આ ફરિયાદ કોઠારી સ્વામીના કાને નાખી જુઓ ! કદાચ કંઈક થઈ શકે તો...'

ભડકીને એ લોકો ભાગી ગયા. સંત પાસે શરાબની વાતો કરાતી હશે ?!

*

ગજબનો યોગાનુયોગ જુઓ. મારું વક્તવ્ય પૂરું થયું. પછી કોઠારી સ્વામી

બોલવા માટે ઊભા થયા. એમના ચહેરા ઉપર ગાંભીર્ય હતું. આંખોમાં કરુણા. સંપૂર્ણ ભાષણ વ્યસનમુક્તિ ઉપર આપ્યું ! એક-એક વાક્ય જોખી-જોખીને, શબ્દે-શબ્દે ભાર મૂકીને રજૂ કરતા ગયા. છેલ્લે ખેદપૂર્વક મસ્તક ધુણાવીને આ વિસ્તારના વ્યસનીઓ પ્રત્યે સાત્ત્વિક નારાજગી પણ વ્યક્ત કરી.

સામે બેઠેલા શ્રોતાઓ દિગ્મૂઢ ! એક સિનિયર સિટીઝને તો પાછળથી મને કહ્યું પણ ખરું, 'કોઠારી સ્વામી જ્યારે બોલતા હતા, ત્યારે એમની પાછળ મેં પ્રમુખસ્વામીને ઊભેલા જોયા. સ્પષ્ટપણે એ જ હતા.'

હું હસ્યો. પ્રમુખસ્વામી ક્યાંથી હોય ? તેઓ તો એ વખતે દિલ્હીમાં હાજર હતા. પણ ક્યારેક આવા દૃષ્ટિભ્રમો આપણે સ્વીકારી લેવા પડે; જો એ સાત્ત્વિક હોય તો ! એનાથી કોઈને નુકસાન ન થતું હોય તો એમાં શ્રદ્ધા રાખવામાં વાંધો શો છે ?

વાત જ્યારે શ્રદ્ધાની, ભક્તિની, પરા મનોવિજ્ઞાનની કે પછી સકારાત્મક વૈચારિક તરંગોની ચાલી રહી હોય, ત્યારે એ વાતની આગાહી કોણ કરી શકે કે હવે પછી ક્યાં, ક્યારે શું થવાનું છે ???

✳

સાળંગપુરથી કોઠારી સ્વામીજીનો પ્રેમભર્યો સંદેશ આવ્યો. અરુણ ત્રિવેદી ઉપર : 'ડૉ. શરદભાઈને લઈ આવવાના છે. આઠમી એપ્રિલ સાળંગપુર મંદિરના પટાંગણમાં એક ભવ્ય કાર્યક્રમનું આયોજન થઈ રહ્યું છે. ધોલેરાના દરબાર રાજભા (ઉર્ફે અનિરુદ્ધસિંહ ચુડાસમા)ની આગેવાની હેઠળ આ પંથકનાં અગિયાર ગામડાંના પ્રજાજનોએ દારૂ, જુગાર, તમાકુ, ગુટખા અને બીજાં પણ તમામ વ્યસનો ત્યજી દેવાનું પાણી મૂકેલ છે. પ્રમુખસ્વામીના હસ્તે આ તમામ ગામોના સરપંચોનું સન્માન કરવામાં આવશે.

પછી પાણીના નળની બંધ ચકલીમાંથી ટપકતાં ટીપાંની જેમ ધીમી-ધીમી માહિતીઓ મળતી ગઈ. વ્યસનમુક્તિની આખી પીનલ કોડ સમજાતી ગઈ. દારૂ પીતાં પકડાય એનો પાંચસો રૂપિયા દંડ. દારૂડિયો દંડ ન ભરે તો એને પોલીસમાં પકડાવી દેવાનો. કોઈએ એના જામીન નહીં થવાનું. જે જામીન થાય એને પણ એક માસની જેલ અને પાંચ હજારનો દંડ. દારૂ ગાળનારનો પણ દંડ અને હપતો ઉઘરાવનાર હવાલદારની પણ ખેર નથી. અગિયારે ગામોની એક પંચાયત બનાવી. આ પંચાયત જો ઠરાવોનો કડક અમલ ન કરે તો એનો પણ પચીસસો રૂપિયા દંડ.

આ દંડસંહિતા ડંડાસંહિતા કરતાંયે વધુ અસરદાર સાબિત થઈ. દારૂ

ગાળનારાં છ-સાત કુટુંબો ચોવીસ કલાકમાં જ સ્થળાંતર કરી ગયાં. પાંચ-છ જણા દારૂ ઢીંચીને લથડિયાં ખાતાં ઝડપાયા, એ પંચાયતમાં ખંખેરાઈ ગયા. બોકાસો બોલી ગયો.

સુધારો થવા જ બેઠો તો પછી વ્યસનથી કેમ અટકે ? માણસના મરણ પાછળ થતા જમણવારો પણ બંધ કરવામાં આવ્યા. બહુ-બહુ તો શાળાના વિદ્યાર્થીઓને જમાડી શકાય. એ સિવાય જો ગામના કોઈ બીજા માણસને એઠું મોઢું કરાવ્યું, તો મર્યા સમજજો ! સાડા બાર હજાર રૂપિયાનો દંડ !

આઠમી એપ્રિલે રવિવાર હતો. અમદાવાદથી હું, અરુણ ત્રિવેદી, સમીર મારડિયા નામનો મિત્ર અને ઈ-ટી.વી. ગુજરાતીનો રિપોર્ટર શૈલેશ મારતી ગાડીએ સાળંગપુર પહોંચી ગયા. હકડેઠઠ માનવમેદની સમક્ષ સ્વામીબાપાની નિશ્રામાં વ્યસનમુક્તિનો ઉત્સવ ઊજવાયો.

પ્રમુખ સ્વામી સાથે એક જ મંચ ઉપરથી પ્રવચન કર્યું. રાજુભાને શાબાશી આપી. પીઠ ઉપર બાપાનો ધબ્બો ઝીલ્યો. કોઠારી સ્વામીને વંદન કર્યાં, નજરોથી ભેટ્યા અને ચાર-પાંચ કલાક એ ભક્તિધામમાં ગાળીને છૂટા પડ્યા.

એક વાઘરણ મોટા અવાજે 'બબડતી' હતી. એ તરફ કાન સરવા કર્યા, 'આ સંકલ્પ જેણે લેવડાવ્યો છે એની સાત પેઢીનું સારું થાજો. મારા આશીર્વાદ છે. છેલ્લા પાંત્રીસ વરહથી મારા પીટ્યાનો માર ખાતી આવી છું. રોજ દારૂ પીવે ને પછી મને મારે. હવે માંડ છૂટી છું.'

મારા મનમાં સવાલ ઊઠ્યો : આ ગરીબ બિચારી વાઘરણના અંતરના આશિષનું સાચું સરનામું કયું ? રાજુભા – જે આ આખીયે ચળવળમાં નિમિત્ત બન્યા ? કે પછી કોઠારી સ્વામી, જેમના મુખમાંથી ટપકેલી વેદનાએ આ આખુંયે કમઠાણ ઊભું કર્યું ? કે પછી એમની પાછળ અદૃષ્ટ રૂપે ઊભેલા પૂ. શ્રી પ્રમુખસ્વામી ? કે પછી આસમાનમાંથી આ બધો ખેલ જોઈ રહેલો ઘનશ્યામ ?

જે હોય તે, પણ એક વાત નિશ્ચિત છે; આશીર્વાદ ઝીલનારા એક-બે કે પછી ત્રણ-ચાર સરનામાં હશે, પણ આશીર્વાદ આપવાવાળા તો ગણ્યા ગણાય નહીં ને વીણ્યા વીણાય નહીં એટલા બધા છે.

(શીર્ષકપંક્તિ : શ્યામ સાધુ)

તુલસી હાય ગરીબકી
કભી ન ખાલી જાય...

શાંતિલાલ માસ્તરે મકાનનો ઉપલો માળ ભાડે આપવા માટે ગિરજાશંકર ઉપર પસંદગી ઉતારી. આમ તો ઘણા મુરતિયાઓ કતારમાં ખડા હતા, પણ શાંતિલાલ પાસે ગિરજાશંકર ઉપર પસંદગીનો કળશ ઢોળવાનાં એક કરતાં વધારે કારણો હતાં, જેમાંનું મુખ્ય અને સૌથી અગત્યનું કારણ એ કે ગિરજાશંકર એમની પોતાની જ જ્ઞાતિના માણસ હતા, દૂરના સગા પણ થતા હતા અને બીજું ગૌણ પરંતુ પેટા કારણ એ કે ગિરજાશંકર નાયબ મામલતદારના મોભાદાર પદ ઉપર નોકરી કરતા હતા.

અન્ય મકાન-વાંચ્છુઓ આર્થિક રીતે નબળા હતા. એક નિવૃત્તિના આરે ઊભેલો કારકુન હતો, એક વાળંદ હતો, એક બૅંકનો પટાવાળો તો એક ગોરપદું કરનાર બ્રાહ્મણ હતો. આ બધાં, જ્યારથી ખબર પડી કે માસ્તરનો મેડો ખાલી પડ્યો છે, ત્યારથી જ જાતજાતના લોકો પાસેથી ભાતભાતની ભલામણો લગાવીને માસ્તરને મનાવવાના પ્રયત્નોમાં લાગી ગયા હતા.

પણ એક સાંજે શાંતિલાલ માસ્તર ફળિયામાં જૂનો, મેલખાઉ લેંઘો અને કાણાવાળું ગંજી પહેરીને બેઠા હતા, ત્યાં જ સરકારી જીપ બારણાં આગળ આવીને ઊભી રહી. અંદરથી પ્રભાવશાળી વ્યક્તિત્વવાળા નાયબ મામલતદાર નીચે ઊતર્યા. હસતા મોંએ બે હાથ જોડીને વિનમ્ર વાણીમાં પૂછવા માંડ્યા, 'આપ જ શાંતિલાલ કે ?'

શાંતિલાલ બિચારા ભગવાનના માણસ. આંગણે કોઈ દિ' સાઇકલ પણ નહીં જોયેલી. સરકારી જીપ જોઈને એમની જીભ ઝલાઈ ગઈ.

'હું ગિરજાશંકર ગૌરીશંકર પંડ્યા. આપનો જ્ઞાતિબંધુ. તમારા મામાની દીકરી વેરે મારા પિતાની માસીના દીકરાનાં લગ્ન થયેલાં. હું માણાવદરમાં નાયબ મામલતદારના હોદ્દા ઉપર હતો. બે દિવસ પહેલાં જ બદલી પામીને અહીં આવેલ

છું. ઘરમાં આવવાનું નહીં કહો કે...?'

માસ્તર ગભડવા જેવા થઈ ગયા. મનના આકાશમાં એકસામટા હજાર-હજાર સૂરજો ઝળહળી ઊઠ્યા હોય એમ ઝળાંહળાં થઈ ગયું. પણ જીભ ઊપડે તો 'આવું' એટલું બોલી શકાય ને ? માંડ-માંડ ઝૂકેલા શરીરે અડધા-અડધા થઈ જતાં એ ગિરજાશંકરને આવકારતાં ઘરની અંદર દોરી ગયા. હીંચકા ઉપર બેસાડ્યા. છોકરી દોડીને પાણીનો પ્યાલો લઈ આવી. માસ્તરની પત્ની ચા બનાવવા માટે સ્ટવ પેટાવવા તરફ વળી.

શાંતિલાલ માસ્તર બે હાથ જોડીને નતમસ્તકે કોઈ રાજવીના દરબારમાં હુકમ સ્વીકારવા માટે ઊભા હોય એ રીતે ઊભા રહ્યા.

'મેં સાંભળ્યું છે કે આપના મકાનનો ઉપરનો મજલો ભાડે આપવાનો છે.' ગિરજાશંકરે મૃદુ વાણીમાં માંડ વાક્ય પૂરું કર્યું, ત્યાં તો શાંતિલાલે અધવચ્ચેથી એને ઝીલી લીધું.

'આપને રહેવા આવવાની ઇચ્છા હોય તો આદેશ આપો, સાહેબ ! ખાલી નહીં હોય તોપણ થઈ જશે.'

'કેટલી જગ્યા છે ?'

'બે મોટા ઓરડા, એક વિશાળ ઓસરી, રસોડું, ભોજન માટેનો અલાયદો ખંડ, જાજરૂ-બાથરૂમ, બે અગાસી અને ખુલ્લી બાલ્કની ! હવા-ઉજાસની પૂરી સગવડ.'

'શું ભાડું રાખેલ છે ?' ગિરજાશંકરના ચહેરા ઉપર એવો ભાવ હતો, જાણે ચપટી ધૂળની કિંમત પૂછી રહ્યા હોય !

'અરે, અરે, અરે...! એ શું બોલ્યા ? આપની સગવડ સચવાય એ જ અમારે મન ભાડું છે. નાયબ મામલતદાર મારા ઘરમાં ભાડે રહે છે એ વાત જ મારા માટે ગૌરવપ્રદ છે અને આપણે તો પાછા સગા પણ છીએ.'

'કેમ નહીં ! કેમ નહીં ! અને ભાડે મકાન રાખવાનું તો કારણ એટલું જ કે દર બે-ત્રણ વરસે અમારી બદલીઓ થયા કરે. સરકારી નોકરી એટલે ગયા વગર છૂટકો જ નહીં. બાકી હું ધારું તો પોતાની માલિકીનો સ્વતંત્ર બંગલો બંધાવી શકું, પણ...'

શાંતિલાલ ગભરાઈ ગયા. રખે ને જવાબ આપવામાં ક્ષણ બે ક્ષણની વાર લાગી, તો એટલી વારમાં ગિરજાશંકર ક્યાંક બંગલો ન બંધાવી નાખે. ઊભા થઈને એમણે ત્યારે ને ત્યારે ખીંટી ઉપર લટકતી ચાવી ગિરજાશંકરના હાથમાં મૂકી દીધી. ત્યાં સુધીમાં ચાનો કપ પણ આવી ગયો.

'પાંત્રીસ રૂપિયા આપીશ. ના ન પાડશો. લેવા જ પડશે.' ચા પૂરી કરીને ગિરજાશંકર ઊભા થયા. દોઢસો રૂપિયા ભાડાના મકાનના પાંત્રીસ રૂપિયા આપવાનો જોરદાર 'આગ્રહ' કરીને મોટાઈભર્યું સ્મિત વેરતા એ રવાના થઈ ગયા.

પાછળ શાંતિલાલ ઈશ્વરને ઉદ્દેશીને બોલતા રહ્યા, 'હે પ્રભુ ! કેવા કેવા દેવાંશી માણસો ઘડે છે તું ! મારાં તો ભાગ્ય ઊઘડી ગયાં કે આવા મોટા સાહેબના પડોશમાં રહેવાનો લહાવો મળશે !'

એમને એ વખતે સપનામાંયે ખ્યાલ ન હતો કે આ વાક્યો એ જિંદગીમાં આ માણસ માટે છેલ્લી વાર બોલતા હતા. એ પછી જીવ્યા ત્યાં સુધી માસ્તર ક્યારેય હસી શક્યા નહીં.

✳

'દર બે-ત્રણ વરસે બદલી થતી રહે છે.' એવું કહીને મકાનમાં ઘૂસી ગયેલા ગિરજાશંકર પૂરાં પચીસ વર્ષ એટલે કે જિંદગીની પા સદીના કાળખંડ માટે શાંતિલાલ માસ્તરના માથા ઉપર (ઉપલા માળે) બિરાજમાન રહ્યા. મકાનમાં રહેવા આવ્યા એના બીજા જ દિવસથી એમનાં વાણી-વર્તનમાં એકસો ને એંસી ડિગ્રીનું પરિવર્તન આવી ગયું. શાંતિલાલ માસ્તર બાપડા સુકલકડી, શાંત અને કરુણામૂર્તિ હતા; ત્યારે ગિરજાશંકરની પ્રકૃતિ તદ્દન વિપરીત હતી. એ ચટ્ટાન જેવા અક્કડ હતા, દુર્વાસા જેવા ક્રોધી હતા અને દયા, માયા, શાંતિ, પ્રેમ જેવા સદ્‌ગુણો એમને સ્પર્શ્યા જ ન હતા. એ ઑફિસમાં હતા એવા જ ઘરમાં પણ 'મોટા સાહેબ' હતા.

પહેલા મહિનાના અંતમાં જ શાંતિલાલને એમના સ્વભાવનો પરચો મળી ગયો, જ્યારે એ ભાડું લેવા માટે ગિરજાશંકરના ઘરે ગયા. રાતનો સમય હતો. ગિરજાશંકર ભોજન પછી તાંબુલ ચાવતા બેઠા હતા. શાંતિલાલ શાંતિપૂર્વક ગયા, બેઠા, જ્ઞાતિની અને સમાજની વાતો કરી. પછી આડકતરી રીતે ભાડાનો ઉલ્લેખ કર્યો, ત્યાં જ નાયબ મામલતદાર વીફરી બેઠા.

'ભિખારી સમજો છો મને ? આજે આવ્યા તે આવ્યા, ફરીવાર દાદરનું પગથિયું ચડ્યા છો, તો ટાંટિયો ભાંગી નાખીશ. મારા હાળા પંતુજી કહ્યા એટલે થઈ રહ્યું ! પાંત્રીસ રૂપકડી માટે ઉઘરાણી કરવા નીકળ્યા ! ગેટ આઉટ !'

શાંતિલાલ આઘાતથી સ્તબ્ધ. અપમાનથી લજ્જિત. આશ્ચર્યથી મૂઢ. 'ગેટ આઉટ'ની ગર્જના સાંભળીને 'ગેટ' વગર જ 'આઉટ' થઈ ગયા !

ગિરજાશંકરને સંતાનોમાં લીલી વાડી હતી. ચાર દીકરાઓ અને ત્રણ દીકરીઓ. સમયના કોઈ પણ તબક્કે ચાર-પાંચ બાળકો તો નીચે ફળિયામાં રમતાં જ હોય. એમને તો ઉપર રહેવાનું, એટલે ન કશું નહાવાનું, ન નિચોવાનું, પણ

માસ્તરનું ઘર ધાંધલધમાલથી સતત ગાજ્યા કરે. નિશાળમાંથી ઘરે આવ્યા પછીયે જાણે નિશાળ ચાલુ હોય એવું લાગ્યા કરે.

શાંતિલાલને માત્ર એક જ દીકરો. ભણવામાં તેજસ્વી. પરીક્ષા નજીકમાં. એટલે વાંચતો હોય ત્યાં કાનની અંદર અણુવિસ્ફોટ ચાલુ થાય.

એક વાર કંટાળીને વાનરસેનાને શાંતિ જાળવવા માટે વિનંતી કરવા ગયો. ગિરજાશંકરની બગડેલી, બદમિજાજ ઔલાદે એને ટીપી નાખ્યો. એ પછી રાત્રે ઘરે આવીને ગિરજાશંકર ખુદ મણ-મણની ગાળો પીરસ ગયા એ બોનસમાં.

ધીમે ધીમે સ્થિતિ એવી થઈ ગઈ કે ગિરજાશંકર મકાનમાસિક હોય એવું લાગે. શાંતિલાલ ગરીબીને કારણે વગર ભાડાના મકાનમાં એમની કૃપાને કારણે રહેતા હોય એવા દીન અને દુ:ખી બની ગયા.

પાંચ વર્ષ પછી ગિરજાશંકરે શહેરની બહાર સોસાયટીમાં વિશાળ બંગલો બંધાવ્યો. પગાર તો સારો હતો જ. એ ઉપરાંત ઉપરની આવક પણ ખૂબ હતી.

બંગલાના સમાચાર સાંભળીને શાંતિલાલ ખુશ થયા. બોલવાના સંબંધો ક્યારના ખતમ થઈ ચૂક્યા હતા, તોપણ સામે ચાલીને હરખ કરવા ગયા.

'અભિનંદન, ગિરજાશંકરભાઈ ! સાંભળ્યું છે કે બંગલો બહુ સુંદર છે. મને હતું જ કે આવડા મોટા અધિકારી મારા ગરીબખાનામાં ઝાઝાં વરસ લગી પડ્યા ન રહે.'

ગિરજાશંકરે ઠંડી ક્રૂરતાથી પૂછ્યું, 'તમને કોણે કહ્યું કે મેં બંગલો રહેવા માટે બનાવ્યો છે ?'

'તો ?' માસ્તરની જીભને લકવો મારી ગયો.

'એ તો ખાલી મૂડીરોકાણ માટે બંધાવ્યો છે. બે નંબરી પૈસાનું ઇન્વેસ્ટમેન્ટ ! બીજું કશું જ નહીં. આ મકાન મને ફળ્યું છે, માટે એને ખાલી કરવાનો તો સવાલ જ ઊભો થતો નથી.'

શાંતિલાલ કરગરી કરગરીને મરી ગયા. જ્ઞાતિમાં વાત રજૂ કરી. કેટલાયે વચેટિયાઓને વચ્ચે નાખ્યા. ઘરમાં પ્રસંગો આવતા ગયા. છોકરો મોટો થયો. એને પરણાવ્યો. વહુ આવી. વધારે જગ્યાની જરૂર પડી. તોયે ગિરજાશંકરે મકાન ખાલી ન કર્યું. ભાડું પાંત્રીસ રૂપિયા હતું, એમાંથી છત્રીસ રૂપિયા ન કર્યું. અત્યાચાર, અન્યાય અને આતંકનાં પચીસ વર્ષ પસાર થઈ ગયાં. શાંતિલાલ જિંદગીભરની વ્યથા અને અફસોસનો પહાડ ઊંચકીને ભાંગી ગયા. એક કમનસીબ ક્ષણે મૃત્યુશૈયા ઉપર પટકાણા.

જીવનની આખરી ઘડીઓ ગણાતી હતી. દમ ઘૂંટાતો હતો, પણ જીવ કોઈ

કારણસર દેહની કેદમાંથી છૂટતો ન હતો. માસ્તરે દીકરા આશિષ તરફ જોઈને ઇશારો કર્યો. ઉપરના માળ તરફ આંગળી ચીંધી. આશિષ સમજી ગયો કે પિતાજી શું કહેવા માગે છે. એ દોડીને ગિરજાશંકરને બોલાવી લાવ્યો.

માસ્તરે ગિરજાશંકરની સામે હાથ જોડ્યા. નિસ્તેજ આંખોમાં આખરી વારની આજીજી છલકાઈ ઊઠી. માંડ-માંડ એમણે હોઠ ફફડાવ્યા, 'ગિજુભાઈ, મકાન... ખાલી... કરો તો... તમારો પાડ...'

ગિજુભાઈએ ખિસ્સામાંથી કાગળની કાપલી કાઢી. એની ઉપર કેટલાક આંકડાઓ લખેલા હતા. એ કાપલી એમણે આશિષના હાથમાં મૂકી.

'શું છે આ ?' આશિષને એ ગુણાકાર-સરવાળામાં કશી સમજ ન પડી. 'કુલ આંકડો છે દસ હજાર પાંચસો પૂરા. તમારે મારી પાસે મકાન ખાલી કરાવવું છે ને ? મને વીસ હજાર આપી દો. મકાન આવતી કાલે ખાલી થઈ જશે.' ગિરજાશંકર મકાન ખાલી કરવાની પાઘડીની રકમ ઉચ્ચારીને રવાના થઈ ગયા.

આશિષ બાઘાની જેમ જોઈ રહ્યો. શાંતિલાલે હોઠ ફફડાવ્યા, 'ગિજુડા, મારો ભગવાન તને માફ નહીં કરે !'

બસ, આટલું બોલીને વળતી જ ક્ષણે માસ્તર આ દુનિયાના દુષ્ટ માણસો વિશે ફરિયાદ કરવા પ્રભુના દરબારમાં પહોંચવા માટે રવાના થઈ ગયા.

*

નાયબ મામલતદાર ગિરજાશંકર પચીસ વરસ સુધી માસ્તરના મકાનમાં ભાડે રહ્યા પછી પોતાની માલિકીના બંગલામાં 'શિફ્ટ' થયા. ભરેલા ભાડાની કુલ રકમ કરતાં લગભગ બમણા રૂપિયા મેળવીને મકાન ખાલી કર્યું. સાથે એક અદશ્ય ચીજ પણ લેતા ગયા. એ હતો મરતા માણસના મુખમાંથી ટપકેલો અભિશાપ.

અત્યાર સુધી ગિરજાશંકરના કુટુંબમાં બધું બરાબર હતું, પણ હવે અચાનક ઉપરાછાપરી આકસ્મિક બનાવો બનવાના શરૂ થયા.

સૌથી પહેલો વારો જુવાન દીકરાનો આવ્યો. પેટમાં ગાંઠ થઈ. એ ફાટી. એનું પરુ આખા પેટમાં ફેલાઈ ગયું. બત્રીસ કલાકની તરફડતી વેદના ભોગવીને છોકરો મરી ગયો.

શાળાના પ્રવાસમાં ગયેલા બીજા બે દીકરાઓ અને એક દીકરી બસ ઊથલી પડવાને કારણે એકસાથે પ્રભુને પ્યારા થઈ ગયાં.

સૌથી મોટી દીકરી શેરીમાં જાજરૂ સાફ કરવા માટે આવતા સફાઈ કામદારની સાથે નાસી ગઈ. પેલો પરણેલો હતો. એના બચરવાળ ઘરમાં બીજી વારની પત્ની બનીને બેસી ગઈ. બીજા નંબરના દીકરાને કેન્સર થયું. જુવાનીમાં કેન્સર ઓછું થતું હોય છે, પણ અરવિંદને થયું અને બે જ મહિનાની ટૂંકી મુદતમાં એનો જીવ

લેતું ગયું.

કોઈ કુશળ બૅટ્સમૅન જેમ ઓવરના દરેક દડે સિક્સર ફટકારે એમ જ કુદરત એક પછી એક ફટકા મારી રહી હતી અને ગિરજાશંકર નામનો બૉલર અસહાય થઈને જોઈ રહ્યો હતો. છેલ્લો વારો એમની પત્નીનો આવ્યો. ડાયાબિટીસ તો એને વર્ષોથી હતો, પણ મોત અત્યારે આવ્યું.

બાકી રહ્યા ગિરજાશંકર અને સૌથી નાની દીકરી. એને રોજની ખાંસી રહેતી હતી. ડૉક્ટરે કહ્યું કે હૃદયના વાલ્વમાં ખામી છે. જો એને પરણાવશો તો મરી જશે. દૂબળી-પાતળી અવિકસિત દીકરી ભાંગી પડેલા બાપને સાચવીને જીવતી રહી.

છેલ્લો ફટકો ગિરજાશંકરને ખુદને પડ્યો. પેરેલિસિસના જોરદાર હુમલાએ એમને પથારીવશ કરી મૂક્યા. તબાહીના આટ-આટલા મંજર પછી એ ભાંગી તો ગયા જ હતા, પણ હવે તો એ સાવ નિષ્ક્રિય થઈ ગયા.

એક દિવસ આવી જ હાલતમાં એમણે દીકરીને કહ્યું, 'બેટા, એક કામ કરીશ ? આપણે જેના ઘરમાં ભાડેથી રહેતા હતા, એ શાંતિલાલ માસ્તરના દીકરાને બોલાવી લાવીશ ?'

દીકરીને પૂર્વ ઇતિહાસની જાણકારી હતી. એટલે એણે મનની શંકા બાપ પાસે જાહેર કરી, 'પણ એ આવશે ખરા ?'

'મને વિશ્વાસ છે કે આવશે. સજ્જન બાપનો સજ્જન બેટો છે.'

ગિરજાશંકરની ધારણા સાચી પડી. સમાચાર મળતાંવેંત આશિષ દોડી આવ્યો, 'કાકા, અચાનક કેમ મને યાદ કરવો પડ્યો ? કંઈ કામકાજ હોય તો ફરમાવો.'

ગિરજાશંકર આ જુવાન સામે જોઈ રહ્યા. કેવો સંસ્કારી છોકરો ? ભગવાને પૃથ્વી ઉપર પ્રત્યેક દુર્જનની સામે એક સજ્જન પેદા કરેલો જ છે. એટલે જ સૃષ્ટિનો વિનાશ નથી થઈ જતો.

એમણે કંપતા હાથે ગાદલા નીચેથી કાગળમાં વીંટાળેલું એક બંડલ બહાર કાઢ્યું. આશિષના હાથમાં મૂક્યું.

'કાકા, આમાં શું છે ?'

'વીસ હજાર રૂપિયા.' ગિરજાશંકરનો અવાજ પણ કંપતો હતો, 'પૂરા છે, દીકરા ! એનો સ્વીકાર કર અને તારા પિતાના આ અપરાધીને માફ કર ! મેં એ ભલા માણસનો આત્મા દુભાવ્યો એનું પૂરેપૂરું ફળ ઈશ્વરે મને આપી દીધું છે. હવે લેશમાત્ર વધુ સજા ભોગવી શકવાની મારી તાકાત નથી. મને પાપમુક્ત કર, ભાઈ !'

આશિષે જોયું કે ગુનેગારના શબ્દોમાં સો ટચનો પસ્તાવો હતો, પણ એણે

પૈસા ન સ્વીકાર્યા.

'કાકા, મારા પપ્પાએ આપેલા રૂપિયા મારાથી પાછા ન લેવાય, પણ તમારો ખૂબ જ આગ્રહ હોય તો આપણે એક કામ કરીએ.'

'બોલ, દીકરા !'

'આ રૂપિયા આપણે તમારા તરફથી આપણી જ્ઞાતિની વાડીમાં દાન કરી દઈએ.'

'હા, પણ એ આપનાર તરીકે નામ તો શાંતિલાલ માસ્તરનું જ રહેશે.'

એમ જ થયું. સ્વ. શાંતિલાલ બટુકરાવ ભટ્ટના નામનો એક ઓરડો જ્ઞાતિની ધર્મશાળામાં બંધાઈ ગયો. ઉપર આરસની તકતી પણ લાગી ગઈ. હવે ગમે તે માણસ ગમે ત્યારે આવીને એમાં રહી શકે છે. કોઈ એને ના પાડનાર નથી. શાંતિલાલ જાતે તો સ્વર્ગમાં બેઠા છે. આમેય તે એ ભલા માણસ પૃથ્વી ઉપર હોત તોપણ ક્યાં ના પાડવા માટે ઊઠવાના હતા ?

ગિરજાશંકરે ગણી ગણીને આવરદાના ખૂટતા દિવસો પૂરા કર્યા. હમણાં એકાદ મહિના પહેલાં જ એમનું અવસાન થયું. છેક છેલ્લી ઘડી સુધી એ તુલસીદાસનો દુહો રટ્યા કરતા હતા : 'તુલસી હાય ગરીબકી, કભી ન ખાલી જાય; મુએ ઢોરકે ચામસે, લોહા ભસ્મ હો જાય !'

(સત્ય ઘટના. તમામ પાત્રોને હું રૂબરૂ મળ્યો છું. ગિરજાશંકરની અંતિમ ક્ષણોના તો હજારો લોકો સાક્ષી છે.)

અબ હમ તો ક્યા ? સારી દુનિયા,
સારી દુનિયાસે કહતી હૈ...!
હમ ઉસ દેશકે વાસી હૈં, જીસ દેશમેં ગંગા બહતી હૈ

'બેટા રોઝી ! બેટા પિન્ટુ ! ઊઠો...! ચાલો, સૂરજદાદા ક્યારના ઊગી ગયા છે. હવે પથારીમાં પડ્યા ન રહેવાય. ગેટ અપ, માય ગૂડી-ગૂડી ચિલ્ડ્રન !' પંચોતેર વર્ષના પ્રભુદાસ માસ્તરે પોતાની ત્રીજી પેઢીને ઢંઢોળીને વહાલપૂર્વક જગાડી. પ્રભુદાસ આમ તો શિક્ષકની નોકરીમાંથી સત્તર વર્ષ પહેલાં નિવૃત્ત થઈ ચૂક્યા હતા, પણ એમનામાં રહેલો શિક્ષકનો આત્મા હજુય પ્રવૃત્ત હતો.

'ઓહ્, નો, ગ્રાન્ડ ડેડ ! અમને 'સ્લીપ' આવે છે. અમારી 'આઈઝ' ઊઘડતી નથી. અમને સૂવા દો ને ! પ્લીઝ, ડૉન્ટ ડિસ્ટર્બ અસ...' બાર વર્ષની રોઝી અને દસ વર્ષનો પિન્ટુ મોડી રાત સુધી ટી.વી. ઉપર આવતી કાર્ટૂન સિરીઝ જોતાં જાગતાં બેઠાં હતાં. અત્યારે એ ઉજાગરો એની કિંમત વસૂલ કરી રહ્યો હતો.

પ્રભુદાસ માસ્તરને એક વાર તો બાળકો ઉપર દયા આવી ગઈ. 'છો ને સૂતાં બાપડાં !' પણ પછી ગઈ કાલે જ ફોન ઉપર દીકરા સાથે થયેલો સંવાદ યાદ આવી ગયો. દીકરો હિમાલય પંદર વર્ષથી અમેરિકામાં રહેતો હતો. ડૉક્ટર હતો. એની પત્ની નિયતિ ડેન્ટિસ્ટ હતી. આ બંને બાળકોનો જન્મ અને ઉછેર પણ અમેરિકામાં જ થયો હતો. દીકરા-વહુ બંનેએ માસ્તરને વિનંતી કરી હતી.

'પપ્પાજી, રોઝી અને પિન્ટુ અહીંથી સોમવારે ઍર ઇન્ડિયાની ફ્લાઇટમાં બેસીને મંગળવારે તમારી પાસે આવી પહોંચશે. પૂરા બે મહિનાનું વૅકેશન છે. બંને પાક્કા બદમાશ છે, ઇન્ડિયા આવવાની ના જ પાડતાં હતાં. એમને તો યુરોપના પ્રવાસે જવાની ઇચ્છા હતી, પણ અમારી મરજી એવી ખરી કે અમારાં સંતાનો આપણા દેશને સાચી રીતે ઓળખે. તમને એક જ વિનંતી છે; પિન્ટુ-રોઝીને જરા સંસ્કારી બનાવી દેજો. બાય...!'

આ વાતચીત યાદ આવતાંની સાથે જ માસ્તર મીણબત્તી જેવા હતા, એમાંથી ફૂટપટ્ટી જેવા બની ગયા : 'નો... નો... નો...! હવે એક મિનિટ પણ ઊંઘવા નહીં દઉં. ચાલો, ઊઠી જાવ જોઉં !'

રોઝીએ આંખો ઉઘાડી, 'બેડ-ટી રેડી છે ? અહીં પથારીમાં અમને ચા આપો, તો જ અમે ઊઠીશું.'

'સવાલ જ નથી ને !' દાદા હસ્યા, 'અહીં સો કરોડની વસતીમાં એક પણ માણસ સવારે મોં સાફ કરતાં પહેલાં પાણીનું ટીપું પણ પીતો નથી. પહેલાં બ્રશ, પછી જ દૂધ ! અને ચાનું તો નામ જ નહીં લેવાનું, સમજ્યાં ?'

દાદાજીનો કડક હુકમ સાંભળીને બાળકો ઊભાં થઈ ગયાં. દાંત સાફ કરીને રસોડામાં આવ્યાં, ત્યાં સુધીમાં દાદીમાએ ગરમાગરમ બટાકાપૌંઆ અને દૂધ તૈયાર કરી રાખ્યાં હતાં.

'આ શું, ગ્રાન્ડ મા ? વી વૉન્ટ નૂડલ્સ !' રોઝીએ મોં બગાડ્યું.

'બેટા, અહીં એવું બધું ન મળે.'

'કેમ ન મળે ? અમને ખબર છે; બધુંય મળે છે. કાલે રાત્રે ટી.વી. ઉપર અમે મેગીની એડ જોઈ હતી.'

'બેટા, એ મેગી હોય કે ફેગી – એ બધા જીભના ચટાકા છે. આ સાપોલિયાંમાં શક્તિ આપે એવું કશું જ હોતું નથી. તમારી બાના હાથનો આ સ્વાદિષ્ટ, તાજો નાસ્તો એક વાર ચાખશો ને, પછી તમે તમારા નૂડલ્સ કાયમને માટે ભૂલી જશો અને અમારી વિવિધતા જોઈને તો તમે ગાંડાં થઈ જશો. તમે બે મહિના સુધી રોકાવાનાં છો ને ? જાવ, હું તમને ગેરંટી આપું છું કે આ બે મહિનામાં એક પણ વાર એકનો એક બ્રેકફાસ્ટ તમને બીજી વાર નહીં પીરસાય !'

દાદાજીએ બાળકોને ફોસલાવીને ખુરશીઓ ઉપર બેસાડ્યાં. એક વાર રોઝી-પિન્ટુએ બટાકાપૌંઆનો એક કોળિયો ચાખ્યો, એ પછી એમને ફોસલાવવાની પણ જરૂર ન રહી. 'વાઉ ! હાઉ ટેસ્ટી ! વેરી નાઈસ !' કરતાં-કરતાં બેય બારકસો બબ્બે ડિશ ઝાપટી ગયાં.

ડૉ. હિમાલયે ખાનગીમાં માહિતી આપી રાખી હતી કે રોઝીને ચૉકલેટ ખાવાની જબરદસ્ત કુટેવ પડી ગઈ છે. અત્યારથી જ એના દાંત સડવા માંડ્યા છે. જો શક્ય હોય તો એની આ કુટેવ છોડાવજો !

દાદાને લાંબો સમય રાહ જોવી ન પડી. બ્રેકફાસ્ટ પતાવીને તરત જ રોઝી ફ્રીઝ તરફ દોડી. ત્યાં આગલી રાતે એણે ઇમ્પોર્ટેડ ચૉકલેટનો મોટો જથ્થો 'સ્ટોર' કરી રાખ્યો હતો.

પણ દાદાએ દીકરીને અટકાવી, 'શું જોઈએ છે, રોઝી ?' ત્યાં સુધીમાં રોઝીએ ફ્રીઝનું બારણું ઉઘાડીને અંદર નજર નાખી લીધી, પણ એના આઘાત વચ્ચે ત્યાં એક પણ ચૉકલેટ ન હતી !

'ઓહ, ગ્રાન્ડ ડેડ ! મારી ચોકીઝ ક્યાં ગઈ ?!'

'મેં ફેંકી દીધી.'

'ઓહ, નો ! યુ આર સો ક્રુઅલ ! હવે હું શું ખાઈશ ?'

'મારી ઢીંગલી અમારી ઇન્ડિયન ચૉકલેટ ખાશે !' આટલું બોલીને માસ્તરે કબાટમાંથી સ્ટીલનો ગોળાકાર ડબ્બો બહાર કાઢ્યો. અંદરથી સુખડીનું ચકતું કાઢીને દીકરીના હાથમાં મૂક્યું.

'આવી ચૉકલેટ ?' રોઝી બગડી, 'આને તો 'રેપર' પણ નથી.'

'રેપર એટલા માટે નથી, દીકરી, કે અમારી ચૉકલેટ બારમાસી છે ! એને રેપરની ગરજ નથી. એને ફ્રીઝમાં રાખો કે બહાર, એ પીગળી જતી નથી. એમાં તમારી ચૉકલેટોમાં હોય છે એવાં આરોગ્યને હાનિ પહોંચાડનારાં તત્ત્વો નથી, કેમિકલ્સ નથી; સુખડી એટલે ઘી-ગોળ અને શુદ્ધ પ્રોટીનનો સરવાળો ! એક વાર ખાઓ અને સો વાર માગો !'

ખાધા પછી તો રોઝી અને પિન્ટુ પણ દાદાજીની વાત સાથે સંમત થઈ ગયાં.

પણ એ પછીની વાત સાથે સંમત થવાનું એમને બહુ કપરું લાગ્યું. દાદાજીનો હુકમ હતો કે બહાર ફરવા જવાનું છે અને એ પહેલાં સ્નાન કરવું ફરજિયાત છે. રોઝી અને પિન્ટુને નહાવાનો ભારે કંટાળો. મમ્મી-પપ્પા બંને ડૉક્ટર હોવા છતાં બાળકો અઠવાડિયામાં એક વાર નહાતાં હતાં. ત્યાં ધોળિયાઓ બધા આવું જ કરતા હોય છે. શરીરમાંથી બદબો ન છૂટે, એટલા ખાતર પરફ્યુમ્સ, અત્તરો અને ડિ-ઓડોરન્ટના ફુવારાઓ છાંટતા ફરે.

પણ અહીં દાદાજીનું બંધારણ અમલમાં હતું, 'નહાવાનું ફરજિયાત છે; ખાશો નહીં તો ચાલશે, પણ નહાશો નહીં એ નહીં ચાલે !'

નાનકડા પણ સ્વચ્છ બાથરૂમમાં સ્નાન પતાવીને બહાર નીકળ્યા પછી રોઝી અને પિન્ટુએ પણ કબૂલ્યું કે આજના જેવી તાજગી આ પહેલાં એમણે ક્યારેય અનુભવી નથી. દાદીમાએ એમને આ દેશમાં ત્રણ-ત્રણ વાર નહાવાની જૂની પરંપરાની વાત કરીને આશ્ચર્યચકિત કરી મૂક્યાં.

'ચાલો, હવે આપણે ફરવા ઊપડીએ. હું તમને અમદાવાદ બતાવું.' દાદાજીએ પગમાં ચંપલ પહેર્યાં.

પિન્ટુએ એના મગજમાં ઘૂમરાતો અભિપ્રાય નિખાલસપણે જાહેર કર્યો, 'આ

દેશમાં જોવા જેવું છે જ શું, દાદાજી ? અહીં તો બધું ડર્ટી જ ડર્ટી છે અને મોસ્કીટોઝ એન્ડ કોક્રોચીઝ એન્ડ...?'

'એ બધું છે, બેટા ! પણ એવું શા માટે છે એ તું જાણે છે ? સદીઓ પહેલાં આ દેશ ધરતી પરનું સ્વર્ગ હતો, પણ પછી એની માઠી દશા બેઠી. જગતભરના લોકોએ અમારી ઉપર ચડાઈઓ કરી, લૂંટફાટો ચલાવી, આ ધનવાન રાષ્ટ્રને સાવ ગરીબ ભિખારી જેવું બનાવી મૂક્યું. અમારી મૂળ સંસ્કૃતિને ખતમ કરી નાખી. સંસ્કારો, રિવાજો અને પરંપરા નષ્ટ કરી દીધાં. અત્યારે આ દેશની જે હાલત છે એ આ બધાનું પરિણામ છે.'

બાળકો કપડાં પહેરીને તૈયાર હતાં. દાદાજીએ ઑટોરિક્ષા ભાડે કરી લીધી.

રિક્ષાવાળાએ પૂછ્યું, 'કિધર લે લૂં ?'

'ટાગોર હૉલ પાસે લઈ જા. પછી આગળની વાત વિચારીશું.' દાદાજીનો હુકમ સાંભળીને રિક્ષાવાળાએ રિક્ષા દોડાવી મૂકી.

પિન્ટુ હેરત પામી ગયો, 'હે ઈ..., ગ્રાન્ડ ડેડ ! હી ઇઝ ડ્રાઇવિંગ ડેન્જરસલી !'

દાદા હસ્યા, 'એને ડેન્જરસ ન કહેવાય, દીકરા ! પણ એને હોશિયાર કહેવાય. અમદાવાદનો રિક્ષાવાળો 'વર્લ્ડ બેસ્ટ' ગણાય છે. આટલી ભીડ વચ્ચેથી અને આટલી અરાજકતાભર્યા વાહનવ્યવહારમાંથી આટલી કુશળતાપૂર્વક રિક્ષા દોડાવવી એ યુરોપની ફૉર્મ્યુલા વન રેસ કરતાં પણ વધારે હોશિયારી માગી લે છે.'

'આ આપણે ક્યાં આવ્યા ?' રોઝીએ રિક્ષા ઊભી રહી એટલે પૂછ્યું. દાદાજીએ બંને બાળકોને નીચે ઉતાર્યાં.

'આ અમારો ત્રિવેણી સંગમ છે.'

'ટ્રીવેની સંગમ ?' પિન્ટુને બોલવામાં તકલીફ પડી, 'મોમ તો કહેતી હતી કે ટ્રીવેની સંગમ એને કહેવાય જ્યાં થ્રી રિવર્સ ભેગી થતી હોય. અહીં તો એક જ રિવર દેખાય છે.'

'એ સાબરમતી રિવર છે, પણ હું જે ત્રિવેણી સંગમની વાત કરું છું એમાં તો આ સાબરમતી પણ નથી આવતી.'

'તો ?' પિન્ટુનું મોં ખુલ્લું રહી ગયું.

'આ એક જગ્યા એવી છે, જે આખા અમદાવાદમાં અનોખી છે. આમ તો આ પણ એક જમીનનો ટુકડો જ છે, પરંતુ આ બિંદુ ઉપર અમારા દેશના ત્રણ-ત્રણ મહાન પુરુષોનાં નામો ભેગાં થયાં છે. આ પુલનું નામ સરદાર પુલ છે, આ સભાગૃહનું નામ ટાગોર હૉલ છે અને આ ખૂણામાં જે સાધારણ કદ-કાઠીના માનવીનું પૂતળું તમને દેખાય છે એ વાસ્તવમાં એક વિરાટ વિભૂતિ નામે વીર સાવરકરનું

સ્ટેચ્યૂ છે. એક લોહપુરુષ હતા, એક કવિવર હતા અને એક વીર હતા. અહીં લોઢું, પુષ્પ અને વજ્રનો ત્રિવેણી સંગમ થયેલ છે.'

'દાદાજી, આ ગ્રેટ હિરોઝ વિશે અમારે વધારે જાણવું હોય તો શું કરવું ?' રોઝીની આંખોમાં ઉત્સુકતા ઝલકતી હતી.

'પુસ્તકો વાંચવાં જોઈએ. આ ત્રણ જ નહીં, અમારા દેશમાં તો આવા ત્રણસો, ત્રણ હજાર કે ત્રીસ હજાર જેટલા મહાપુરુષો થઈ ગયા; જેમની આગળ તમારા બુશ અને બિલ તો સાવ વામણા લાગે. અમારો ઇતિહાસ વાંચો તો તમને ખબર પડે કે આ દેશ મચ્છરોનો દેશ નથી, પણ મહામાનવોનો દેશ છે.' આમ કહીને દાદાજી આ પ્રાચીન રાષ્ટ્રના ગરિમાપૂર્ણ અતીતમાં ખોવાઈ ગયા, પણ પૌત્રના અવાજે એમને ફરી પાછા વર્તમાનમાં લાવી દીધા.

'ગ્રાન્ડ ડેડ, અમેરિકામાં તો ઊંચાં-ઊંચાં મકાનો હોય છે; તમારા દેશમાં એવાં મકાનો...?'

'છે ને ! જગતમાં સૌથી ઊંચું અને સૌથી વધારે મજબૂત મકાન અમારા અમદાવાદમાં આવેલું છે. જોવું છે તમારે ?' બાળકોની મરજી સાંભળીને એમણે રિક્ષાવાળાને કહ્યું, 'ચાલ, ભઈલા ! લઈ લે વાડજના હરિજન આશ્રમ તરફ.'

અડધા કલાકે આશ્રમમાં જઈ પહોંચ્યા.

'ઓહ્ નો, ગ્રાન્ડ ડેડ ! વ્હોટ ઇઝ ધીસ ? અહીં તો બે-ત્રણ માળનો ફ્લૅટ પણ દેખાયો નથી.' બાળકો બોલી ઊઠ્યાં.

'આવો, તમને એક બેઠા ઘાટની ઝૂંપડી બતાવું. આ હૃદયકુંજ છે. અમારા 'ફાધર ઑફ ધી નેશન'નો આ પૅલેસ છે.'

'ધીસ હટ ?! યુ કૉલ ઇટ એ પેલેસ ?'

'યસ, માય ચિલ્ડ્રન્સ ! જગતની આ સૌથી ઊંચી ઇમારત છે. એ એટલા માટે કે વિશ્વનો આજ સુધીનો શ્રેષ્ઠ અને મહાનતમ માનવી આ ઝૂંપડીમાં રહેતો હતો અને સૌથી વધારે મજબૂત એ અર્થમાં કે અહિંસાના ચણતરને આજ સુધીમાં કોઈ તોડી શક્યું નથી. તમારા વર્લ્ડ ટ્રેડ સેન્ટરના બે ગગનચુંબી ટાવરો બે સેકન્ડમાં ધરાશાયી થઈ શકે છે, પણ આવા હૃદયકુંજો સનાતન હોય છે.'

'દાદાજી, તરસ લાગી છે.' આશ્રમમાંથી બહાર આવ્યા પછી રોઝીએ ફરમાઈશ કરી, 'અહીં ક્યાંય મિનરલ વૉટર મળતું હશે ?'

'મળે છે ને ! તમારા અમેરિકાના પ્રતાપે હવે અહીં બધું જ મળે છે, પણ ચાલો, હું તમને આ દેશનું ઓરિજિનલ મિનરલ વૉટર પિવડાવું.' આમ કહીને માસ્તર થોડેક દૂર ફૂટપાથ ઉપર બેસીને લીલાં નાળિયેર વેચતા માણસ પાસે ગયા. બંને

બાળકોને બબ્બે લીલાં નાળિયેર પિવડાવ્યાં.

'વાઉ ! ધીસ ઇઝ ફેન્ટાસ્ટિક !'

'હોય જ ને ! અને આમાં ભેળસેળની કશી ગુંજાઈશ જ નથી હોતી અને સ્વાદમાં પણ મીઠું ! વળી તમારા મિનરલ વૉટર કરતાં સસ્તું પણ ખરું !'

તરસ છિપાવીને સંતુષ્ટ થયા પછી બાળકોની નજર એક લારી ઉપર પડી. એમાં છાપાં, મૅગેઝિનો, વાર્તાની ચોપડીઓ વગેરે હતું.

'એમાં કોમિક્સ હશે ? અથવા અરેબિયન નાઇટ્સની બુક્સ ?' નાનકડી રોઝીએ પૂછ્યું.

'જો વાંચવું જ હોય તો એવો ઉકરડો શા માટે ફેંદવો, દીકરી ? આપણા ઘરે બાળવાર્તાઓનો ખજાનો ભરેલો છે. આ બધી ચોપડીઓ તમારા જેવાં કુમળાં દિમાગોને વિકૃત બનાવે છે, જ્યારે આપણી જૂની બોધકથાઓ મનોરંજનની સાથે-સાથે જીવનઘડતરનું કામ પણ કરતી રહે છે. પંચતંત્રની કથાઓ, વેતાલપચીસીની વાર્તાઓ, સિંહાસન બત્રીસીની બત્રીસ પૂતળીની વાતો – આ બધું એક વાર વાંચશો, તો પછી વિશ્વભરનું બાળસાહિત્ય તમને ફિક્કું જણાશે.'

આખો દિવસ અમદાવાદ દર્શન કરાવ્યા પછી નમતી સાંજે દાદા, પૌત્ર અને પૌત્રી જ્યારે ઘરે આવ્યાં, ત્યારે દાદીમા ગરમ-ગરમ ભોજન સાથે રાહ જોઈને બેઠાં હતાં.

પણ બંને બાળકો સામેથી બોલી ઊઠ્યાં, 'નો ડિનર રાઈટ નાઉ ! પહેલાં 'બાથ' પછી જમવાનું. ગરમી કેટલી બધી પડે છે !'

એમનાં વાણી અને વર્તનમાં આવેલું પરિવર્તન જોઈને દાદા-દાદી બંને હસી પડ્યાં.

મોડી રાત સુધી સ્વચ્છ ચાદર પાથરેલી પથારીમાં પિન્ટુ અને રોઝી આંખોમાં ઘેન ભરીને સૂતાં હતાં અને એમના કાનોમાં દાદાજી આ દેશનો પ્રાચીન ઇતિહાસ રેડી રહ્યા હતા.

બે મહિના પવનની પાંખ ઉપર ચડીને પસાર થઈ ગયા. વૅકેશન પૂરું થયું. પિન્ટુ-રોઝી અમેરિકા ભેગાં થઈ ગયાં, પણ જતી વખતે દાદા-દાદીને વળગીને ખૂબ ખૂબ રડ્યાં.

બે દિવસ પછી અમેરિકાથી હિમાલયનો ફોન આવ્યો, 'પપ્પા, તમે આ બેય જણાંની ઉપર શો જાદુ પાથર્યો એ જ સમજાતું નથી, જ્યારથી પિન્ટુ અને રોઝી અહીં આવ્યાં છે, ત્યારથી ઇન્ડિયાનાં જ ગુણગાન ગાયા કરે છે. પિન્ટુ તો અમને ભણાવતો હોય એમ કહે છે : 'ડેડ, તમને ખબર છે, આખું જગત જ્યારે જંગલી

અવસ્થામાં હતું, ત્યારે આપણા ઇન્ડિયાનાં પીપલ ભણેલાં હતાં ! દુનિયાનું પહેલું વિમાન ભગવાન રામચંદ્ર પાસે હતું. સૃષ્ટિનું પ્રથમ ક્લોનિંગ ગણેશજીને ગણી શકાય. પહેલી ઓપન હાર્ટ સર્જરી હનુમાને પોતાની છાતી ચીરેલી એ હતી. જગતના પ્રથમ જોડકા બંધુઓ લવ અને કુશ હતા. વિશ્વમાં પ્રથમ વાર મિસાઈલ ટેક્નોલૉજી પ્રાચીન ભારતના પ્રક્ષાપાસ્ત્રોમાં વાપરવામાં આવી હતી. પૃથ્વી ઉપરનું સૌ પ્રથમ... પપ્પા, આવું બધું તો તમને મનેય ક્યારેય ભણાવ્યું નથી !'

દાદાજી ગંભીર બની ગયા, 'એ જ તકલીફ છે ને, બેટા ! યુરોપ અને અમેરિકા જેવા દેશોનાં ખિસ્સાંમાં સિદ્ધિઓના નામે થોડુંક પરચૂરણ ખખડે છે, પણ આ ખોટા સિક્કાઓને તેઓ પેઢી દર પેઢી સતત ખણખણાવતા રહે છે. જ્યારે આપણો પટારો સોનામહોરોથી છલકાય છે, પણ બાપ મરતાં પહેલાં એના દીકરાને એના વિશે કશું જ જણાવતો નથી. આ જ કારણે આપણાં બાળકો આ દેશની ભૂખડી બારસ જેવો સમજવા માંડે છે. હવે તો સમયનો તકાજો છે કે દરેક મા-બાપ એમનાં દીકરા-દીકરીને કહે : આઓ બચ્ચોં તુમ્હેં દિખાયે ઝાંકી હિન્દુસ્તાન કી, ઈસ મિટ્ટી સે તિલક કરો યે ધરતી હૈ બલિદાન કી ! વંદે માતરમ્...! વંદે માતરમ્...!'

આનાથી આગળ કોઈનાથી કશું બોલી શકાય એમ જ ક્યાં હતું ? બાપ-દીકરાએ ભીની આંખે અને રૂંધાયેલા ગળે ફોન મૂકી દીધો.

અમેરિકા અને ભારતની ન્યાયપદ્ધતિ : જેન્તી અમેરિકન જેલમાં, સલમાન છૂટો ફરે

સાઠ વર્ષના ધનુકાકા સવારના પહોરમાં આવી ચડ્યા. અમારા વર્ષો જૂના સંબંધી. સંપત્તિ અને સ્વભાવ – બંને બાબતે ગરીબ. હમણાં વળી એકાદ વર્ષ થયે એમનો એક માત્ર દીકરો જેમ તેમ કરીને અમેરિકા ભેગો થયો હતો, એટલે સારું હતું. સુખ તો હજુ આવ્યું ન હતું, પણ સુખની સુગંધ આવી રહી હતી.

'આવો, ધનુકાકા ! માજામાં ને ?' મેં આવકાર આપતાં પૂછ્યું.

'અરે, શાની મજા ? અહીં તો કઝા થઈ ગઈ છે !' પહેલેથી જ એમના દીન ચહેરા ઉપર વધુ દીનતા છવાઈ ગઈ.

'કેમ, શું થયું ? જેન્તી અમેરિકાથી પૈસા નથી મોકલતો ? આમ તો સારો છોકરો છે !'

'દીકરો તો બાપડો સારો છે, પણ કિસ્મત સારું હોવું જોઈએ ને ? અત્યારે તો મારે સામેથી એને રૂપિયા મોકલવા પડે એવી સ્થિતિ આવી પડી છે.'

ધનુકાકાનો જવાબ સાંભળીને હું વિચારમાં પડી ગયો. આવું તો હું મારી આટલી જિંદગીમાં પહેલી વાર સાંભળતો હતો. અમેરિકા ગયેલો દીકરો બે, ત્રણ કે પાંચ વર્ષ ભલે આર્થિક ભીંસમાં વિતાવી નાખે, પણ એક વાર એ પરદેશી ખેતરમાં પરસેવાનો વરસાદ પાડે, એ પછી પાછું વાળીને જોવાનું જ ન હોય. ડોલરિયો પાક ઊગ્યો જ જાણવો. પછી તો એ ખાતાં ધરાય એટલે વધારાના દાણા વતનમાં બેઠેલાં પરિવારજનોને પણ પહોંચાડે જ !

ધનુકાકાનું પૂરું નામ ધનસુખભાઈ મહેતા. મૂળ વતન ખેડા જિલ્લાનું નાનકડું ગામ. વસ્તારમાં ચાર દીકરીઓ પછી થયેલો એક દીકરો. એ આપણો કથાનાયક જેન્તી. લાડકોડમાં ઊછરેલો એકનો એક દીકરો. એટલે ભણવામાં બહુ આગળ ન વધ્યો. ધનુકાકાનું ધ્યાન પણ કમાવામાં અને ઘરખર્ચના બે છેડા ભેગા કરવામાં

જ ગયેલું, એટલે દીકરાને જેટલું વહાલ આપ્યું એટલા પ્રમાણમાં સંસ્કાર આપેલા નહીં.

ઠેબાં ખાતો ખાતો જેન્તી માંડ બી.કોમ. થયો. પિતાની સજ્જનતાને લક્ષમાં લેતાં કોઈ સારા ઘરનાં માવતરે પોતાની દીકરી એની સાથે પરણાવી. જેન્તીનાં કિસ્મત વળી સારાં, તે પત્નીના પક્ષે બે-ત્રણ સગાંવહાલાં અમેરિકામાં વસ્યાં હતાં. લગ્ન પછી તરત જ જેન્તી અને જયશ્રી (એની પત્ની)ની ફાઇલ પણ મુકાઈ ગઈ. વહેલું આવે અમેરિકા.

પણ વહેલું એટલે બાર વર્ષ પસાર થઈ ગયાં. ત્યાં સુધીમાં ધનુકાકા ઘરડા થઈ ગયા. ચાર-ચાર દીકરીઓનાં લગ્ન, આણાં, કરિયાવર અને પછી એમની સુવાવડોમાં ખાલી ઘર વધુ ખાલી થઈ ગયું.

પણ દીકરો-વહુ અમેરિકા જવાનાં છે એ હકીકતે એમના રિઝર્વમાં આવેલા ટાંટિયામાં નવું પેટ્રોલ ભરી દીધું. ગામડામાં આવેલું બાપદાદાનું મકાન વેચીને વિમાનની ટિકિટનો જોગ કર્યો. અંતે જેન્તી એની પત્નીની પાંખ ઉપર સવાર થઈને પરદેશ પહોંચી ગયો.

ત્યાં છ મહિના એના સાળાને ઘરે રોકાયાં. બંને જણાંને 'જૉબ' મળી ગઈ, પછી ભાડાનું મકાન લઈ લીધું. બીજા છ મહિના બાદ લોન લઈને સેકન્ડ હેન્ડ ગાડી ખરીદી લીધી. આમ તો અમેરિકામાં રહેવું હોય તો જેટલાં માણસ એટલાં વાહનો જોઈએ. ઘરથી નોકરીના સ્થળ સુધીનું અંતર એટલું બધું લાંબું હોય કે કાર વગર ચાલે જ નહીં, પણ સદ્‌ભાગ્યે જેન્તી-જયશ્રીનાં જૉબ માટેનાં સ્થળો ભલે જુદાં હતાં, તોપણ એક જ 'રૂટ' ઉપર આવેલાં હતાં. એટલે એક પંથ ને દો કાજની જેમ ગાડું ગબડતું હતું.

ગરીબનો દીકરો ભયંકર સંઘર્ષ કરીને ધનવાન દેશમાં ધીમે-ધીમે થાળે પડતો જતો હતો, ત્યાં અચાનક આફતની આંધી ચડી આવી.

એક ઘટના, સાવ નાની ઘટના અને શાંત, સ્થિર જળમાં જાણે સુનામીનો આતંક ઊમટી આવ્યો.

એવું તે શું બન્યું કે એ સુનામીનાં સમુદ્રી મોજાં હજારો માઈલ દૂર છેક અમદાવાદમાં બેઠેલા એક વૃદ્ધ બાપને ખળભળાવી ગયાં ?!

'ધનુકાકા, આમ ઢીલા પડી ગયે કેમ ચાલશે ? શું થયું છે એ વિશે વાત તો કરો.' મેં ધનુકાકાને સ્વસ્થ થવાની ફરજ પાડી.

એમણે રૂમાલથી આંખો લૂછી. ગળું સાફ કર્યું. પછી વાત શરૂ કરી, 'ભાઈ, આપણા ગુજરાતમાં તો દારૂબંધી છે ને ?'

'કાગળ ઉપર તો ખરી !'

'દારૂબંધી છે, છતાંયે દારૂ પિવાય છે ને ?'

'ચા કરતાંય વધારે.'

'તોયે પોલીસ કોઈને પકડે છે ?'

'આપણા પોલીસવાળા વિશાળ દિલવાળા છે, કાકા ! પણ તમે ગુજરાતની વાત છોડો ને ! જેન્તીએ અમેરિકા જઈને દારૂ પીધો છે ? તો ભલે પીધો. ત્યાં તો શરાબ પાણીની જેમ પિવાય છે. દારૂ ન પીઓ તો પોલીસ પકડે !' મેં પાણી પહેલાં પાળ બાંધવાનો પ્રયત્ન કર્યો. હું જાણતો હતો કે જેન્તી ઇન્ડિયામાં હતો, ત્યારથી જ છાંટોપાણી કરતો થઈ ગયો હતો. ખરાબ દોસ્તોની સોબતમાં રહીને એને બીજાં પણ એક-બે વ્યસનો ચોંટી ચૂક્યાં હતાં, પણ એ બધું બાદ કરી નાખીએ, તો છોકરો પ્રકૃતિએ દુષ્ટ ન હતો અને હવે તો એની ઉંમર પણ ત્રીસ-બત્રીસની થવા આવી હતી. ગધેડો ગધ્ધાપચીસીમાંથી બહાર નીકળી ગયો હતો; ભલે માણસ નહીં તો કંઈ નહીં પણ હવે ઘોડો તો બની ગયો હતો.

અને ધનુકાકા અત્યારે દારૂ પીવાની અને પોલીસે પકડ્યાની વાત લઈને બેઠા હતા.

ડુંગળીના પડની જેમ વાતનાં પડ નીકળતાં ગયાં. ધનુકાકાએ આપેલી માહિતી કંઈક આ મુજબની હતી : જેન્તી અને જયશ્રી સોમથી શુક્ર સુધી તનતોડ મહેનત કરે. પૈસા કમાય. કરકસર કરે. જાતજાતની લોનો લીધી હોય, એના હપતાઓ ભરે. બે પૈસા અંગત મોજશોખ માટે જુદા મૂકી રાખે. દર વીકેન્ડમાં એટલે કે શનિ-રવિની રજાઓમાં આપણા ભારતીય મિત્રોની સાથે ભેગાં થઈને મજા કરે. અમેરિકામાં પણ મજા એટલે મુખ્યત્વે ખાણીપીણી. એમાં 'ખાણી' ઓછી, પણ 'પીણી' વધારે !

એકાદ મહિના પહેલાં સમી સાંજના સમયે જેન્તી એના દોસ્તોની સાથે દારૂ પીવા બેઠો. જયશ્રી એ વખતે ઘરે હતી. જેન્તીએ બહુ નહોતું પીધું. એ જાણતો હતો કે મહેફિલ પૂરી થયા પછી એણે જાતે જ ગાડી ચલાવીને ઘરે જવાનું છે અને સાથે એ પણ જાણતો હતો કે અમેરિકામાં શરાબ પીને ગાડી હંકારવી એ સજાને પાત્ર ગુનો બને છે.

પણ કાયદાની આ કલમનો જેન્તીએ ઇન્ડિયન પીનલ કોડમાં લખ્યો છે એવો અર્થ કર્યો. અકસ્માત થાય તો જ પોલીસ પૂછવાની છે ને ? એટલી હદે પીવું જ શા માટે ? એક-બે પેગમાં શો વાંધો છે ?

સાવ માપસર, જરા પણ બહેકી ન જવાય એટલા પ્રમાણમાં વ્હીસ્કી પીધા પછી જેન્તી ઊભો થયો. શરાબની સાથે એણે સારા એવા પ્રમાણમાં 'મન્ચીંગ' પણ

ખાધું હતું. એટલે પીધેલા દારૂની 'કીક' આટલી ઝડપથી વાગે એવી કશી જ સંભાવના ન હતી.

પૂરેપૂરી સ્વસ્થતા સાથે, સહેજ પણ લથડિયાં ખાધા વગર એ ઊભો થયો. મિત્રોને 'ગુડ નાઇટ' કહ્યું. ગાડીનો દરવાજો ખોલ્યો. પાર્કિંગમાંથી સાવ સરળતાપૂર્વક ગાડીને રિવર્સ ગિયરમાં નાખીને બહાર કાઢી અને પછી પ્રમાણસર ઝડપે ઘરની દિશામાં ગાડીને મારી મૂકી. એક્સિડેન્ટ થવાની કશી જ શક્યતા ન હતી.

રાતનો સમય હતો. સૂમસામ રસ્તો હતો. જેન્તી સાવધાનીપૂર્વક ગાડી ચલાવી રહ્યો હતો. ઠંડીની મોસમ હતી. ધુમ્મસિયું વાતાવરણ હતું. ત્યાં અચાનક ધબાકાનો અવાજ સંભળાયો. જેન્તી ગભરાઈ ગયો. પોતે તો કોઈની સાથે ગાડી અથડાવી નહોતી. તો પછી આ અવાજ શાનો ? કોઈ માણસની ચીસ ક્યાંથી ? અને અંગ્રેજીમાં વરસતી આ ગાળો ક્યાંથી ?

તરત જ આ બધા સવાલોના જવાબો મળી ગયા. સામેથી એક ધોળિયો એની સાઇકલ ઉપર આવતો હશે. ક્રોસ-કન્ટ્રી રેસ માટે નીકળ્યો હશે. ધુમ્મસને કારણે દેખાયું નહીં હોય એટલે કે પછી રોડ ભીનો હોવાને કારણે એની સાઇકલ જેન્તીની કાર સાથે ટકરાઈ ગઈ. સ્વાભાવિક રીતે ટક્કર બહુ ગંભીર ન હતી. ધોળિયાને થોડુંક વાગ્યું હતું. સાઇકલને થયેલું નુકસાન પાંચ-સાત ડોલર્સથી વધારે નહીં હોય.

પણ હજુ તો જેન્તી ગાડીમાંથી નીચે ઊતરીને એના હાલચાલ પૂછવા જાય, ત્યાં તો ધોળિયાએ એના સેલફોન વડે પોલીસને જાણ કરી દીધી, 'હલ્લો...! હલ્લો...! પોલીસ ? આઇ એમ જ્હોન...! આઇ એમ ડાઉન વિથ એન એક્સિડેન્ટ ! પ્લીઝ, રશ ટુ ધી રેસ્ક્યુ ! આઇ એમ એટ...'

સાયરનની તીણી ચીસોથી ધુમ્મસ ચિરાઈ ગયું. પોલીસની પેટ્રોલિંગ વેન સેકન્ડના સોમા ભાગમાં આવી પહોંચી. જેન્તીનું લાઇસન્સ જોવા માગ્યું. પછી એક પોલીસ ઑફિસરે એનું મોં સૂંઘ્યું. દારૂની વાસ થોડી અછતી રહે ? તરત જ એને 'બ્લડ ટેસ્ટ' માટે મોકલી આપ્યો.

મામલો ફીટ થઈ ગયો.

ધનુકાકા ઢીલી ઘેંશ જેવા બની ગયા હતા, 'ભાઈ, અમેરિકાની પોલીસે મારા જેન્તીડાને જેલભેગો કરી દીધો છે. જામીન ઉપર છોડવાની પણ ના પાડે છે. જયશ્રીએ ત્યાંનો સાધારણ કહેવાય એવો વકીલ રાખ્યો છે, એની ફી પણ ચીરી નાખે એવી છે. અને વકીલનું કહેવું પણ એવું છે કે જેન્તીને સજા તો થશે જ.'

'પણ પેલા સાઇકલ-સવારને ખાસ ઈજા નથી થઈ તોપણ ?'

'હા, તોપણ સજા ! ત્યાં તો નવાં-નવાં ધતિંગો ચાલે છે ને ? ધોળિયો કહે છે કે અકસ્માતને કારણે એને માનસિક ચોટ પહોંચી છે. એ ગભરાઈ ગયો છે. એને રાત્રે ઊંઘ નથી આવતી. બિહામણાં સપનાં આવે છે. ઘરની બહાર પગ મૂકતાં ડર લાગે છે. આ બધાનું વળતર એ હજારો ડોલર્સમાં એટલે કે લાખો રૂપિયામાં માગે છે.'

ધનુકાકા રડી રહ્યા હતા અને હું પણ દિલગીર હતો.

'જે થયું તે થયું, કાકા ! આપણે અહીં બેઠાં શું કરી શકીએ ?'

'એ માટે તો હું તમારી પાસે આવ્યો છું, ભાઈ ! ત્યાંથી જયશ્રી વહુનો ટેલિફોન આજે સવારે જ હતો. એના વકીલે આશાનું છેલ્લું કિરણ દેખાડ્યું છે. જો આપણે અહીંથી ચાર-પાંચ પ્રતિષ્ઠિત નાગરિકોનાં સર્ટિફિકેટો ત્યાં મોકલાવીએ તો થોડોક ફરક પડે.'

'કેવાં સર્ટિફિકેટ્સ ?'

'જેન્તીની ચાલચલગતનાં, એની સારી વર્તણૂકનાં, અહીં એના કુટુંબની દયનીય હાલતનાં, એના સ્વભાવનાં વગેરે વગેરે ! જો જજના દિલમાં એવું ઠસાવી શકાય કે જેન્તી બાપડો વખાનો માર્યો એનું વતન છોડીને ત્યાં આવ્યો છે અને જો એને સજા કે મોટી રકમનો દંડ ફટકારવામાં આવશે તો ઇન્ડિયામાં એના પરિવારની બૂરી હાલત થશે. શક્ય છે કે એનાં બુઢ્ઢાં મા-બાપ મૃત્યુ પણ પામે ! આવું કશુંક થાય તો એની સજામાં અને દંડની રકમમાં થોડીક કાપકૂપ – થાય... કદાચ !'

મને એમની વાતમાં વિશ્વાસ ન હતો, તોપણ જેન્તીના વકીલની સૂચના હતી એટલે મેં એક સર્ટિફિકેટ તો મારા જ લેટરહેડ ઉપર લખી આપ્યું. બીજાં પણ ચાર-પાંચ પ્રમાણપત્રો મેળવી આપ્યાં. બધાંનું અંગ્રેજી રૂપાંતર કરી કમ્પ્યૂટર ઉપર આલેખન કરાવ્યું. સહીઓ-સિક્કાઓ સાથે ધનુકાકાના હાથમાં મૂક્યું.

એક મહિના પછી ધનુકાકા આવીને સમાચાર આપી ગયા, 'ભાઈને ત્રણ વર્ષની જેલ પડી છે. ડ્રાઇવિંગ લાઇસન્સ રદ કરી દેવામાં આવ્યું છે. અહીંથી મોકલાવેલાં સર્ટિફિકેટોએ એટલું કામ કર્યું છે કે જેન્તીએ પેલા ધોળિયાને વળતર નહીં ચૂકવવું પડે.' ધનુકાકા આ ફેંસલાથી ખુશ તો ક્યાંથી હોય ? પણ મેં જોયું કે તેઓ ખાસ નાખુશ પણ ન હતા. દીકરો જેલમાં હોય કે બહાર, એનાથી અમેરિકામાં ખાસ ફરક નહોતો પડતો. ત્યાંની જેલો પણ આપણા મહેલો જેવી હોય છે. કેદીનું માન નાગરિકો જેટલું જ જાળવવામાં આવે છે. ખાવું-પીવું, રમતગમત, ટી.વી., અખબારો, સારવાર, પુસ્તકો – બધું જ મળે ! ખાલી અંદર રહેવું પડે

એટલું જ.

'તે એમાં ખોટું શું છે ?' ધનુકાકા બબડ્યા, 'એ ગધેડાને એટલી તો અક્કલ આવશે કે દારૂ પીને ગાડી ન ચલાવાય.'

બરાબર એ જ વખતે હું પણ બબડતો હતો, અલબત્ત, મનોમન જ : 'કાશ ! એ અક્કલ સલમાનખાનમાં આવી જતી હોય તો ! આ દેશમાં સલમાન જેવા બગડેલા બાપના વંઠેલા દીકરાઓ ચિક્કાર દારૂ પીને ગાડી હેઠળ નિર્દોષ ફૂટપાથવાસીઓને ચગદી મારે અને તોય દસ-બાર કે પંદર વર્ષ સુધી ચુકાદો ન આવે ! જ્યારે આવે ત્યારે ઘીના ઠામમાં ઘી પડી ગયું હોય. અને તોપણ પાછા આ બિરાદરો એમ કહે કે આ દેશમાં મુસ્લિમોને ન્યાય નથી મળતો. એને સેલિબ્રિટી હોવાને કારણે હેરાન કરવામાં આવે છે. જો ન્યાય જોઈતો હોય, તો જરા આ બોડી બામણીના ખેતર જેવા દેશમાંથી બહાર જઈને એકાદ ગુનો તો કરી બતાવો !

મને નાપાસ થવાનું ગમશે, ચોર બનવાનું પસંદ નથી

આજે પણ ક્યારેક શ્રાવણી નામની એક સોળ વર્ષની છોકરી યાદ આવી જાય છે. એને છેલ્લી વાર જોઈ એ ઘટનાને આજે પૂરાં પાંત્રીસ વર્ષ થઈ ગયાં છતાં પણ.

ના, તમે કલ્પના કરી શકો એવું કોઈ પણ પ્રકારનું ગુલાબી અનુસંધાન આ કિસ્સામાં હરગિઝ નથી. આ રણમાં ખીલેલું ગુલાબ નથી; આ તો શુષ્ક ઘટમાળથી ઊભરાતા વેરાન વગડામાં ક્વચિત્ સાંભળવા મળે એવા ટહુકાની કથા છે.

હું એસ.એસ.સી.માં હતો. જૂની એટલે કે અગિયારમા ધોરણવાળી એસ.એસ.સી.ની પરીક્ષા. બોર્ડ દ્વારા લેવામાં આવતી પરીક્ષા. હું એ વખતે જૂનાગઢમાં હતો. અભ્યાસમાં તેજસ્વી હતો. જિંદગીમાં એક માત્ર લક્ષ્ય ડૉક્ટર બનવાનું હતું, એ પ્રાપ્ત કરવા માટે મારી પાસે એક માત્ર સાધન પરિશ્રમનું હતું. એક સાધારણ આર્થિક સ્થિતિ ધરાવતા પ્રાથમિક શિક્ષક બાપના સમજદાર બેટાને સપનાં જોવાં અને એને સાકર કરવા માટે પરસેવો પાડવા સિવાયની અન્ય કોઈ પણ લક્ઝરી પરવડતી નથી હોતી !

મારે વધુમાં વધુ ત્રણ-ચાર પ્રતિસ્પર્ધીઓ હતા. જૂનાગઢમાં એ વખતે સહશિક્ષણ ન હતું. મોટી કહી શકાય એવી બે જ હાઈસ્કૂલ્સ હતી. એક છોકરાઓ માટે અને એક છોકરીઓ માટે. બૉયૂઝ હાઈસ્કૂલમાં હું રેન્કિંગમાં પહેલો-બીજો રહેતો હતો. એવું જ ગર્લ્સ હાઈસ્કૂલમાં હતું. બે છોકરીઓ મારી કટ્ટર પ્રતિસ્પર્ધી હતી. એમાંની એક એટલે શ્રાવણી વસાવડા. મારી મોટી બહેન પણ ગર્લ્સ સ્કૂલમાં ભણતી હતી, આથી મને ત્યાંની રજેરજ બાતમી મળતી રહેતી હતી.

મારી બહેન ડંકાની ચોટ ઉપર એલાન કરતી, 'અત્યારે ભલે તું ગમે તેટલા માર્ક્સ લાવતો હોય, પણ બોર્ડની પરીક્ષામાં તારો પહેલો નંબર નહીં જ આવે. અમારી સ્કૂલની બે છોકરીઓ તારા કરતાંય વધારે હોશિયાર છે. બહુ બહુ તો જૂનાગઢ

કેન્દ્રમાં તું ત્રીજો નંબર મેળવી શકીશ.'

હું ખામોશીનો બુરખો ઓઢીને બેસી રહેતો. મોટી બહેનને તોડી પાડવાનો એ યોગ્ય સમય ન હતો. ખોંખારો ખાવા માટે મારે મે-જૂન સુધી (પરીક્ષાના રિઝલ્ટ સુધી) રાહ જોયા સિવાય બીજો કોઈ રસ્તો ન હતો. બીજી એક વાત : મારી બહેન અંદરથી તો ઇચ્છતી જ હતી કે હું પ્રથમ ક્રમાંક મેળવું, તેમ છતાં આવું વિધાન કરવા પાછળ એનો એક માત્ર આશય મને સાવધ કરી દેવાનો હતો. કદાચ શ્રાવણીની ક્ષમતાથી એ વધારે પડતી પ્રભાવિત થઈ ગઈ હોય એવું પણ હોય. ઘરકી મુરઘી દાલ બરાબર !

અને વાર્ષિક પરીક્ષા આવી પહોંચી. એ જમાનામાં દર વર્ષે સોળમી માર્ચ એ એસ.એસ.સી.ની પરીક્ષાનું વણજોયેલું મુહૂર્ત હતું. મારી અટક ઠાકર અને શ્રાવણીની વસાવડા. અંગ્રેજી મૂળાક્ષર 'ટી' 'વી'ની વચ્ચે 'યુ' પરથી કોઈ અટક નહીં હોવાને કારણે (એ વર્ષે) અથવા તો પછી વિષયોની પસંદગીની સમાનતાને કારણે મારો અને શ્રાવણીનો બેઠક ક્રમાંક એક જ મકાનમાં, એક જ પરીક્ષા-ખંડમાં અને એક જ પાટલી ઉપર આવેલ હતો. આને સ્પષ્ટ જોગાનુજોગ કહી શકાય. કેન્દ્રમાં સૌથી કટ્ટર ગણાતાં બે પ્રતિસ્પર્ધીઓ એક જ બેન્ચ ઉપર બેસીને પરીક્ષા આપતાં હોય એવું ભાગ્યે જ બનતું હોય છે.

મારી હાલત કફોડી હતી. હું ડાબી તરફ બેઠો હતો અને શ્રાવણી મારી જમણી બાજુએ બેસીને પરીક્ષા આપતી હતી. અમારી વચ્ચે ગળાકાપ સ્પર્ધા અને ઓગણીસ-વીસનો તફાવત હોવાને કારણે હું એક વાતની સખત તકેદારી રાખી રહ્યો હતો; ભૂલેચૂકે પણ મારી ઉત્તરવહીમાંથી એકાદ શબ્દ પણ શ્રાવણીની આંખે ચડી ન જાય. એકાદ દાખલો, એકાદ ખાલી જગ્યા, એકાદ આકૃતિ કે એકાદ વ્યાખ્યા ત્રાજવાનું બૅલેન્સ બદલી નાખી શકે એમ હતાં.

ડંકો પડ્યો. પેપરો વહેંચાયાં. શરૂઆતની બે-ત્રણ મિનિટ પ્રશ્નપત્ર વાંચવામાં પસાર થઈ જતી; પછી તરત જ હું ઉત્તરવહી ભરવામાં ડૂબી જતો. ક્યાંય કશુંય ન આવડવાનો તો સવાલ જ ન હતો. સતત ત્રણ કલાક જવાબો લખવામાં પસાર થઈ જતા. આજુબાજુમાં શું ચાલી રહ્યું છે એ તરફ મારું ધ્યાન જ ન જતું.

વચ્ચે એકાદ ક્ષણ પૂરતો હું પાનું ફેરવવા માટે અટકું, ત્યારે એક અછડતી નજર મારી જમણી બાજુએ ફેંકી લેતો. શ્રાવણી પણ ઊંધું ઘાલીને પેપર ભરવામાં મશગૂલ હોય. મારા દિલની ધડકન તેજ બની જતી. શું થશે ? આ છોકરી ક્યાંક મારાથી આગળ તો નહીં નીકળી જાય ને ?

હું મારી ઉત્તરવહી ઉપર પ્રશ્નપત્ર ઢાંકેલું રાખતો. જેમ-જેમ જવાબો લખાતા જાય, તેમ-તેમ લખાયેલી લીટીઓ પરનું આવરણ નીચેની તરફ સરકતું જાય. શ્રાવણી

ધારે તોપણ એક અક્ષર સરખોય ચોરી ન શકે. હું જાણતો હતો કે એને એવી જરૂર ન હતી, પણ સાવધાન રહેવું એ મારી પ્રથમ ફરજ હતી.

શ્રાવણી ઉચ્ચ મધ્યમવર્ગીય પરિવારની દીકરી હતી. બહુ પૈસાદાર ન હતી, પણ ખાધેપીધે સુખી ઘરની હતી. સ્કર્ટ પહેરતી હતી. ફૂલ-બુટ્ટાનું ભાતવાળું સ્કર્ટ અને સફેદ રંગનું શર્ટ એ એનો કાયમી પોશાક હતો. માથે બે ચોટલા વાળતી હતી. નાગરકન્યા હતી, એટલે રૂપમાં અને નમણાશમાં કશીય કમી ન હતી. શાંત, સંસ્કારી, સુંદર અને નમણી એવી એ નાગરકન્યા પરીક્ષાખંડમાં સૌની સાથે હસી-હસીને વાતો કરતી હતી, સિવાય એક મારી સાથે. અમારી વચ્ચે વ્યાપી રહેલી સ્પર્ધાથી કદાચ એ પણ મારી જેમ સભાન હશે, પણ અમે બંને એકબીજાની સામે જોવાનું ટાળતાં હતાં. અને તેમ છતાં તીરછી નજરે આંખના ખૂણેથી ચોરી-છૂપીથી એટલું અચૂક જોઈ લેતાં કે અમે એકબીજા તરફ જોતાં નથી.

મારું અને શ્રાવણીનું ભવિષ્ય પ્રતિદિન સવાર-સાંજ કાગળની મતપેટીમાં કેદ થઈ રહ્યું હતું. હવે પ્રતીક્ષા હતી પરીક્ષા પૂરી થવાની. અને પછી એક લાંબા, બેચેની-સભર વૅકેશનનો સમુદ્ર પાર કરીને વાટ જોવાની હતી પરિણામની નિર્ણાયક ઘડીની.

અને દિવસ આવી પહોંચ્યો ગણિતની પરીક્ષાનો. ખબર નહોતી કે વિધાતાના પ્રશ્નપત્રમાં કેવી કેવી રકમો હતી અને કેવા કેવા ઉત્તરો હતા.

ગણિત એટલે ઉચ્ચગણિત, હાયરમૅથ્સ. મારી દુખતી નસ. કમજોર કડી. બાકીના તમામ વિષયોમાં હું નચિંત. ભાષાઓ તો શરૂથી જ મારો મજબૂત કિલ્લો. વિજ્ઞાન અને ફિઝિક્સ-કેમિસ્ટ્રિમાં પણ મારો પ્રથમ નંબર આવશે એવી ચોક્કસ ખાતરી, પણ શ્રાવણી જો મને પાછો પાડી શકે તો માત્ર ગણિતના વિષયમાં.

ધડકતા હૈયે મેં પ્રશ્નપત્ર ઉઠાવ્યું. આખું વાંચી જવાને બદલે સીધું જ જવાબો (એટલે કે દાખલા) લખવાનું શરૂ કરી દીધું. મારી ગણતરી એવી કે સોમાંથી એંસી-પંચાસી માર્ક્સ આવી જાય તો જંગ જીત્યા ! પછી ભલેને શ્રાવણી સોમાંથી સો ગુણ લઈ આવે. તોપણ અમારી વચ્ચેનો ફરક પંદર જ માર્ક્સનો રહે. એટલો તો હું બાકીના વિષયોમાં આસાનીથી ભાંગી શકું.

હું ઝપાટાબંધ દાખલાઓ ગણ્યે જતો હતો. પ્રમેયો, રાઈડર્સ, આલેખ અને વચ્ચે-વચ્ચે તીરછી નજર જમણી દિશામાં પણ ફેંકી લેતો હતો, પણ આ શું ?!

મારા આશ્ચર્યનો પાર ન હતો. શ્રાવણી ચૂપચાપ કશું જ કર્યા વગર બેસી રહી હતી ! પ્રારંભિક પાંચેક મિનિટ પૂરતું તો મેં વિચાર્યું કે એ પ્રશ્નપત્રનો અભ્યાસ કરતી હશે, પરંતુ દસ મિનિટ, વીસ મિનિટ, અર્ધો કલાક ! સમયનો કાંટો સરકયે જતો હતો અને શ્રાવણી જાણે કોઈએ મૂઠ મારી દીધી હોય એમ સ્તબ્ધ, મૂર્તિવત્

બનીને બેસી રહી હતી.

ત્રીસ મિનિટ સુધી એને નિષ્ક્રિય જોયા પછી હું સમજી ગયો કે શું બની રહ્યું હતું. શ્રાવણી નપાસ થવા તરફ આગળ વધી રહી હતી. એ પણ એના મજબૂત ગઢ ગણાતા હાયર-મૅથ્સના વિષયમાં !

આજે આટલા વર્ષના અંતરાલ બાદ હું સમજી શકું છું કે એ વખતે શું બન્યું હોઈ શકે ! અતિશય તેજસ્વી અને એ વિષયમાં પારંગત હોવા છતાં કદાચ પ્રશ્નપત્ર હાથમાં આવતાંવેંત શ્રાવણી 'કન્ફ્યુઝ્ડ' થઈ ગઈ હોવી જોઈએ. પ્રથમ દાખલો જ અઘરો કે ન આવડે એવો લાગ્યો હોય અને એ પછી એનું મગજ શૂન્ય બની ગયું હોય એવું પણ બને. નજર સામેથી પૂરી કારકિર્દી હથેળીમાંથી સરકી જતા પારાની જેમ સરી રહી હોય એવું સ્પષ્ટ દેખાઈ ગયું હોય એને કારણે એ આઘાતની મારી જડ બની ગઈ હોવી જોઈએ. પછી તો બાકીના દાખલાઓ પણ મહાભારતના યુદ્ધમેદાનમાં ઊભેલા કર્ણની જેમ ભૂલી જવાયા હોય એ શક્ય છે.

તદ્દન નિશ્ચેતન, ચૂપ અને ગંભીર મુદ્રામાં બેસી રહેલી શ્રાવણીને જોઈને હું ખળભળી ગયો. આખું વર્ષ હું ઈશ્વરને પ્રાર્થના કરતો રહ્યો હતો કે શ્રાવણીને ગણિતના વિષયમાં ધોબીપછાડ અપાવજે ! પણ...પણ...એ પ્રાર્થનામાં મારો શુદ્ધ સ્પર્ધાભાવ જ સમાયેલો હતો. એમાં ક્યાંય પણ સહેજ સરખીયે દુષ્ટવૃત્તિ કે આટલી હદ સુધીની નકારાત્મક ભાવના તો હરગિઝ ન હતી.

મને દયા આવી ગઈ.

મેં એની સામે જોયું. આંગળીના ઇશારાથી પૂછ્યું : 'એક પણ દાખલો નથી આવડતો ?'

એણે દયામણું સ્મિત ફરકાવીને માથું હલાવ્યું, 'ના.'

મેં મારું પેપર (મારી ઉત્તરવહી) એની સામે ખેસવીને ખુલ્લું મૂકી દીધું. હવે મારે કશું પણ બોલવાની જરૂર ન હતી. સ્પષ્ટપણે જ મારો એ સંકેત હતો, 'જોઈ લે મારા દાખલાઓ. ઝડપથી ચાર-પાંચ નકલ ઉતારવા માંડ. કમ-સે-કમ સાઠ-સિત્તેર માર્ક્સ તો આવી જ જશે. તું... તું... નાપાસ નહીં થાય...!'

પણ મારા માટે જિંદગીની સૌથી મોટી આશ્ચર્યની અને આઘાતની ક્ષણ તો હવે આવવાની હતી. દસેક મિનિટ પછી મેં જોયું તો શ્રાવણી હજુ પણ એમ જ બેસી રહી હતી !! એણે એક દાખલો પણ ચોર્યો ન હતો !

મેં એની તરફ પ્રશ્નાર્થભરી આંખે જોયું. એ સાવ આછું એવું હસી, પણ આ વખતના સ્મિતમાં ક્યાંય લાચારી ન હતી. એના નમણા મુખ ઉપર સંસ્કારનું અને આત્મગૌરવનું અનેરું ખમીર ઝળકી રહ્યું હતું.

મારી પૃચ્છાભરેલી નજરનો એણે માથું હલાવીને મૂક ઉત્તર વાળ્યો, 'સૉરી, હું ચોરી નહીં કરું. તારી ઉદારતા બદલ આભાર, પણ મને નપાસ થવું પસંદ છે, ચોર બનવું કબૂલ નથી.'

પૂરા ત્રણ કલાક સુધી શ્રાવણી બેસી રહી. સમય પૂરો થયો. ઘંટનો અવાજ સંભળાયો. પરીક્ષાખંડ કોલાહલથી ગાજી રહ્યો. એક જિંદગી તબાહ થઈ ચૂકી હતી અને એની જાણ માત્ર બે જ જણાંને હતી.

✳

પરિણામ જાહેર થયું. શ્રાવણી નાપાસ થઈ હતી. જૂનાગઢ જિલ્લાનાં તમામ કેન્દ્રોમાં હું પ્રથમ જાહેર થયો હતો. સમગ્ર ગુજરાતમાં બારમો અને સૌરાષ્ટ્રમાં બીજો. મારા માટે કારકિર્દીનાં સુવર્ણપગથિયાં ખૂલી રહ્યાં હતાં. શહેરભરમાંથી મારી ઉપર અભિનંદનોની મુશળધાર વર્ષા થઈ રહી હતી.

અને, નાગરવાડામાં એક ઘરમાં સ્મશાનવત્ માહોલ હતો. પ્રથમ સ્થાન માટેની દાવેદાર શ્રાવણી સાવ જ પરાજિત થઈ હતી.

હું પોતે પણ ગમગીન હતો. સેહવાગ શૂન્ય રનમાં આઉટ થાય એવું તો કદાચ સચિન પણ ન ઇચ્છે ! (એની સાથે ઓપનિંગ પાર્ટનર તરીકેની તંદુરસ્ત સ્પર્ધા ચાલતી હોય તોપણ.)

આજે વર્ષો પછી આ ઘટના યાદ કરું છું અને મન ગ્લાનિથી છલકાઈ જાય છે. દેશમાં જ્યારે ભ્રષ્ટાચારે માઝા મૂકી દીધી હોય, નેતાઓ કરચોરી, દાણચોરી અને ધનચોરીમાં ગળાડૂબ બની ગયા હોય, પેપરો ફૂટી રહ્યાં હોય, પરીક્ષકો અને શિક્ષકો બબ્બે પૈસે વેચાઈ રહ્યા હોય, શિક્ષણ જેવી કુળવધૂ જ્યારે કોઠા ઉપરની વેશ્યા જેવી બની ગઈ હોય, માત્ર વિદ્યાર્થીઓ જ નહીં, પણ એમના વાલીઓ પણ એક-એક માર્ક માટે ગમે તેવું અનૈતિક આચરણ કરવા તલપાપડ હોય, ત્યારે શ્રાવણી જેવી સોળ વર્ષની એક છોકરી મારા માટે છોકરી નથી રહેતી, પણ એક સુંદર, સંસ્કારી ઘટના બની રહે છે. સોમાંથી સોએ સો વિદ્યાર્થી એ પરિસ્થિતિમાં મારું આમંત્રણ સ્વીકારીને પાસ થઈ જવા માટે તૈયાર થઈ ગયા હોત. શ્રાવણીએ નાપાસ થવાનું પસંદ કર્યું.

કોણ કહે છે કે 'કસૌટી જિંદગી કી' એ માત્ર એક ટી.વી. સિરિયલ છે ? આ નામની એક સાચી ધારાવાહિક તો અનંતકાળથી ચાલતી આવે છે. બહુ ઓછા લોકો એમાં ઉત્તીર્ણ થતા હોય છે.

શ્રાવણી આ જિંદગીની પરીક્ષામાં સમગ્ર બોર્ડમાં પ્રથમ ક્રમે પાસ થઈ છે ! આને જ હું વગડા વચ્ચે ટહુકો સમજું છું.

(સત્ય ઘટના)

શિક્ષક કભી સાધારણ નહીં હોતા;
પ્રલય ઔર નિર્માણ ઉસકી ગોદમેં ખેલતે હૈં

'એય, ખડી રખ્ખો !' પહેલાં એક લાંબી સિસોટી, પછી હાથનો પંજો અને પછી પોલીસને શોભે એવી કડકાઈ સાથેનો આદેશ.

પેસેન્જરોથી ફાટફાટ થતી ટાટા સુમો જીપ ઊભી રહી ગઈ. કૉન્સ્ટેબર પરબતસિંહ ડ્રાઇવર સાઇડની બારી પાસે ગયા. પછી જમણો હાથ લાંબો કર્યો, 'લાઇસન્સ દિખાવ !'

ડ્રાઇવરે લાઇસન્સ કાઢી બતાવ્યું. પરબતસિંહે ઉપલક નજરે તપાસીને લાઇસન્સ એમના ખિસ્સામાં મૂકી દીધું.

ડ્રાઇવર મૂંઝાયો, 'સા'બ, મેરા લાઇસન્સ તો વાપીસ કરો.'

પોલીસખાતાને માત્ર બોલવાની ટેવ હોય છે, સાંભળવાની નહીં. પરબતસિંહનો બીજો હુકમ છૂટ્યો, 'ગાડીકે પેપર્સ દિખાવ.'

ડ્રાઇવરે ડાબી બાજુનું ખાનું ઉઘાડીને પ્લાસ્ટિકની એક લંબચોરસ કોથળી બહાર કાઢી. પોલીસના હાથમાં સોંપી દીધા. અંદર જીપના જરૂરી એવા તમામ કાગળો હતા, પણ પરબતસિંહને ક્યાં એ બધું તપાસવામાં રસ હતો ? આખી કોથળી એમણે ખાખી પેન્ટના ખિસ્સાને હવાલે કરી દીધી.

'અબ એક-એક કરકે સબ પૅસેન્જરોં કી તલાશી લેની પડેગી. શરીરકી ભી ઔર સામાન કી ભી...' પરબતસિંહના એક જ ઇશારે બીજા ત્રણ કૉન્સ્ટેબલો ગાડીને ઘેરી વળ્યા. તલાશી શરૂ થઈ.

અમદાવાદથી નીકળેલી જીપ હતી. પોરબંદર તરફ જઈ રહી હતી. કોઈ ટ્રાવેલ્સ કંપનીના માલિકે બહારગામના કામ માટે મોકલેલ હતી. પોરબંદરથી કશુંક લાવવાનું હતું. જતી વખતે આખી જીપ ખાલી હતી, એટલે ડ્રાઇવરે રોકડી કમાણી કરવાના આશયથી રસ્તે ઊભેલા છૂટાછવાયા પૅસેન્જરને નજીવા ભાડાની લાલચે

બેસાડી લીધા હતા. એમાંથી કોઈને એ ઓળખતો ન હતો કે એકે મુસાફર બીજા મુસાફરથી પરિચિત ન હતો.

એમાં એક બાવાજી હતા, એક પ્રોફેસર હતા, બે ગામડિયા હતા, કૉલેજમાં ભણતો એક વિદ્યાર્થી હતો, ત્રણ મજૂર હતા અને એક મરવાની વાંકે જીવતા પંચોતેર વર્ષના ખખડી ગયેલા નિવૃત્ત માસ્તર પણ હતા.

બધાંની તલાશી લીધી. વાંધાજનક કહી શકાય એવું કશું જ ન મળ્યું.

'પરબતસિંહ, લાગે છે કે આપણને મળેલી બાતમી ખોટી હોઈ શકે.' એક હવાલદારે સૂચનાત્મક રીતે કહ્યું, 'ગાડીને જવા દઈશું ?'

'નહીં, હમારા ખબરી આજ તક કભી જૂઠા સાબિત નહીં હુઆ ! સામાન કી તલાશી લો.' પરબતસિંહ વર્દીમાં હોય ત્યારે હિંદીમાં બોલતા અને બાકીના સમયમાં શુદ્ધ, તળપદી કાઠિયાવાડી જબાનમાં વાત કરતા હતા.

બે બૅગ, ચાર થેલીઓ, ત્રણ પોટલાં, બે પાર્સલ જેવી પેટીઓ – બધું ફેંદી નાખ્યું.

'યે ક્યા હૈ ?' પરબતસિંહની આંખોમાં શિકારી વાઘ જેવી ચમક આવી ગઈ. એક મુશ્કેટાટ બાંધેલા પોટલામાંથી ચરસની સાઠ-સિત્તેર જેટલી કોથળીઓ નીકળી પડી. બાતમીદારે આ જ વાતની બાતમી આપેલી હતી, એટલે ચરસને ઓળખવામાં તકલીફ ન પડી.

'કિસકા પોટલા હૈ યે ?' પરબતસિંહે ત્રાડ પાડી.

કોઈ મૂરખ હોય તો કબૂલ કરે. બધા અંદરોઅંદર ઝઘડી પડ્યા. બાવાજીથી માંડીને વિદ્યાર્થી સુધીના તમામ ચહેરાઓ શંકાસ્પદ જણાતા હતા. ડ્રાઇવરને પણ યાદ નહોતું આવતું કે આ પોટલું લઈને કોણ જીપમાં ચડ્યું હતું.

અને બાવાજીએ તો ફેંસલો સુણાવી જ દીધો, 'હમમેંસે કિસીકા નહીં હૈ યે પોટલા. યે તો પહલેસે હી જીપમેં પડા થા.'

આળિયો-ગાળિયો જીપના ડ્રાઇવરના ગળામાં જઈ પડ્યો.

પરબતસિંહે દસેય જણાંને પોલીસવેનમાં બેસાડી દીધા. સરકારી ડ્રાઇવરને પોલીસ સ્ટેશન તરફ મારી મૂકવાની સૂચના આપી. સાથે હથિયારધારી ત્રણ કૉન્સ્ટેબલ મૂક્યા. પોતે ટાટા સુમો હંકારીને પોલીસવેનની પાછળ રહ્યા. આખું રાવણું પહોંચ્યું સૌરાષ્ટ્રના જાણીતા શહેરના નજીકના પોલીસ સ્ટેશનમાં. ચરસની હેરાફેરીના આરોપસર દસેય જણાને 'લૉક-અપ'માં પૂરી દીધા.

દરેકના મુખમાં આજીજી હતી ને આંખોમાં આંસુ હતાં. કોઈના ચહેરા ઉપર સાચી, તો કોઈકના ચહેરા ઉપર બનાવટી – પણ નિર્દોષતા અવશ્ય હતી. હવે પછીનું

કામ ખાખી વર્દીનું હતું કે આ દસ જણામાંથી નિર્દોષ કોણ અને ગુનેગાર કોણ એ શોધી કાઢવાનું.

ચરસની હેરાફેરી એક ગંભીર ગુનો ગણાય છે. એટલે પોલીસતંત્રમાં ધરતીકંપ પ્રસરી ગયો. પી.એસ.આઈ. તો હાજર હતા જ. એમણે પી.આઈ.ને જાણ કરી, એટલે એ દોડી આવ્યા. ડી.વાય.એસ.પી.ને ખબર પડી, એટલે એ જાતે પણ આવી પહોંચ્યા. એક પછી એક ઉપરી અધિકારી આવતા જાય, એમ નવેસરથી પૂછપરછ ચાલતી રહે.

શકમંદોના જવાબ તો એના એ જ રહે.

બાવાજી : 'બમ બમ ભોલે ! જય ગિરનારી ! હમ ભાંગ જરૂર પીતે હૈ, બેટા ! લેકિન ચરસ ?! કભી નહીં. હમ પર ઇલ્ઝામ મત લગાના, વર્ના ભગવાન શિવજી તુમ સબકા સિર ફોડ દેંગે ! જય ગિરનારી !'

પ્રોફેસર : 'હું તમને ડ્રગ્ઝની હેરાફેરી કરનારો લાગું છું ?! મિત્રો, જરાક ચીવટપૂર્વકનું નિરીક્ષણ કરવાની સુટેવ કેળવો. મનુષ્યના બાહ્ય સ્વરૂપ ઉપરથી એના આંતરિક મનોભાવો પારખવાની શક્તિ જ્યાં સુધી પોલીસતંત્ર નહીં ખીલવે, ત્યાં સુધી એની કાર્યદક્ષતા અને પરિણામલક્ષિતા સિદ્ધ નહીં થાય...'

વિદ્યાર્થી : 'સાહેબ, મને છોડી મૂકો. હું તો વૅકેશનમાં મારા ઘરે જતો હતો. મારાં મમ્મી-પપ્પાને ખબર પડશે તો મને મારી-મારીને...'

મજૂરો એક સાથે કોરસમાં કાગારોળ મચાવતા હતા તો ગામડિયાઓ રડમસ થઈ ગયા હતા.

પંચોતેર વર્ષના નિવૃત્ત મહેતાજીના ક્ષોભનો કોઈ પાર ન હતો, 'અરે, મારી ઉંમર સામે તો કોઈ જુઓ ! મેં જિંદગીમાં કદીય ચા પણ ચાખી નથી, ચરસની વાત ક્યાં કરો છો ? અને મારે એવી જરૂર પણ ક્યાં છે ? એકલપંડે જીવ છું અને સરકારનું પેન્શન મળે છે. જેમતેમ કરીને ગુજારો થઈ રહે છે.'

બધાંની જુબાની સાચી લાગતી હતી અને બધા બનાવટી લાગતા હતા. ડ્રાઇવરને છોડવાનો તો અર્થ જ ન હતો. એના ગુના તો એક કરતાં વધારે હતા. ગેરકાયદેસર પૅસેન્જરોને બેસાડ્યા ત્યાંથી જ એની શરૂઆત થતી હતી.

આ બધી ધમાલ ચાલુ હતી, ત્યાં ડી.એસ.પી. મકવાણા સાહેબની 'એન્ટ્રી' થઈ.

પોલીસ સ્ટેશનમાં ખળભળાટ મચી ગયો. આ શું કહેવાય ? ડી.એસ.પી. એટલે શહેરનો રાજા ! અત્યારે સાંજના સાત વાગે સાહેબ ખુદ એક નાનકડા પોલીસ સ્ટેશનમાં પધારે ? અસંભવ.

પણ સંભાવના સત્યના સ્વરૂપમાં સામે ઊભી હતી. રાઇટર કૉન્સ્ટેબલથી

માંડીને ડી.વાય.એસ.પી. સુધીના માણસો ઉપરતળે થઈ ગયા. સાહેબને ખુરશીમાં બેસાડ્યા. પછી વાત જાણી ત્યારે ખબર પડી કે સુમો જીપમાંથી ચરસનો જથ્થો પકડાયો એવી વાત 'લીક' થઈને સ્થાનિક અખબારના કોઈ ખબરપત્રી સુધી પહોંચી હશે, એણે મોટા સાહેબનો સંપર્ક સાધ્યો. જવાબમાં ડી.એસ.પી. સાહેબ જાતતપાસ કરવા ઘટના સ્થળે આવી ગયા.

'ક્યાં છે શકમંદો ? મારી સામે હાજર કરો !' સાહેબનો હુકમ છૂટ્યો. તરત જ એનું પાલન થયું. દસેય દસ નંબરીઓને ઑફિસમાં હાજર કરાયા. ફરી પાછી એની એ જ પૂછપરછ અને એની એ જ કાકલૂદીઓ.

ડી.એસ.પી. એક પછી એક બધાંના ચહેરા વાંચતા ગયા. છેલ્લું વાચન ખરતા પાન જેવા માસ્તરના ચહેરાનું થયું.

'શું નામ તમારું ?'

'શંકરલાલ રામચંદ્ર પુરોહિત.'

'શું કરો છો ?'

'કરવાનું શું હોય ? નોકરીમાંથી નિવૃત્ત થયે સત્તર વર્ષ થઈ ગયાં.'

'એટલે આ ધંધો શરૂ કર્યો ?' સાહેબની આંખ લાલ થઈ.

'અરે, સાહેબ ! હોતું હશે ? આ તમે શું બોલો છો ? હું માસ્તર. સાવ મામૂલી જીવડું કહેવાઉં. કોઈ દિ' તોફાની વિદ્યાર્થી ઉપર હાથ સરખોયે ઉપાડ્યો નથી, ત્યાં...?'

'એને ને ચરસના ગોરખધંધાને શો સંબંધ ?' ડી.એસ.પી. ખિજાયા, 'મને તો આ બધાંમાંથી તમારી ઉપર જ શંકા પડે છે.'

માસ્તર ગોટો વળી ગયા, 'અરે, પણ મારા મોઢા સામે તો જુઓ, સાહેબ ! તમને હું બદમાશ જેવો દેખાઉં છું ?'

'કોઈ ગુનેગારના ચહેરા ઉપર એની બદમાશીનો રેકોર્ડ છાપેલો નથી હોતો. અને બીજી એક વાત; અમારું ગુનાશાસ્ત્ર એમ કહે છે કે જે માણસ સૌથી વધુ નિર્દોષ દેખાતો હોય એ જ અસલી ગુનેગાર હોય છે.'

માસ્તર કરગરતા રહ્યા અને ડી.એસ.પી. સાહેબે હુકમ છોડ્યો, 'આ માસ્તરને મારી ગાડીમાં બેસાડી દો. એ ભયાનક માણસ છે. આજની રાત એ મારા જાપતામાં રહેશે. બાકીના નવને પાછા લૉકઅપ ભેગા કરી દો. કાલે ઊઘડતી કોર્ટે તમામને રજૂ કરવા પડશે...'

'અને આ ડોસાને ?' પરબતસિંહે પૂછી નાખ્યું. એમનો સંકેત માસ્તર સામે હતો.

ડી.એસ.પી.એ વાઘના જેવો ઘૂરકાટ કર્યો, 'જબાન ઉપર જરીક કંટ્રોલ રાખો,

દરબાર ! આરોપી ગમે તે હોય, પણ એની ઉંમરનો લિહાજ કરતાં શીખો. આવો, માસ્તરસાહેબ ! મારી પાછળ...આ તરફ...ગાડીમાં બેસો...'

*

પોલીસ સ્ટેશનમાં હાજર અધિકારીઓ અને કર્મચારીઓને થયેલું આશ્ચર્ય તો કશા હિસાબમાં ન લેખાય; ખરું આશ્ચર્ય તો શંકરલાલ માસ્તર અનુભવી રહ્યા હતા. ડી.એસ.પી. સાહેબ એમને લઈને સીધા બંગલે ગયા. માસ્તરને સ્નાન કરવા માટે બાથરૂમ ચીંધી દીધો. નવાં કપડાં પહેરાવ્યાં. સ્વાદિષ્ટ ભોજન કરાવ્યું. પછી જાતે ગાડીમાં બેસાડીને શહેરમાં ફરવા નીકળી પડ્યા. જોવા જેવાં તમામ સ્થળો બતાવ્યાં. આઇસક્રીમ ખવડાવ્યો. સાથે સાહેબનાં પત્ની અને બાળકો પણ હતાં.

માસ્તર વારેઘડીએ પૂછ્યા કરતા હતા, 'આ બધું શા માટે, સાહેબ ? તમે તો એમ માનો છો કે હું ચરસની હેરાફેરી...!'

'એ સાચું જ છે, અને કાલે તમને કોર્ટમાં રજૂ પણ કરાશે જ ! પણ અત્યારે તો તમે મારા કબજામાં છો. મારા મહેમાન છો. મારા પિતાની ઉંમરના છો, માટે મારે તમારી મહેમાનગતિ કરવી જ પડે.' સાહેબના મોં ઉપર અકળ સ્મિત રમતું હતું.

માસ્તરનો જીવ જતો હતો. મારો બેટો ક્યાંક રમાડતો નથી ને ? ઈદના દિવસે હલાલ કરતાં પહેલાં બકરાને ખવડાવી-પિવડાવીને તગડો કરવામાં આવે છે, એમ ક્યાંક...?

મોડી રાતે શંકરલાલ માસ્તરને એક આલીશાન, સ્વતંત્ર, આરામદાયક શયનખંડમાં સૂવા માટે લઈ જવામાં આવ્યા. ડી.એસ.પી.એ બારણું બંધ કર્યું. શંકરલાલ માસ્તર પથારીમાં પડ્યા, એટલે સાહેબ એમના પગ પાસે બેસી ગયા. પછી હળવેકથી એમના પગ દબાવવાનું શરૂ કર્યું.

માસ્તર બેઠા થઈ ગયા, 'અરે, અરે, આ શું કરો છો ? ક્યાં હું એક પામર માસ્તર ! એક ડોસો ! અને ક્યાં તમે !'

ડી.એસ.પી.એ આદરભર્યું સ્મિત ફરકાવ્યું, 'સાહેબ, ભગવાન કૌટિલ્યે લખ્યું છે : 'શિક્ષક કભી સાધારણ નહીં હોતા; પ્રલય ઔર નિર્માણ ઉસકી ગોદમેં ખેલતે હૈં. તમે શા માટે ક્યારના તમારી જાતને મામૂલી માસ્તર તરીકે વર્ણવી રહ્યા છો ?'

શંકરલાલ માસ્તર ડઘાઈ ગયા, 'ભાઈ, આ તમે શું બોલો છો ? આપણા સમાજમાં શિક્ષકનું આદરભર્યું સ્થાન રહ્યું છે જ ક્યાં ?'

'બીજાઓ માટે કદાચ નહીં હોય, પણ મારે મન તો છે ! સાહેબ, મને ધ્યાનથી જુઓ. કશું યાદ આવે છે ?' ડી.એસ.પી. સાહેબ આટલું બોલીને ઊભા થયા. માસ્તરની નજીક જઈને બેસી ગયા. માસ્તર આંખો ઝીણી કરી-કરીને ચહેરો ઉકેલવા

મથી રહ્યા. સફળતા ન મળી.

'ના, સાહેબ ! એક તો ઉંમર થઈ એટલે વિસ્મૃતિ આવી ગઈ છે. બીજું, હવે આંખો પણ નબળી પડી ગઈ છે. અને કદાચ તમે મારા હાથ નીચે ભણી ગયા હશો, પણ આટલાં વર્ષોમાં તમારામાં પણ કેટલું બધું પરિવર્તન આવી ગયું હોય ? માફ કરો, સાહેબ, ઓળખાણ નથી પડતી.'

ડી.એસ.પી. મકવાણા સાહેબ રડી પડ્યા, 'ક્યાંથી પડે ? તમારા જેવા નિઃસ્વાર્થ સજ્જનો પોતે કરેલા ઉપકારની વાતોને ક્યાંથી યાદ રાખે ? પણ હું યાદ કરાવું. રામજી લાલજી મકવાણા નામનો કોઈ ગરીબ વિદ્યાર્થી યાદ આવે છે ? ચોથું ધોરણ. પાંસઠની સાલ. એના બાપ પાસે ચોપડીઓ કે પેન્સિલ ખરીદવાના પૈસા નહોતા, એટલે છોકરાને શાળામાંથી ઉઠાડી મેલવા તૈયાર થયેલો અને તમે એને સમજાવીને પાછો મોકલેલો. અને પછી છેક સાતમા ધોરણ સુધીના અભ્યાસની તમામ જવાબદારી તમે ઉપાડી લીધી હતી. યાદ આવે છે ?'

જેમ-જેમ વાતનું ચોસલું માસ્તરના કાનમાં ઓગળતું ગયું તેમ તેમ એમનું વર્તન બદલાતું ગયું. ચહેરો લાગણીનું સાકાર સ્વરૂપ બની ગયો. આંખો વાદળ બની ગઈ. આંસુનો આષાઢ અનરાધાર જામી ગયો.

'અરે, બેટા રામજી ! તું ?! આટલા વર્ષે ?'

'હા, સાહેબ ! ભણીગણીને હું આઈ.પી.એસ. અધિકારી બન્યો છું. આજે મારી પાસે બધું જ છે. સત્તા, પૈસો, બંગલો, ગાડી, સુંદર પત્ની અને સંસ્કારી બાળકો. બસ, જો કશી ખોટ હતી તો એ તમને મળવાની હતી. એ પણ આજે પૂરી થઈ ગઈ. તમારી ભાળ મેળવવા માટે મેં કેટકેટલા પ્રયત્નો કર્યા ? પણ સફળતા ન મળી. એટલું જાણવા મળ્યું કે સાહેબની તો ચાર-પાંચ ઠેકાણે બદલીઓ થઈ ગઈ હતી. છેલ્લે ક્યાં હતા એ કોઈને ખબર નથી. હું પોલીસખાતામાં હોવા છતાં મારા ગુમ થયેલા ગુરુજીને શોધી ન શક્યો.'

'છેવટે આજે મને ગુનેગારના રૂપમાં શોધી કાઢ્યો ને ?'

'તમે શેના ગુનેગાર, સાહેબ ? તમે તો મારા જેવા એક દલિત, ગરીબ વિદ્યાર્થીના ભગવાન છો. હવે જ્યાં સુધી હું રજા ન આપું ત્યાં સુધી તમારે મારા ઘરમાં મારી સાથે જ રહેવાનું છે. જો જવાનું નામ લીધું છે, તો...'

'તો ?'

'તો 'અંદર' કરી દઈશ !'

આખરી ધમકીના શબ્દો એક પોલીસવડાના હતા કે પછી પુત્રવત્ શિષ્યના ?

(સત્ય ઘટના)

દુઃખ વગર દર્દ વગર, દુઃખની કશી વાત વગર
મન વલોવાય છે ક્યારેક વલોપાત વગર

મારા ડાબા હાથમાં ચાનો કપ હતો અને જમણા હાથમાં તાજી બનાવેલી સેન્ડવીચ હતી. સામે દીવાલ ઉપરના પાટિયા ઉપર ગોઠવેલા ટેલિવિઝન સેટમાં ઇંગ્લિશ ન્યૂઝ ચાલી રહ્યા હતા. ઇંગ્લિશ ન્યૂઝ જ હોય ને ? ઇંગ્લૅન્ડમાં કંઈ ગુજરાતી દૂરદર્શન ચેનલ થોડી ચાલતી હોય !

એક ગોરિયણ શુદ્ધ, છટાદાર અંગ્રેજીમાં 'બ્રેકિંગ ન્યૂઝ' પીરસી રહી હતી : 'અવર રિપોર્ટર ફ્રોમ માન્ચેસ્ટર સેયૂઝ ધૅટ એન એડોલેસન્ટ બ્લોન્ડ હેઝ ફ્લેડ અવે વિથ એન એક્સઆર્મીમેન ફ્રોમ યુનાઇટેડ સ્ટેટ્સ ! ધી પોલીસ ઇઝ...'

પણ જવા દોને ! મારે તો મજબૂરી હતી કે ગોરાઓના દેશમાં હતો, એટલે એ 'ગોટપીટ' ભાષામાં સમાચાર સાંભળવા પડી રહ્યા હતા. અહીં ગુજરાતમાં બેસીને 'સાધના' જેવા ગુજરાતી સામયિકમાં એ આખીય રસપ્રદ વાત વિદેશી ભાષામાં કરવાની કોઈ આવશ્યકતા ખરી ?

તો સાંભળો, પ્રેક્ષક મિત્રો, માન્ચેસ્ટરની મુગ્ધા વિશેના તાજા, તમતમતા સમાચાર આપણી માતૃભાષામાં : અમારો માન્ચેસ્ટર ખાતેનો પ્રતિનિધિ જણાવે છે કે ત્યાંની એક સોળ વર્ષની ખૂબસૂરત કિશોરી એના પ્રેમી જોડે નાસી ગઈ છે. અમને મળેલી જાણકારી મુજબ એનો પ્રેમી અમેરિકન આર્મીનો ભૂતપૂર્વ સૈનિક હતો. ઇરાકમાં અમેરિકાએ જે લશ્કર ઉતાર્યું એમાં હેરી વિલિયમ પણ હતો. એવી પણ માહિતી મળી છે કે બંને વચ્ચે છેલ્લા એક વરસથી 'ઈલુ-ઈલુ' ચાલી રહ્યું હતું, પણ એક વાતની સમજ નથી પડતી કે આ લંકાની લાડી ને ઘોઘાનો વર એકબીજાને ભટકાઈ ગયાં શી રીતે ? એ બંનેએ તો ક્યારેય એકમેકને જોયાં પણ ન હતાં...!

મને રમૂજમિશ્રિત રસ પડ્યો. ક્યાં ઇંગ્લૅન્ડના દક્ષિણ ભાગમાં આવેલું માંન્ચેસ્ટર ? ક્યાં અમેરિકા ? અને ક્યાં મધ્યપૂર્વનું ઇરાક ? મને અરબસ્તાનના

રણમાં ખીલેલા ગુલાબની સુગંધ આવી રહી હતી.

૨૦૦૪ની વાત છે. જુલાઈ માસની ભીની-ભીની મોસમ ચાલી રહી હતી. સોળ વરસની સુંદરીને રોમેન્ટિક બનવાનું મન થાય એવું વાતાવરણ હતું. હું એક ચૅરિટેબલ સંસ્થાના લાભાર્થે ઇંગ્લૅન્ડ ગયેલો હતો. અમારો કાર્યક્રમ પતી ગયો હતો. લંડનમાં એ મારો છેલ્લો દિવસ હતો. ત્યાંના સાઇકિયાટ્રિસ્ટ ડૉ. પ્રકાશ પરીખ આગલી રાતે સમારંભમાંથી જ મારું અપહરણ કરીને એમના ઘરે લઈ ગયા હતા. મોડી રાતના (કે વહેલી સવારના ?) સાડા ત્રણ વાગ્યા સુધી અમે વાતો કરતા જાગતા રહ્યા હતા. પછી સવારના પહોરમાં એમના કિચનમાં એમનાં પત્ની ડૉ. બિંદુબહેને બનાવી આપેલી તાજી વેજિટેબલ સેન્ડવીચ અને ગરમ-ગરમ ચાની મજા માણતાં આગળ જણાવ્યા તે સમાચાર પણ માણ્યા.

'પ્રકાશભાઈ, યે બાત કુછ હજમ નહીં હુઈ. સોળ વર્ષની અંગ્રેજ કન્યા પેલા અમેરિકન સોલ્જર સાથે સંપર્કમાં કઈ રીતે આવી હશે ?' મેં ટમેટા-કાકડી અને બ્રેડનો એક સામટું મોટું બચકું ભરતાં હોશિયાર મનોચિકિત્સકને સવાલ કર્યો.

'આમાં હજમ ન થવા જેવું શું છે ? તમને તો ખબર છે જ કે આ જમાનો ઇન્ટરનેટનો છે. અહીંની છોકરીઓ નવરી પડે એટલે તરત ઇન્ટરનેટ ખોલીને બેસી જાય છે. દુનિયા આખી એમના કમ્પ્યૂટર-રૂમમાં આવી ગઈ છે. જે મરદ એમની આંખમાં વસી ગયો એની સાથે ચક્કર ચાલુ !

ફરી પાછા બ્રેકિંગ ન્યૂઝ !

'લેટેસ્ટ માહિતી મુજબ અમેરિકન સૈનિક હેરીની સાથે નાસી જનાર સોળ વર્ષની કિશોરીનું નામ ફ્લોરા છે. એ માન્ચેસ્ટરની એક પબ્લિક સ્કૂલમાં ભણે છે. એની મમ્મી કહે છે કે...'

અહીં સમાચાર વાંચનાર બહેન અદશ્ય થયાં અને પડદા ઉપર એક મધ્યવયસ્ક ગોરી સ્ત્રીનો ક્લોઝ-અપ ઊપસી આવ્યો. એ લિન્ડા હતી, ફ્લોરાની મમ્મી. સૂઝેલી લાલ-લાલ આંખો સાથે એ બોલી રહી હતી : 'મારી દીકરી બહુ સારી છે, ભોળી છે, રૂપાળી છે. એ રોજના અઢાર-અઢાર કલાક ઇન્ટરનેટ ઉપર ચેટિંગ કરવામાં પસાર કરી નાખતી હતી. અમને શી ખબર કે એ કોની સાથે વાતો કરતી હશે ? આ તો ગઈ કાલે ફ્લોરા સ્કૂલમાંથી છૂટીને ઘરે ન આવી, ત્યારે મને ચિંતા થઈ. રોજ તો એ સાડાપાંચ સુધીમાં આવી જાય છે. ગઈ કાલે સાડાપાંચ વાગ્યા, છ વાગ્યા, સાત વાગ્યા. એના ડેડી આવી ગયા, પણ એ ન આવી. મારા હસબંડે તરત ફ્લોરની તપાસ કરવાનું સૂચન કર્યું, પણ મેં ના પાડી. પછી છેક નવ વાગ્યે જમી લીધા પછી અમે એના મિત્રોને-બહેનપણીઓને ફોન કર્યા. કોઈને

કશી જ જાણ ન હતી. પછી અમે શાળાના પ્રિન્સિપાલનો સંપર્ક સાધ્યો. એમણે ફ્લોરાના ટીચરને બોલાવ્યા, તો ખબર પડી કે ફ્લોરા તો શાળામાંથી બાર વાગ્યે જ નીકળી ગઈ હતી. આ બધામાં રાતના અગિયાર વાગી ગયા. પછી અમે પોલીસનો સંપર્ક સાધ્યો. હે ઈશ્વર ! માય જીસસ ! હું મારી લાડલી ફ્લોરાની સલામતી માટે તને પ્રાર્થના કરું છું...'

લિન્ડાનો ચહેરો અદશ્ય થયો અને એક પોલીસનો આકાર સ્ક્રીન ઉપર પ્રગટ થયો. એ માન્ચેસ્ટરનો પોલીસ અફસર મિ. જેક્સન હતો. ગીરના પાડા જેવો જેક્સ એની વાત પીરસી રહ્યો હતો, 'રાત્રે બાર વાગ્યે અમને ફરિયાદ મળી. તરત જ અમે ફ્લોરાના ઘરે જઈને પહેલું કામ એનું ઇન્ટરનેટ તપાસવાનું કર્યું. એના ઢગલાબંધ ઈ-મેઈલ અમને જોવા મળ્યા. તમામની અમે પ્રિન્ટ આઉટ્સ કઢાવી લીધી. એના દ્વારા અમને માહિતી મળી કે અમેરિકન હેરી અને ફ્લોરા વચ્ચે નાસીને લગ્ન કરવાની યોજના છેલ્લા એક મહિનાથી ઘડાઈ રહી હતી. બંને વચ્ચેની વાતો ખૂબ જ ઉત્તેજક અને અશ્લીલ હોવાથી અમે જાહેર કરી નથી શકતા, પણ અમને ચિંતા એ વાતની છે કે ફ્લોરાનો જાન જોખમમાં છે. અમારી લેટેસ્ટ જાણકારી કહે છે કે અમેરિકાનો હેરી વિલિયમ એક સેક્સ-મેનિયાક છે. ઇરાકમાં એણે ચાર મહિલાઓને બળાત્કાર કરીને મારી નાખી હતી એવો એની ઉપર આક્ષેપ હતો.'

મને ધીમે-ધીમે વાતમાં રસ પડી રહ્યો હતો. ત્યાં ટી.વી. સ્ક્રીન ઉપર માન્ચેસ્ટર ઍરપોર્ટનો ઇન્ચાર્જ ઑફિસર પ્રગટ્યો. એની પાસે પણ કહેવા જેવું ઘણું બધું હતું, 'માન્ચેસ્ટર પોલીસે અમને 'રેડ એલર્ટ'ની જાણ કરી એની સાથે જ અમે તપાસમાં જોતરાઈ ગયા. બરાબર બપોરના દોઢ વાગે ફ્લોરા ઍરપોર્ટમાં આવતી અમારા કૅમેરામાં ઝડપાઈ ગઈ છે, પણ એ વખતે એ એકલી જ હતી. એની સાથે બીજું કોઈ ન હતું.' બીજું કોણ એની સામે જોડાયું એની માહિતી પાછી બીજા અધિકારી પાસે હતી. એ લંડનનો ઍરપોર્ટ ઑફિસર હતો. કહી રહ્યો હતો, 'બપોરની ત્રણની ફ્લાઇટમાં જવા માટે જ્યારે ફ્લોરા અમારા ઇન્ટરનેશનલ ઍરપોર્ટમાં દાખલ થઈ ત્યારે વીડિયો કૅમેરામાં એની સાથે એનો પ્રેમી હેરી પણ ઝડપાઈ ગયો હતો. લંડનથી એમણે પેરિસ જતું વિમાન પકડ્યું હતું.'

હું આ બધું જોયે જતો હતો અને આશ્ચર્યથી સ્તબ્ધ થયે જતો હતો. આ દેશમાં પોલીસતંત્ર કેવું જાગ્રત અને બાહોશ છે. આધુનિક ટેક્નોલૉજીનો કેવો અદ્‌ભુત વિનિયોગ આ લોકો સાધી શક્યા છે ! આપણા દેશમાં તો કોઈ ફરિયાદ લખાવવા માટે પોલીસ સ્ટેશને જાય તો બગાસાં ખાતો રાઇટર કૉન્સ્ટેબલ પહેલો સવાલ આપણને જ પૂછે : 'તમને કોની ઉપર શંકા જાય છે ?' અરે, ભાઈ ! અમને

જો કોઈની ઉપર શંકા જતી હોત, તો તારી પાસે શું કામ આવત ? બારોબાર જ હિસાબ ન પતાવી દેત ?

ફરી પાછી નમણી સમાચાર-વાચક હાજર થઈ ગઈ. આટલી બધી માહિતીઓનું એણે સમાપન કરી આપ્યું, ‘લાગે છે કે આખીયે ઘટના પહેલેથી આયોજિત હતી. ફ્લોરાએ ચાર દિવસ પહેલાં જ એની મમ્મી પાસેથી પોતાનો પાસપોર્ટ માગી લીધો હતો. શાળામાં બતાવવાનો છે એવું જૂઠું કારણ દર્શાવીને એણે પાસપોર્ટ મેળવી લીધો હતો. નાસી છૂટવા માટે એણે સમયની પસંદગી પણ એવી કરી કે જ્યારે એનાં મમ્મી-પપ્પા ફરિયાદ લખાવવાનું વિચારે ત્યાં સુધીમાં તો એ અને એનો પ્રેમી ઇંગ્લૅન્ડની સીમા વળોટી ચૂક્યાં હોય.’

મારે પણ લંડન છોડવાનું હતું. એ માટે કોઈના સહકારની જરૂર હતી. ડૉ. પ્રકાશનાં વાઇફ ડૉ. બિંદુબહેન મને લંડનના રેલવે સ્ટેશન સુધી મૂકી ગયાં. ત્યાંથી ટ્રેનમાં બેસીને મારે માન્ચેસ્ટર જવાનું હતું. એ જ માન્ચેસ્ટર જ્યાંથી ફ્લોરા અદૃશ્ય થઈ હતી. મારા સગા કાકાનો વૈભવી બંગલો માન્ચેસ્ટરથી ત્રીસેક માઈલ છેટે આવેલા બેરીમાં આવેલો હતો.

બપોરે મારા કાકાના ઘરે પહોંચ્યો ત્યાં સુધીમાં તો આખું ઇંગ્લૅન્ડ ઉપર-તળે થઈ ગયું હતું. ઠેર ઠેર ફ્લોરાની સલામતી માટે પ્રાર્થનાઓ થઈ રહી હતી. ઇંગ્લૅન્ડની રાણીથી લઈને વડાપ્રધાન સુધીના મહાનુભાવો ટી.વી.ના પડદે આવી-આવીને પ્રજા જોગ નિવેદનો આપી રહ્યાં હતાં, આશ્વાસનો આપ્યે જતાં હતાં, ‘આપણી ફ્લોરાને કશું જ થવા નહીં દઈએ’ જેવાં વાક્યો વારંવાર રિપિટ થઈ રહ્યાં હતાં.

મને આપણી સંસ્કૃતિ અને ધોળિયાઓની સંસ્કૃતિ વચ્ચે આસમાન-જમીનનો તફાવત દેખાતો હતો. છેલ્લા આઠ-દસ કલાકથી ચાલી રહેલી આ ધમાલમાં ક્યાંય કોઈને ફ્લોરાનો કશો જ વાંક દેખાતો ન હતો. આપણા દેશમાં આવું બન્યું હોય તો ચર્ચાનો મુખ્ય સૂર આપણી યુવાન પેઢી કેટલી હદે વંઠી ગઈ છે અને માવતરો કેવી લાપરવાહી રાખતાં થયાં છે એની જ વાતો ચાલતી હોય. અહીં આ બધાંની ગેરહાજરી હતી. એ સારું કહેવાય કે ખરાબ ? હું નક્કી નહોતો કરી શકતો.

સાંજ સુધીમાં પત્તો લાગી ગયો. પ્રેમીપંખીડાં પેરિસના વિમાનીમથકે પણ કૅમેરામાં દેખાયાં હતાં. ત્યાંની પોલીસે એમનું પગેરું ખોળી કાઢ્યું. બંને જણાં એક મોંઘી હોટલના એક રૂમમાં ‘હનીમૂન’ ઊજવી રહ્યાં હતાં. હજુ લગ્ન રજિસ્ટર કરાવવાનો સમય એમને મળ્યો ન હતો.

‘લગ્ન રજિસ્ટર થઈ શકે એમ જ નથી.’ પોલીસ ઑફિસરે ટી.વી. સ્ક્રીન ઉપર

નવો ધડાકો કર્યો, 'ફ્લોરા હજુ પુખ્ત વયની થઈ નથી. એટલે હેરી વિલિયમ ઉપર એક અ-પુખ્ત બાળાને ભોળવી-ફોસલાવીને ભગાડી જવાનો અને એની સાથે જારકર્મ કરવાનો આરોપ ઘડી શકાય એમ છે. લાખ રૂપિયાનો એક સવાલ એ છે કે બેયને ઝડપવાં કેવી રીતે ? શક્ય છે કે હેરી વિલિયમ પાસે પિસ્તોલ પણ હોય. એને પકડવા જતાં રખે ને એ ગોળીબાર કરી બેસે. શક્ય છે કે શૂટઆઉટ દરમિયાન ફ્લોરાને પણ ઈજા પહોંચે.'

ત્યાં વળી નવો ફણગો ફૂટ્યો. માહિતીના કુંડામાંથી આઘાતનો છોડ ફૂટ્યો : ફ્લોરાને નસાડી જનાર હેરીની ઉંમર બત્રીસ વર્ષની હતી, જ્યારે ઇન્ટરનેટ ઉપર એણે ફ્લોરાને એવું જણાવ્યું હતું કે પોતે માત્ર બાવીસ જ વર્ષનો છે.

હેરી વિલિયમ નામના મજનૂના અપરાધો ધીમે ધીમે વધી રહ્યા હતા.

ત્રણ દિવસના ધરવ થઈ જાય એવા 'હનીમૂન' પછી અચાનક હેરી અને વિલિયમ સામે ચાલીને પેરિસની પોલીસમાં હાજર થઈ ગયાં. કોઈ ઑપરેશનની જરૂર ન પડી.

ફ્રાંસની પોલીસ ટી.વી.ના કૅમેરાની સામે ફ્લોરાની ઊલટતપાસ કરી રહી હતી : 'તને હેરીએ બહુ તકલીફ તો નથી આપીને ? કશી જોર-જબરદસ્તી ? શારીરિક ત્રાસ ? તારી મરજી વિરુદ્ધ...?'

'અરે હોય ?' ફ્લોરા ખુશખુશાલ હતી, 'હેરીએ તો ત્રણ રાત મને ખૂબ મજા કરાવી દીધી. એ અદ્ભુત માણસ છે. પુરુષ તરીકે એનો જોટો ન જડે. એ હટ્ટોકટ્ટો અને પૂરેપૂરો સક્ષમ છે. હું તો ઇચ્છું છું કે મને આખી જિંદગી એના જેવા મર્દ આદમીની સંગાથે જ ગાળવા મળે.'

પોલીસ ઑફિસર કૅમેરા સામે જોઈને સ્મિત ફરકાવતો હતો, 'બટ ઇટ ઇઝ નૉટ પોસિબલ, મિસ ફ્લોરા ! યુ કાન્ટ મેરી હીમ. યુ આર યટ માઈનોર અને અમારે હેરીને જેલભેગો તો કરવો જ પડશે. એણે તમને છેતર્યાં છે. અસલમાં હેરીની ઉંમર બત્રીસ વર્ષ છે, પણ એણે તમને માત્ર બાવીસ જ વર્ષ જણાવેલ છે.'

'સો વ્હોટ ?' ફ્લોરાબહેન તાડૂક્યાં, 'છેતરપિંડી તો મેં પણ એની સાથે કરી જ છે. ઇન્ટરનેટની ચેટ દરમિયાન હેરીએ મને હજારો વાર પૂછેલું કે પ્રેમમાં પડતાં પહેલાં તારી ઉંમર જણાવ. મેં એને ખોટી ઉંમર જણાવી. હું સોળને બદલે ઓગણીસ વર્ષની છું એવું કહ્યું.'

'પણ તમે જૂઠું શા માટે બોલ્યાં, મિસ ?'

'શા માટે એટલે ? મારા પ્રેમીને મેળવવા માટે હું જૂઠું બોલી. અને ભલે ને હું સોળ જ વર્ષની હોઉં, પણ મારો શારીરિક બાંધો ઓગણીસ વર્ષની યુવતી જેવો

જ છે. તમે મારો શારીરિક વિકાસ જોઈ શકો છો.' ફ્લોરા આટલું બોલીને કૅમેરાની સામે જુદા-જુદા અંગમરોડ બતાવવા માંડી. ટી.વી.વાળા રિપોર્ટરો અને કૅમેરામૅન પણ શું કામ ગાંજ્યા જાય ? એ લોકો આ માન્ચેસ્ટરની મેનકાનાં પુષ્ટ અંગોને કૅમેરામાં કેદ કરવા માંડ્યા.

મને ફરી એક વાર પૂર્વ અને પશ્ચિમ વચ્ચેનો સંસ્કૃતિભેદ દેખાઈ આવ્યો.

રાત સુધીમાં તો આખું ઇંગ્લૅન્ડ નાચી ઊઠ્યું. જાણે જુલાઈ મહિનામાં ક્રિસમસની ઉજવણી થઈ રહી હતી ! કોઈ ચક્રવર્તી સમ્રાટ અશ્વમેધ કરીને સ્વદેશે પાછો ફરતો હોય એવો ઉત્સાહ પ્રજામાં પ્રસરી ગયો હતો. ફ્લોરાકુંવરી બાઇજ્જત વિમાનમાં બેસીને લંડન અને ત્યાંથી પાછાં માન્ચેસ્ટર પધારી ચૂક્યાં હતાં. પત્રકારો અને ટી.વી. રિપોર્ટરો એની એક ઝલક મેળવવા માટે ગુલાંટિયાં મારી રહ્યા હતા અને કન્યાની મા લિન્ડા હસી-હસીને, લળી-લળીને એમને ખાળી રહી હતી, 'હમણાં નહીં. મારી દીકરીને એકલી છોડી દો. એ તાજી જ 'હનીમૂન' પતાવીને પાછી ફરી છે. હેરી બહુ મજબૂત પુરુષ છે. મારી બાળુડીના શરીરના ટુકડે ટુકડા કરી નાખ્યા હશે એણે. બટ એની વે, માય બેબી સીમ્સ ટુ હેવ એન્જોયૂડ ઑલ ધેટ થિંગ ! એટલે અમે પણ ખુશ છીએ.'

હું આ બધું સાંભળીને મારી ચેતના ગુમાવી રહ્યો હતો. છોકરી છિનાળું કરીને આવી એમાં એની મા આટલી પોરસાય છે શેના માટે ?

પણ આ તો કશું જ ન હતું. હદ તો હવે થવાની હતી. બીજા દિવસનાં અખબારો હેરી અને ફ્લોરાના પ્રેમપ્રકરણના ગરમાગરમ રિપોર્ટિંગથી ઊભરાતાં હતાં. બધાંનો એક જ સૂર હતો : આ બેય પ્રેમીઓનો અંગત મામલો હતો. કોઈએ કોઈની સાથે છેતરપિંડી નથી કરી કે નથી કર્યો બળાત્કાર. ફ્લોરાની ઉંમર સોળ વર્ષની છે એ વાત એણે પોતે જ એના પ્રેમીથી છુપાવી હતી, આથી હેરીની ઉપર ફોસલાવીને બળાત્કાર કરવાનો કેસ ન મૂકવો જોઈએ અને એણે પોતાની ઉંમર બત્રીસને બદલે બાવીસ વર્ષની જણાવેલી, પણ દેખાવમાં એ ખરેખર બાવીસનો જ લાગે છે.

આનો અંતિમ જવાબ હવે મળે છે : સાંજનું ટેબ્લોઈડ કહેતું હતું કે બીજા દિવસે ફ્લોરા જ્યારે એની શાળામાં પ્રવેશી, ત્યારે એનું ભવ્ય સ્વાગત કરવામાં આવ્યું. પ્રિન્સિપાલ, શિક્ષકો અને તમામ વિદ્યાર્થીઓએ હારબંધ ઊભા રહીને સ્કૂલ-બેન્ડના સૂરોની વચ્ચે ગગનભેદી જયઘોષ સાથે આ પરાક્રમી વીરાંગનાને શાળાના પ્રવેશદ્વારે આવકાર આપ્યો.

એ પછી એક નાનકડો સ્વાગત-સમારંભ યોજાયો. જેમાં શાળાના આચાર્યે

ટૂંકું પણ ભાવવાહી પ્રવચન કર્યું. એમણે શાળાનું નામ રોશન કરનારી આ વિદ્યાર્થિનીની ભારોભાર પ્રશંસા કરી અને છેલ્લે જાહેર કર્યું, 'વેલ ડન, ફ્લોરા ! વી આર પ્રાઉડ ઑફ યુ !'

હું લગભગ બેહોશ થઈને ઢળી પડવાની તૈયારીમાં હતો. મેં મારા કાકાને પૂછ્યું, 'આ બધું શું છે ? એક બુદ્ધિ વગરની ના-બાલીગ છોકરીએ શરીરની આગને વશ બનીને આ લંપટલીલા આચરી, એમાં એનાં મા-બાપ, દોસ્તો, શિક્ષકો અને આચાર્ય આટલાં બધાં રાજીનાં રેડ શેનાં થઈ રહ્યાં છે ?'

મારાં અંકલ-આન્ટી છેલ્લાં પાંત્રીસ વર્ષથી ધોળિયાઓના મુલકમાં વસી રહ્યાં છે. કાકાએ મને સમજણ ઉછીની આપી, 'આ દેશ બહુ ઉદારમતવાદી દેશ છે. આપણો ભારત દેશ હજુ જુનવાણી, પછાત અને રૂઢિચુસ્ત છે, પણ ચિંતા ન કરીશ. ટી.વી. અને ફિલ્મોને કારણે આ દેશનાં ખાન-પાન, વસ્ત્રપરિધાન, ફેશન, તહેવારોની ઉજવણી અને બીજી પણ ઘણીબધી બાબતો ઇન્ડિયામાં પ્રસરી ચૂકી છે. બસ, આ એક વાત હજુ બાકી રહી ગઈ છે. મને લાગે છે ક થોડા સમયમાં એ પણ ત્યાં આવી જશે.'

હું બોલી ગયો, 'ભગવાન કરે એવો દિવસ ક્યારેય ન આવે.'

(શીર્ષકપંક્તિ : અમૃત ઘાયલ)

મહેમાં જો હમારા હોતા હૈ
હમેં જાન સે પ્યારા હોતા હૈ

માંચેસ્ટરથી અંકલનો ફોન આવ્યો, ત્યારથી જ અમારું આખું કુટુંબ તણાવગ્રસ્ત હાલતમાં મુકાઈ ગયું. માથા ઉપર જાણે કોઈએ આર.ડી.એક્સ.થી છલોછલ ટોપલો ગોઠવી દીધો હોય એવી અમારી હાલત હતી.

અંકલ જણાવતા હતા, ‘આપણો બોબી વર્લ્ડ ટૂર ઉપર નીકળેલો છે. ડિસેમ્બરના અંતમાં એ ફરતો ફરતો ઇન્ડિયા આવશે. મુંબઈ, ગોવા, દિલ્હી, આગ્રા વગેરે પતાવીને છેલ્લા વીકમાં એ અમદાવાદ આવશે. ટ્રીટ હીમ વેલ. એને કશી તકલીફ ન પડે એ જોશો.’

‘બોબી એકલો જ આવી રહ્યો છે ?’ મેં પૂછ્યું હતું.

‘ના, સાથે એનો ફ્રેન્ડ માઈકલ પણ છે. એ અંગ્રેજ છે. બોબીની સાથે જ યુનિવર્સિટીમાં ભણે છે. ધે આર વેરી ક્લૉઝ ટુ ઇચ અધર. ટ્રીટ ધેમ વેલ. ઓ.કે. ? બાય !’

બોબી એટલે મારા સગા કાકાનો નાનો દીકરો. આમ તો બાવીસ વર્ષનો, પણ કુટુંબમાં સૌથી નાનો; એટલે અમારા બધાંનો બહુ લાડકો. અમિતાભ બચ્ચન કરતાં બે ઇંચ ઊંચો, પણ મૂંઝાયેલો મહાત્મા. ભારતને ચાહવાની પ્રામાણિક કોશિશ કરે, પણ નિષ્ફળ જાય. અમારાં બધાંની સાથે તીવ્ર લાગણી, પણ અહીં અગવડોથી ત્રાસી જાય અને અમને એમાં કશી નવાઈ પણ ન લાગે. કારણ કે એનો જન્મ જ ઇંગ્લૅન્ડમાં થયેલો. કાકા-કાકી બંને ડૉક્ટર. લગભગ ચાર દાયકાથી અંગ્રેજોના મુલકમાં સ્થાયી થયેલાં. બે દીકરાઓ. મોટો દીકરો તો સવાયો અંગ્રેજ. ખૂબ પ્રેમાળ, પણ એનો પ્રેમ અમારા પૂરતો મર્યાદિત. હિંદુસ્તાનને એ હાડોહાડ ધિક્કારે. આ દેશમાં પગ મૂકવાનું પણ નામ ન લે. અત્યારે તો એ ડૉક્ટર છે અને ઇંગ્લૅન્ડમાં ટંકશાળ ખોલીને બેઠો છે. ક્યારેક હું એને સમજાવું : ‘ગમે તેવો તોયે આ આપણો

દેશ છે. તારી માતૃભૂમિ ગણાય...ક્યારેક...'

અને પટ દઈને એ મારી વાત કાપી નાખે, 'મારી નહીં, પણ મારા ડેડીની માતૃભૂમિ કહો. માય મધરલેન્ડ ઇઝ ઇંગ્લૅન્ડ.'

એની સરખામણીમાં બોબી સારો. બે-ચાર વરસે કાકા-કાકીની સાથે આવે, ત્રણેક અઠવાડિયાં અમારી સાથે ગાળે, અહીંની અસુવિધા બદલ બબડાટ કરે અને પછી ઊડી જાય.

પણ આ વખતે અમને સૌને ટેન્શન થવાનું મુખ્ય કારણ એ કે બોબી એનાં મમ્મી-ડેડી વગર એકલો જ આવતો હતો. એટલે એને રાજી રાખવાની અમારી જવાબદારી વધી જતી હતી. એમાં પણ જ્યારે અમે જાણ્યું કે સાથે એનો દોસ્ત માઈકલ પણ આવવાનો છે, ત્યારે તો ઘરમાં બધાંનાં બ્લડપ્રેશરો રાતોરાત વધી ગયાં.

આ ધોળિયાઓના દેશમાંથી આવતા આપણા મહેમાનોની મોટા ભાગની ફરિયાદો એકસરખી હોય છે. એમનો મુખ્ય વાંધો અહીંની ગરમી વિશે, ગંદકી વિશે અને લોકોના અવિવેકી વર્તન વિશે હોય છે. હું આ બધી બાબતોથી સભાન હતો. એટલે ઘરમાં પરદેશી અતિથિઓના સ્વાગત માટે શી-શી વ્યવસ્થા કરવી એ વિશે સારી પેઠે ચર્ચાઓ પણ ચાલી.

છેવટે અમે સર્વાનુમતે એક નિર્ણય ઉપર આવ્યા : જે છે એ જ બરાબર છે. આપણો દેશ છે, આપણું ઘર છે. આપણે જે રીતે રહીએ છીએ એવી જ રીતે એમને પણ રાખવા. સહજતા એ જ શ્રેષ્ઠ રસ્તો છે; કૃત્રિમતા નિરર્થક છે.

સાંજની ફ્લાઇટમાં બંને જણા આવવાના હતા. હું ગાડી લઈને 'રિસીવ' કરવા ગયો. મુંબઈથી આવતું વિમાન અમદાવાદની ધરતી ઉપર લૅન્ડ થયું. થોડી વાર પછી બોબી અને માઈકલ ઍરપોર્ટની બહાર નીકળ્યા. જય અને વીરુ જેવા, ધરમ અને વીર જેવા, સરખેસરખી વય, ઊંચાઈ અને વસ્ત્રોવાળા બેય બાંધવોને મેં સસ્મિત આવકાર્યા. બોબી તો મારો વહાલો ભાઈ. મને ભેટી પડ્યો. માઈકલને આવકારવા માટે મેં હાથ લાંબો કર્યો. આશ્ચર્ય ! એને મારા હાથ કરતાં મારા પગમાં વધુ રસ પડ્યો. એ નીચો નમીને ચરણસ્પર્શ કરવા ગયો, પણ મેં અટકાવી દીધો. ગાડીમાં બેસાડીને ઘર તરફ આવતા હતા ત્યારે મારી આંખો ભલે અમદાવાદના ભરચક્ક ટ્રાફિક ઉપર હતી, પણ નજર બોબી તથા માઈકલ તરફ હતી.

બોબીના હોશકોશ આપણી ભીડ નિહાળીને ઊડી ગયા હતા, 'વ્હોટ એન અનસિવિલાઇઝ્ડ ટ્રાફિક ! ઉફ, શિટ્ !'

મેં માઈકલ સામે જોયું. એ ગીતાના બીજા અધ્યાયમાં નિરૂપેલા સ્થિતપ્રજ્ઞ

જેવો બનીને સાક્ષીભાવે બધું જોઈ રહ્યો હતો. ઘરે આવીને મેં પહેલો પ્રશ્ન એને આ પૂછ્યો, 'મેક ! હાઉ ડીડ યુ ફાઇન્ડ અવર કન્ટ્રી ? (અમારો દેશ તને કેવો લાગ્યો ?)

'વેરી ફાઈન !' એના ચહેરા ઉપર પ્રસન્નતાભર્યું સ્મિત ખીલી ઊઠ્યું, 'વેરી બિગ કન્ટ્રી ! વૉર્મ પીપલ ! ઍન્ડ કલરફૂલ પીપલ !'

'પણ આટલા બધા માણસો જોઈને તને નવાઈ તો લાગતી હશે.'

'યા ! યુ હેવ ટૂ મેની પીપલ ! બટ...' મતલબ કે હા, તમારા દેશમાં માણસો જરા વધારે પડતા છે, પણ એ જોવાનીય એક 'થ્રીલ' છે.

મેં કહ્યું : 'આ તો કંઈ નથી, ક્યારેક તને માણેકચોકમાં ફરવા લઈ જઈશ અથવા ફાગણ મહિનાની પૂનમે પદયાત્રા કરાવીને ડાકોર લઈ જઈશ. પછી તને ખબર પડશે કે 'ટૂ મેની પીપલ' કોને કહેવાય !'

ઘરના ત્રીજા મજલે એ બંને માટે એક અલાયદો કમરો ફાળવી આપેલો હતો. સાથે જ એટેચ્ડ બાથરૂમ અને ટોઇલેટ હતાં. બારીઓ ખુલ્લી રાખી હતી અને ડિસેમ્બર મહિનો ચાલતો હતો, એટલે ઠંડા જળનાં માછલાંને આ ગરમ પાણીમાં તકલીફ પડવાની સહેજ પણ શક્યતા ન હતી.

હાથ-મોં ધોઈને બંને જણા ડાઇનિંગ ટેબલ ઉપર ગોઠવાયા. મારી સિત્તેર વર્ષની માએ હેતથી કંસાર રાંધેલ હતો. સાથે રોટલી હતી, ભરેલાં રીંગણ-બટાકાનું શાક હતું, પાપડ, ચટણી, છાશ, અથાણાં, દાળ-ભાત...! મેં ખાસ સૂચના આપી રાખી હતી : કશું જ મોળું કાઢવાની કડાકૂટમાં ન પડશો. જેવું આપણે રોજ જમીએ છીએ એવું જ સ્વાદિષ્ટ ચટાકેદાર ભોજન બનાવશો. ધોળિયાને તીખું લાગશે તો પછી બીજા દિવસથી જોયું જશે.

મારા આશ્ચર્ય વચ્ચે બોબી થાળી જોઈને મોં મચકોડી રહ્યો હતો, પણ માઈકલ તો રીતસરનો અકરાંતિયાની માફક પીરસાયેલા ભાણા ઉપર તૂટી જ પડ્યો હતો. અલબત્ત, એની રીત પશ્ચિમી ઢબની હતી !! (આનો અર્થ એવો ન કરશો કે એ છરી-કાંટાની મદદથી ભોજન આરોગી રહ્યો હતો, પણ આદિમાનવની જેમ બે હાથે એ જમી રહ્યો હતો. ડાબા-જમણાનો ભેદ તો આપણા ભારતવાસીઓ માટે જ હોય છે.)

એક સાથે ત્રણ-ત્રણ રોટલીઓ ઉપાડીને એણે 'કોન' બનાવ્યો. પછી એમાં શાક-ચટણી-અથાણું વગેરે ભર્યું અને પછી રાક્ષસ જેવું મોં ફાડીને એક જ કોળિયામાં બધું અંદર ઓરી દીધું. મને હતું કે હમણાં એ ચીસ પાડી ઊઠશે, પણ આશ્ચર્ય ! મારો બેટો આપણા હિંદુસ્તાની ભોજનનો સ્વાદ મન ભરીને માણી રહ્યો હતો. ત્રણ-ત્રણ

રોટલીઓના ચાર કોન પેટમાં પધરાવીને પછી એણે દાળ-ભાતનો ડુંગર સફાચટ કરી નાખ્યો. બે ગ્લાસ ભરીને છાશ ગટગટાવી ગયો. છેલ્લે એ કંસાર ઉપર તૂટી પડ્યો.

એ ઓડકાર ખાતો હતો, ત્યારે મેં એને સમજાવ્યો : 'આ કંસાર છે એ પહેલાં ખાવાનો હોય છે, છેલ્લે નહીં.'

'ઇઝ ઇટ સો ? આઈ થૉટ ઇટ વોઝ એ ડેઝર્ટ.' એ હસ્યો, પણ એ હાસ્ય શરમનું નહીં, સંતૃપ્તિનું હતું.

અમે સૌ હળવાં બની ગયાં. રાત્રે મોડે સુધી ગપ્પાં મારતાં બેઠાં, ત્યારે મેં તો કહ્યું પણ ખરું : 'મને તો એમ હતું કે કદાચ તમને અમારું દેશી ભોજન નહીં ભાવે. ક્યાંક બહારનું ખાઈને જ આવશો એવો ડર પણ હતો મારા મનમાં...'

માઈકલે પણ કબૂલાત કરી નાખી, 'સાચું કહું ? મને પણ એવું જ હતું. એટલે જ હું મુંબઈથી નીકળતા પહેલાં પેટ ભરીને ચીકન ખાઈને વિમાનમાં બેઠો હતો. મેં એટલું બધું ઝાપટ્યું હતું કે બે દિવસ સુધી ભોજન ન મળે તોપણ મને વાંધો ન આવ્યો હોત. ઈટ વોઝ ઓન્લી બિકોઝ ઑફ ધી ટેસ્ટ ધેટ આઈ ફૂડ રેલીશ ધી ડિશીઝ પ્રિપેર્ડ બાય ગ્રાન્ડ મા...!'

આ અંગ્રેજી ભાષણનો ટૂંકો ને ટચ તરજુમો આટલો જ કે આ ધોળિયા બકાસુરને એક ભારતીય માના હાથની સ્વાદિષ્ટ રસોઈ ગમી ગઈ હતી. મોગેમ્બો ખુશ હુઆ થા.

એ પછીના ચાર દિવસ માઈકલને આ જ ભોજન માણવામાં સહેજ પણ તકલીફ નડી નહીં. એકલું ભોજન જ શા માટે ? મુંબઈ, દિલ્હી અને ગોવાની ફાઇવ સ્ટાર હોટલોના એક રાતના પાંસઠ હજાર રૂપિયાના ભાડાવાળા લક્ઝુરીઅસ સ્યૂટમાં રોકાણ કરી જાણનારા એ અંગ્રેજ યુવાનને અમારા ઘરના પરંપરાગત શયનખંડમાં પોચા રૂના ગાદલામાં ઊંઘ માણવામાં પણ કશી અડચણ આવી નહીં.

એ અમારા પરિવારમાં દૂધમાં ભળતી સાકરની જેમ ભળી ગયો. મારા દસ-બાર વર્ષના દીકરા સાથે ક્રિકેટ રમ્યો. મારા પંચોતેર વર્ષના પિતાજી સાથે એ પ્રાણીસંગ્રહાલય અને બાલવાટિકા જોવા ગયો. રાત્રે મારી સાથે કાંકરિયા સુધી લટાર મારવા પણ તૈયાર થઈ ગયો.

એ દિવસો ઇરાક-અમેરિકા વચ્ચેના યુદ્ધના દિવસો હતા. માઈકલ વર્લ્ડ હિસ્ટ્રી અને વર્લ્ડ પોલિટિક્સનો જ્ઞાતા હતો. મેં એની સાથે કેટલીક સમસામયિક રાજનીતિની ચર્ચા છેડી. મારી ખાસ મૂંઝવણ આ હતી : અમેરિકાની સાથે ઇંગ્લૅન્ડે પણ અખાતી યુદ્ધમાં ઝુકાવ્યું હતું. યુદ્ધની શરૂઆતમાં ભારતે આ બંને દેશોને સહકાર આપવાની દરખાસ્ત મૂકી હતી. પાકિસ્તાને તો આવી ઑફર બહુ પાછળથી રજૂ કરેલી, છતાં

પણ અમેરિકા અને યુ.કે.એ આતંકવાદ સામેના જંગમાં પાકિસ્તાનનો સાથ સ્વીકાર્યો. શું એ બેય દેશમાં એટલી પણ અક્કલ નથી કે ઇસ્લામિક આતંકવાદનું ખરું જનક-રાષ્ટ્ર પાકિસ્તાન જ છે ?

આ પ્રશ્નનો માઈકલે જે વિશદતાપૂર્વક, ધીરજપૂર્વક અને એક પછી એક મુદ્દાને સ્પષ્ટ કરતો તાર્કિક ઉત્તર આપ્યો એ જાણીને મને એના પ્રત્યે જ નહીં, પણ એના દેશ માટેય માનની લાગણી જન્મી. આ યુવાન અંગ્રેજે ઇસ્લામિક નાગાઈને નેસ્તનાબૂદ કરી નાખવાની આખી પશ્ચિમી કૂટનીતિ સ્પષ્ટ કરી આપી.

ચાર દિવસની મહેમાનગતિ માણ્યા પછી બોબી અને માઈકલે આંસુભીની આંખે વિદાય લીધી.

ઍરપોર્ટ ઉપર છૂટા પડતી વેળાએ માઈકલની આંખો છલકાઈ ઊઠી. મને આશ્ચર્ય થયું : આ ધોળિયાઓ 'સેન્ટિમેન્ટલ' પણ હોઈ શકે છે એ મેં જિંદગીમાં પ્રથમ વાર જોયું. એની આંખોની ભીનાશનું સાચું કારણ તો મને ક્યાંથી સમજાય ? કોઈના મનસાગરના અતલ ઊંડાણમાં આપણે થોડા ડૂબકી મારી શકીએ છીએ ? પણ બોબી તો મારો નાનો ભાઈ. મેં એને ખખડાવ્યો : 'ડોબા, જો, આ ધોળિયાની સામે જો ! આટલા દિવસમાં એણે એક વાર પણ ફરિયાદ કરી છે ? આરામથી અમે જે આપ્યું એ માણ્યું. બે હાથે જમ્યો છે. માટલાનું પાણી પીધું છે. અને એક તું છે, જે આ દેશને ધિક્કારતો ફરે છે.'

'એવું નથી, મોટા ભાઈ ! આઇ લવ ધિસ કન્ટ્રી, બટ આઈ ડુ નૉટ લાઇક સર્ટેઈન થિંગ્ઝ...'

'બેસ, બેસ, ચાંપલા ! આપણા લોકો એક વાર વિલાયતની હવા ખાઈ આવે એટલે પછી સવાયા અંગ્રેજ બની જાય છે. બાકી આ અંગ્રેજો આ 'ગરીબ, ગંદા અને ભૂખડીબારસ' દેશમાં ત્રણસો વર્ષ રહી ગયા કે નહીં ? એમને ગરમી નહીં લાગી હોય ? અને તું ચાર-ચાર દિવસ ભૂખ્યો રહે છે. તને જમાડવા માટે મૅક્ડોનાલ્ડ્ઝમાં લઈ જવો પડે છે. આ માઈકલને રીંગણાંનું ભડથુંય ભાવ્યું ને આપણું ઊંધિયું પણ ભાવ્યું. મને એમ કે તીખું ખાધા પછી એને આંખમાં પાણી આવશે. એને બદલે એને તો છૂટા પડતી વખતે આંખોમાં પાણી...'

બોબી થોડી વાર સુધી મારી સામે જોઈ રહ્યો. કશુંક કહેવું કે નહીં એની ગડમથલમાં પડી ગયો. પછી માઈકલની હાજરીમાં એણે બોલવાનું માંડી વાળ્યું. અમે ભલે ગુજરાતીમાં વાત કરતા હતા, ભલે માઈકલ અમારી ભાષા સમજી શકતો ન હતો, તોપણ બોબીને વધારે વાત કરવી ઠીક નહીં લાગી હોય. એણે વાતનો વિષય બદલી નાખ્યો. થોડી વાર પછી ડિપાર્ચરનો સમય થઈ ગયો. અમે છૂટા પડ્યા.

હું ધરતી ઉપરથી મારા વહાલા ભાઈને લઈને હવામાં ઊંચકાતું વિમાન જોઈ રહ્યો. ભારે હૈયે ઘર તરફ પાછો ફર્યો.

બે દિવસ બાદ બોબીનો ફોન આવ્યો, 'વી હેવ સેઈફલી રીચ્ડ હોમ. તમને સૌને ખૂબ યાદ કરીએ છીએ. મારા કરતાં વધુ તો માઈકલ યાદ કરે છે. પૂછે છે કે તું ફરીથી ઇન્ડિયા ક્યારે જવાનો છે ? મને સાથે લઈ જજે. મોટા ભાઈ, એક ખાનગી વાત કહું ? માઈકલ એનાં મા-બાપનો એકનો એક દીકરો છે. લંડનમાં રહે છે. એનાં મમ્મી-પપ્પા બોલ્ટનમાં રહે છે. વીક ઍન્ડમાં ક્યારેક માઈકલ એની મમ્મીને ફોન કરીને પૂછે : 'મોમ, મારે બે દિવસની રજા છે. હું ઘરે આવું ?' ક્યારેક મમ્મી હા પાડે છે, પણ ક્યારેક જ ! મોટા ભાગે એની મમ્મી કે પપ્પાનો જવાબ 'ના'માં આવે છે : 'ઓહ્ નો, સની ડિયર ! આ વીક ઍન્ડમાં તો નહીં ફાવે. યુ સી, આઈ એમ સો ટાયર્ડ. અમે જસ્ટ આરામ કરવા માગીએ છીએ. વી વિલ ગો ટુ ધી બાર, હૅવ એ ડ્રિન્ક એન્ડ વિલ જસ્ટ રિલેક્સ ! તું ફરી ક્યારેક આવજે.'

મોટા ભાઈ, માઈકલ બિચારો માયુસ થઈને હૉસ્ટેલમાં પડી રહે છે. અહીં સગી મા દીકરાને ઘરે આવવાની ના પાડી દે છે. માઈકલની આંખોમાં ખારા પાણીનો દરિયો છલકાયો હતો એનું સાચું રહસ્ય આ જ છે. એને સમજાતું નથી કે હું એટલે કે બોબી, એ એનો ફ્રેન્ડ થાય. મારાં મમ્મી-ડેડી, એના મોટા ભાઈ અને ભાભી, એટલે કે મારાં દાદા-દાદી, એમના પુત્ર એટલે તમે અને તમારાં વાઇફ, તમારો દીકરો. આ બધાં મને આટલા પ્રેમથી આવકારે. પોતાના ઘરમાં રાખે, જમાડે, સુવાડે, ફેરવે, વાતો કરે અને સમય ફાળવે. મને તો ઠીક, પણ મારા અંગ્રેજ મિત્રને માટે પણ આ બધું કરે ? અને એવા મિત્રને માટે જેને પહેલાં તમે લોકો ક્યારેય મળ્યાં નથી અને હવે પછી કદાચ કદીયે મળવાનાં નથી. આવું બને જ શી રીતે ?'

મેં હસીને કહ્યું, 'બોબી, તારા એ મિત્રને કહેજે કે દોસ્ત, ધિસ હેપન્સ ઓન્લી ઇન ઇન્ડિયા. અહીં તો બોબીના નામનો વાસ્તો (મોંઘમ ઉલ્લેખ કરીને) દઈને આખું ઇંગ્લૅન્ડ આવે તોપણ અમારા ઘરનાં બારણાં ખુલ્લાં છે. 'મહેમાં જો હમારા હોતા હૈ, વો જાનસે પ્યારા હોતા હૈ !' આ અમારી ઉદારતા જ નથી, પણ અમારી સંસ્કૃતિ છે. અમારા લોહીમાં દોડતા સંસ્કાર છે. હિંદુસ્તાનના કોઈ પણ ગામડામાં જઈને ઊભા રહેશો, અજાણ્યા ઝૂંપડાનાં બારણાં ઠોકશો, તોપણ રોટલા વગર તમારે પાછા નહીં ફરવું પડે. આ અમારો સ્વભાવ છે, સંસ્કાર છે, હૃદયની વિશાળતા છે. એટલે જ તો સદીઓથી પરદેશીઓનાં ધાડાં ને ધાડાં અમને લૂંટવા માટે આવ્યા જ કરે છે. મારે વધારે કશું નથી કહેવું, તારા માઈકલને મારી યાદ આપજે.'

(સત્ય ઘટના)

યારી હૈ ઈમાન મેરા યાર મેરી જિંદગી

મારે ઇંગ્લૅન્ડ જવાનું હતું એના બે દિવસ પહેલાં ડૉ. રોહિત પારેખ મને મળવા માટે આવ્યા. અલબત્ત, ફોન કરીને જ આવેલા, પણ તેમ છતાં મારે મન એમનું આવવું ન સમજી શકાય એવું હતું, કારણ કે આમ ભલે અમે વર્ષમાં દસ-વીસ વાર મળતા હોઈશું, પણ એ તો દરેક વખતે ક્યાંક બહાર જ. રાયપુર (અમદાવાદ)માં આવેલું 'પોલિયો ફાઉન્ડેશન' એ અમારા બંને માટે લાગણીનો સમાન પડાવ છે. મોટા ભાગે અમારું મિલન ત્યાં જ થાય, નહીંતર પછી એને જ લગતા કોઈ કૅમ્પમાં, કાં તો કોઈ ચિંતન-બેઠકમાં. અમારા સહિયારા શોખ (સાહિત્ય અને સંગીત) અમને સાથે બાંધી રાખનારાં બે અગત્યનાં પરિબળો. મારા નેતૃત્વમાં ચાલતી 'સ્ટાર્સ મ્યુઝિકલ ક્લબ'ના એ શરૂઆતથી સભ્ય પણ ખરા.

પણ આમ અચાનક મારા ઘરે તો રોહિતભાઈ પહેલી જ વાર પધાર્યા.

'લો, આ તમારા માટે લાવ્યો છું.' કહીને એમણે પ્લાસ્ટિકની બૅગમાંથી બે નેકટાઈ બહાર કાઢી મારા હાથમાં મૂકી. હું જોઈ રહ્યો. પ્યોર સિલ્કની, સુંદર રંગોવાળી, બંને ટાઈ વિદેશી હતી. ઓછામાં ઓછી પાંચ-છ હજારની કિંમતની હશે.

'આ શેના માટે ?' હું આશ્ચર્યમાં પડી ગયો.

'તમે લંડન જવાના છો ને ! અને હું જાણું છું કે તમને નેકટાઈનો શોખ છે. હું તો પહેરતો નથી. તમને કામ લાગશે.'

'અરે ! આ તો કંઈ કારણ થયું ? મને શોખ છે એ વાત સાચી, પણ મારી પાસે નેકટાઈનો ભંડાર છે. આ તમે રાખો ને ! તમને પણ શોભશે.' મેં વિવેક કર્યો. પછી એમની ઊલટ-તપાસ લેતો હોઉં એમ પૂછ્યું પણ ખરું, 'જો તમે ટાઈ પહેરતા નથી, તો ખરીદી શા માટે ?'

એ હસ્યા, 'આ મેં ખરીદેલી નથી, લંડનથી મારા ગાઢ મિત્ર ડૉ. પ્રકાશે મને ભેટમાં મોકલાવી છે.'

'કોઈએ ભેટમાં આપેલી વસ્તુ આમ બીજાને આપી દેવાતી હશે ?'

'કોઈની ભેટને ટ્રાન્સફર ન કરાય, પણ એક દોસ્તના પ્રેમને તો બીજા દોસ્ત માટે ટ્રાન્સફર કરી શકાય ને ? અને આમ કરવા પાછળનો મારો બીજો ખાસ આશય પણ છે...'

ડૉ. રોહિત પારેખ એમનો આશય લાગણીનાં વસ્ત્રો સજાવીને પેશ કરતા રહ્યા. હું બે અભિન્ન મિત્રોનો સંબંધ સમજવા માટે મથતો રહ્યો. એમની મૈત્રી એમના માટે બેમિસાલ, બેજોડ હશે; પણ મારા માટે ફક્ત વિવેક ખાતર સાંભળી લેવા જેવી એક દાસ્તાન માત્ર હતી. મિત્રો કોને નથી હોતા ? મારે પણ છે, તમારે પણ હશે જ. એમાંથી થોડાક નિકટના મિત્રો, એમાંના થોડાક વળી નિકટતમ પણ હોઈ શકે. અને છેલ્લે એક કે બે તો શ્વાસ-પ્રાણ જેવા દોસ્તો નીકળે. જેના માટે મરવાનું મન થાય અને જેને કારણે જીવવાનું ગમે એવા આપણા સુખ-દુઃખના સાથીદાર, આપણાં તમામ રહસ્યોના જાણભેદુ, હમરાઝ, હમખયાલ, આપણી વિશ્રંભકથાઓના જાણતલ. ડૉ. રોહિતભાઈ અને ડૉ. પ્રકાશભાઈ આનાથી વધારે નિકટ તો કેવા હોઈ શકે ? આસમાનથી ઊંચું તો બીજું શું હોઈ શકે ?

એમની વાતમાંથી જે 'ડેટા' મળ્યો એ હતો : બંને વચ્ચે આઠેક વર્ષનો સંગાથ. સાયન્સ કૉલેજના બે વર્ષ (એફ.વાય. અને ઇન્ટર), પછી એમ.બી.બી.એસ.નાં સાડા ચાર વર્ષ (અમદાવાદની એન.એચ.એલ. મેડિકલ કૉલેજમાં) પછી એક વર્ષ ઇન્ટર્નશિપનું અને છએક મહિના પોસ્ટગ્રેજ્યુએશનના. પછી ડૉ. પ્રકાશભાઈ સાયકિયાટ્રિસ્ટની ડિગ્રી મેળવીને ઇંગ્લૅન્ડ ઊપડી ગયા. એમનાં પત્ની ડૉ. બિંદુબહેન ગાયનેકોલૉજિસ્ટ. એક દીકરો થયો. નામે આનંદ. આજે લગભગ પાંત્રીસ વર્ષથી ડૉ. પ્રકાશભાઈ લંડનમાં વસેલા છે. સુખી છે, સમૃદ્ધ છે. કોઈ વાતની કમી નથી, સિવાય કે એક દોસ્તની.

અવારનવાર બે મિત્રો વચ્ચે ફોન ઉપર વાતો થતી રહે છે. દરેક વખતે વાતની શરૂઆત સમંદરના ઘૂઘવાટથી થતી રહે છે અને અંત દરિયાની બહાર ફેંકાયેલી માછલીના તરફડાટ સાથે સંપન્ન થાય છે.

'દોસ્ત, અહીં વિલાયતમાં બધું જ છે, બસ એક તું નથી. ઉલ્લુના પઠ્ઠા, એક વાર ફરવા માટે તો આવ !' ડૉ. પ્રકાશભાઈના અવાજમાં ભીનાશ ફરી વળે છે.

'એ સિવાયની બીજી કશી વાત કર, દોસ્ત ! હું ભારત છોડીને ક્યાંય ગયો નથી અને જવાનો પણ નથી. મેરા ભારત મહાન ! અને આપણે ક્યાં મળ્યા વગરના રહીએ છીએ ? દર બે-ત્રણ વર્ષે તું તો ઇન્ડિયા આવે જ છે ને ?' રોહિતભાઈ જવાબ આપે છે.

'મળવાની વાત નથી, ગધેડા ! તને અહીં બોલાવવાની વાત છે. તને મારા ખર્ચે, મારી ગાડીમાં, મારી સાથે આખું લંડન દેખાડવું છે. તું એક વાર તો...'

જવાબમાં કોન્કર્ડ વિમાનના એન્જિનની ઘમઘમાટી જેવું હસીને ડૉ. રોહિતભાઈ 'રિસીવર' મૂકી દે. સામા છેડે નિઃસાસો જ નિઃસાસો વ્યાપી રહે.

*

'હવે મૂળ વાત ઉપર આવું.' ડૉ. રોહિત પારેખ ભૂતકાળમાંથી વર્તમાનમાં પાછા ફર્યા, 'તમે 'પોલિયો ફાઉન્ડેશન'ના કાર્યક્રમ માટે લંડન જઈ રહ્યા છો. સાથે ડૉ. ભરતભાઈ ભગત પણ આવે છે. તમારો સત્તાવાર ઉતારો ગમે ત્યાં હશે, પણ તમારે એક વાર તો મારા દોસ્ત પ્રકાશના ઘરે જવું જ પડશે.'

'કારણ ?'

'કારણ કે હું નથી જવાનો.'

'આમાં 'પ્રોક્સી' ચાલે ખરી ?'

'કેમ નહીં ? જ્યારે કૉલેજમાં ભણતા હતા, ત્યારે સંજોગોવશાત્ આપણે ક્લાસ એટેન્ડ ન કરી શકીએ, ત્યારે આપણે બદલે આપણો મિત્ર હાજરી પુરાવી દેતો હતો. એને આપણે 'પ્રોક્સી' કહેતા હતા. જો એ ચાલી જતું હતું તો આ કેમ નહીં ચાલે ? તમે લંડન જાવ એ ભલે ડૉ. શરદ ઠાકર તરીકે જાવ, પણ પ્રકાશના ઘરે જાવ ત્યારે તો અવશ્ય રોહિત બનીને જજો.'

'પણ એમાં વચ્ચે આ નેકટાઈ ક્યાં આવી ?'

'આ નેકટાઈ એ તમારું ઓળખપત્ર બની રહેશે. પ્રકાશ એણે જ મને ભેટમાં આપેલી આ ટાઈ જોઈને તરત જ સમજી જશે કે...'

હું જોતો હતો કે રોહિતભાઈના શબ્દોમાં અનેરો ઉત્સાહ અને અદમ્ય આત્મવિશ્વાસ છલકાતો હતો. મિત્ર ઉપર આટલો બધો ભરોસો ? આ બાબતમાં મારો અનુભવ કંઈક જુદું જ કહેતો હતો. ભલભલા ચમરબંધીઓના દાવા મુઠ્ઠીમાંથી' દદડી જતા પારાની જેમ સરી જતા મેં જોયેલા છે.

હું રોહિતભાઈને હતોત્સાહ કરવા નહોતો ઇચ્છતો, તોપણ મેં એમનો ખભો દબાવતાં કહ્યું તો ખરું જ, 'બે મિત્રોની દોસ્તી વિશે એવું તો સાંભળ્યું છે કે એક ખાય ને બીજાને ઓડકાર આવે; પણ એવું બને ખરું કે ત્રીજો ખાય અને પહેલા બે જણને ઓડકાર આવે ?'

જવાબમાં એ અર્થગર્ભ હાસ્ય વેરી રહ્યા. તાંદુલની પોટલી ખાલી કરીને પાછા વળેલા સુદામાની પીઠ પાછળ જે રીતે કાનુડો હસ્યો હતો એના જેવું.

*

કાર્યક્રમનો દિવસ આવી પહોંચ્યો. લંડનમાં સાત દિવસ ક્યાં નીકળી ગયા એની ખબર જ ન રહી. અહીં આવતાં પહેલાંના સાત દિવસ માંચેસ્ટરમાં મારા સગા કાકાના ઘરે રહી આવ્યો. લંડનમાં અમારો ઉતારો ભાદરણના મૂળ વતની, નખશિખ સજ્જન રસિકભાઈ પટેલના ઘરે હતો. એમણે મને અને ડૉ. ભગત સાહેબને ભગવાનની જેમ સાચવ્યા. કાર્યક્રમની તૈયારીમાં જ અમે એટલા બધા વ્યસ્ત રહ્યા કે એકાદ દિવસને બાદ કરતાં કશે ફરવાનો અમને સમય જ ન રહ્યો. અલબત્ત, અમે ત્યાં ગયા હતા સંસ્થાના કામ માટે, એટલે લંડન ન જોઈ શકવા બદલ મને અફસોસ ન હતો, પણ થોડો-ઘણો માનવસહજ ચચરાટ જરૂર હતો.

કાર્યક્રમ ખૂબ સારો થયો. લંડનની મધ્યમાં એક વિશાળ સભાગૃહમાં ઉચ્ચ સ્તરના સંસ્કારી અને સંભ્રાત ગુજરાતી પરિવારોની હાજરીમાં અમે 'પોલિયો ફાઉન્ડેશન' વિશે વાતો કરી. દસ્તાવેજી ફિલ્મ બતાવી. મેં વક્તવ્ય આપ્યું, ડૉ. ભગત પણ બરાબર ખીલ્યા. પાઉન્ડનો ધોધ વરસ્યો. પછી ગીત-સંગીતનો જલસો ચાલ્યો. ખાણી ને 'પીણી' ચાલુ થયાં. જે લોકો પીનારા હતા એમના માટે એક બાજુ પર અલાયદું કાઉન્ટર હતું. જગતનો શ્રેષ્ઠ શરાબ ત્યાં પીરસવામાં આવતો હતો. ખાધા અને પીધા પછી ડાન્સનો વારો આવ્યો. દોઢસો-બસો માણસો (સ્ત્રીઓ, પુરુષો અને બાળકો) હિન્દી ફિલ્મોનાં લોકપ્રિય ગીતોના સથવારે ઝૂમી રહ્યાં હતાં. હું સોફ્ટ ડ્રિન્કનું ટીન હાથમાં પકડીને એમને નિહાળતો બેઠો હતો. મેં ઘેરા કૉફી રંગનો સૂટ અને કોન્ટ્રાસ્ટ મેચિંગની નેકટાઈ પહેરી હતી. એ જ નેટકાઈ જે પંદર દિવસ પહેલાં અમદાવાદમાં મારા ઘરે આવીને ડૉ. રોહિત પારેખ આપી ગયા હતા. અને સાથે આત્મવિશ્વાસપૂર્વક કહી ગયા હતા, 'આ નેકટાઈ નથી, પણ તમારું ઓળખપત્ર છે !'

*

સાંજના છ વાગ્યાથી શરૂ થયેલો કાર્યક્રમ અગિયાર વાગતાં સુધીમાં તો પૂરબહારમાં ખીલી ઊઠ્યો.

ત્યાં એક પંચાવનેક વર્ષનો છતાં સુંદર વસ્ત્રોને કારણે માંડ ચાલીસ વર્ષનો દેખાતો પુરુષ ચહેરા ઉપર ઉષ્માભર્યું સ્મિત પહેરીને મારી દિશામાં આવતો મેં જોયો. સાથે એમની પત્ની પણ હતી.

'ડૉ. શરદ ઠાકર ?' એમણે હસ્તધૂનન માટે જમણો હાથ લાંબો કર્યો.

'યસ; યૉર ગુડ નેઇમ, પ્લીઝ ?'

'ડૉ. પ્રકાશ પરીખ. ધીસ ઈઝ માય વાઇફ ડૉ. બિંદુ પરીખ.' એમની આંખોમાં અપેક્ષા ઝલકતી હતી કે હું એમને નામ માત્રથી ઓળખી જઈશ, પણ સાચું કહું છું, મારા દિમાગમાંથી એમના નામનું વિસ્મરણ થઈ ચૂક્યું હતું. હું વાતનો માણસ

છું, વિગતનો નહીં. મને ગાડીનો રંગ યાદ રહી જાય છે, ગાડીનો નંબર નહીં. મને મિત્રો યાદ રહે છે, એમની જન્મતારીખો નહીં. મને રોહિતભાઈનો મિત્ર યાદ હતો, પણ એમનું નામ ભુલાઈ જવાયું હતું.

એમણે મારા ગળામાં લટકતી નેકટાઈ હથેળીમાં લઈને પ્રેમપૂર્વક રમાડી, 'ડૉ. પ્રકાશ પરીખ...કેર ઑફ...ડૉ. રોહિત પારેખ...!'

'ઓહ ! હવે યાદ આવ્યું. ધીસ ઇઝ લંડન કેર ઑફ અમદાવાદ છે એમ જ ને ?' હું બોલ્યો. અમે બંને હસી પડ્યા અને પછી ભેટી પડ્યા.

'આ સમારંભમાં તો મારાથી આવી શકાય એમ ન હતું, પણ તેમ છતાં આવ્યો છું.'

'શા માટે ?'

'તમને લઈ જવા. મારા ઘરે.'

'એ શક્ય નથી, મિત્ર ! મારો સામાન રસિકકાકાના ઘરે પડ્યો છે અને એમનું ઘર અહીંથી દોઢેક કલાકના અંતરે આવેલું છે. જતાં-આવતાં સહેજે ત્રણ કલાક થઈ જાય. રાતના બે વાગી જાય.'

'નહીં વાગે.'

'કેમ ?'

'કેમકે હું તમને સામાન લેવા માટે જવા જ નહીં દઉં. સીધા અહીંથી જ તમને ઉઠાવીને મારે ત્યાં લઈ જઈશ.'

'પણ પછી શું ? રાત્રે આ સૂટ પહેરીને મારે સૂવાનું છે ? મારો નાઇટડ્રેસ તો...?'

એમની પાસે મારા પ્રશ્નપેપરનો મરકવા સિવાય બીજો કોઈ જવાબ ન હતો. રાત્રે સાડા અગિયાર વાગ્યે ડૉ. પ્રકાશભાઈ અને બિંદુબહેન મારું રીતસરનું અપહરણ કરી ગયાં. લંડનના પોશ એરિયામાં એમનું બે માળનું મકાન હતું. ત્રીજા માળે એક નવો જ બાંધેલો બેડ રૂમ હતો. ત્યાં મારા માટે નવીનકોર, વણબોટેલી અંગત વપરાશની ચીજવસ્તુઓ જાણે મારા આગમનની પ્રતીક્ષા કરી રહી હતી. સુંદર, મોંઘોદાટ નાઇટડ્રેસ, સવારના માટે ટૂથબ્રશ, ઊલિયું, સ્નાન માટે ટોવેલ, શેવિંગ માટેનો નવોનકોર સામાન...! પથારી ઉપર પાથરેલી ચાદર પણ કહી આપતી હતી કે એની ઉપર પ્રથમ વાર સૂનારો હું જ હોઈશ.

આવું આતિથ્ય, આટલો પ્રેમ જોયા પછી કોણ કમભાગી એવો હોય કે જે પથારીમાં પડવા તૈયાર ન થાય !

બિંદુબહેને અમારા બંને માટે કડક કૉફીના બે મગ ભરી આપ્યા. પછી હું

અને પ્રકાશભાઈ વાતે વળગ્યા. એ પણ મારી જેમ જબરજસ્ત વાતરસિયા માણસ નીકળ્યા. હું ગાયનેકોલૉજિસ્ટ અને એ સાઇકિયાટ્રિસ્ટ; એટલે અમારા વ્યાવસાયિક ક્ષેત્રોની સરહદો અનેક બિંદુઓ ઉપર ભેળી થઈ જાય. અનેક દર્દીઓની કેસહિસ્ટ્રી, રસપ્રદ ઘટનાઓ, પ્રેમ, સેક્સ, આપઘાત, ખૂન અને બળાત્કારના વિશ્વમાં અમે ઘૂમતા રહ્યા.

વાતોની સાથે ભારતપ્રેમ તો લાડુની ઉપર ખસખસની જેવો ભળેલો જ હતો. અને ડૉ. રોહિત પારેખ ? (રાતના કે પછી વહેલી સવારના ?) સાડા ત્રણ સુધી અમે બે ગાંડાઓ ગપ્પાંબાજી કરતા રહ્યા, એ સમગ્ર સમયગાળા દરમિયાન ક્યારેય અમને એવું 'ફીલ' ન થયું કે અમે બંને એકલા જ હતા. ડૉ. રોહિત પારેખ જળમાં સમાયેલી ભીનાશની જેમ અમારી સાથે જ હતા.

લગભગ પોણા ચાર-ચાર વાગે અમે મહેફિલ ખતમ કરી. હું ત્રીજા માળે આવેલા 'મારા' શયનખંડમાં સૂવા માટે ગયો, ત્યારે રોડ ઉપર પડતી કાચની બારીમાંથી મેં નીચી નજર ફેંકી તો દૂધના કેન સાથે આપણા રબારી જેવો એક ખડતલ ધોળિયો સિટીબસની રાહ જોઈને બસસ્ટૉપ ઉપર ઊભો હતો અને મારે માટે તો આ હજુ સૂવાટાણું હતું.

*

બીજા દિવસની વાત બહુ લાંબી છે. એક શ્લોકમાં રામાયણની કથા સમેટવા જેવું મુશ્કેલ કાર્ય છે, પણ ટૂંકમાં કહું તો ડૉ. પ્રકાશભાઈને લીધે જ હું લંડન જોઈ શક્યો એમ કહું તો એમાં જરા પણ અતિશયોક્તિ નથી. સવારથી લઈને સાંજ સુધી મને ગાડીમાં બેસાડીને બ્રિટિશ મ્યુઝિયમથી લઈને બિગબેન ટાવર, મેડમ તુશાદનું મ્યુઝિયમ, લંડનનો પ્રખ્યાત પુલ, થેમ્સ નદી, વેસ્ટમિન્સ્ટર એબી, બર્કિંગહામ પૅલેસ, સંસદભવન, વિશ્વનો સૌથી મોટો અને સૌથી મોંઘો હેરોડ્ઝ ડિપાર્ટમેન્ટલ સ્ટોર (ડાયેનાના પ્રેમી ડોડી ફાયાદના પિતાની માલિકીનો); બધું જ પ્રેમપૂર્વક રસપૂર્વક અને વિગતપૂર્વક બતાવ્યું. સાથે નાસ્તા-પાણી, ભોજન વગેરે તો ખરું જ.

ત્રીજે દિવસે મને ન છૂટકે વિદાય આપી, ત્યારે પ્રકાશભાઈને હું ભેટી પડ્યો. મારા હોઠ એમના કાન પાસે હતા. મારા મુખમાંથી કવિ સુરેશ દલાલની કાવ્યપંક્તિ સરી પડી : 'આટલું તે વહાલ કદી હોતું હશે ?'

મારો ઇશારો માત્ર એમણે કરેલી પરોણાગત તરફ ન હતો, પણ એ હકીકત તરફ પણ હતો કે હું ક્યાં એમનો સીધો (Direct) મિત્ર થતો હતો. મારા માટે એમણે આટલું બધું કરવાની શી જરૂર હતી ?

'જરૂર હતી, શરદભાઈ !' ડૉ. પ્રકાશભાઈએ ખુલાસો કર્યો, 'તમને એ ખબર

છે કે અમદાવાદમાં બેઠેલા મારા મિત્ર રોહિતે ફોન કરીને મને શી ભલામણ કરેલી ? તમે આવવાના હતા એ પહેલાં એણે મને કહ્યું હતું, 'પ્રકાશ, તું ત્રીસ-ત્રીસ વર્ષથી મને તારે ત્યાં આવવાનો આગ્રહ કર્યા કરે છે ને ? અને હું પણ એટલાં જ વર્ષોથી તને નિરાશ કરતો રહ્યો છું ને ? તો લે, આ વખતે હું મારા બદલે ડૉ. શરદ ઠાકરને મોકલી આપું છું. એ ડૉક્ટર છે, અહીંના જાણીતા લેખક છે અને સૌથી વધુ મહત્ત્વની વાત એ છે કે એ એક મળવા જેવા માણસ છે. (એ વખતે ગુજરાતી ઈ-ટી.વી. ઉપર મારી મળવા જેવા માણસોની સિરિયલ ચાલતી હતી !) તારે મારી ઉપર જેટલો પ્રેમ વરસાવવો હોય એ બધો તું એમની ઉપર વરસાવી શકે છે. તું એમના ચહેરામાં મારા ચહેરાને શોધી લેજે.' બોલો, રોહિતની આવી ભલામણ પછી મેં જે કર્યું એનાથી ઓછું હું તમારા માટે બીજું શું કરી શકું ?'

મને ગમે એવી બે મોંઘી ભેટો આપીને ડૉ. પ્રકાશભાઈએ મને ઉષ્માસભર વિદાય આપી.

મારું દિલ એમની મહેમાનનવાઝીની ખુશ્બૂથી તરબતર હતું. જો કોઈ નાનકડો ખટકો હતો તો એક સાવ અલાયદા કારણસર હતો. યુસ્ટન સ્ટેશનેથી ગાડીમાં બેસીને માંચેસ્ટર તરફ જતી વખતે મારા હૃદયમાં એક ચૂભન ઊઠતી હતી : એક સંબંધી જેના માટે જિંદગીભર મેં ઘણું-બધું કર્યું છે, આજે પણ કરી રહ્યો છું, એ લંડનમાં જ હોવા છતાં અને હું આઠ-નવ દિવસથી લંડનમાં જ છું એ વાતની એને જાણ હોવા છતાં, એક પણ વાર મને ફોન કરવાની તસ્દી એણે ન લીધી. એ તવંગર માણસની ગરીબીનો વિચાર કરું છું, ત્યારે ડૉ. પ્રકાશભાઈનું સોના જેવું આતિથ્ય અચાનક પ્લેટીનમ જેવું લાગવા માંડે છે.

દુઃશાસનો તો ડગલે ને પગલે ખડા છે, દ્રૌપદીને નિર્વસ્ત્ર થતી બચાવનારા કૃષ્ણ ક્યાં ?

સમીરની ઉંમર ત્રીસ વર્ષની. આમ જુઓ તો સાવ જુવાન ગણાય, પણ એકવીસમી સદીના ભારતીય યુવાનને શોભે એવી એક પણ લાયકાત એનામાં ન મળે.

એની સૌથી પહેલી નાલાયકી એ કે એને એક પણ ચીજનું વ્યસન નથી. બીડી, તમાકુ, ગાંજો, ચરસ કે ગુટખા તરફ તો એ જુએ પણ નહીં. પાણીથી વધીને બીજું કોઈ પણ પીણું એને મન શરાબ સમાન. સંપૂર્ણપણે વર્જિત. હેરોઈન અને હીરોઈન (એટલે ફિલ્મની જ નહીં, કોઈ પણ સ્ત્રી) એના માટે અસ્પૃશ્ય. જોવાની વાત નહીં, પછી સેવનનો તો સવાલ જ ક્યાં રહ્યો !

ભારતના યુવાન બનાવ માટેની લેટેસ્ટ પાત્રતા એટલે માયકાંગલું શરીર. સમીરને એટલું પણ ન આવડ્યું. છ ફીટ ઊંચા અને દોઢસો કિલોગ્રામનું વજન ધરાવતા પડછંદ દેહમાં ભીમનું ઝનૂન અને બજરંગબલીની તાકાત એ એના વ્યક્તિત્વનાં ઊડીને આંખે વળગે એવાં લક્ષણો. મજબૂત દેહ આજના યુવાનોને અરઘે નહીં.

અને દુર્ગુણોનું એવરેસ્ટ એટલે એની ઈશ્વરપરાયણતા. આવો સમર્થ, શક્તિસંપન્ન અને શ્રીમંત કુટુંબનો એકનો એક પુત્ર રોજ સવારે ઊઠીને સ્નાન કરીને ભગવાનની મૂર્તિ સામે બે હાથ જોડીને ઊભો રહે એ આજના હળાહળ કળિયુગમાં ચલાવી જ કેમ લેવાય ? બહોત નાઇન્સાફી હૈ યે તો.

આવો સમીર એક દિવસ અમદાવાદના શાહપુર વિસ્તારમાં આવેલા એના મકાનની બાલ્કનીમાં ઊભો હતો, ત્યાં ત્રીસ નંબરના ઘરમાં ચાલી રહેલી ઘાંટાઘાંટ અને ચીસાચીસ એના કાને અથડાણી. સમીર સમજી ગયો. બાપ-દીકરીના અવાજો હતા. મનુભાઈ એની સ્વિટીને ફટકારી રહ્યા હતા અને સોળ-સત્તર વર્ષની સ્વિટી

રડારોળ કરી રહી હતી.

સાંભળીને સમીરનું લોહી ઊકળી ઊઠ્યું. વર્ષો જૂનો પડોશ હતો, એટલે એ કોઈના ઘરના આંતરિક ઝઘડામાં કૂદી તો ન પડ્યો, પણ કૂદી પડવાની ઇચ્છા તો દિમાગમાં ઝબકી ગઈ.

વાત એમ હતી કે સ્વિટીની મા એને નાની મૂકીને મૃત્યુ પામી હતી. એના પપ્પાએ બીજું લગ્ન કર્યું હતું. નવી મા ભલી હતી, પણ સમીરને આ સગી મા વગરની છોકરી પ્રત્યે નાની બહેન જેવી લાગણી હતી. ઘરેથી દુકાને જતાં-આવતાં ક્યારેક સ્વિટી સામે નજર અથડાઈ જાય, તો બંનેની આંખોમાંથી નિર્દોષ પ્રેમ છલકી પડતો.

આવી માસૂમ છોકરીને એનો બાપ બેરહેમીપૂર્વક ઝૂડી નાખે તો કોને દયા ન આવે ?

એ દિવસે તો સમીર કંઈ ન બોલ્યો, પણ બીજા દિવસે એણે સ્વિટીના પપ્પાને સોસાયટીના નાકે ઝડપી લીધા, 'માફ કરજો, મનુભાઈ ! પણ તમે સ્વિટીની ઉપર હાથ ઉપાડ્યો એ સારું નથી કર્યું. એ હવે જુવાનીમાં પ્રવેશી રહી છે. આ ઉંમર સાચવી લેવા જેવી હોય છે. આ મુગ્ધાવસ્થામાં માવતરે એમનાં સંતાનો જોડે સમજાવટથી કામ લેવું જોઈએ. મારઝૂડ કરવાથી તો ક્યારેક સ્વિટી કશુંક આડું-અવળું પગલું ભરતાં પણ બીજી વાર વિચાર નહીં કરે.'

'આડુંઅવળું પગલું ભરવામાં તો એણે એક વાર પણ ક્યાં વિચાર કર્યો છે ?' મનુભાઈ રડી પડ્યા, 'આપણી સ્વિટી પેલા મારવાડીના ત્રીજા નંબરના દીકરા સાથે પેચ લડાવી રહી છે. ક્યારની ઢીલ-ખેંચ ચાલુ હશે એની કોને ખબર ? મને તો બે દિવસ પહેલાં જ ખબર પડી. પહેલાં તો સ્વિટીને ખૂબ સમજાવી, પણ એ તો પેલાની પાછળ પાગલ થઈ ગઈ છે. તમે જ કહો, સ્વિટીને ન મારું તો હું બીજું કરું શું ?

✳

સમીરે પોતાની રીતે પૂરી તપાસ કરી લીધી. સવારે-બપોરે-સાંજે નવરાશના સમયે સ્વિટીની ગતિવિધિ ઉપર જાસૂસી ગોઠવી દીધી. આવતાં-જતાં આંખના ખૂણેથી સ્વિટીના અટકચાળા નોંધવાનું શરૂ કર્યું. બે દિવસમાં સંપૂર્ણ જાણકારી મેળવી લીધી. મજનૂપ્રસાદનું સરનામું તેર નંબરનું મકાન હતું. એ લોકો રાજસ્થાનના હતા. મોટું, સંયુક્ત કુટુંબ હતું. મા-બાપ, ત્રણ દીકરાઓ, ત્રણ દીકરીઓ, મોટી બે વહુઓ, એમનાં સંતાનો. ઘર પંદરેક જીવોથી ઊભરાતું હતું. એમાં કોણ કોના પર નજર રાખે ? સૌથી નાનો દીકરો (બાવીસ વર્ષનો) સોહન જરા ઇશ્ક-મિજાજી હતો. એણે સોળ

વર્ષની મૂર્ખ સ્વિટીને પ્રેમના પોચા-પોચા શબ્દોની જાળ પાથરીને ફસાવી દીધી. એનો હવે પછીનો વિચાર મૃગલીનું મારણ કરવાનો હતો.

આટલી વિગત મેળવી લીધા પછી સમીરે એક દિવસ સ્વિટીને પોતાના ઘરે બોલાવી. પોતાની બહેનને પણ હાજર રાખી. પછી સમજાવટથી કોશિશો ચાલુ કરી.

'સ્વિટી ! બહેન ! આ પ્રેમ-બ્રેમના વહેમમાં ન પડીશ. જેમ બને તેમ જલદીથી જાત બચાવીને એ મજનૂની માયાજાળમાંથી નીકળી જા.'

'આમાં જાત બચાવવાનો સવાલ જ ક્યાં આવ્યો ? મારી જાત, આ દેહ, મારી આખી જિંદગી હવે સોહનની માલિકીની જ છે ને ! અમે લગ્ન કરવાનાં છીએ.' સ્વિટીની આંખોમાં સોહન સાથેનો સંસાર ચમકી રહ્યો હતો.

'લગ્નના નામે શકોરું પકડાવશે એ સોહનિયો તારા હાથમાં.' સમીરે ચોંકાવનારી માહિતી પૂરી પાડી, 'તને ખબર છે ? એની તો જન્મ્યા પહેલાંની સગાઈ નક્કી થઈ ચૂકેલી છે. રાજસ્થાનની છોકરી સાથે. આ મારવાડી લોકોની રૂઢિચુસ્તતા અને જ્ઞાતિપ્રથા તું જાણતી નથી. સોહન કોઈ કાળે તારી સાથે લગ્ન નહીં કરે. એની બંને ભાભીઓને તું નથી જોતી ? છેક છાતી સુધીનો ઘૂમટો તાણીને સોળ-સોળ કલાક સતત વૈતરું કૂટતી ફરે છે. આટલાં વર્ષોમાં કોઈએ એમના ચહેરા જોયા નથી. આવા જુનવાણી માણસો તારા જેવી એક ગુજરાતી છોકરીને વહુ તરીકે સ્વીકારશે એમ તું માને છે ?'

પણ સ્વિટી ન માની તે ન જ માની. આ જગતમાં પ્રારંભથી માંડીને આજ લગીમાં કઈ યુવતી પ્રેમના પંથેથી પીછેહઠ કરવા તૈયાર થઈ છે ?!

સમીરે છેલ્લો પ્રયત્ન કરી જોયો. શરમ ત્યાગીને ખુલ્લી વાત કરી નાખી, 'જો, સ્વિટી ! મારા કાને એવી વાત આવી છે કે સોહન એક લંપટ યુવાન છે. આજ સુધીમાં તારા જેવી અસંખ્ય ભોળી યુવતીઓને લગ્નનું લટકણિયું દેખાડીને એ પથારી સુધી ખેંચી ચૂક્યો છે. અને એક વાર એનો દેહ ભોગવી લીધા પછી...'

'બસ, બસ ! એ વાત તો તમે કરશો જ નહીં. મારા સોહનને શરીરસુખમાં તો રસ છે જ નહીં, લગ્ન થાય એ પહેલાં તો હરગિઝ નહીં. મને મારા પ્રેમીની નિયત ઉપર પૂરી શ્રદ્ધા છે. જો સોહન મને કહે તો હું એની સાથે ગમે ત્યારે, ગમે ત્યાં, ગમે તેટલા સમય માટે જવાને તૈયાર છું. મને વિશ્વાસ છે કે હું એની સામે એકાંતમાં નિર્વસ્ત્ર બનીને ઊભી રહું, તોપણ એ મને સ્પર્શે નહીં. તમે જ જોજો, એક દિવસ હું તેર નંબરના મકાનમાં સોહનની પત્ની બનીને હરતી-ફરતી હોઈશ.' સ્વિટીના બોલવામાં ખુમારી હતી, આત્મવિશ્વાસ હતો, થોડીઘણી મુગ્ધતા અને ઘણીબધી મૂર્ખતા હતી.

પણ સમીર આનાથી વધુ શું કરી શકે ? એ વધારે કશું પણ કરી શકે એવો મોકો જ ક્યાં બચ્યો હતો.

✳

મોકો મળી ગયો. યોગ્યતમ મોકો. ભગવાને જાતે ઊભો કરી આપેલો મોકો.

બપોરનો સમય હતો. બાર-સાડા બાર વાગ્યા હશે. સમીર એની લેન્સર મિત્સુબિશીમાં સવાર થઈને ધંધાના કામે ડ્રાઇવ-ઈન બાજુ જઈ રહ્યો હતો, ત્યાં અચાનક એની નજર એક યુવતી ઉપર પડી. નારીજાતિની દિશામાં બીજી વાર નજર ન કરે એ સમીરે એ છોકરીને જોઈને ગાડી જરા ધીમી પાડી. એનું કારણ એ હતું કે છોકરી ક્યાંક જોયેલી લાગતી હતી અને એની હિલચાલ શંકાસ્પદ હતી.

છેક પાછળ જઈને સમીરને ખ્યાલ આવ્યો કે એ તો સ્વિટી હતી. મારી બેટી ! અત્યારે કૉલેજના સમયે આમ બનીઠનીને લટકમટક કરતી એ ક્યાં જતી હશે ? પાછી સહેજ ડરેલી, સહેમી-સહેમી, આવતાં-જતાં લોકોથી નજર ચોરતી, પોતાની જાતને છુપાવતી એ બાજુની ગલીમાં વળી ગઈ.

સમીરે ગાડી ઊભી રાખી. ગલીમાં સહેજ દૂર ગયા પછી સ્વિટીને એણે એક સસ્તી, ગંદી, બદનામ હોટલનાં પગથિયાં ચડતાં જોઈ લીધી. છેક ત્રીજા માળે આવેલી હોટલના પાટિયા તરફ એણે નજર ફેંકી તો એ પથ્થરની મૂર્તિ બની ગયો.

હોટલની બાલ્કનીમાં સોહન અગ્રવાલ ઊભો હતો.

સોહન ઊભો હતો અને સ્વિટીની રાહ જોઈ રહ્યો હતો.

✳

સમીર ઝટપટ ગાડીમાંથી નીચે ઊતર્યો. ગાડી લૉક કરી દોડ્યો. એને હવે પછી શું બનવાનું છે એની પૂરી ગંધ આવી ગઈ હતી. એક મોતી વીંધાવાની તૈયારીમાં હતું.

બબ્બે-ચચ્ચાર પગથિયાં કુદાવતો એ ત્રીજે માળે પહોંચ્યો, ત્યાં સુધીમાં સોહન એના શિકારને લઈને કમરામાં બંધ થઈ ચૂક્યો હતો.

હવે શું કરવું ? કાયદાનો પ્રશ્ન હતો. બે પુખ્ત વયનાં સ્ત્રી-પુરુષ પરસ્પરની સંમતિ સાથે દેહસંબંધ બાંધે તો એમાં કાનૂનભંગ થતો નથી એ હકીકતની સમીરને જાણકારી હતી. સ્વિટી, અલબત્ત, પુખ્ત વયની હતી કે નહીં એ વાતની એને માહિતી ન હતી, પણ એટલું તો નક્કી હતું કે આ મૂર્ખ છોકરી સંપૂર્ણ સંમતિ સાથે એના લંપટ પ્રેમીની સાથે આ હોટલના રૂમમાં બંધ થઈ હતી.

સમીરે જોયું તો સાવ ગંદી હોટલ હતી. એક જ ઓસરીએ બારણાં પડતા હોય એવા પાંચેક રૂમ હતા. પગથિયાંની સામે એક ટેબલ અને બે ખુરશીઓ હતી. બે પગારદાર માણસો બેઠા હતા.

સમીરે એમને પૂછ્યું, 'રૂમ જોઈએ છે. કેટલા ખાલી છે ?'

'પાંચમાંથી ચાર ખાલી છે. હુકમ કરો ને, બૉસ !' એક લૂખાએ જવાબ આપ્યો.

'કયો રૂમ રોકાયેલો છે ?'

'બે નંબરનો.' આટલું કહીને પેલાએ આંખ મીંચકારી, 'એય તે માંડ એકાદ કલાક પૂરતો. એક જૂનો શિકારી નવા શિકારને ફસાવીને લઈ આવ્યો છે. પહેલી વાર જ છોકરી આવેલી છે એટલે બહુ લાંબું નહીં ખેંચે. જો તમારે એ જ કમરો જોઈતો હોય તો થોડી વાર બેસવું પડશે.'

'મારી પાસે બેસવા જેટલો સમય નથી. તમે પ્લીઝ, જરા એ કમરાનું બારણું ખોલાવો ને !'

'એ નહીં બને, દોસ્ત ! ઘરાકને નારાજ કરવાનું અમને ન પોસાય.'

સમીર ધગી ઊઠ્યો, 'સા..., બદમાશો ! બે નંબરના ધંધા કરો છો, બધું જાણવા છતાં બેનંબરી કપલને રૂમમાં બંધ કરો છો અને મારી એક નંબરની વાત માનવાની ના પાડો છો ? હવે તમે અહીં જ બેસી રહેજો. ચૂપચાપ હું જે કરું તે જોયા કરશો. જો બૂમાબૂમ કરી છે કે મને અટકાવવાની સહેજ સરખીયે કોશિશ કરી છે, તો એ તમારી જિંદગીની આખરી ક્રિયા હશે.' આટલું બોલીને સમીરે એમની સામે આંખો કાઢી. સાચા માણસની આંખોમાં એક ખાસ પ્રકારની ચમક હોય છે જે સામેવાળાની ઉપર વશીકરણનું કામ કરે છે. પેલા બંને જણા પૂતળાં બની ગયા.

સમીરે બે નંબરના કમરા આગળ જઈને બંધ કમાડ ઉપર કાન માંડ્યા. અંદરથી સળવળાટ, ગણગણાટ અને કશીક ધીમા, દબાયેલા સ્વરમાં થઈ રહેલી દલીલબાજી સંભળાઈ રહી હતી.

થોડી વારમાં સ્વિટીની ચીસ સમીરના કાને પડી : 'ના, સોહન..., એ વાત નહીં બને. તેં મને આટલા માટે અહીં બોલાવી હતી ? હું એવી છોકરી નથી..બદમાશ, મેં તને આવો હલકટ નહોતો ધાર્યો...છોડ મને...ઓહ્...'

એ સાથે જ સમીરે રૂમના બારણા ઉપર દોઢસો કિલોનો દેહ પછાડ્યો. સાજાં-સારાં, મજબૂત બારણાં ચીસ પાડી ઊઠ્યાં, પણ એક ધક્કામાં તો એમણે મચક ન આપી. સમીરે પૂરેપૂરી તાકાત લગાવીને બીજો હુમલો કર્યો. બારણાં હારી ગયાં. અંદરની સ્ટોપર ઊખડી ગઈ. સ્ક્રૂ સમેત નીકળી ગઈ. બારણાં ખૂલી ગયાં.

અંદરનું દશ્ય જોઈને સમીર સળગી ઊઠ્યો. સોહન સ્વિટીને પીંખી નાખવાની અણી ઉપર હતો. સ્વિટીએ વસ્ત્રો દૂર કરવાનો ઇન્કાર કર્યો હતો, એટલે સોહને એનાં કપડાં ફાડી નાખ્યાં હતાં. બિચારી ગભરુ બાળાનો ઉપરનો અર્ધદેહ સાવ જ અનાચ્છાદિત કરી નાખ્યો હતો. હવે સોહન અધોવસ્ત્ર તરફ વળ્યો હતો.

સમીરને જોઈને સોહન એક પળ ડઘાઈ ગયો. એનો લાભ લઈને સ્વિટી એની પકડમાંથી મુક્ત થઈ ગઈ. પથારી ઉપરની ચાદર લપેટીને દૂર ખૂણામાં લપાઈ ગઈ.

સોહન હવે બેશરમીની હદ વટાવી ચૂક્યો હતો. લાજવાને બદલે એણે ગાજવાનું પસંદ કર્યું, 'તું શા માટે અંદર આવ્યો છે ? આ અમારો અંગત મામલો છે. ચાલ્યો જા, નહિતર પોલીસને બોલાવું છું.'

'પોલીસને તું શું બોલાવતો હતો ? એ તો હું બોલાવીશ, પણ અત્યારે તો આપણે જ ચોર-પોલીસની રમત રમી લઈએ.' આટલું કહીને સમીર કૂદ્યો. ચિત્તાનો વેગ અને હાથીનું વજન. સોહન ચત્તોપાટ પડી ગયો. સમીર એના પેટ ઉપર ચડી બેઠો. બંને હાથે ડાબા-જમણા કાન ઉપર બૉક્સર મહંમદઅલીની જેમ મુક્કાબાજી શરૂ કરી દીધી.

ફિલ્મ 'દામિની'માં સની દેઓલનો મુક્કો ઢાઈ કિલોનો હતો, અહીં સમીરનો હાથ અઢાર કિલોનો હતો. પાંચ-દસ, પંદર-વીસ, પચીસ-પચાસ ! મારવા બેસે પછી સમીર કંઈ મુક્કાની સંખ્યા થોડો ગણવા બેસે ? એ તો જ્યારે સોહનના મોઢામાંથી લોહીનો કોગળો ઠલવાયો ત્યારે એ અટક્યો.

અટક્યો એટલે ? મોં છોડીને અન્ય અંગો તરફ ફંટાયો. જમણો હાથ તોડી નાખ્યો. પેટ ચગદી નાખ્યું. એક પગના ત્રણ ટુકડા કરી નાખ્યા. મૂત્રમાર્ગ ઉપર ભયાનક ઈજા પહોંચાડી દીધી.

પછી જ એણે સોહનને છોડ્યો. હાથ ખંખેરતો એ ઊભો થયો, ત્યાં એની નજર થરથરતી સ્વિટી ઉપર પડી. એણે પોતાનું શર્ટ કાઢીને સ્વિટીની ઉપર ફેંક્યું. સ્વિટીએ એનાથી પોતાની લાજ ઢાંકી.

આ સાથે જ સમીરના દિમાગમાં એક સુવિચાર ઝબકી ગયો. પારકી બહેન-દીકરીને નિર્વસ્ત્ર કરનાર આ મવાલીને જ શા માટે ઉઘાડો ન કરવો ? વિચાર સાથે જ આચારનો પણ અમલ થયો. સમીરે સોહનનું પેન્ટ ખેંચી કાઢ્યું. ઉઘાડા બારણામાંથી એનો ઘા કર્યો. પેન્ટ કપાયેલા પતંગની જેમ લહેરાતું ગલીમાં ઊભેલા ભિખારીના હાથમાં 'લેન્ડ' થયું. ભિખારીને તો લૉટરી લાગી, પેન્ટના ખિસ્સામાં પૈસાથી છલકાતું પાકીટ પણ હતું. ભિખારીમાં પણ એટલી આવડત તો હતી કે આવી માતબર લૉટરી લાગે એ પછી ત્યાં એક પણ ક્ષણ ઊભા ન રહેવાય. છપ્પર ફાડીને આવેલી ખુદાની રહેમતને સર-આંખો પર ચડાવીને ભિક્ષુક એક, દો, તીન કરી ગયો.

સમીર સ્વિટીનો હાથ ઝાલીને હોટલનાં પગથિયાં ઊતરી ગયો. પહેલું કામ એણે બાજુમાં આવેલી રેડીમેડ ગાર્મેન્ટની દુકાનમાં જઈને સાતસો રૂપિયાનો એક સુંદર ડ્રેસ સ્વિટી માટે લઈ આપવાનું કર્યું. સ્વિટીએ ટ્રાયલરૂમમાં જઈને નવો વેશ ધારણ કર્યો.

સમીર હવે પુનઃ શર્ટધારી બન્યો. સ્વિટી 'મોટા ભાઈ' કહીને એને વળગી પડી.

*

સમીર તો શર્ટધારી તરત જ બની ગયો, પણ સોહનને પેન્ટધારી બનવામાં બહુ વિપત પડી. હોટલવાળાઓ એને કમરાનું ભાડું તથા તોડફોડનું વળતર વસૂલ્યા વગર જવા શાનો દે ? અને જવા દે તોપણ પેન્ટ વગર અને પગ વગર સોહનથી જઈ પણ શી રીતે શકાય ?

સોહને જ ઊંહકારાના તાલ વચ્ચેથી રસ્તો સુઝાડ્યો : 'મારા મિત્ર મહેશને ફોન કરો. એને કહો કે પાંચ હજાર રૂપિયા અને એક જોડી કપડાં લઈને હોટલના સરનામે આવી જાય. ઘરે જાણ નથી કરવાની એટલું ખાસ યાદ રાખે...'

હોટલના પૈસા ચૂકવીને મહેશે નગ્ન મિત્રને કપડાં પહેરાવ્યાં. એને ઊંચકીને નીચે ઉતાર્યો. રિક્ષામાં નાખીને જનરલ પ્રેક્ટિશનરને ત્યાં લઈ ગયો. એક પણ ખાનગી ડૉક્ટરે સોહનનો કેસ હાથમાં લેવાની હા ન પાડી, કારણ કે એને થયેલી ઈજાઓ મલ્ટિપલ અને સિરિયસ હતી.

નાછૂટકે સોહનને સિવિલ હૉસ્પિટલમાં લઈ જવો પડ્યો. ત્યાં પોલીસકેસ પણ કરવો પડે. કર્યો. લખાવ્યું : 'સ્કૂટર ઉપરથી પડી જવાથી વાગ્યું છે.'

પોલીસના ચોપડે તો ફીંડલું વળી ગયું. અલબત્ત, પોલીસ અને ડૉક્ટરોની સમજમાં એક વાત કેમેય કરીને બેસતી ન હતી : આટલો ગંભીર અકસ્માત માત્ર સ્કૂટરના સ્લીપ થવાથી કેવી રીતે શક્ય બને ? બે દાંત નીકળી ગયા, એક હાથ ઊતરી ગયો, પગમાં ફ્રેક્ચર્સ થયાં, પેટ અને પેશાબતંત્રની પાયમાલી થઈ ગઈ. આ બધું માત્ર સરકી પડવાથી જ થયું હશે ? સામે બીજું કોઈ વાહન તો ટકરાયું નથી અને સૌથી મોટી સમસ્યા : શરીરની ભયંકર ખાનાખરાબી છતાં કુદરતનો કરિશ્મો જુઓ કે સ્કૂટર સાવ સલામત રહ્યું છે ! એને એક ઘસરકો પણ નથી પહોંચ્યો.

અને એના કરતાંયે મોટું આશ્ચર્ય : સોહનનાં પેન્ટ-શર્ટ સહેજ પણ ફાટ્યાં નથી.

હવે શું-શું, ક્યાં-ક્યાં અને કેટલું ફાટ્યું છે એ સોહન, સ્વિટી અને સમીરની ત્રિપુટી સિવાય બીજું કોણ જાણે ?

(સાવ સાચી ઘટના : સોહન મારવાડી સિવિલ હૉસ્પિટલમાં સારવાર પતાવીને બારોબાર રાજસ્થાન ભેગો થઈ ગયો છે. એનું દૃઢ માનવું છે કે એના જેવા સજ્જનો માટે હવે ગુજરાતની ધરતી પહેલાંની જેવી અહિંસક નથી રહી. આજની મુગ્ધાવસ્થામાં રાચતી આપણી દીકરીઓ માટે આ વાર્તા આઇ-ઓપનર બની રહેશે એવી મારી અપેક્ષા છે. દુઃશાસનો તો ડગલે ને પગલે ખડા છે, પણ નિર્વસ્ત્ર થતી દ્રૌપદીને બચાવનારા શ્રીકૃષ્ણો બધે જ હાજર નથી હોતા !)

મેડિકલ ટૂરિઝમ

સર્વે અત્ર સુખિનઃ સન્તુ !
સર્વે સન્તુ નિરામયાઃ ॥

લીવરપુલના લાલજીભાઈને વહેલી સવારે અચાનક છાતીમાં દુખાવો ઊપડ્યો. પત્ની અને દીકરાઓ એમને તરત જ હૉસ્પિટલમાં લઈ ગયાં. ઇન્વેસ્ટિગેશન્સની જન્મકુંડળી જોઈને ડૉક્ટરોએ ફળાદેશ ભાખ્યું, 'બધી જ નળીઓ બંધ થઈ ગઈ છે; બાય-પાસ સર્જરી કરાવવી પડશે.'

'કરાવી નાખીએ. અમે તો દાખલ થયેલા જ છીએ. મુહૂર્ત તમારે નક્કી કરવાનું છે. બોલો, ક્યારે કરો છો ઑપરેશન; આજે કે કાલે ?' લાલજીભાઈના મોટા દીકરા જયેશે પૂછ્યું.

ગોરા અંગ્રેજ ડૉક્ટરના કપાળ ઉપર કરચલીઓ પડી ગઈ. આવો વાહિયાત સવાલ પૂછનાર ઇન્ડિયન એને મૂર્ખ લાગ્યો. એની માંજરી આંખો ચકળવકળ ઘુમાવીને એણે દર્દીઓની યાદી ઊથલાવી : 'ઇટ કાન્ટ બી ઍરેન્જ્ડ સો ક્વિકલી, યુ સી ! વી હૅવ ગૉટ એ લૉંગ વેઇટિંગ લિસ્ટ. તમારા ફાધરની કાર્ડિયાક બાયપાસ સર્જરી ૨૦૦૮ના ડિસેમ્બર મહિના પહેલાં થઈ શકે તેમ નથી. ત્યાં સુધી તમારે રાહ જોયા વગર છૂટકો નથી...'

'અમે તો રાહ જોવા તૈયાર છીએ, પણ યમરાજા રાહ જોશે ? તમે ૨૦૦૮ની વાત કરો છો; અત્યારે ચાલે છે ૨૦૦૩ની સાલ ! એક બાજુ આ ઇમરજન્સી કેસ છે એમ કહો છો અને બીજી બાજુ આ વેઇટિંગ લિસ્ટનો ચોપડો બતાવો છો ? તમે તે ડૉક્ટર છો કે માણસ ?!' લાલજીભાઈના લાલથી આક્રોશમાં બોલી તો જવાયું, પણ બોલી લીધા પછી એને લાગ્યું કે એણે જરાક વધુ પડતા આકરા શબ્દો ઉચ્ચારી નાખ્યા હતા. છેલ્લો પ્રશ્ન પૂછીને તો જાણે એણે આ ગોરા મુલકની શ્વેત પ્રજાની શ્યામ છબિ પાડી આપી હતી !

પણ સારા નસીબે ડૉક્ટરે ટૂંકમાં પતાવ્યું. ચોપડો બંધ કરી દઈને એણે એક વાક્યમાં જ હોઠ બીડી દીધા, 'સૉરી, નથિંગ ડુઈંગ...કમ આફ્ટર ફાઈવ યર્સ, ઈફ યૉર ડેડ ઇઝ અલાઈવ...!'

ડેડ એટલે કે ફાધર સાચોસાચ 'ડેડ' થઈ જાય એ પહેલાં કંઈક કરવું જરૂરી હતું.

લાલજીભાઈ મૂળ સૌરાષ્ટ્રના. ભાવનગર જિલ્લાનું શિહોર એમનું વતન. એમના નાના ભાઈ કાનજીભાઈ ત્યાં જ રહે. ભત્રીજાએ કાકાને ફોન કર્યો, 'કાનજીકાકા, પપ્પાનું ઑપરેશન કરાવવું પડે એમ છે. અહીંના ડૉક્ટરો પાંચ વરસ પછીની તારીખ આપે છે. શું કરવું ?'

કાનજીકાકાએ શુદ્ધ કાઠિયાવાડી બોલીમાં સલાહ આપી દીધી, 'ઈવડા ઈ ઘોડીનાને પડતો મેલ ને તમે હંધાય મોટાને લઈને આંયે કણે હાલ્યા આવો ! આંયે આપડા અમદાવાદમાં તમારા ધોળિયાવ કરતાંય હોશિયાર દાગતરો બેઠા સે.'

'અમદાવાદમાં ? યુ મીન, દેશમાં ?'

'એ ભાઈ...! આપણો દેશ હવે પરદેશ કરતાંયે ચડી જાય એવો થઈ ગ્યો સે. દાગતરો તો આપણે ત્યાં પહેલેથી જ હોશિયાર હતા, પણ હવે તો દવાકાનાંયે હુધરી ગ્યાં સે. તમે હાજા થઈને બારા નીકળો, ન્યાં હુધી ખબર નોં પડે કે આ હૉસ્પિટલ હતી કે હોટલ. ધોડ્યા આવો, બાપલા ! ઝટ ધોડ્યા આવો ! આંય તો સસ્તું ભાડું ને સિદ્ધપુરની જાતરા સે !'

નિર્ણય લેવાઈ ગયો. અઠવાડિયા પછીની વિમાનની ટિકિટો 'બુક' થઈ ગઈ. લાલજીભાઈ, એમનાં ધર્મપત્ની અને બે સંતાનો પાસપોર્ટની પાંખ ઉપર સવાર થઈને દેશમાં ઊતર્યાં. એક સારી હોટલના સૌથી ઊંચા ભાવના કમરમાં રોકાણ કર્યું. અમદાવાદની શ્રેષ્ઠ કહી શકાય એવી ક્રિષ્ના હાર્ટ ઇન્સ્ટિટ્યૂટમાં વિશ્વકક્ષાના ડૉક્ટરોની બનેલી ટીમ દ્વારા બાયપાસ સર્જરી કરાવી. સાજા થઈને શિહોર ગયા. પંદર દિવસ કુટુંબ-કબીલા સાથે મોજ કરી. બાજરીના રોટલા અને રીંગણાના ઓળાની ફાઇવસ્ટાર જ્યાફ્તો માણી. ઊંધિયાની ઉજાણી કરી. શિહોરી પેંડા ખાધા. સહકુટુંબ ખોડિયાર માતાનાં દર્શન કર્યાં.

જીવવું ધન્ય કરીને પાછા વિલાયતભેગાં થઈ ગયાં. અઠવાડિયા પછી પેલા ધોળિયા ડૉક્ટર પાસે ગયા અને બધી વાત કરી. છાતી ઉપરનો રૂઝાયેલો ચીરો જોઈને ધોળિયો ઘીસ ખાઈ ગયો, 'ઓહ નો ! વ્હોટ એ સુપર્બ સર્જરી ! હુ ડીડ ધીસ ? મસ્ટ હેવ બીન ક્વાઈટ એક્સપેન્સિવ.'

લાલજીભાઈએ જ્યારે ખર્ચનો આંકડો જાહેર કર્યો ત્યારે તો ઘીસ ખાઈ ગયેલા

એ અંગ્રેજ ડૉક્ટરના મોંમાંથી ચીસ નીકળી ગઈ, 'ઓન્લી ફિફ્ટીન હંડ્રેડ પાઉન્ડ્ઝ ? અહીં તો ફિફ્ટીન થાઉઝન્ડ્ઝ જેટલા પાઉન્ડ્ઝ ખર્ચવા પડત.'

લાલજીબાપા હસ્યા, 'અને તોપણ મારી મા ખોડલનાં દર્શન થોડાં થાત ? મારા ભાઈએ સાચું જ કહ્યું'તું કે સસ્તું ભાડું ને સિદ્ધપુરની જાતરા ! તે આનું નામ !'

અંગ્રેજને થયું કે આ ખોડલ ને સિદ્ધપુર જેવા સાવ અજાણ્યા શબ્દોનો અર્થ સમજવા માટે આવતા ભવે ઇન્ડિયામાં જન્મ લેવો પડશે. એણે દલીલોના દરવાજાને તાળું માર્યું અને ચોપડો ખોલીને ૨૦૦૮ની સાલના ડિસેમ્બર મહિનામાંથી એક દર્દીનું ઑપરેશન છેકો મારીને રદ કર્યું.

*

સમયે ખરેખર એકસો એંસી ડિગ્રીનો પલટો માર્યો છે. માત્ર ગુજરાતમાં જ નહીં, પણ સમગ્ર દેશમાં તબીબી સુવિધાઓએ હરણફાળ ભરી છે. ફક્ત અમેરિકા અને યુરોપમાંથી જ નહીં, પણ સાઉથ આફ્રિકા અને લેટિન અમેરિકન દેશોમાંથી પણ હવે તો દર્દીઓનો પ્રવાહ ભારતની દિશામાં વહેવા માંડ્યો છે.

તબીબી કૌશલ્યની વાત કરીએ તો આ આર્યાવર્તની ભૂમિ પ્રાચીન સમયમાં પણ સૌથી વધુ સમૃદ્ધ હતી. ચરક, સુશ્રુત અને ધન્વંતરી જેવા આયુર્વેદાચાર્યો તો સરખામણીમાં બહુ પાછળથી આવ્યા, પણ વિશ્વને લઘુતાગ્રંથિમાં મૂકી દે એવા ચમત્કારો તો હજારો વર્ષ પહેલાં આ ભૂમિના ચિકિત્સકોએ કરી બતાવેલા છે. આપણા ગ્રંથોમાં અને દંતકથાઓમાં આવાં ઉદાહરણો છૂટા હાથે વેરાયેલાં પડ્યાં છે. કેટલીક સત્ય બાબતો કાલાન્તરે અતિશયોક્તિ ભરેલી ભાસતી હોય છે; પણ વાસ્તવમાં એવું હોતું નથી. એવી દંતકથાઓમાં છુપાયેલા સંકેતોને પકડવાની બહુ જરૂર છે. ગણપતિનું જ ઉદાહરણ લઈએ.

માણસના ધડ ઉપર હાથીનું મસ્તક ! વિદેશીઓને આ વાત તદ્દન કપોળકલ્પિત અને વિધર્મીઓને હસી કાઢવા જેવી લાગે. પણ એ લોકો વળી જીસસ ક્રાઈસ્ટ પાણીની સપાટી ઉપર ચાલે કે અંધને દેખતો કરે એને માનવા તૈયાર થઈ જાય.

પાણી ઉપર ચાલવું એ તો પહેલી નજરે જ કપટવિદ્યા છે; ભોળી જનતાને મૂર્ખ બનાવવાની વાત છે. જળની સપાટીની નીચે પારદર્શક, જાડા કાચની લાંબી કેડી બિછાવીને આપણો દેશી જાદુગર પણ જીસસ જેવો ખેલ કરી શકે.

પણ ગણેશજીવાળી ઘટનાને ટ્રાન્સપ્લાન્ટ સર્જરીનું પ્રથમ ઉદાહરણ જ માનવું પડે. હનુમાનજીના પુત્રને ક્લોનિંગ સિવાય બીજી કઈ રીતે સમજાવી શકાય ? જગતના ચોપડે નોંધાયેલા પ્રથમ જોડકા બંધુઓ (લવ અને કુશ) સ્પષ્ટ રીતે સાબિત

કરે છે કે રામાયણકાળમાં પણ આ દેશોમાં પ્રસૂતિશાસ્ત્ર (ઓબ્સ્ટ્રેસ્ટ્રીક્સ) એટલી હદે સંપૂર્ણ હતું !

ડગલે ને પગલે સિદ્ધિઓ પથરાયેલી છે, પણ કોઈ જોવા ઇચ્છે તો ને ? આપણે માત્ર પગલાનું નિશાન જોઈએ છીએ, એ પગલામાં છુપાયેલા સિંહના અસ્તિત્વને ધ્યાનમાં નથી લેતા.

એક શસ્ત્રક્રિયાની પાછળ બીજું કેટલું બધું કૌશલ્ય રહેલું હોય છે ! બાય-પાસ સર્જરી, જોઇન્ટ રિપ્લેસમેન્ટ સર્જરી, આંખની, આંતરડાની કે ગાયનેક સર્જરી; માત્ર તબીબી કુશળતા સિદ્ધ કરી લેવાથી કામ પૂર્ણ નથી થઈ જતું. ઑપરેશન થિયેટરનું પર્યાવરણ સંપૂર્ણપણે બેક્ટેરિયારહિત હોવું જોઈએ, ઑપરેશનમાં વપરાતાં ઓજારો બસો ટકા જંતુમુક્ત હોવાં જોઈએ, એનેસ્થેસિયાની સુવિધા વિશ્વકક્ષાની હોવી જોઈએ, ઑપરેશન ઝડપથી અને શ્રેષ્ઠ રીતે પાર પડવું જોઈએ અને સૌથી છેલ્લી છતાં સૌથી વધારે મહત્ત્વની વાત : પોસ્ટ ઑપરેટિવ કૅર, શસ્ત્રક્રિયા પછીની સારવાર માટે જંતુમુક્ત, આરામદાયક ઓરડા, સ્વચ્છ નર્સિંગ સ્ટાફ, માનવતાપૂર્ણ માવજત લેનારા તબીબો. આ બધું માત્ર પશ્ચિમના દેશોમાં જ હોઈ શકે એ હવે ફક્ત અફવા છે. સત્ય એ છે કે યુરોપ અને અમેરિકાને ટક્કર મારે એવી સુવિધા હવે આપણા ઘરઆંગણે ઉપલબ્ધ છે.

અને સૌથી મોટા ફાયદા ? બે છે : આ દેશમાં ચીનની મહાન દીવાલ જેટલાં લાંબાં વેઇટિંગ લિસ્ટ નથી અને શસ્ત્રક્રિયા વત્તા વિમાની પ્રવાસનો ખર્ચ કુલ ખર્ચ કરતાં માત્ર પાંચમા કે દસમા ભાગનો જ છે. કમાઓ પાઉન્ડ્ઝમાં કે ડોલર્સમાં અને ખર્ચો રૂપિયામાં !

*

માંચેસ્ટરના મનુભાઈને ઢીંચણનો સાંધો બદલાવવો પડે એમ હતું. લંડનમાં વસતાં લતાબહેનને ગર્ભાશયની કોથળી કઢાવવાની જરૂર પડી. અમેરિકાના કેલિફોર્નિયામાં વસતા કનુભાઈને બેય આંખે કેટરેક્ટ (મોતિયો) ઉતરાવવાનો હતો.

ત્રણેયનાં કામ પતી ગયાં.

મનુભાઈ ઠક્કર રહ્યા, એટલે વીરપુરના જલાબાપાનાં દર્શન વગર પાછું તો જવાય નહીં. નવા ની-જોઇન્ટ સાથે સહકુટુંબ જલારામના મંદિરે જઈ આવ્યા. 'એક પંથ ને દો કાજ' – એ કહેવત સાર્થક થઈ.

લતાબહેનની ભાણીનાં લગ્ન હતાં. ગર્ભાશય લંડનમાં કઢાવ્યું હોત, તોપણ લગ્ન માટે નડિયાદ આવ્યા વગર છૂટકો ન હતો. સાતમી તારીખે અમદાવાદમાં મેજર ઑપરેશન પાર પાડ્યું અને પાંચમે દિવસે લતાબહેન ભાણીના લગ્નમાં લતા

મંગેશકર બનીને લગ્નગીતો લલકારી રહ્યાં હતાં. એક કાંકરે બે પક્ષીઓ મરે...ના, એક કાંકરે બબ્બે પ્રસંગો જીવે એ આનું નામ !

કનુભાઈની બંને આંખોના મોતિયા અમદાવાદના વિશ્વશ્રેષ્ઠ ઓપ્થેલ્મોલૉજિસ્ટ ડૉ. અભય વસાવડાએ ઉતારી આપ્યા. નવા નેત્રમણિઓ બેસાડી આપ્યા. અડધા કલાકમાં તો ઘરભેગા.

અઠવાડિયા પછી કનુભાઈએ બીતાં-બીતાં પૂછ્યું, 'ડૉક્ટર, મારી સાથે મારો ગ્રાન્ડ સન અને ગ્રાન્ડ ડૉટર આવ્યાં છે. એમની ઇચ્છા આગ્રાનો તાજમહેલ જોવાની છે. સાથે મારે જ જવું પડે તેમ છે. તમે રજા આપો, તો...'

'એમાં રજા શાની આપવાની ? કહો તો ધક્કો મારી આપું !' ડૉક્ટરે હસીને હા પાડી.

કનુભાઈએ જુવાનીમાં લગ્ન પછી તરત જ પત્નીની સાથે તાજમહેલ જોયો હતો. અત્યારે પત્ની તો હયાત નથી અને આંખો પણ ગયેલી હતી. આભાર ઇન્ડિયાનો કે કનુભાઈ ફરી વાર તાજનાં દર્શન કરી શક્યા. એ પણ 'નવી નજરે' ! અલબત્ત, એ જુદી વાત છે કે પાંત્રીસ વર્ષ પહેલાં જોયેલો તાજ અત્યારે એમને બદલાયેલો લાગ્યો. તાજી-તાજી પત્નીના સંગાથમાં રાજમહેલ જેવો રૂપાળો લાગેલો તાજમહેલ અત્યારે પત્નીના મરણ પછી સાચા અર્થમાં મુમતાઝની કબર જેવો ભાસતો હતો, પણ એટલું પરિવર્તન જોવા માટે પણ એમને દૃષ્ટિ તો મળી !

✳

આમ તો સમગ્ર ભારત અત્યારે 'મેડિકલ ટૂરિઝમ'નું મુખ્ય કેન્દ્ર બની ગયું છે, પણ આપણું ગુજરાત આ બાબતમાં પણ મોખરાના સ્થાને છે. માત્ર હૃદયરોગના કે હાડકાના સાંધા બદલવા માટેના કે આંખોના નેત્રમણિ બેસાડવાના જ નહીં, પણ બીજા અનેક રોગોના દર્દીઓ સારવાર માટે ભારતની દિશામાં મીટ માંડતા થયા છે. પ્લાસ્ટિક સર્જરી, દંત-ચિકિત્સા, પેશાબના રોગો, કિડનીનું પ્રત્યારોપણ તેમજ ટેસ્ટટ્યૂબ બેબી જેવી ખાસ અને અદ્યતન સારવાર પદ્ધતિ માટે તો ગુજરાત એ વિદેશીઓ માટેનું કાશી બની ગયેલ છે અને અમદાવાદની ક્રિષ્ના હાર્ટ હૉસ્પિટલ, અપોલો હૉસ્પિટલ, સાલ અને સ્ટર્લિંગ હૉસ્પિટલ, વડોદરાની ભાઈલાલ અમીન હૉસ્પિટલ, નડિયાદની મૂળજીભાઈ પટેલ યુરોલૉજિકલ હૉસ્પિટલ તેમજ અમદાવાદની (ડૉ. ત્રિવેદી સાહેબવાળી) કિડની યુ. એન. મહેતા હાર્ટ ઇન્સ્ટિટ્યૂટે પણ હૃદયરોગીઓનાં હૃદય જીતી લીધાં છે.

ગુજરાતની ધરતી પાસે આ પરદેશી પુત્રોને આપવા જેવું ઘણું બધું છે. દેશમાં સર્વશ્રેષ્ઠ માર્ગસુવિધા, ૭૩,૬૦૦ કિ.મી. લાંબી સડકો, ૧૬૦૦ કિ.મી.નો સાગરકાંઠો,

૪૧ બંદરો, ૧૧ ઍરપોટ્‌ર્સ, રેલવેનું વિરાટ નેટવર્ક, ૨૯૨૫ જેટલાં ટેલિફોન એક્સચેન્જ અને ૨૦૧ જેટલી હૉસ્પિટલો. (મોટી કહી શકાય તેવી). કોઈ પણ એક સમયે આ ૨૦૧ હૉસ્પિટલોમાં ૩૩,૪૪૭ જેટલા દર્દીઓને ઇન્ડોર પેશન્ટ તરીકે સારવાર આપી શકાય એવી વ્યવસ્થા ગુજરાતમાં છે.

ગુજરાત સરકાર પણ હવે તો મેડિકલ ટૂરિઝમને ઉદ્યોગનો દરજ્જો આપવા માટે સક્રિય બની ગઈ છે.

કેનેડાથી આવેલા એક સજ્જન અમદાવાદની શેલ્બી હૉસ્પિટલમાં ઘૂંટણનો સાંધો બદલાવી ગયા કે ઘાનાનું એક બાળકવિહોણું દંપતી ડૉ. મનીષ બૅંકરના ઇન્ફર્ટિલિટી ક્લિનિકમાં આવીને પોતાનું બાળક મેળવી ગયા કે ફિજી નામના ટાપુના ભૂ.પૂ. વડાપ્રધાન રેબુકા વડોદરાના ડૉ. ભરત મોદી પાસે હાડકાની શસ્ત્રક્રિયા કરાવી ગયા એના સૂચિતાર્થો અનેક છે. હજારો વર્ષથી આર્યાવર્તની પવિત્ર ધરતી ઉપર ગુંજતો મંત્ર : સર્વે અત્ર સુખિનઃ સન્તુ, સર્વે સન્તુ નિરામયાઃ । (બધાં અહીં સુખી થાઓ, બધાંને આરોગ્ય પ્રાપ્ત થાઓ.) હવે પરદેશમાં પણ સમજાવા માંડ્યો છે.

સારવારના ક્ષેત્રની ક્ષિતિજ ઉપર નવો સૂર્યોદય દેખાઈ રહ્યો છે. આરોગ્યના આસમાનમાંથી યાયાવર પંખીઓનાં ટોળાં ગુજરાતની ધરતી ઉપર ઊતરી રહ્યાં છે. ગુજરાત એમનું આતિથ્ય કરવા માટે સજ્જ છે.

કહાઁ હૈ, કહાઁ હૈ, કહાઁ હૈ,
જિન્હેં નાઝ હૈ હિંદ પર વો કહાઁ હૈ ?

સવારના સાડા દસ વાગે જમીને સૌરભભાઈ ઑફિસે જવા માટે તૈયાર થયા. એક કરોડ રૂપિયાની કિંમતના બંગલાના ઝાંપામાંથી અગિયાર લાખની ગાડી બહાર કાઢી. હજુ તો 'ગિયર' બદલવા જાય, ત્યાં જ એક ગંદી, વાસ મારતી ભિખારણ કારની બારી પાસે આવીને ઊભી રહી. આ દેશના નેતાઓ અને ભિખારીઓ એક વાતે સરખા છે : એ લોકો ચૂપ રહી શકતા નથી. ચૂપ રહેવું એ એમને પાલવે પણ નહીં. પાપી પેટકા સવાલ હૈ, બાબા !

ભિખારણે પણ એની કૅસેટ ચાલુ કરી દીધી, 'સાહેબ, ત્રણ દિવસથી કંઈ ખાધું નથી...આ ગરીબને કંઈક આલો, મારા બાપ !... ભગવાન તમને એકના એકવીસ કરીને પાછા આલશે, મા-બાપ !'

સૌરભભાઈના ગુસ્સાનો પાર ન રહ્યો. સવાર-સવારમાં હજુ તો ઘરની બહાર નીકળ્યા, ન નીકળ્યા, ત્યાં ભિખારણ ?! આમાં પછી દિવસ કેવો જાય ? કાન, આંખ અને નાક ત્રણેય ગંદાં કરી મૂક્યાં આ બાઈએ ! આ ભિખારીઓના ત્રાસથી બચવા માટે તો સિટીમાંથી આટલે દૂર રહેવા માટે આવ્યા. હાઈ-વેથી પાંચ કિલોમીટર દૂર એક કરોડ રૂપિયાનો બંગલો બંધાવ્યો, તેમ છતાં આનો એક રૂપિયો તો પાછો ઊભો જ રહ્યો.

સૌરભભાઈની વાત જો આપણે સૌરભભાઈ બનીને વિચારીએ તો તદ્દન સાચી હતી. બાઈનો દેખાવ ચીતરી ચઢે તેવો હતો. એનો અવાજ સાંભળનારના દિલમાં કરુણાને બદલે દિમાગમાં કકળાટ પેદા કરી મૂકે તેવો હતો અને એના દેહમાંથી ઊઠતી દુર્ગંધ નાક માટે અસહ્ય હતી. ત્રણેય ઇન્દ્રિયોને ત્રાસ થાય એવી આ ઘટનાથી દિવસની શરૂઆત થાય એ કોને ગમે ?

સૌરભભાઈએ 'હટ !' કહીને ગાડીને જમણી તરફ ઘુમાવી. ભિખારણ પડતાં-

પડતાં રહી ગઈ. એના ચીંથરેહાલ અસ્તિત્વ ઉપર ધૂળ, ધુમાડો ને નફરતનું વાદળ વરસાવીને 'કાર' દોડી ગઈ.

'કારટેપ' ઑન કરતાં-કરતાં સૌરભભાઈએ વિચાર્યું, 'એને ભીખ ન આપી એ સાચો નિર્ણય હતો. સવાલ એક રૂપિયાનો નથી, પણ કાયમની ટેવ પડી જાય એનો છે. ડોશી મરે એનો વાંધો નથી, પણ જમ ઘર ભાળી જાય એનો વાંધો છે. કોણ જાણે ક્યાં રહેતી હશે આ ભિખારણ. આટલે દૂર ચાલીને ભીખ માગવા આવી છે એટલે એના મનમાં પણ ચોક્કસ ગણતરી તો હશે જ ને. કુલ આઠ બંગલાઓ છે, દરેકને ત્યાંથી બે-પાંચ રૂપિયા રોકડા મળી જાય, થોડું-ઘણું ખાવાનું મળે, જૂનાં કપડાંલત્તાં મળે. શહેરની સામાન્ય વસ્તીમાંથી એને શું મળવાનું હતું ? સારું થયું પોતે કશું ન આપ્યું એ ! આજે રાત્રે રામો મોકલીને બધા બંગલાઓમાં કહેવડાવી દેવું પડશે કે આવા ભિખારાઓને કોઈએ કાણી કોડી પણ પરખાવવી નહીં.

ટેપરેકૉર્ડર ચાલુ કર્યું, એ સાથે જ જૂની હિંદી ફિલ્મનું અત્યંત ગાજેલું ગીત વાગવું શરૂ થયું : ગરીબોંકી સૂનો..., વો તુમ્હારી સુનેગા; તુમ એક પૈસા દોગે... વો દસ લાખ દેગા...!

એક ક્ષણનાયે વિલંબ વગર સૌરભભાઈએ ટેપરેકૉર્ડર બંધ કરી દીધું અને રેડિયોમિર્ચી ઑન કરી દીધો. બબડ્યા, 'આજે થવા શું બેઠું છે ? આખો દેશ ભિક્ષામય બની ગયો છે કે શું ? કેસેટમાંથી મહંમદ રફી સાહેબ પણ એક પૈસાની ભીખ માગી રહ્યા છે. એમ જો એક પૈસો આપવાથી દસ લાખ રૂપિયા મળી જતા હોય તો પછી નોકરી-ધંધા કોણ કરશે ? પોતાને હજુ ગઈ કાલે જ ત્રણ કરોડ રૂપિયાનો કૉન્ટ્રેક્ટ મળ્યો છે એ શું આવા ભિખારીઓને ભીખ આપવાથી મળ્યો હશે ? અલબત્ત, થોડાક રૂપિયા વેરવા જરૂર પડ્યા છે પણ...પણ એને કંઈ ભીખ ન કહેવાય, એને તો 'બોફોર્સ' કહેવાય છે આજ-કાલ ધંધાની ભાષામાં.

સૌરભભાઈનો બંગલો છેક અમદાવાદના શહેરી વિસ્તારથી દૂર સરદાર પટેલ રિંગ રોડ અને સાણંદ હાઈ-વે તરફ અને ઑફિસ સારંગપુરમાં; એટલે ધંધા માટે રોજ આખું શહેર વીંધવું પડે. એટલે સવારે ભોજન પતાવીને જ નીકળતા અને રાત્રે છેક આઠ વાગે જ પાછા ઘરે જતા. રસ્તામાં દસ જગ્યાએ ટ્રાફિક પૉઇન્ટ ઉપર ગાડી ઊભી રાખવી પડતી, પણ એ તો અમદાવાદીઓ માટે હવે એક સામાન્ય વાત બની ગઈ છે.

શિવરંજની ચાર રસ્તા આગળ લાલ લાઇટ હતી. સૌરભભાઈએ ગાડી ઊભી રાખી. તરત એક દસ-બાર વર્ષની ગરીબ, ગંદી, દૂબળી-પાતળી છોકરી હાથમાં પીળા રંગના કપડાનો લંબચોરસ કકડો લઈને દોડી આવી. કંઈ બોલ્યા-ચાલ્યા વિના સીધી

જ ગાડીનું બોનેટ સાફ કરવા માંડી.

'એ...ઈ...! શું કરે છે ? ગાડી સાફ કરાવીને જ હમણાં ઘરેથી નીકળ્યો છું...!' સૌરભભાઈએ છોકરીને અટકાવી.

એ દયામણું મોં કરીને બોલી, 'જે આપવું હોય એ આપજો, શેઠ ! મારી મા બીમાર છે...ત્રણ દિવસથી પેટમાં કંઈ પડ્યું નથી.'

સિગ્નલ બદલાયું. લાલ રંગ ગાયબ થયો, પછી પીળો અને તરત લીલો રંગ ઝબકી ઊઠ્યો. સૌરભભાઈએ ગાડી મારી મૂકી. છોકરી પડતાં-પડતાં રહી ગઈ.

નહેરુનગર સર્કલ તરફ જતાં-જતાં સૌરભભાઈ વિચારી રહ્યા, 'આ પણ ભીખનો જ એક પ્રકાર થયો કે નહીં ? જે સેવાની આપણે જરૂર જ નથી, એ પરાણે આપણા માથા ઉપર મારવી અને પછી આપણાં ખિસ્સા ખંખેરી લેવાનાં ! નરી લુચ્ચાઈ છે આ લોકોની. સારું થયું કે ગાડી મારી મૂકી. એક-બે દિવસમાં પોલીસ કમિશનરને મળીને વાત કરવી પડશે. શહેરના તમામ ટ્રાફિક-પૉઇન્ટ્સ ઉપરથી આ હેરાનગતિને હટાવી લેવાનું કહેવું પડશે.'

હેરાનગતિ ક્યાં એકલ-દોકલ જોવા મળે છે ? આ દેશમાં તો એનાં ટોળાં જ ફરતાં હોય છે.

જ્યાં સૌરભભાઈ પાલડી ચાર રસ્તા પાસે પહોંચ્યા, ત્યાં ફરી પાછી લાલ લાઇટ. એક સાત-આઠ વર્ષની બાળકી ઉઘાડા પગે દોડી આવી. હાથમાં પાણીનાં નાનાં-નાનાં પાઉચ લઈને : 'એક રૂપિયામાં એક. એક રૂપિયામાં એક. બરફમાં ઠંડાં કરેલાં છે, શેઠ ! બોલો, કેટલાં આપું ?'

જીભ ઉપર ગાળ આવી ગઈ હતી, પણ સૌરભભાઈએ માંડ સંયમ રાખ્યો. ભીખ પણ કેવાં-કેવાં રૂપ બદલીને આવે છે ! ક્યાંક પોતું તો ક્યાંક પાણી ! આ દેશમાં ખાધે-પીધે સુખી માણસો માટે તો ઘરની બહાર પગ મૂકવો મુશ્કેલ બની ગયું છે. એસ.ટી.ની બસ માટે રાહ જોઈને ઊભા હોઈએ, ત્યાં કોઈક ટેણિયો આવીને હેરાન કરવા માંડશે : 'પોલિશ કરી આપું, સાહેબ ?'

પેટ્રોલ પંપ ઉપર પેટ્રોલ પુરાવવા જઈએ ત્યાં ટીનેજર છોકરી હાથમાં ચોપાનિયાં લઈને આવી ચડે : 'સર, અમારી કંપનીનું ક્રિમ વાપરો; એક જ વાર સહેજ લગાડીને ગાડી ઉપર કપડું મારો. ગાડી તદ્દન નવી બની જશે. પચાસ ગ્રામની ડબ્બીના ફક્ત ચોત્રીસ રૂપિયા, સાહેબ ! એક વાર અજમાવી જુઓ...'

પૈસા...પૈસા...પૈસા...! હમણાં જ પંદરમી ઑગસ્ટ ગઈ. સૌરભભાઈને યાદ આવ્યું. ગાડીમાં બેસીને સ-પરિવાર ફરવા નીકળ્યા હતા, ત્યાં રસ્તામાં ઠેર-ઠેર નાનાં બાળકો હાથમાં નાના-નાના રાષ્ટ્રધ્વજો લઈને વેચી રહ્યા હતા. શેના રાષ્ટ્રધ્વજો.

સાંઠીકડાની ફરતે ત્રણ રંગના કાગળની પટ્ટીઓ ચોંટાડીને પૈસા કમાવવાનો કીમિયો માત્ર ! દેશના નેતાઓ રાષ્ટ્રને વેચતા ફરે અને આ ભિખારીઓ રાષ્ટ્રધ્વજ વેચવા માટે વલખાં મારે. સા..ભિખારીઓ ! આખી પ્રજા 'ટીમ ઇન્ડિયાને' બદલે 'ભીખ-ઇન્ડિયા' બની ગઈ છે.

લાલ લાઇટ અદશ્ય. લીલી લાઇટ ચાલુ. સૌરભભાઈની સુહાની સફર પણ પુનઃ ચાલુ થઈ ગઈ.

*

દિવસભરનું કામ પતાવીને સૌરભભાઈ ઊભા થયા. આજે એ ખુશ હતા. ભલે સવારના પહોરમાં અપશુકન થયા, પણ દિવસ સુધરી ગયો. સાત કરોડ રૂપિયાનો સરકારી ઑર્ડર મળી ગયો. એક વર્ષમાં માલ સપ્લાય કરવાનો હતો. થઈ જશે.

ગાડી દોડતી રહી. ટ્રાફિક અત્યારે પણ હતો, પરંતુ સવારના જેવો નહીં. અને ટ્રાફિક સિગ્નલો પણ રાતના દસ વાગ્યા સુધી તો નડવાનાં જ.

પરિમલ ગાર્ડન ચાર રસ્તા પાસે એમને લાલ લાઇટ નડી. વરસાદ પણ ઝરમર-ઝરમર વરસતો હતો. સૌરભભાઈએ ગાડીને સાઇડમાં લીધી અને એન્જિન બંધ કરી દીધું. પૂરી એક મિનિટનો ફરજિયાત વિરામ હતો.

ત્યાં જ એમના કાને અવાજ અથડાયો, 'શેઠ, અગરબત્તી લેશો ? ત્રણ રૂપિયાનું એક પૅકેટ...સસ્તી અને સુગંધીદાર...તમારા ઘરે સળગતી હશે તો દસમા ઘર સુધી એની ખુશબૂ ફેલાશે. આવી અગરબત્તી તમને મોટી દુકાનમાં પણ નહીં મળે. ગુલાબ, જાસ્મિન, ચમેલી, કેવડો...બત્રીસ જાતની સુગંધીઓ છે, સાહેબ ! બોલો, કઈ આપું ?'

સૌરભભાઈ ખીજવાઈ ગયા. આ સુગંધીદાર અગરબત્તીમાંથી એમને ભીખની દુર્ગંધ આવી રહી હતી. એમણે છાશિયું કરી લીધું, 'એક પણ નહીં. મારા ઘરે સિત્તેર પૅકેટ્સ પડ્યાં છે. આખા વર્ષની અગરબત્તીઓ હું એક સાથે જ ખરીદી લઉં છું અને તું મને સમજે છે શું ? તમને હું આવી ત્રણ-ત્રણ રૂપિયાવાળી સડેલી અગરબત્તી વાપરતો હોઉં એવો લાગું છું ?'

એક મિનિટ પૂરી થવા આવી હતી. હવે થોડીક જ ક્ષણોમાં લીલી ઝંડી ફરકવાની તૈયારીમાં હતી. સૌરભભાઈએ 'ઇગ્નિશન કી' ઘુમાવી. મોંઘી ગાડીના એન્જિને ન સંભળાય એવો ઘુરકાટ કર્યો.

એ સાથે જ પેલી ત્રીસેક વર્ષની ભરાવદાર અંગો ને ગોરી ચામડી ધરાવતી સ્ત્રીએ સૌરભભાઈના કાનમાં શબ્દો ફૂંક્યા, 'અગરબત્તી ન ખરીદો તો વાંધો નથી, શેઠ ! પણ મારે પૈસાની સખત જરૂર છે. તમે... તમે મને ખરીદી શકો છો ! જે આપશો એ લઈ લઈશ... પણ આ વાતમાં તમે ના ન પાડશો, સાહેબ !'

સૌરભભાઈ સ્તબ્ધ થઈ ગયા. આ એ શું સાંભળી રહ્યા હતા. અમદાવાદ જેવા શહેરમાં રાતના (મોડી રાતના નહીં) સાડા આઠ-નવ વાગ્યે વાહનોની ભીડથી ધમધમતા જાહેર રસ્તા ઉપર એક સ્ત્રી એનો દેહ વેચવાની ઑફર મૂકી રહી હતી ?! શું આ પણ એક પ્રકારની ભીખ જ...?

'ના.' એમના દિલમાંથી જવાબ ઊઠ્યો, 'આને ભીખ ન કહેવાય, આ સ્ત્રીનો પણ એક પરિવાર હશે. બીમાર પતિ, ભૂખ્યાં બાળકો, વેપારીનું દેવું કે ડૉક્ટરનું બિલ હશે. નાછૂટકે આ સ્ત્રીએ જુવાન વય અને વિસ્ફોટક રૂપ હોવા છતાં ઘરનો ચૂલો જલતો રાખવા માટે ઘરની બહાર પગ મૂક્યો હશે. એની પાસે ક્યાં એવી મૂડી છે કે એ શૉપિંગ મોલ કે પિઝ્ઝા હટ ખોલી શકે ? કઈ બૅંક એને લોન આપવાની હતી ? કોઈ વેપારી પાસેથી એ પચીસ-પચાસ પૅકેટ્સ સસ્તી અગરબત્તીનાં લઈ આવી હશે અને ટ્રાફિક પોઇન્ટ પાસે ઊભી રહીને બે પૈસા કમાવાની કોશિશ કરતી હશે. સવારથી સાંજ સુધીમાં કેટલી અગરબત્તીઓ વેચાતી હશે ? એમાંથી એને શું મળતું હશે ? અને આજે કદાચ દિવસભરની રઝળપાટ પછી પણ કશુંય હાથમાં નહીં આવ્યું હોય ત્યારે જ એ પોતાનો દેહ વેચવા માટે તૈયાર થઈ હશે ને ? આ બાઈ ધંધાદારી પ્રોસ્ટિટ્યૂટ હોય એવી દેખાતી નથી. એને આ પહેલાં આ જગ્યાએ ક્યારેય જોઈ પણ નથી.'

સૌરભભાઈનું માથું ઠનકી ગયું. એમણે ખિસ્સામાંથી સો રૂપિયાની નોટ કાઢીને બાઈના હાથમાં મૂકી દીધી.

પેલી રાજી રાજી થઈ ગઈ, 'આટલા તો બહુ છે, સાહેબ ! બાજુનું બારણું ખોલો એટલે હું ગાડીમાં આવી જાઉં !'

'ના, બહેન ! આ સો રૂપિયા સૌદા માટેના નથી, સહાય માટેના છે. બદલામાં મારે કંઈ જોઈતું નથી ને તારે કંઈ આપવાનું નથી. સીધી ઘરભેગી થઈ જા અને આ મારું વિઝિટિંગ કાર્ડ છે. એક-બે દિવસમાં મારી ઑફિસે મને મળવા માટે આવી જજે. તને કે તારા વરને નોકરીમાં રાખી લઈશ. જા, હવે આભાર માનવાની ને રડવાની જરૂર નથી. આભાર માનવો હોય તો ભગવાનનો માનજે કે તને એક સજ્જન પુરુષ ભટકાયો, માત્ર પુરુષને બદલે !'

ગાડી દોડવા માંડી. સૌરભભાઈના મનમાં વિચારો પણ દોડી રહ્યા હતા. 'ભીખ માગવી એ કોઈને ગમતી વાત નથી. ભિખારીઓને કારણે આ દેશ ખાડે નથી ગયો, પણ દેશ ખાડે ગયો છે માટે લોકોએ ભીખ માગવી પડે છે અને માટે જ અગરબત્તીના ખુશબોદાર ધંધા પાછળ પણ મજબૂરીની દુર્ગંધ છુપાયેલી હોય છે.'

(સત્ય ઘટના)

એક છેડે કૉમેડિ,
બીજા છેડે ટ્રેજેડિ

શિયાળાની વાત હતી. દસ-સાડા દસ વાગ્યા હતા. 'મુક્તિ એપાર્ટમેન્ટ'ના તમામ રહેવાસીઓ બારી-બારણાં સજ્જડ ભીડીને પોતપોતાનાં ઘરોમાં ઢબૂરાઈ ગયા હતા. કોઈ પથારીભેગું થઈ ચૂક્યું હતું, તો કોઈ થવાની તૈયારીમાં હતું.

ત્યાં ઠંડી હવાના ઘટ્ટ થરને ચીરતો અને સાંભળનારનાં કાળજાં કંપાવી મૂકતો એક નારીસ્વર સંભળાયો : 'ઓ માડી રે ! મરી ગઈ રે...! બચાવો... મને કોઈ બચાવો...! આ રાક્ષસ મને મારી નાખશે ! ઓ બાપા...રે !'

ફટાફટ બધા ફ્લૅટ્સનાં બારણાં તો ખૂલ્યાં, પણ કોઈએ અવાજની દિશામાં દોડી જવાની કોશિશ ન કરી, ત્રીજા માળે નવા-નવા રહેવા આવેલા નટુભાઈ એકલા લેંઘા અને સદરાભેર નીકળી પડ્યા.

'શું થયું ? શું થયું ? લાગે છે કે કો'ક દુષ્ટ, પાપી પુરુષ એની નિર્દોષ પત્નીને બેરહેમીપૂર્વક મારી રહ્યો છે. એક અબળાની વહારે ચડવું એ આપણા દેશની સંસ્કૃતિ છે, આપણી ફરજ છે અને સમગ્ર પુરુષજાતની શાન છે.' નટુભાઈ પંચાવન વર્ષની આસપાસના હોવા છતાં કડેધડે માણસ હતા. નાટકની દુનિયા સાથે સંકળાયેલ હતા. જુવાનીમાં હીરોના પાઠ ભજવતા. હવે ચરિત્ર અભિનેતા અને દિગ્દર્શકના રોલમાં આવી ગયા હતા, પણ એમના બોલવાની ઢબમાંથી હજુ રંગભૂમિની અસર ઓસરી ન હતી.

'નટુભાઈ, રે'વા દો ! આમાં પડવા જેવું નથી.' પાંચ નંબરના ફ્લૅટમાં રહેતા પોપટભાઈએ હલદીઘાટીના યુદ્ધમાં જતા હોય એમ થનગનતા નટુભાઈને વાર્યા.

'અરે, કોઈ અબળા મને પોકારતી હોય ત્યારે મારાથી આમ નામર્દની જેમ શેં બેસી રે'વાય ? મને કહો, મિત્ર ! મને એટલું કહો કે આ અબળાના આર્તનાદો કયા ફ્લૅટમાંથી આવી રહ્યા છે ?'

ચાર નંબરી ચંદુલાલે ચીસોનું સરનામું આપી દીધું, 'નીચે જાવ, ગ્રાઉન્ડ ફ્લૉર ઉપરના બે નંબરના ફ્લૅટમાં કાન્તિ કૂડો રહે છે. આ રાડો એની બૈરી મંગળાની છે.'

'પણ શા માટે ? મિત્ર, શા માટે ?'

'એ મંગળા જાણે ને કાન્તિ જાણે. હું તો એટલું જાણું કે આપણે આમાં પડવા જેવું નથી. કાન્તિ બહુ કૂડો માણસ છે. દારૂની હેરાફેરીનો એનો ધંધો છે. વેચતાં-વેચતાં વધે એટલો દારૂ કાન્તિ પોતાના પેટમાં ઠાલવે છે. રોજ રાત્રે મોડે સુધી જુગાર રમે છે. જે દિવસે બે પૈસા જીતીને ઘરે આવે છે, એ રાત્રે મંગળાને મહારાણીનું સુખ આપે છે અને જ્યારે હારીને ઘરે આવે છે, ત્યારે...'

'ત્યારે ? ત્યારે શું ?'

'બીજું શું હોય ? આપણને મંગળાની ચીસ સાંભળવા મળે છે.'

'અરે પણ તમે બધા આમ હાથમાં હાથ ધરીને જોઈ શું રહો છો ? કાપુરુષો, તમે મર્દ બનો ! જો તમારી જનેતાનું ધાવણ પીધું હોય તો આવો મારી સાથે. એ કાન્તિડાને આજે સીધો દોર કરી નાખીએ.' નટુભાઈના ડોળા ફાટ્યા. ભવાં ચડી ગયાં. ભુજાઓ થરથર ધ્રૂજવા માંડી; અલબત્ત, ક્રોધ અને આવેગને કારણે જ સ્તો !

પણ ટોળામાંથી કોઈએ એમને સાથ ન આપ્યો. ચંદુલાલે જે જવાબ આપ્યો એમાં બધાંની જાણે સંમતિ હતી, 'નટુભાઈ, હું તો પાઉડરનું દૂધ પીને મોટો થયો છું. તમે જનેતાના ધાવણવાળા હો, તો યાહોમ કરીને પડો ! ફતેહ છે આગે !'

ઉપહાસભર્યું હસતા પાડોશીઓના ટોળામાંથી રસ્તો કાઢીને નટુભાઈ નાટકિયા આગળ વધ્યા. દાદરનાં પગથિયાં ઊતરીને ગ્રાઉન્ડ ફ્લૉર ઉપર આવ્યા. ફ્લૅટ નંબર-બેની ડોરબેલ દબાવી.

થોડી વારે બારણું ઊઘડ્યું. અંદરથી આદિમાનવ જેવો કાન્તિ પ્રગટ થયો. પાંચ હાથ પૂરો અને હૃષ્ટપુષ્ટ. શરીરનું ઉપરનું એકમાત્ર વસ્ત્ર લુંગી હતું. ઉપરનો દેહ ઉઘાડો હતો. છાતી, પેટ અને હાથ – બધું જ રીંછના જેવા વાળથી આચ્છાદિત હતું.

એણે ઘૂરકાટ પણ રીંછના જેવો જ કર્યો, 'શું છે ?'

નટુભાઈનો અવાજ તાબડતોબ મૃદુ બની ગયો, 'મિત્ર, કોઈ સ્ત્રીના રડવાનો અવાજ શું આપના ફ્લૅટમાંથી આવે છે ?'

'ત્યારે શું તારા બાપના ફ્લૅટમાંથી આવે છે ?' કાન્તિ કૂડાએ ગટરનું ઢાંકણું ઉઘાડ્યું. અંદરથી બદબૂદાર શબ્દો નીકળી પડ્યા.

'એવું ન કહો, ભાઈ ! પણ નારીજાતિ તો અબળા કહેવાય. એની ઉપર

અકારણ હાથ ઉપાડવો એ યોગ્ય નથી. તમે શા માટે બાપડી...'

'એય ! એ બાપડી નથી, સમજ્યો ? એ મારી બાયડી છે. હું એને મારું કે જિવાડું એમાં તારે શું ?'

'હું...તમારો પડોશી છું...એટલે મારો ધર્મ છે કે...'

કાન્તિએ આંખ ઝીણી કરી, 'ઓહ, હવે સમજ્યો. તારે મારી બૈરી મંગળાની સાથે કંઈક લફરું લાગે છે. એટલે તને પેટમાં ચૂંક ઊપડી છે.' પછી એ મોટેથી બૂમો પાડવા લાગ્યો, 'અરે, કોઈ સાંભળે છે ? ક્યાં મરી ગયા બધા પડોશીઓ ? આ કોઈ લફંગો મારી મંગળાને બચાવવા માટે આવ્યો છે. યાર લાગે છે એનો !'

કાન્તિની બૂમાબૂમ સાંભળીને નીચે દોડી આવેલા પડોશીઓમાં હસાહસ મચી ગઈ. નટુભાઈ ભોંઠા પડીને પારોઠનાં પગલાં ભરવા માંડ્યા.

ચંદુલાલે ટોણો મારી લીધો, 'આ તમારું નાટકનું સ્ટેજ નથી, નટુભાઈ ! આ તો દુનિયા છે દુનિયા ! અહીં લખેલી સ્ક્રિપ્ટ પ્રમાણે દશ્યો નથી ભજવાતાં, પણ અહીં તો વહેવારું બનવું પડે છે. દશ્ય પ્રમાણે અભિનય કરવો પડે છે.'

સૌ વીલા મોઢે વીખરાયા. પાછળથી કાન્તિનો અવાજ ગાજી રહ્યો, 'આજે તો મંગળાને બમણી ફટકારીશ. એનો પ્રેમી આવ્યો'તો એને બચાવવા. જોઉં છું કે એને હવે કોણ બચાવે છે.'

અને પછી એક કલાક સુધી 'મુક્તિ એપાર્ટમેન્ટ'ની દીવાલો એ ગુલામ સ્ત્રીની ચીસોથી કાંપતી રહી.

*

દસ દિવસમાં ચાર વાર આવું બન્યું, પણ હવે કોઈ વચ્ચે પડવાનું નામ લે એવું ન રહ્યું. નટુભાઈની જે દશા થઈ હતી એ જોયા પછી સૌએ મંગળાની દિશામાંથી મોં ફેરવી લીધાં.

શનિવારે તો સમી સાંજથી જ કાન્તિએ પત્નીને મારવાનું શરૂ કરી દીધું. આજે એણે જુગારમાં સારી એવી રકમ ગુમાવી દીધી હતી. નબળો મરદ બૈરી ઉપર શૂરાતન કાઢી રહ્યો હતો. અને સાત-આઠ મર્દો મૂંગા બનીને એપાર્ટમેન્ટના ભોંયતળિયે આવેલા ઓટલા ઉપર બેઠેલા હતા.

ત્યાં અચાનક એક ઑટોરિક્ષા આવીને ઊભી રહી. એમાંથી ખાખી વર્દીધારી બે હવાલદારો નીચે ઊતર્યા. રિક્ષાડ્રાઇવરને આદેશ આપ્યો, 'ખડી રખના. હમ અભી આતે હૈં.'

પછી બંને જણા ઓટલા તરફ ફર્યા, 'હમણાં પોલીસ સ્ટેશને ફોન કોણે કર્યો હતો ?'

કોઈ કંઈ બોલ્યું નહીં. હવાલદારે ફરીથી પ્રશ્ન દોહરાવ્યો.

નટુભાઈએ બોલવાની હિંમત કરી, 'અમે...અમે તો કોઈએ ફોન નથી કર્યો. તમે...ક્યાંથી...?'

'અમે જહન્નમમાંથી આવીએ છીએ. જોતા નથી ? અને સમજતા પણ નથી કે પોલીસ કૉન્સ્ટેબલ્સ ક્યાંથી આવતા હોય ? હું જીલુભા જાડેજા અને આ છે દિલુભા રાણા. હમણાં દસ મિનિટ પહેલાંની જ વાત છે. પોલીસસ્ટેશને કોઈનો ફોન આવ્યો કે મુક્તિ એપાર્ટમેન્ટના બે નંબરી ફ્લૅટમાં એક બેનંબરી બાવડેબાજ રહે છે અને છાશવારે એની નિર્દોષ બૈરીને મારે છે. આ વાત સાચી કે ખોટી ?'

કોઈ હવાલદારના સવાલનો જવાબ આપે એ પહેલાં તો મંગળાએ જ જવાબ આપી દીધો. એની ચીસો બંધ ફ્લૅટની દીવાલો વીંધીને બહાર ધસી આવી, 'ઓ માડી રે ! મને આ રાક્ષસે મારી નાખી રે...'

દિલુભા-જીલુભાની જોડી હાથમાં લાકડીઓ સાથે અવાજની દિશામાં દોડી ગઈ. જોરજોરથી બારણાં ઉપર લાકડીઓ ફટકારવા માંડ્યા.

અંદરથી આદિમાનવ કાન્તિ બારણું ખોલીને પ્રગટ થયો. 'કોણ છે, બે ?' કહીને ગર્જના કરવા ગયો, પણ ખાખી કપડું જોઈને ઠરી ગયો. ગુનો રાંક છે. એક તો અત્યારે એ પીધેલો હતો. ઉપરથી વળી બૈરી ઉપર તાડનનું તાંડવ વરસાવી રહ્યો હતો.

એને જોઈ પોલીસ-જોડી જોરમાં આવી ગઈ, 'અચ્છા, તો ફોન ઉપરની ખબર ખોટી ન હતી. સા...! બૈરીને મારે છે ? ચાલ, પોલીસથાણે. તને મેથીપાક જમાડીએ છીએ...' પોલીસથાણે તો જવાય ત્યારે; એ પહેલાં તો દિલુભા અને જીલુભાએ કાન્તિ કૂડાને એના જ ફ્લૅટમાં ખોખરો કરી નાખ્યો. મંગળાની ચીસો હવે શાંત થઈ ગઈ અને કાન્તિની ચીસોએ ફ્લૅટ્સ કંપાવી મૂક્યા.

'અરે, કોઈ મને બચાવો ! આ પોલીસવાળાઓ તો રાક્ષસો જેવા છે. મને મારી નાખશે.'

જીલુભાએ બે ભાઠા વધારે માર્યા, 'નાલાયક, બૈરીને મારવાનું પાપ તું કરે છે અને રાક્ષસ અમને કહે છે. ચાલ, ઊભો થા ! તને તો દોરડે બાંધીને પોલીસથાણે લઈ જઈએ.'

કાન્તિ કરગરી પડ્યો, 'માફ કરો, સાહેબ ! કોઈએ તમને ખોટો ફોન કરી દીધો લાગે છે. હું તો મારી બૈરીને આંગળીએ અડાડતો નથી. પૂછો મંગળાને !'

જીલુભા કંઈ પૂછે એ પહેલાં તો મંગળા જ બોલી ઊઠી, 'એ પીટ્યો મને રોજ ફટકારે છે, સાહેબ ! એને છોડશો નહીં.'

જીલુભા ને દિલુભા ક્યાં એને છોડવા આવ્યા હતા ? એમણે તો કાન્તિને બાંધવા માટે ખિસ્સામાંથી દોરડું બહાર કાઢ્યું. કાન્તિએ રાડારાડ કરી મૂકી.

‘એ મને માફ કરો, સાહેબ ! આજ પછી ક્યારેય મારી મંગળાને નહીં મારું. પાણી મૂકું છું.’

‘મૂક પાણી. અને એટલેથી કામ નહીં પતે. ફરિયાદ આવી છે એટલે તારે લેખિતમાં પણ આપવું પડશે.’

કાન્તિએ ધ્રૂજતા હાથે લખી આપ્યું, ‘હવે પછી મારી બૈરીને મારે એ બે બાપનો !’

પછી દિલુભા-જીલુભાની સામે જોઈને કરગર્યો, ‘બસ, સાહેબ ?’

‘એમ બસ શાનું થાય ? ચા-પાણીનો વહેવાર તો હજુ બાકી છે.’ જીલુભાએ ચાના બે હજાર લીધા અને દિલુભાએ પાણીના બે હજાર ખંખેર્યા.

એ દિવસ ને આજની ઘડી. ‘મુક્તિ એપાર્ટમેન્ટ’ની રહેવાસી મંગળા ગુલામીમાંથી આઝાદ થઈ ગઈ. કાન્તિએ શરાબ પીવાનું ને જુગારમાં હારવાનું તો ન છોડ્યું, પણ પત્નીને મારવાનું સાવ જ બંધ કરી દીધું.

મંગળાને શાંતિ થઈ ગઈ, પણ એક મૂંઝવણ એના દિમાગને સતાવતી હતી : ‘પોલીસ સ્ટેશને મને બચાવવા માટે નનામો ફોન કોણે કર્યો હશે ?’

*

બે મહિના પસાર થઈ ગયા. કાન્તિ એના ‘ધંધાર્થે’ બહારગામ ગયો હતો. મંગળા ઘરમાં એકલી હતી અને કંટાળેલી હતી. એણે સાંભળ્યું હતું કે શહેરમાં એક સારું નાટક પડ્યું છે. એને નાટક જોવા જવાનું મન થયું, પણ એકલી એકલી કોની સાથે જાય ? અને ટિકિટ પણ કોણ લાવી આપે ?

એને અચાનક યાદ આવ્યું; નટુભાઈ નાટકિયાની પત્નીને વિનંતી કરી હોય તો કદાચ કંઈક રસ્તો નીકળી આવે.

એ તરત જ ઘર વાસીને નીકળી પડી. ઉપલા માળે જઈને પહોંચી નટુભાઈના ફ્લૅટમાં. નટુભાઈ અને નીરુબહેન બંને પતિ-પત્ની ઘરમાં હાજર હતાં. મંગળાએ જેવો નાટક જોવાનો ઇરાદો જાહેર કર્યો, એટલામાં જ નટુભાઈ ઊછળી પડ્યા, ‘એમાં શું ? આપણું જ નાટક છે. આજે રાત્રે જ આવો.’

નીરુબહેન અને મંગળા સાંજે નાટક જોવા માટે ઊપડ્યાં. નટુભાઈએ જાતે એમને બીજી હરોળમાં બેસાડી દીધાં. સમય થયો એટલે પડદો ઊઘડ્યો. નાટક શરૂ થયું. કૉમેડિ નાટક હતું. પ્રેક્ષકો હસી-હસીને લોટપોટ થઈ ગયા. મંગળા પણ એમાંથી બાકાત ન હતી. એને પણ મજા આવી ગઈ.

રાત્રે એક વાગે નાટક પૂરું થયું. નટુભાઈએ પાછા ફરતી વખતે મંગળાને પૂછી લીધું, 'કેવું લાગ્યું નાટક ?'

'નાટક તો બહુ સારુ લાગ્યું, પણ સાથે-સાથે એક વાતની નવાઈ પણ લાગી. કલાકારોમાંથી બે પાત્રોના ચહેરા ક્યાંક જોયેલા લાગ્યા.'

નટુભાઈ હસી પડ્યા, 'તે લાગે જ ને ! એ અમારા નીવડેલા કૉમેડિયનો છે. દેવો ને જીવો. પણ તમે એમને જોયા છે દિલુભા અને જીલુભાની ભૂમિકામાં. પોલીસવાળાનો ડ્રેસ તો જોઈએ ત્યારે ભાડે મળે જ છે.'

'તો એ ફોન કરનાર તમે હતા ?'

'હા, બે'ન ! આવું નાટક કરવા સિવાય બીજો રસ્તો ન હતો. તે દિવસે જ્યારે હું પહેલી વાર તારા ધણીને સમજાવવા માટે આવેલો, ત્યારે એણે મારું અને તારું બેયનું અપમાન કર્યું હતું. એ દિવસે ચંદુલાલે મને ટોણો માર્યો હતો કે 'આ તમારા નાટકનું સ્ટેજ નથી, નટુભાઈ ! આ તો દુનિયા છે દુનિયા ! અહીં લખેલી સ્ક્રિપ્ટ પ્રમાણે દૃશ્યો નથી ભજવાતાં, પણ અહીં તો દૃશ્ય પ્રમાણે અભિનય કરવો પડે છે.' બસ, એ જ દિવસે મેં નક્કી કરી લીધું કે હું જો ખરો નાટકનો જીવ હોઈશ, તો દુનિયાના રંગમંચ ઉપર મારી સ્ક્રિપ્ટ મુજબનું દૃશ્ય ભજવી બતાવીશ. તો જ હું સાચો દિગ્દર્શક ! અને મેં એમ કરી બતાવ્યું.'

પછી એ થોડી વાર માટે મંગળાની સામે તાકી રહ્યા. મંગળાની આંખોમાં ખુશી ઝલકતી હતી, એ જોઈને નટુભાઈએ પૂછી નાખ્યું, 'બહેન ! એ તો કહે કે મારું એ નાટક તને કેવું લાગ્યું ?'

'મારા માટે કૉમેડિ અને મારા વર માટે ટ્રૅજેડિ !' મંગળાએ એક જ વાક્યમાં જિંદગીની સાપેક્ષતા દર્શાવી દીધી.

ફૂડાં સુખની વાતો મેલો રે, સુખડાંએ તો દીધા દગા
હું તો દુઃખની વાટે હાલ્યો રે, દુઃખડાં મારાં સાચાં સગાં

'સાંભળો છો ? આ છાપામાં લખ્યું છે કે આ વરસે દિવાળીની રજાઓમાં મોટા ભાગના ડૉક્ટરો બહારગામ ફરવા માટે ઊપડી જવાના છે.' પત્નીએ છાપાંનો હવાલો આપીને કહેવા જેવું બધું જ કહી દીધું.

એને હક્ક હતો પોતાની વાત રજૂ કરવાનો. મારી કમાણીમાં એનો અડધોઅડધ ફાળો હતો અને છે. એણે પણ મારી સાથે ખભેખભો મિલાવીને કામ કર્યું છે. દિવસ-રાત જોયા વગર. દરદીઓની સારવાર માટેની કાળી મજૂરી કરી છે. સતત પચીસ વર્ષ સુધી. અને બદલામાં મેં એને શું આપ્યું છે ? કોઈને કહું તો માને પણ નહીં; છેલ્લાં આઠ-દસ વર્ષથી અમે એક પણ વાર વૅકેશન માણ્યું નથી. દિવાળીના તહેવારોમાં ક્યાંય બહારગામ ગયાં નથી. મહાબળેશ્વર, માથેરાન કે મસૂરીની વાત તો દૂર રહી, પણ કઠલાલ સુધી પણ જવાયું નથી.

બહારગામ જવા માટે માત્ર પૈસા હોવા જ પૂરતું નથી હોતું, એ માટેનો સમય પણ હોવો જોઈએ. અને છેલ્લા એક દાયકાથી સમયના જુગારમાં હું સતત હારતો રહ્યો છું. બંને બાળકોના બોર્ડનાં બબ્બે (કુલ ચાર) વર્ષમાં ક્યાંય જવાયું નહીં અને બાકીના વરસે દર વખતે કંઈ ને કંઈ અડચણ નડી ગઈ.

ક્યારેક લખવાની ડેડલાઈન ચૂકી ગયો હોઉં તો ક્યારેક છેક છેલ્લી ઘડીએ ઇમરજન્સી કેસ આવી ગયો હોય; સામાન પૅક કરીને કારમાં મૂકી દીધો હોય અને પેશન્ટ આવે એટલે ઊતરી જવું પડે એવું પણ બન્યું છે.

પણ આ વખતે એમાંનું કશું જ નથી. દીકરી ડૉક્ટર બનીને આવી ગઈ છે, દીકરો ડૉક્ટર બનવા જઈ રહ્યો છે; દિમાગ ઉપર કશું જ ટેન્શન નથી. લખવા માટેનું જેટલું પેન્ડિંગ હતું એ બધું જ લખાઈ ચૂક્યું છે અને દવાખાનું પાંચ દિવસ માટે બંધ કરવું એવો દૃઢ નિર્ધાર કરી નાખ્યો છે.

હવે તો દુનિયાની કોઈ ચીજ, કોઈ પરિબળ અમને બહારગામ જતાં અટકાવી શકે એમ નથી. મૌકા ભી હૈ, મરજી ભી હૈ ઔર દસ્તુર ભી.

તાજામાજા થવા માટેનો તખ્તો પૂરેપૂરો ગોઠવાઈ ગયેલ હતો. દિવાળીની રજાઓમાં છેલ્લા એક નહીં, પણ દસ વર્ષનો થાક ઉતારી નાખવાનો અને નવું વરસ સુધારી લેવાનો સુનહરો મોકો હાથવેંતમાં નહીં, પણ મુઠ્ઠીમાં બંધ હતો અને ત્યાં જ બરાબર રાતના નવ-સાડા નવે એક ફોન આવ્યો. અજાણી વ્યક્તિ હતી, અજાણ્યું નામ અને અજાણ્યું ગામ હતું.

એ નિલેશ ગાંધી હતા. હું ક્યારેય એમને મળ્યો ન હતો, પણ એ મને વર્ષોથી નિયમિતપણે વાંચતા આવ્યા હતા.

એ કહી રહ્યા હતા, ‘સર, મારું ગામ અમદાવાદથી માંડ અડધા કલાકના અંતરે આવેલું છે. આ વરસે ચોમાસાએ પાણીને બદલે ગામ ઉપર તબાહીનો વરસાદ વરસાવેલ છે. સુખી લોકો મધ્યમવર્ગના બની ગયા છે, મધ્યમવર્ગના લોકો ગરીબ થઈ ગયા છે અને ગરીબ તો...’

એ અહીં એકાદ ક્ષણ માટે અટક્યા.

મેં એમનો રૂંધાયેલો કંઠ સાફ કરી આપ્યો, ‘સમજી શકું છું, મિત્ર ! આગળ બોલો !’

‘ગામમાં કેટલાંયે ઘરો એવાં છે જ્યાં દિવાળીની રોશની આ વરસે...’

‘સમજી ગયો; આગળ વધો !’

‘આગળ વધારે તો શું વધુ ? એક વિનંતી છે; થોડાંક વર્ષો પહેલાં આપનો એક લેખ વાંચેલો જેમાં એક સજ્જન દિવાળીના તહેવારોમાં ગામડે જઈને ગરીબ ગુરબાંને મીઠાઈ જમાડે છે; આ વરસે જો અમારા ગામમાં... આપ પધારો...તો...’

હું હોલવાઈ ગયો. રાત થોડી હતી ને વેશ ઝાઝા. મારી પાસે સમય ન હતો. આ કામ આયોજન માગી લે તેવું હતું અને આયોજન માટે સમયની જરૂર હોય છે. મારો સમય મારા અંગત આયોજન માટે મુકર્ર થઈ ચૂક્યો હતો.

ભાઈ નિલેશ ગાંધી ફોનના સામા છેડે મારા જવાબની પ્રતીક્ષામાં ઊભા હતા. અને મારી આંખો સામે એક દાયકા પછી હાથમાં આવેલી રજાઓના અવશેષો રમી રહ્યા હતા.

સમય ખૂબ ઓછો હતો. જે ગામમાં પહેલાં હું કદીયે ગયો ન હતો, ત્યાં જઈને આ બધું પાર પાડવું એ ધારીએ એટલું સરળ નથી હોતું. અને એ માટેનાં નાણાં ઊભાં કરવા માટે પણ થોડોક સમય જોઈએ. મેં નિલેશ ગાંધી પાસે સમય માગ્યો, ‘ચોવીસ કલાક પછી મને ફોન કરશો ?’

એ ભલાણ માણસે હા પાડી. ચોવીસ કલાક એક બગાસાની ઝડપે પસાર થઈ ગયા. મારી અતિશય વ્યસ્તતા વચ્ચેથી હું આ પુણ્યકાર્ય માટે એક ક્ષણ પણ કાઢી શક્યો નહીં.

બીજા દિવસે ફરીથી ફોન. મેં મુદતની માગણી વધારે : 'બે દિવસ પછી ફોન કરો.'

અડતાલીસ કલાક પછી નિલેશભાઈ પાછા ટહુક્યા. મેં જરા ખચકાટ સાથે કહ્યું, 'સૉરી, હું એટલી બધી ધમાલમાં હતો કે... તમે પ્લીઝ રવિવારે રાત્રે ફોન કરશો ?'

'સોમવારે રાત્રે કરીશ.'

સાચું કહું છું કે સોમવારે રાત્રે જ્યારે એમનો ફોન આવશે ત્યારે મારી પાસે ના પાડવા સિવાય બીજો કોઈ જવાબ ન હતો. ટાગોર હૉલમાં 'સાધના' પરિવાર દ્વારા આયોજિત એક કાર્યક્રમ માણ્યા પછી હું બે મિત્રો સાથે એક રેસ્ટોરાંમાં બેઠો હતો. મેં જવાબ આપ્યો, 'સૉરી નિલેશભાઈ ! આ વખતે મારાથી આ કામ થઈ શકે તેમ નથી. ફરી ક્યારેક વાત. અને હવે પછી ભવિષ્યમાં આવું કામ હોય તો મને દોઢ-બે મહિના અગાઉ જાણ કરશો.'

મારા બોલવામાં ખેદ હતો અને એમના સાંભળવામાં ઉદારતા. વાત પૂરી થઈ જતી હતી.

પણ શું ખરેખર આ વાત અહીં પૂરી થઈ જતી હતી ???

ના.

ફોન કાપીને હું ફરીથી સ્વાદિષ્ટ મેનુ અને પ્રેમાળ મિત્રો (ઉમંગ શાહ અને જયેશ શાહ) તરફ પાછો ફર્યો.

ઉમંગભાઈ અને જયેશભાઈ બંને જૈન છે. સાત્ત્વિક પુણ્યાત્માઓ છે. એમણે આંખોમાં જિજ્ઞાસા આંજીને પ્રશ્નસૂચક આંખે મારી સામે જોયું.

મેં જેમ બને તેમ ટૂંકાણમાં વાતનું નિરૂપણ કર્યું. અને પછી અમારા આનંદના સમયનો આટલો ભોગ લીધો એનો પશ્ચાત્તાપ કરતો હોઉં એમ વાત ઉપર પૂર્ણવિરામ મૂક્યું, 'પણ હવે એ વાત પતી ગઈ છે. ભૂલી જાવ. એન્જોય ધી ફૂડ.'

ઘણાં 'માણસો' અવ્યવહારું હોય છે. આંખો સામે પડેલી સ્વાદિષ્ટ વાનગીઓ 'એન્જોય' કરવાનું એમને આવડતું નથી હોતું. એને બદલે દૂર ગામડાંમાં વ્યાપેલી કોઈની ભૂખ એમને વધારે તડપાવી જતી હોય છે.

બીજા દિવસે બપોરે ઉમંગ શાહનો ફોન આવ્યો. ટૂંકો ને ટચ.

'સાહેબ, તમે ગઈ કાલે જે ભાઈને ના પાડી હતી, એને અત્યારે હા પાડી

દેજો. આપણે આ કામ કરવાનું છે અને એ માટેનાં જરૂરી નાણાંની સગવડ અમે કરી લીધી છે. સિત્તેર ટકા રૂપિયા ભેગા થયા છે, બાકીના...'

મેં એમની ત્રીસ ટકા અધૂરી વાત ઉપાડી લીધી, 'બહુ થયું, દોસ્ત ! બાકીના ત્રીસ ટકાનું હું ફોડી લઈશ.'

ફોડી લીધું. જેને-જેને વાત કરી એણે વાતને વધાવી લીધી. કોઈની આગળ ટહેલ નાખવાની પણ મારે જરૂર ન પડી. ફોન ઉપર એક જ વાક્યથી શરૂઆત, 'હું જે બોલી જઉં એ માત્ર સમાચાર સાંભળતા હો એમ સાંભળી જજો. તમારી પાસે એક પૈસાની પણ સહાય નહીં માગું. માગ્યા વગર વરસે એ વરસાદ !'

અને જેને જેને સમાચાર પીરસ્યા, એ તમામે થોડાં થોડાં છાંટણાંનો વરસાદ વરસાવ્યો.

માથાદીઠ દરેક અસરગ્રસ્ત વ્યક્તિને પાંચસો-પાંચસો ગ્રામ મીઠાઈ આપી શકાય એટલું ભંડોળ ઊભું થઈ ગયું.

એક ફોન અરુણ ત્રિવેદીને ફટકાર્યો, 'યાદ છે ? બે-ત્રણ વર્ષ પહેલાં તમારી આ ગામડાંમાં મીઠાઈ વહેંચવાની પ્રવૃત્તિ ઉપર મેં એક લેખ લખેલો ?'

'યાદ જ હોય ને ? આખા ગુજરાતને યાદ છે, ત્યારે મને કેમ કરીને ભુલાય ? પણ અત્યારે એ વાત સંભારવાનું કારણ ?'

'કારણ એટલું જ કે એ વાંચીને બીજા એક ગામડેથી ફરમાઈશ આવી છે. પુણ્ય તમે કમાયા અને હવે જવાબ મારે આપવાનો ? જમવામાં જગલો ને...?'

'આગળ ન બોલશો, સાહેબ ! મારે શું કરવાનું છે એનો માત્ર આદેશ આપો.' અરુણ ત્રિવેદી પળવારના વિલંબ વગર બોલ્યા.

મેં સમાચાર આપ્યા, 'તમારે માટે કરવા જેવું કશું રાખ્યું જ નથી. મીઠાઈની પૂરી વ્યવસ્થા થઈ ગઈ છે.'

'એમ કેમ ચાલે ? એકલી મીઠાઈથી ખાનરનાં મોં ભાંગી જાય. સાથે ફરસાણ આપવું જ પડે.'

'ફરસાણ કોણ આપે ?'

'જે બોલ્યો હોય એ આપે.' અરુણ ત્રિવેદી પણ આ પવિત્ર યજ્ઞમાં જોડાઈ ગયા.

છેલ્લો ફોન સમીર નામના એક જુવાન મિત્રને કર્યો. અમદાવાદમાં બે વિસ્તારોમાં એની મોટી, ધીકતી દુકાનો છે. આખું કુટુંબ ધાર્મિક છે. હવેલીમાં વરસે-બે વરસે દસ-વીસ હજાર રૂપિયાનું દાન કરી આવવું એ એમને મન રમત વાત છે.

ફોનને બદલે મેં સમીરને એસ.એમ.એસ. કર્યો. લખ્યું, 'ગામડામાં જઈને ગરીબોને મીઠાઈ-ફરસાણ વહેંચવાનાં છે. મોટી ગાડીની જરૂર છે. દિવાળીના સપરમા દા'ડે સમાજ-કુટુંબ-સ્વજનો-મિત્રો અને ધંધો; આટલું ભૂલીને ચારેક કલાક ગાડી સાથે ફાળવી શકે એમ છે ?'

તરત એનો ફોન આવ્યો; એસ.એમ.એસ. નહીં.

'મને સાવ પાપી જ ધાર્યો છે ?'

મારું ગળું ભરાઈ આવ્યું, 'ભાઈ, શરદ ઠાકરની મૈત્રીમાં તને શું મળે છે ? પાંચ વર્ષ પહેલાં તું એક વાચક તરીકે મને મળેલો. પછી આપણે મિત્રો બન્યા. તારા માટે મેં શું કર્યું ? સિવાય કે વાર-તહેવારે બે-પાંચ હજારની ખોટ...?'

'આગળ ન બોલશો, સાહેબ ! વધુ બોલીને મારા પુણ્યની કમાઈમાં કમી ન કરશો. હું આવું છું.'

લોગ મિલતે ગયે, કારવાં બનતા ગયા.

આપણા હિંદુઓનો સૌથી મોટો તહેવાર. લોકો જ્યારે ઘરમાં બેસીને દીવાઓ પ્રગટાવતા હતા અને ફટાકડાઓ ફોડતા હતા, ત્યારે રાત્રે સાડા આઠ વાગે અમે પાંચેક મિત્રો અજાણ્યા હાઈ-વે ઉપર એક અજાણ્યા ગામનું સરનામું શોધી રહ્યા હતા.

એ ગામડે પહોંચ્યા પછીના ત્રણ કલાકની વાત શું કહેવી ? 'સાધના'ના વાચકો પીઢ અને સમજદાર છે. લખ્યા વિનાનાં દૃશ્યો પણ વાંચી, જોઈ અને સમજી શકે એવા છે. એટલે એની વિગતમાં નથી ઊતરતો.

પણ એ ગામના વણકરવાસ, હરિજનવાસ અને રાવળિયાઓના ફળિયામાં મીઠાઈ અને ફરસાણનાં બૉક્સ વહેંચીને મોડી રાતે જ્યારે અમે ઘર તરફ પાછા ફરી રહ્યા હતા ત્યારે દિલમાં અપાર સંતોષ હતો, આંખોમાં ખુશી હતી અને...અને આ રજાઓમાં ક્યાંય બહારગામ ન જવાનો વસવસો તો આખા શરીરમાં ક્યાંય પણ ન હતો.

(સત્ય ઘટના)

(શીર્ષકપંક્તિ : ઝવેરચંદ મેઘાણી)

અંગ્રેજો ગયા પણ અંગ્રેજિયત ભારતનો ઉંબરો છોડવા તૈયાર નથી !

'બેટા બાલ ! કઈ તરફ ચાલ્યો ?'

'જો માઈ ! આવું પૂછીને અપશુકન કરી આપ્યા ને ?'

'હવે અપશુકન તો કોઈક સારા કામે જતા હોઈએ ત્યારે ગણતરીમાં લેવાના હોય; તારે ક્યાં આપણા નાના ચોકથી આગળ કશે જવાનું છે ?'

'જા, જા માઈ ! તું શું જાણે કે આજે તારો આ દીકરો કોને મળવા માટે ઘરની બહાર પગ મૂકી રહ્યો છે ? તું જો એમનું નામ જાણતી હોત ને તો...'

'તો ? તો શું ?'

'તો કદાચ તું પણ મારી સાથે આવવા માટે નીકળી પડી હોત !' પેન્ટ-શર્ટ અને ઉપર ગરમ કોટ ચડાવીને, પગમાં બૂટ અને નવાં મોજાં ધારણ કરીને અગિયાર વર્ષનો, એક પગે સહેજ લંઘાતો પુત્ર વિલાયતી બાબુની છોટી આવૃત્તિ જેવો બનીઠનીને દાદર સ્થિત એના મધ્યમવર્ગીય મકાનનો ઉંબરો વળોટી ગયો.

એની વિધવા મા અને ત્રણ મોટી બહેનો છેક બારણા સુધી દોડી ગઈ, 'બાલ ! બાલ ! એટલું તો કહેતો જા કે ક્યારે પાછો આવીશ ? અને કોને મળવા જાય છે...?'

અગિયાર વર્ષનો છોકરો સીનો ટટ્ટાર કરીને, ગર્વિષ્ઠ કૂકડાની જેમ ડોક ઘુમાવીને બોલી ગયો, 'તમારે ઈર્ષાથી બળી જ મરવું છે ? તો લો સાંભળો : હું વીર સાવરકરને મળવા જઈ રહ્યો છું. સાંભળ્યું છે કે એમનું ઘર આપણા દાદર વિસ્તારમાં જ આવેલું છે. પાછા ફરતાં મોડું થાય તો મારી ચિંતા ન કરશો. હું સિંહના સાન્નિધ્યમાં બેઠો હોઈશ.'

૧૯૪૯ની સાલનો એપ્રિલ મહિનો હતો. ગરમીએ એની તીવ્રતા બતાવવાની શરૂઆત કરી દીધી હતી. બાલ એક ગરીબ પરિવારનો એકનો એક પુત્ર હતો. સાત ખોટનો દીકરો હતો. પિતાજી એને છ વર્ષનો મૂકીને મૃત્યુ પામ્યા હતા. મોટી

ચાર બહેનો હતી. વિધવા અભણ મા હતી. પિતાજી સાતેક વર્ષ પૂર્વે મૃત્યુ પામ્યા, ત્યારે ઘરમાં એક ટંકનો ચૂલો સળગાવવા જેટલી પણ ત્રેવડ ન હતી, પણ હમણાં-હમણાંથી સૌથી મોટી બહેને કમાવાનું શરૂ કરી દીધું હતું. એની આવકમાંથી તો બાલના ભાગે આ મોંઘા સૂટ-બૂટ આવ્યા હતા.

અગિયાર વર્ષનો કિશોર પગના હાડકામાં ટી.બી. થવાને કારણે નાનો હતો ત્યારથી જ ઘરકૂકડી બનીને જીવતો રહ્યો હતો. ન એને વિધિસર શાળાએ જવા મળ્યું, ન એને અન્ય બાળકોની સાથે શેરીની રમતો રમવાનું સદ્ભાગ્ય મળ્યું.

ભાગ્યે જ ઘરની બહાર નીકળતો આ છોકરો આજે અદમ્ય ઉત્સાહથી વીર સાવરકરની મુલાકાતે જવા નીકળ્યો હતો. એના થનગનાટનું કારણ વાજબી હતું. વીર વિનાયક દામોદર સાવરકર મહારાષ્ટ્રના સિંહ તરીકે પ્રખ્યાત બની ચૂક્યા હતા. તાજેતરમાં જ (૧૯૪૯ના ફેબ્રુઆરીમાં) જ ભારતની સર્વોચ્ચ અદાલતે ગાંધી હત્યાના ખટલામાંથી એમને નિર્દોષ સ્વીકારીને મુક્ત કર્યા હતા. મહારાષ્ટ્રની પ્રજાનો ઉત્સાહ છાતીનું પડ ચીરીને બહાર ધસી રહ્યો હતો.

આમ તો વીર સાવરકર ત્રણ દાયકા પહેલાં આંદામાનના કાળા પાણીનો કેર ઉઠાવીને હિંદુસ્તાનની ધરતી ઉપર જ્યારે પાછા ફર્યા ત્યારથી જ તેઓ પ્રત્યેક દેશવાસીઓની આંખનું સ્વપ્ન બની ચૂક્યા હતા.

નાના બાલે પણ એમના વિશે ખૂબ-ખૂબ સાહિત્ય વાંચી નાખ્યું હતું. એનાથી મુગ્ધ બનીને જ એ આજે એના હીરોને મળવા નીકળી પડ્યો હતો.

✳

'શિવાજી સદન'ના દાદરનાં પગથિયાં ચડીને બાલ સીધો સાવરકરના દીવાનખંડમાં જઈ પહોંચ્યો. ત્યાં પાટ ઉપર ગાદીતકિયાની દેશી બેઠક ઉપર હિંદુસ્તાની શેર બિરાજમાન હતો. ધોતી-ઝભ્ભો, કાળો કોટ, માથે ટોપી અને બાજુમાં ગોઠવેલી છત્રી.

'કોને મળવા માટે આવ્યો છે, છોકરા?' એમની આંખોમાં વેધકતા હતી, અવાજમાં હૂંફ હતી અને ચહેરા ઉપર વાત્સલ્ય.

'આપને મળવા આવ્યો છું, સાહેબ!' છોકરાએ બારણા પાસે બૂટ ઉતારીને સાવજનાં ચરણોમાં માથું નાખી દીધું.

'બેસ.' સાવરકરજી ટેણિયાની નમ્રતા જોઈને પ્રસન્ન થયા.

'સમય લીધા વગર જ આવી ચડ્યો છું. આપને ખલેલ તો...'

'ના રે ! શાની ખલેલ ને શાની વાત ? અમારા જેવા દેશભક્તોનું કામ તો આઝાદી આવી એની સાથે જ પૂરું થઈ ગયું. હવે તો આ ધોળી ટોપીઓ ધંધે લાગી

ગઈ છે. હું બેઠો-બેઠો બધો તાલ જોયા કરું છું.' સાવરકરજીના બોલવામાં કડવાશ હતી, વ્યથા હતી, ભારોભાર વ્યંગ હતો. એમને ખબર નહોતી કે સામે બેઠેલો કિશોર આમાંનું કેટલું સમજી શકે એવો હતો.

તરત જ એમણે વાતનું સ્તર બાળકના સ્તર સુધી નીચે ઉતાર્યું, 'શા માટે મને મળવાનું મન થયું તને ? શું જાણે છે મારે વિશે ?'

'સઘળું.' બાલે ઉત્સાહથી ઉત્તર આપ્યો, 'મેં તમારા વિશે છપાયેલું સંપૂર્ણ સાહિત્ય વાંચેલું છે. આપણા મરાઠી માણુસ પ્રખ્યાત નાટ્યલેખક રામ ગણેશ ગડકરીએ તમારા વિશે લખેલાં તમામ નાટકો, તમારી આંદામાનની સજા અને તમે ત્યાં ભોગવેલી યાતનાઓ વિશેનું તમારું પુસ્તક, તમારાં સ્વરચિત કાવ્યો, તમારા પ્રતિબંધિત ઇતિહાસગ્રંથો – બધું જ હું વાંચી ગયો છું. મને તમે ગમો છો.'

'હિંદુસ્થાનમાં હું કોને નથી ગમતો, છોકરા ? સિવાય કે પેલા નમાલા કૉંગ્રેસીઓને...' ફરી પાછા સાવરકર અટક્યા. વાતની ગાડી ફરી-ફરીને અઘરા પાટા ઉપર ચડી જતી હતી. એમણે સહેલી પટરી સાચવી રાખી.

'એક વાત પૂછું ? તારી ભાષામાં, બોલીમાં આટલી સફાઈ ક્યાંથી આવી ? શું ભણ્યો છે તું ?'

'ખાસ કશું નહીં. આ પગની બીમારીએ મને શાળામાં જતાં રોક્યો અને પિતાના અવસાને...'

'તો પછી બોલવામાં આટલી શુદ્ધિ શા કારણે ?'

'મેં કહ્યું ને કે મેં તમને ખૂબ-ખૂબ વાંચેલા છે. મને ખબર છે કે તમે ભાષાશુદ્ધિના દઢાગ્રહી છો. અંગ્રેજી શબ્દોના સુંદર સમાનાર્થી મરાઠી શબ્દો બનાવવાની દિશામાં તમે ખૂબ મોટું પ્રદાન કર્યું છે, એ પણ હું જાણું છું.' બાલનાં નેત્રોમાં ગૌરવવંતી ચમક પથરાઈ ગઈ.

'દાખલા તરીકે ?' સાવરકરજીના હોઠો પર સ્મિત હતું.

'હોમમિનિસ્ટરને બદલે ગૃહમંત્રી શબ્દ તમે જ આપ્યો છે ને ? અને પર્સનલ સેક્રેટરી માટે મરાઠી શબ્દ 'લેખણીક' પણ તમારી જ શોધ છે.'

'શાબાશ, પુત્ર !' સાવરકરજીની પ્રસન્નતાને કોઈ સીમા ન રહી.

પછી એમણે ગંભીર બનીને ટકોર કરી, 'જેટલી ભારતીયતા ભાષાની બાબતમાં આવશ્યક છે, એટલી જ ભારતીયતા પહેરવેશમાં પણ જરૂરી છે. તારા જેવા હિંદુસ્થાની સપૂતના શરીર ઉપર આ વિલાયતી કોટ-પેન્ટ અને બૂટ-મોજાં શોભતાં નથી. એનો ત્યાગ કરી દે.'

'તો પછી મારે શું પહેરવું જોઈએ ?'

'લેંઘો અથવા ધોતી, ઝભ્ભો અને ગરમીની ઋતુમાં માથે ટોપી. શિયાળામાં ઠંડીથી બચવા માટે જરૂર પડ્યે સુતરાઉ બંડી પહેરવાની છૂટ છે.'

'નહેરુ બંડી ?'

'એ બધો બકવાસ છે, બેટા ! કોઈ ટોપી ક્યારેય ગાંધીટોપી નથી હોતી ને કોઈ બંડી કદીયે નહેરુબંડી નથી હોતી. આ બધાં સ્વદેશી વસ્ત્રો તો સદીઓ થયાં અને દેશમાં પહેરાતાં આવ્યાં છે. હું પણ જો એ બધું માનવા માંડું તો કાલથી કોઈ ચોક્કસ પહેરવેશ સાથે સાવરકરનું નામ પણ જોડાઈ જશે. આ તો સ્વદેશી વસ્ત્રો છે, બેટા ! માત્ર સ્વદેશી.'

બાલનું ચાલે તો એ ત્યાં ને ત્યારે જ એણે ધારણ કરેલાં વિલાયતી વસ્ત્રો ઉતારી નાખે. પણ પછી ઉઘાડા ડિલે ઘરે જવું પડે એનું શું ? એટલે એ દિવસ પૂરતો સંયમ રાખવો ફરજિયાત હતો. એ પછી બંને જણા બે કલાક સુધી વિવિધ વિષયો પર વાતો કરતા રહ્યા.

આ મુલાકાતને યાદગાર અને અમલ બનાવી દેવા માટે એ 'ઓટોગ્રાફ બુક' સાથે લઈને ગયો હતો. સાવરકરજીની સામે કાગળ ખુલ્લો ધરીને એણે વિનંતી કરી : 'અહીં આપના હસ્તાક્ષર પાડી આપશો ?'

'શેના વડે હસ્તાક્ષર કરી આપું ?' કહીને સાવરકરે પેન શોધવા આમતેમ નજર દોડાવી.

બાલે ખિસ્સામાંથી કલમ કાઢી, 'હું ઝરણી સાથે લઈને જ આવ્યો છું.'

'ઝરણી' શબ્દ સાંભળીને સાવરકરજી બહુ ખુશ થઈ ગયા. 'પેન' માટે આ એમણે બનાવેલો મરાઠી શબ્દ હતો.

'તમે મારી મોટી દીદીને મળવાનું પસંદ કરશો ?' બાલે જવા માટે ઊભાં થતાં, બીતાં-બીતાં સવાલ કર્યો.

'અવશ્ય. લઈ આવજે તારી ચારેય દીદીઓને. આ દાદો તો અહીં નવરો જ બેઠો છે.' વીરે વિનોદ કર્યો.

પણ બાલના જવાબે એમને ચોંકાવી મૂક્યા, 'એ માટે મારે દીદીનાં લેખણીકને પૂછવું પડશે. દીદીનો સમય લેવો પડશે.'

'મને મળવા માટે તારી દીદીનો સમય લેવો પડશે ?' સાવરકર એ હદે ચોંકી ગયા હતા કે આ બાળકના મોંએથી બોલાયેલા 'લેખણીક' શબ્દને પણ એમણે ધ્યાનમાં ન લીધો. 'લેખણીક' એટલે પર્સનલ સેક્રેટરી માટેનો મરાઠી શબ્દ. એ પણ સાવરકરે રચેલો શબ્દ.

'તારી દીદી એટલી બધી વ્યસ્ત હોય છે ?'

'બાકીની ત્રણ દીદીઓ તો આખો દિવસ નવરીધૂપ જેવી ફર્યા કરે છે...પણ મોટી દીદી બિચારી બહુ દોડધામ કરે છે. એની એકલીના ઉપર તો આખા ઘરનો આધાર છે.'

'શું કરે છે તારી એ બહાદુર મોટી દીદી ? શું નામ છે એનું ?'

'લતા.' બાળકની આંખોમાં ચમક આવી, જે ચમક આ નામના ઉચ્ચારણ વખતે આવનારા સમયમાં પ્રત્યેક ભારતવાસીની આંખોમાં પ્રગટવાની હતી. 'એનું નામ છે લતા દીનાનાથ મંગેશકર. હું ઘરમાં સૌથી નાનો છું એટલે મને લાડમાં બધાં બાલ કહે છે. મારું સાચું નામ છે હૃદયનાથ મંગેશકર.'

વીર સાવરકર ઊભા થઈને હૃદયનાથને ભેટી પડ્યા, 'તારી લતાદીદીનું નામ હિન્દુસ્તાનમાં કોણ નથી જાણતું, બાલ ? એણે ગાયેલું 'આયેગા આનેવાલા' તો દેશભરમાં ગુંજી રહ્યું છે. એની લેખણીકને કહેજે આંદામાનનો એક મામૂલી કેદી લતા મંગેશકરને મળવા માટે સમય માગી રહ્યો છે. જા બેટા ! તારી દીદી સમય આપવાની ના નહીં પાડે !'

✳

મહાન આત્માઓને મળીને આવેલા નાના માણસોનો પણ મિજાજ જોવા જેવો હોય છે. ૧૯૪૯ની એક ઉનાળુ બપોરે સાવરકર નામના એક સાચા ભારતીય મહાપુરુષનો વાણીપ્રસાદ માથે ચડાવીને ઘરે પરત ફરેલા હૃદયનાથે બીજા દિવસથી જ શરીરનો શણગાર બદલી નાખ્યો. અગિયાર વર્ષની અણસમજુ ઉંમરે ધારણ કરેલો લેંઘો-ઝભ્ભો આજે સત્તાવન વર્ષના દીર્ઘકાળ પછી (આજે એમની વય અડસઠ છે) પણ આ પહેરવેશમાં સહેજ પણ બદલાવ નથી આવ્યો. લતાદીદીના માથે પછી સાક્ષાત્ લક્ષ્મીદેવીએ ધનવર્ષા કરી છે, ખુદ લતાજીએ પણ સુરુચિપૂર્ણ વૈભવનો બબ્બે હાથે સ્વીકાર કર્યો છે. મોંઘી સાડીઓ, વિદેશી ગાડીઓ, ઘરનાં કબાટોમાં દસ-દસ વર્ષ સુધી ચાલે એટલો પેરિસનાં પર્ફ્યુમ્સનો પર્યાપ્ત જથ્થો, કાનમાં, નાકમાં અને ડોકમાં અસલી ડાયમન્ડ્ઝનાં આભૂષણો, પગમાં પણ સોનાનાં ઝાંઝર.

પણ હૃદયનાથના શરીર ઉપરથી સુતરાઉ લેંઘો-ઝભ્ભો સત્તાવન વર્ષે પણ ઊતર્યા નથી.

✳

૧૯૫૮ની ઘટના છે. મુંબઈની પ્રખ્યાત હોટલ 'તાજમહાલ' ખાતે સંગીતકાર કલ્યાણજી-આણંદજીનો ભવ્ય સમારંભ રાખવામાં આવેલ હતો. જ્યારે હૃદયનાથ પધાર્યા, ત્યારે એમને પ્રવેશદ્વાર પાસે જ અટકાવવામાં આવ્યા.

'કેમ ? મારી પાસે આમંત્રણપત્રિકા છે.'

'તો શું થયું ? તમે લેંઘો-ઝભ્ભો પહેર્યાં છે ને ? કોટ-પેન્ટ વગર કોઈને પણ હોટલમાં દાખલ થવાની મનાઈ છે.' વૉચમૅને ડ્રેસકોડ આગળ ધર્યો.

'અરે ! કેવી મૂર્ખતા ? અંગ્રેજો ચાલ્યા ગયા, પણ એમનાં કપડાં હજુયે આ દેશમાંથી જવાનું નામ નથી લેતાં ?'

'નથિંગ ડુઈંગ, સર ! આ અહીંનો નિયમ છે.'

'તે હશે, પણ તમારો નિયમ અયોગ્ય છે. તમારે એ બદલી નાખવો જોઈએ.'

હોટલમાં દોડધામ મચી ગઈ. પ્રબંધકો દોડી આવ્યા. હૃદયનાથને મનાવવાની બધાએ લાખ કોશિશ કરી, પણ હૃદયનાથ ટસના મસ ન થયા. એક તરફ દેશની સર્વશ્રેષ્ઠ હોટલની પ્રતિષ્ઠા હતી, તો બીજી તરફ એક અગિયાર વર્ષના કિશોરે દેશની સર્વશ્રેષ્ઠ વિભૂતિને વર્ષો પૂર્વે આપેલું વચન હતું.

હૃદયનાથે મક્કમતાપૂર્વક ના પાડી દીધી. મૅનેજરે વચલો રસ્તો કાઢ્યો, 'તમે ફક્ત બે મિનિટ પૂરતા કોટ-પેન્ટ ચડાવીને હોટલમાં દાખલ થઈ જાવ. પછી અંદર આવીને મૂળ વસ્ત્રો પહેરી લેજો.'

'એ નહીં બને.' હૃદયનાથ જીદ પર કાયમ હતા, 'એ તો મારી જાત સાથે છેતરપિંડી કરી કહેવાય. મરાઠા મરતા નહીં, મારતા હૈ. તમને ખબર છે ? હું જ્યારે નાનો હતો ત્યારની વાત છે. મેં ઝભ્ભો-લેંઘો જ પહેરવાની પ્રતિજ્ઞા લઈ લીધી હતી. એ પછી મારાં લતાદીદીએ એક દિવસ એની કમાણીમાંથી બે કીમતી સૂટ સીવડાવીને મારા હાથમાં મૂક્યા, પણ મેં એ પહેરવાની ના પાડી દીધી. મારી મા એ દિવસે મને ખૂબ વઢેલી, પણ લતાદીદીએ મારો પક્ષ ખેંચ્યો હતો. એણે કહેલું કે, 'જ્યારે બાલ વિદેશી કપડાં પહેરવાની ના પાડે છે, તો એ માટેનું કોઈ સધ્ધર કારણ હશે. એને ફરજ ન પાડશો.' અને આજે તમે મારી પ્રતિજ્ઞા ભંગ કરાવવા ઊભા થયા છો ? તમે આજે મારું જ અપમાન નથી કર્યું, પણ મારા પોશાકનું પણ અપમાન કર્યું છે. આ એ કપડાં છે જે દેશનો વડાપ્રધાન પહેરે છે. મારા કરોડો પૂર્વજો પહેરતા હતા. તમને ભાન છે કે તમે આજે કોનું અપમાન કરી રહ્યા છો ?'

આયોજકો કરગરતા રહ્યા અને લતા મંગેશકરનો વહાલો ભાઈ હોટલના કાચના પ્રવેશદ્વાર પાસેથી પાછો વળી ગયો.

*

મદનલાલ પાહવાના કાને ઉપરની ઘટનાની વાત પહોંચી. મદનલાલ પાહવાને ઓળખો છો ને ? મહાત્મા ગાંધીજીની હત્યાના કાવતરામાં ગોડસે અને આપ્ટેની સાથે આ શખ્સની પણ ધરપકડ કરવામાં આવેલી.

મદનલાલ તો જેલમાં હતો, પણ એના ટેકેદારો આ ઘટના વિશે સાંભળીને

ઊકળી ઊઠ્યા. બે દિવસ બાદ એક હજાર ક્રાંતિકારી દેશભક્તોએ ભેગા થઈને 'તાજમહાલ' હોટલ ઉપર હુમલો કર્યો. ભયંકર પથ્થરમારો કર્યો. બે વિશાળ કીમતી કાચ ફોડી નાખ્યા. આ તો હજુ શરૂઆત હતી. એમને જો અટકાવવામાં ન આવે તો આખી હોટલની દશા કાચ જેવી થઈ જવાની હતી.

હોટલના માલિકોએ તત્કાળ અસરથી પેલા ડ્રેસ-કોડનો કાયદો પાછો ખેંચી લીધો.

હૃદયનાથ તો નિઃશસ્ત્ર સત્યાગ્રહી હતા. એમનું કશું ન ચાલ્યું. અહિંસા અને સત્યાગ્રહ અંગ્રેજો સામે ચાલે.

આજે પણ સ્થિતિ એવી જ છે. આજના જડ, લુચ્ચા અને પાખંડી નેતાઓ સામે લોકશાહી નિષ્ફળ જઈ રહી છે. આજે જરૂર છે ભગતસિંહ, સાવરકર અને મદનલાલ પાહવા જેવાઓની ઠોકશાહીની.

નાનકડા શહેરની, નાનકડી ઘટના મોટા સમાચાર બની ફેલાઈ ગઈ

દયાશંકરની હાલત પહેલાં તો આવી દયાજનક ન હતી. સાંભળ્યું છે કે જુવાનીમાં એ પણ જાનદાર અને શાનદાર હતા. માથું ટટ્ટાર હતું. છાતી ઢાલની જેમ બહારની તરફ ઊપસેલી હતી. ચાલતા ત્યારે જમીન ઉપરથી માટીના પોપડા ઊખડી જતા હતા. ઘરમાં હીંચકે બેસીને હસતા હોય ત્યારે જાણે હણહણતા હોય એવું લાગતું અને એ જ્યારે બોલે ત્યારે બરાડા પાડતા હોય એમ બારમા બારણા સુધી એમનો અવાજ સંભળાતો.

પછી એ પરણ્યા ત્યાં જ એમનો પચાસ ટકા જેટલો પાવર ઓછો થઈ ગયો. ચંપાબહેન ચીન જેવાં નીકળ્યાં; એમના ઉપર કોઈ હાવી થઈ શકે જ નહીં, ખુદ ચંપાબહેન સામેવાળા ઉપર સવાર થઈ જાય.

પછી ઘાઘરિયો ઘેરો શરૂ થયો. પહેલા ખોળે માયા જન્મી. બીજા ખોળે બબલી. ત્રીજી, ચોથી ને પાંચમી સુવાવડમાં ટીના, ચિંકી ને પિન્કી અવતરી. દયાશંકરને દીકરાની તીવ્ર ઇચ્છા હતી; એટલે સેન્ચુરીની લાલસમાં જેમ બૅટ્સમૅન સ્કોર વધારતો જાય, એમ દયાશંકર પણ એક પછી એક ફટકો મારતા ગયા.

છઠ્ઠી સુવાવડમાં કવિતા અને સાતમીમાં જ્યારે સવિતા પધારી, ત્યારે દયાશંકર સાવ મોળા પડી ગયા. જન-મન-ગણ ગાઈને જન્મોત્સવ ઉપર પડદો પાડી દીધો.

મારા આટલા વરસના અનુભવે હું એટલું કહી શકું કે માનવીની જિંદગી એ બીજું કશું નથી, પણ ઉપાધિઓનું પોટલું છે. જેમ જેમ ઉંમર વધે, તેમ તેમ ઉપાધિનો પ્રકાર બદલાતો જાય છે.

દયાશંકરને પણ આવું જ થયું. પહેલાં દીકરો ન આવ્યો એ વાતની ચિંતા હતી, હવે દીકરીઓ ક્યાંય 'જાય' નહીં એની ફિકર થઈ પડી. સૌથી મોટી માયા

સૌથી વધુ રૂપાળી હતી. સાતેય બહેનોમાં એ સૌથી મોટી. જ્યારે સાતમી સવિતા જન્મી, ત્યાં સુધીમાં માયા તો કિશોરાવસ્થામાં પ્રવેશી ચૂકી હતી.

અને જ્યાં એણે યુવાનીમાં પગ મૂક્યો, ત્યાં તો ગામ આખું બેઠું થઈ ગયું. જુવાનિયાઓ સીટી વગાડવાનું શીખવા માંડ્યા.

દયાશંકરના ઘરની સામે 'ટ્રાફિક' વધી ગયો ! એમનું બેઠા ઘાટનું મકાન મેઈન રોડ પર જ આવેલું હતું. દયાશંકરની હાલત કોઈ રાષ્ટ્રીયકૃત બૅંકના લૉકર વિભાગમાં પહેરો ભરતા ચોકીદારના જેવી થઈ ગઈ.

એમણે માયાને વટહુકમ સંભળાવી દીધો, 'મને પૂછ્યા વગર ઘરની બહાર પગ નહીં મૂકવાનો.'

અને પત્ની ચંપાને 'કડક' અવાજમાં વિનંતી કરી દીધી, 'હું જ્યારે ઘરમાં ન હોઉં, ત્યારે ડહેલીનું બારણું વાસેલું જ રાખવાનું. રસ્તા ઉપર માણસો ઓછા અને મવાલીઓ વધારે જોવા મળે છે.'

દયાશંકર સરકારી નોકરીમાં હતા. અગિયારથી પાંચ સુધી ઘરમાં એમની ગેરહાજરી, પણ ઑફિસમાંયે એમને વધુ ફિકર ફાઇલોના કરતાં દીકરીઓની રહેતી.

એક વાર તો મોટા સાહેબે એમને ટકોર પણ કરેલી, 'દયાશંકરભાઈ, ફાઇલમાં આટલા બધા છબરડા ? આજકાલ તમારું ધ્યાન ક્યાં હોય છે ? કંઈક થાકેલા લાગો છો; તમારું કામ આમ તો સાવ હળવા પ્રકારનું છે.'

દયાશંકર ફિક્કું હસ્યા, 'સાહેબ, અહીંનું કામ તો હળવું હોય છે, પણ ઘરની કામગીરી બહુ હાર્ડ છે. તમારે એક પણ દીકરી નથી ને ! એટલે તમને એ વાત નહીં સમજાય. જુવાન દીકરીનો બાપ એટલે જાણે સોનામહોરોના ચરુની રખેવાળી કરતો સાપ !'

અને એક દિવસ દયાશંકરના ઘરની બરાબર સામે ભગુ ભારાડીએ ચા-નાસ્તાની હોટલ અને બાજુમાં પાનનો ગલ્લો ઊભો કરી દીધો. હવે ગામના જુવાનિયાઓને ટેસડો પડી ગયો. દયાશંકરની ડહેલીની સામે જમા થવાનું એક મજબૂત બહાનું જડી ગયું. વહેલી સવારથી છેક રાતના અગિયાર વાગ્યા સુધી ભગુની હોટલમાં મજનૂઓનો મેળો જામવા લાગ્યો. મોટે-મોટેથી વાગતાં ફિલ્મી ગીતો, નાસ્તાની મહેફિલો, ચાના રેગાડા અને મેલી મુરાદોવાળા મર્દોની મેલી નજરો.

દયાશંકર સસલાની જેમ ફફડી ગયા.

✳

પંદર જ દિવસમાં દયાશંકર હારી ગયા. નક્કી કર્યું કે ભગુડાને રૂબરૂ મળીને કંઈક કરવું પડશે.

એક સાંજે પહોંચી ગયા ભગુને મળવા. ગરજે ગધેડાને પણ બાપ કહીને બોલાવવો પડે. એ કહેવત અનુસાર દયાશંકરે પણ માનવાચક સંબોધનથી શરૂઆત કરી, 'ભગવાનજી, નમસ્તે !'

ભગુડાને પહેલાં તો એવું લાગ્યું કે આવનાર ભાઈ કોઈ બીજાને કહી રહ્યા છે. અવતાર ધર્યા પછી આજ લગીમાં એણે પોતાના માટે 'ભગવાનજીભાઈ' જેવું સંબોધન સાંભળ્યું ન હતું, પણ જ્યારે એણે જોયું કે દયાશંકર એને જ ઉદ્દેશીને આ નવતર નામોલ્લેખ કરી રહ્યા હતા, ત્યારે એ પણ નમ્રતાસભર બની ગયો.

'નમસ્તે, કાકા ! નાસ્તો કરવા માટે આવ્યા છો ?'

દયાશંકર ભડક્યા, 'ના, ભાઈ, ના ! હું તો સામેના મકાનમાં રહું છું. તમને તો ખબર છે; આવતાં-જતાં મને જોતા જ હશો.'

'હા, હા, કેમ નહીં ? કેમ નહીં ? તમારા ઘર તરફ તો આપણી ચોવીસે કલાક નજર હોય જ છે.' બોલી રહ્યા પછી ભગુને ભાન થયું કે ખોટી જગ્યાએ ખોટી રીતે સાચી વાત કહેવાઈ ગઈ. એણે તરત જ વાક્ય સુધારી લીધું, 'નજર તો પડે ને ? આપણે રહ્યા સીધી લીટીના માણહ. આપણી નજર સામે બારણે ન પડે, તો આડીઅવળી થોડી પડે, હેં ? બોલો, બોલો, કાકા ! નાસ્તો અહીં ખાવો છે કે પછી પડીકું બાંધી આપું ? પાપડી-ગાંઠિયા ગરમ-ગરમ ઊતરી રહ્યાં છે.'

'ભગવાનજીભાઈ, હું ચણાના લોટમાંથી બનાવેલી એક પણ વાનગી નથી ખાતો. હું તો તમને એક જ વિનંતી કરવા આવ્યો હતો. આ ગામના ઉતાર જેવા મવાલીઓને તમારી હોટલમાં આવતા જરા અટકાવો તો તમારો બહુ મોટો પાડ, ભૈ'સાબ ! મારે ઘરમાં જુવાન દીકરીઓ છે...એટલે...'

'હા, એ તો હું પણ જાણું છું, કાકા, પણ હોટલ ખોલીને બેઠો છું એટલે ઘરાકને ના તો ન પડાય; પણ એટલું કરી શકાય કે એક ઘરકાને અડધા કલાકથી વધુ વાર માટે અહીં બેસવા નહીં દઉં.'

'બસ, બસ, ભાઈ ! આટલું કરો તોયે હું રાજી.' દયાશંકરના જીવમાં જીવ આવ્યો. એ પીઠ ફેરવવા ગયા, ત્યાં એમના વૃદ્ધ ખભા ઉપર ભગુ ભારાડીનો વજનદાર હાથ પડ્યો.

'કાકા, આજે પહેલી વાર તમે મારી હોટલમાં આવ્યા છો. એમ ખાલી હાથે તમને જવા ન દેવાય. લ્યો, આ ગોટાનું પડીકું લેતા જાવ. કાકીને ભાવશે.'

દયાશંકર ખાલી હાથે નીકળ્યા હતા, પાંચસો ગ્રામ ગોટા સાથે પાછા ફર્યા. ગોટા પણ કેવા ? પડીકું સળગી જાય એવા ગરમ ! ચંપાબહેનના ભાગમાં તો માંડ એકાદ ગોટુ આવ્યું. બાકીનો તો છોડિયું જ ઝાપટી ગઈ. એમાંય માયાને તો ગોટાનો

ચટાકેદાર સ્વાદ દાઢમાં રહી ગયો.

*

'ભગવાનજીભાઈ, નમસ્તે !' થોડા દિવસ માંડ થયા હશે, ત્યાં ફરી એક વાર દયાશંકર હોટલના થડા આગળ જઈ પહોંચ્યા.

'બોલો, કાકા ! ગોટા માટે આવ્યા છો ?'

'ના, ભ'ઈ, ના. મને ક્યાં ચણાનો લોટ માફક આવે છે ? આ તો...હું એમ કે'તો હતો કે આ તમારું થાળીવાજું દિ' આખો વાગ્યા કરે છે તે...બીજું કંઈ નહીં, પણ...'

'છોકરીઓને અભ્યાસમાં ખલેલ પહોંચે છે ?' ભગુએ નરમાશથી પૂછ્યું.

'ના, પણ એમાં વાગતાં ગીતો જરા...અશ્લીલ હોય છે ને... મારા ઘરમાં જુવાન છોકરીઓ છે...એટલે જરા વિનંતી કરવા આવ્યો છું...બાકી તો...'

ભગુ ભારાડીએ દયાશંકરની ફરિયાદનો ત્યાં ને ત્યાં સ્થળ ઉપર જ નિકાલ લાવી દીધો. નોકરને બોલાવીને ફરમાન સંભળાવી દીધું, 'અલ્યા, બટુક ! આ 'બોલ રાધા બોલ' બંધ કર અને 'રામદેપીરનો હેલો' મૂકી દે !'

બટુક આદેશનો અમલ કરવા માટે ફર્યો, ત્યાં પીઠ પાછળ બેઠેલી સુપ્રીમ કોર્ટે વધારાનો હુકમ છોડ્યો, 'અને સાંભળ, પડીકામાં પાંચસો મિક્સ ભજિયાં બાંધતો આવજે. કાકા, ના ન પાડશો. કાકીને ભાવશે એની મને ખાતરી છે. ઘરમાં કાંદાનો બાધ નથી ને ?'

દયાશંકર દયામણું મોં લઈને ઘરમાંથી નીકળ્યા હતા, પાછા આવ્યા ત્યારે ભજિયાંની સુગંધથી મઘમઘી રહ્યા હતા.

ચંપાબહેનના હાથમાં તો ભજિયાંની મમરી માંડ આવી, પણ એટલાથીયે કાકી ખુશ થઈ ગયાં, 'આપણે ઘરમાં ભજિયાં બનાવીએ, ત્યારે કેમ આવાં નહીં બનતાં હોય ? પણ હું પૂછું છું કે તમે આમ છાશવારે ભગુની પાસે ફરિયાદ લઈને દોડી જાવ છો, તો સાચવજો જરા. માણસ ભારાડી છે. કો'ક દિ' વીફરશે તો હાથ-બાથ ઉપાડી લેશે.'

'અરે, હોતું હશે ? આ તો બધી વાતો છે. કેટલીક વાર લોકો જ આવી અફવાઓ ઊપજાવી કાઢતા હોય છે. ભગુની બાબતમાં મારો અંગત અનુભવ તો સાવ જુદો જ છે. એનું નામ જ ખાલી ખરાબ છે. બાકી હું જેટલી વાર એની પાસે ગયો છું, એટલી વાર એણે મારી સાથે શાંતિથી વાત કરી છે. મારું માન જાળવ્યું છે. મારી ફરિયાદનો ઉકેલ પણ લાવી દીધો છે. અરે, હું લાખ વાર ના પાડું છું, તોયે ફરસાણનાં પડીકાં મારા હાથમાં ટટકારી જ દે છે અને પૈસા લેવાની તો વાત

જ ક્યાં રહી !'

દયાશંકર ભગુ ભારાડીનાં બબ્બે મોઢે વખાણ કરી રહ્યા હતા ને ચંપાબહેન સાંભળી રહ્યાં હતાં. પતિ-પત્ની બંને એ વાતથી અજાણ હતાં કે કો'ક ત્રીજું માણસ પણ એમની વાતોને રસપૂર્વક સાંભળતું હતું.

મોટી દીકરી માયાના મોઢામાં ભરેલા મરચાનું મોટું ભજિયું હતું એટલે મોં તો એનું બંધ હતું, પણ કાન ખુલ્લા હતા. ગળા નીચે ભજિયાનો અને કાનની અંદર ભગુનો સ્વાદ ઊંડો ઊતરી રહ્યો હતો.

*

બરાબર એક વર્ષ પછી એ નાનકડા શહેરમાં એક નાનકડી ઘટનાના મોટા સમાચાર જંગલના દવની જેમ પ્રસરી ગયા. દયાશંકરની મોટી દીકરી હોટલવાળાના ઘરમાં બેસી ગઈ.

લોકોમાં ચર્ચા એક જ મુદ્દાની હતી : સત્તર વરસની માયા શું જોઈને આડત્રીસ વરસના ભગુ ઉપર મોહી પડી હશે ? ભગુ પાછો કાચો-કુંવારોયે ન હતો. બાજુના ગામડામાં એની પત્ની બે સંતાનો સાથે હયાત હતી. ભગુને તો લીલાલહેર થઈ ગઈ. 'બે ઘરનો પરોણો ભૂખે મરે એ કહેવત એના માટે ખોટી ઠરી. એણે તો નવી જ કહેવતને જન્મ આપ્યો : 'બે ઘરનો પરોણો બમણું જમે.'

દયાશંકરની સ્થિતિ દયાજનક હતી. આંખની કીકી જેવી પ્રિય મોટી પુત્રી માયાએ આ શું કર્યું ? ભગુ ભારાડી જેવા ઉતારના ઘરમાં બેસી ગઈ ?

દયાશંકરે અને ચંપાબહેને દીકરીને સમજાવવામાં કશું જ બાકી ન રાખ્યું. આંસુઓથી એના પગ પખાળ્યા, પણ માયા ન માની. એની તો એક જ દલીલ હતી : 'તમે પોતે જ તો એમનાં વખાણ કરતાં થાકતા ન હતા. તમે તો કહેતા હતા કે લોકો ખાલી-અમથા એને વગોવે છે, બાકી માણસ બહુ સારો છે. હવે શા માટે એને ગુંડો ને બદમાશ કહીને મને છેતરવા નીકળ્યા છો ?'

(સત્ય ઘટના. ભગુએ તો ત્યાર પછી પણ બીજાં ચાર-પાંચ લગ્ન કરી નાખ્યાં. ઇન્ડિયામાં `ઇન્ડિયન પીનલ કોડ' ફક્ત સજ્જનોને જ લાગુ પડે છે.)

છેતરામણા ચહેરા, ભાવુક યુવાની
જિંદગી આખી અસમંજસમાં જવાની

'ડુંગર !'

'જી, શેઠજી !'

'જોને, જરા ! મોનાને ક્યાંકથી ખોળી કાઢ ને ! જ્યાં હોય ત્યાંથી પકડીને અહીં લઈ આવ. કહે કે પપ્પાએ બોલાવ્યાં છે.' શેઠ લક્ષ્મીદાસે સવારના પહોરમાં આઠેક વાગે નોકરને એક ભગીરથ કામ ચીંધી આપ્યું. ડુંગર એમનો ફુલટાઇમ સર્વન્ટ હતો. એનું મૂળ નામ તો કંઈક જુદું જ હતું, પણ એ રાજસ્થાનના ડુંગરપુર જિલ્લાનો હતો એટલે શેઠજી એને 'ડુંગર' કહીને જ બોલાવતા હતા.

ડુંગર તરત જ કામે લાગી ગયો. આવડા મોટા બંગલામાંથી કુટુંબના કોઈ એકાદ સભ્યને શોધી કાઢવા એ હળાહળ કળિયુગમાં કોઈ સજ્જનને ખોળવા જેવું મુશ્કેલ કાર્ય હતું.

શેઠ લક્ષ્મીદાસ કરોડપતિ હતા. ૨૦૦૬ની સાલની આ વાત નથી. ઈ.સ. ૧૯૭૦ના જમાનામાં કરોડપતિ માણસ કરોડોમાં એક-બે માંડ જોવા મળતા. લક્ષ્મીદાસની જામેલી કંપની હતી. 'લક્ષ્મી સિંગતેલ'ના નામે દર વરસે લાખોની સંખ્યામાં તેલના ડબ્બા વેચાતા હતા. લોકોનું કોલેસ્ટ્રોલ વધતું હતું અને શેઠની તિજોરીમાં ધન.

બરાબર અડધા કલાક પછી ડુંગર ફરી પાછો ઝબક્યો. એને પરસેવે રેબઝેબ અને હાંફતો જોઈને શેઠને મજાક સૂઝી, 'અલ્યા, ક્યાં જઈ આવ્યો ? છેક ડુંગરપુર ગયેલો કે શું ?'

'ડુંગરપુર ગયો હોત તો સારું હતું, માલિક ! કદાચ સમય આના કરતાં વધારે લાગ્યો હોત, પણ આટલો થાક તો...' પછી ડુંગરને લાગ્યું કે શેઠ માલિક હતા અને પોતે નોકર. મજાકની સામે મજાક કરવાનો એને અધિકાર ન હતો. એટલે

એણે માહિતી રજૂ કરી, 'બે'ન આવે છે. ચોથા માળે અઢાર નંબરના રૂમમાં મોનાબે'ન બાથરૂમમાં હતાં, ત્યાંથી પકડી લાવ્યો છું. લો આ આવ્યાં...'

'પપ્પા, આ ડુંગરિયો મને નિરાંતે નહાવા પણ દેતો નથી. એવું તે શું હતું કે મને આમ ઊભાઊભી દોડાવવી પડી ?' થોડી રીસ, થોડો ગુસ્સો, થોડી ફરિયાદ અને બહુ બધો છણકો; રેશમી ગાઉનમાં રેશમી કાયાને લપેટીને એક અઢારેક વર્ષની યુવતીએ ભીના-છુટ્ટા-કાળા કેશ સાથે ડ્રોઇંગરૂમમાં પ્રવેશ કર્યો.

'બેટા, તારા બાપને એ વાતની ખબર છે કે તું નહાવા માટે કેટલા કલાકો બગાડે છે. પણ તને મેં મારા કામ માટે નથી દોડાવી, પણ તારા કામ માટે દોડાવી છે.'

'મારું કામ ?!'

'હા, બેટા ! તારે ડ્રાઇવિંગ શીખવું હતું ને ? લે, આ ડ્રાઇવર આવી ગયો છે. રાજુ નામ છે એનું. ભારતમાં જેટલાં વાહનો છે એ બધાં એને ચલાવતાં આવડે છે. બળદગાડાથી લઈને બસ સુધીનાં અને સાઇકલથી શરૂ કરીને શેવરલેટ સુધીનાં તમામ વાહનો એ ચલાવી શકે છે. માત્ર હેલિકોપ્ટર અને વિમાન ઉડાડતાં એને નથી આવડતું.' શેઠે જે માણસની આટલી પ્રશંસા કરી એને જોવા માટે મોનાએ સામેના સોફાની બાજુમાં ઊભેલા એક યુવાન પુરુષ તરફ મોં ફેરવ્યું.

સાવ સામાન્ય માણસ. ગરીબ કપડાં, ગરીબડો ચહેરો. ચાર-પાંચ દિવસની વધેલી દાઢી. ઉનાળામાં ખેતરના શેઢે ઊગી નીકળેલાં સુક્કા તણખલાં જેવા માથાના વાળ. તેજ કે ચમક વગરની આંખો અને અંગેઅંગમાંથી ટપકતી લાચારી.

મોનાની સામે જોઈને એણે બે હાથ જોડ્યા, 'નમસ્તે, બે'ન ! તમે કે'શો એ ગાડી ચલાવતાં શીખવી દઈશ. ફક્ત પંદર જ દા'ડામાં, પણ પછી એક-બે મહિના સુધી તમારે પ્રેક્ટિસ કરવી પડશે; હાથ સાફ કરવા માટે.'

'એક વાર ગાડી ચલાવતાં આવડી જાય, પછી તો આખીયે જિંદગી પ્રેક્ટિસ જ કરવાની છે ને ?' મોના મલકી. પછી એણે ઉમેર્યું, 'તમે ઊભા રહો. હું કપડાં બદલીને આવું છું.'

રાજુ મોનાને જતી જોઈ રહ્યો. પછી લક્ષ્મીદાસ શેઠ સામે અદબપૂર્વક ઝૂકીને બોલ્યો, 'સાહેબ, હું બહાર ગાડી પાસે ઊભો છું. બે'ન આવે ત્યાં સુધી. મને રજા આપો.'

શેઠ સમજી ગયા કે આ ગરીબ માણસને ધનવાન માણસના બંગલામાં ઊભા રહેતાં સંકોચ થાય છે. એમણે માથું હલાવીને રજા આપી.

થોડી જ વારમાં મોનાકુંવરી સજીધજીને આવી પહોંચ્યાં. એનું સૌંદર્ય આજે

સોળે કળાએ ખીલી ઊઠ્યું હતું, પણ મોં ઉપર નારાજગીની આછી એવી રેખા અંકાયેલી હતી.

'પપ્પા, તમને માણસ પસંદ કરતાં નથી આવડતું. આપણા સ્ટેટસને શોભે એવો અપ-ટુ-ડેટ ડ્રાઇવર પસંદ કરવો જોઈએ ને ? મારે આવા મુફલિસની બાજુમાં બેસવાનું ?' એ મોં ફુલાવીને બોલી.

લક્ષ્મીદાસ હસ્યા, 'દીકરી, માણસના દેખાવ સામે ન જોવાય, એના સંસ્કાર સામું જોવાય. રાજુ ગરીબ ભલે હોય, પણ એની રીતભાત અને વાણી-વિવેક ઉત્તમ કક્ષાનાં છે. માટે એની તરફ નફરત કે સૂગ ન રાખીશ, દીકરી ! જા, રાજુ તારી રાહ જોઈને ઊભો છે, બેસ્ટ ઑફ લક !'

*

મોના ગાડી પાસે આવી તો રાજુને જોઈને છક્ક થઈ ગઈ. રાજુ અત્યારે લઘરવઘર, મેલાં કપડાંને બદલે જીન્સ અને ટી-શર્ટમાં કલરફૂલ લાગી રહ્યો હતો. એના વાળ હવે વ્યવસ્થિત રીતે હોળેલા હતા. મોના એની છેક પાસે પહોંચી ત્યારે રાજુની એના તરફ પીઠ હતી એને કારણે એ બેખબર હતો. એ સમયે એ મિનરલ વૉટરમાંથી પાણી રેડીને હાથરૂમાલ ભીનો કરી રહ્યો હતો. પછી એણે ગાડીના બોનેટ ઉપર બોટલ મૂકી અને ભીના રૂમાલ વડે ચહેરો લૂછવા માંડ્યો.

ટાપટીપ પૂરી કર્યા પછી એ સવળો ફર્યો, ત્યારે ફિલ્મના હીરો જેવો હેન્ડસમ અને સ્માર્ટ લાગી રહ્યો હતો.

'રાજુ, આ બધું શું છે ? તારાં કપડાં...?' મોના આશ્ચર્યમુગ્ધ થઈને પૂછી રહી.

'શું કરું, મોનાબે'ન ? આવાં કપડાં પહેરીને આવું તો મને નોકરીમાં કોણ રાખે ? એટલે આની ઉપર મેલાં, જૂનાં કપડાં ચડાવીને જ આવેલો. બહાર આવીને પેન્ટ-શર્ટ સાપની કાંચળીની જેમ ઉતારી નાખ્યાં.' રાજુએ ગાડીનું બારણું ખોલતાં કહ્યું, 'આવો, બેસો અંદર !'

મોના મહારાણીની અદાથી ગાડીમાં બેસી ગઈ. પછી રાજુ પણ ડ્રાઇવિંગ સીટમાં ગોઠવાયો અને એણે ગાડી સ્ટાર્ટ કરી.

ડ્રાઇવિંગ શીખવા માટે શહેરની ભીડને ચીરીને બહારના ખુલ્લા વિસ્તારમાં પહોંચી જવું જરૂરી હતું. એટલે રાજુએ પૂરવેગે ગાડી મારી મૂકી.

મોનાનો શ્વાસ અધ્ધર થઈ ગયો, 'આટલી બધી સ્પીડ ? તમે તો ગાડી ચલાવવામાં માસ્ટર ડિગ્રી મેળવી લાગે છે !'

રાજુ હસ્યો, 'મારું નામ રાજુ છે, મેડમ ! બાકી કામ તો રાજાના જેવું છે. ફિલ્મ 'વક્ત'માં રાજકુમાર ગાડી ભગાવે છે એ જોયું છે તમે ? હું પણ રાજકુમારના

જેવો રાજામાણસ છું. નામ કા ભી રાજા, ઓર દિલ કા ભી રાજા !'

મોનાએ ગરદન ફેરવીને જોયું તો ખરેખર રાજુ અત્યારે રાજા માણસ જેવો લાગતો હતો. 'વક્ત' નામની મલ્ટિસ્ટાર ફિલ્મ એ જમાનામાં જબરજસ્ત ધૂમ મચાવી ગઈ હતી. જેમાં રાજકુમાર સુનીલ દત્તની સાથે કારરેસમાં ઊતરે છે એ દશ્ય યાદગાર બની ગયું હતું.

એવું લાગતું હતું કે રાજુના દિમાગ ઉપર અત્યારે 'વક્ત'નો રાજકુમાર સવાર થઈ રહ્યો હતો.

✳

પંદર દિવસના અંતે રાજુએ મોનાને ડ્રાઇવિંગના પાઠો કેટલા શીખવ્યા એ તો ભગવાન જાણે, પણ પ્રેમના પાઠોમાં તો એણે મોનાને પીએચ.ડી. બનાવી દીધી.

સોળમા દિવસે શેઠ લક્ષ્મીદાસના બંગલામાં ધરતીકંપ સર્જાયો.

'પપ્પા.' મોનાએ નતમસ્તકે, ધીમા સ્વરમાં વાત મૂકી, 'હું રાજુને પ્રેમ કરું છું... અમે બંનેએ એકબીજાની સાથે લગ્ન કરવાનું...'

'શટ અપ !' લક્ષ્મીદાસ શેઠ ભાગ્યે જ અંગ્રેજી શબ્દોનો ઉપયોગ કરતા, પણ અત્યારે એમણે 'શટ અપ' ઉપર એટલા માટે પસંદગી ઉતારી કે એ જો ગુજરાતીમાં બોલ્યા હોત તો અવશ્ય એમનાથી ગાળ બોલાઈ જાત.

'પપ્પા, અમને સંમતિ આપો.'

'અરે, સંમતિની પૂંછડી ! તને આ કુમતિ ક્યાંથી સૂઝી ?' કહીને લક્ષ્મીદાસ ઊભા થયા. એ પછી પૂરા પાંચ દિવસ લગી એ બંગલો સતત એમની ગર્જનાઓથી ગાજતો રહ્યો.

જ્યારથી આ સૃષ્ટિમાં દીકરીઓ પેદા થવાનું શરૂ થયું છે, ત્યારથી 'બાપ' નામના પુરુષો માટે આવી ઉપાધિઓની શરૂઆત થઈ ગઈ છે. જ્યારથી દીકરીઓ જુવાનીમાં પગ માંડતી થઈ છે, ત્યારથી એમના પિતાશ્રીઓના દિમાગમાંથી ચૈન નામના શબ્દે દેશવટો અપનાવી લીધો છે. 'યે શાદી કભી નહીં હો સકતી' એ દશ્ય અને એ સંવાદ હજારો હિંદી ફિલ્મોમાં ભજવાતાં રહ્યાં છે અને એ તમામ ફિલ્મોમાં આખરે એ શાદી થઈને જ રહી છે.

છઠ્ઠા દિવસે મોના પણ બાપનું ઘર છોડીને નાસી ગઈ. રાજુ નામના રાજાની દાસી બની ગઈ.

અમદાવાદના ટોચના શ્રીમંતોમાં જેમની ગણના થાય એ લક્ષ્મીદાસની રૂપાળી દીકરી એક નિર્ધનના ઘરની રોશની બનવા માટે ચાલી ગઈ. બાપે દીકરીને સમજાવવામાં કશુંય બાકી ન રાખ્યું, પણ મોનાનો તો એક જ જવાબ હતો, 'પપ્પા,

તમે જ તો કહેતા હતા ને કે માણસના દેખાવ તરફ ન જોવાય, પણ એના સંસ્કાર તરફ જોવાય. રાજુ ખરેખર ખૂબ જ સારો માણસ છે.'

બાપે જવાબ ન આપ્યો. મોં ફેરવી લીધું. કહ્યા વગર કહી દીધું, 'આજથી તું મારે મન મરી ગઈ છે.'

✳

રાજુ ખરેખર કેટલો ને કેવો સંસ્કારી હતો એની ખબર બે-ચાર અઠવાડિયામાં જ મોનાને પડી ગઈ. અમદાવાદના એક જાણીતા, મધ્યમવર્ગીય વિસ્તારમાં એક ભાડાની ઓરડીમાં એ પત્નીને લઈ ગયો. વીસ-વીસ ઓરડાઓવાળા વિશાળ બંગલામાં વસતી મોના માટે હવે વીસ બાય આઠ ફીટની ઓરડી જ કાયમી રહેઠાણ બની રહેવાની હતી.

અને રાજુ તો સાવ અન્ડરવર્લ્ડનો માણસ નીકળ્યો. ડ્રાઇવર તરીકેનું કામ તો એને ભાગ્યે જ મળતું હતું. બાકી આખો દિવસ એ દારૂ, જુગાર કે મારામારીમાં જ રચ્યોપચ્યો રહેતો હતો.

દિવસભર મોના રસોઈ, કચરા-પોતાં અને ઠામ-વાસણમાંથી ઊંચી ન આવતી અને રાતભર પતિની રતિક્રીડામાંથી નવરી ન પડતી.

બે મહિનામાં તો એના રસકસ ચુસાઈ ગયા. કામિની હતી એમાંથી એ કામવાળી જેવી બની ગઈ.

અને દર વરસે ઉપરાછાપરી સુવાડોમાં એ તદ્દન કંતાઈ ગઈ. જે ઝડપે મારુતિ કંપની નવાં-નવાં મોડલો બહાર પાડે છે એ જ રીતે રાજુએ પણ પોતાની ઝેરોક્ષ કોપીઓ બહાર પાડવા માંડી.

એની હાલત જોઈને પડોશીઓ પણ કકળી ઊઠ્યા. બધાંને એ વાતની જાણ હતી કે મોના કયા ખાનદાનનું ફરજંદ છે ! વાત ટપાલની જેમ લક્ષ્મીદાસના સરનામે પણ પહોંચતી રહી, પણ એમણે દીકરીના નામનું ઠંડા પાણીએ નાહી જ નાખ્યું હતું, એટલે પછી આગળ કશું વિચારવાનો પ્રશ્ન જ ક્યાં પેદા થતો હતો !

અને એક દિવસ એક એવી અણધારી ઘટના બની ગઈ કે લોકો આજે પણ એ નક્કી નથી કરી શક્યા કે મોના માટે એ સારું બની ગયું કે ખરાબ.

કોઈ ગુંડા સાથેની મારામારીમાં રાજુનું ખૂન થઈ ગયું. મોના નિરાધાર બની ગઈ. માથે પતિ નામનું ભાંગ્યું-તૂટ્યું છાપરું હતું એ પણ હવે ઊડી ગયું. પાંચ-પાંચ બાળકોને ઉછેરવાની જવાબદારી એની એકલીની ઉપર આવી પડી. આ બહુ ખરાબ થયું ગણાય.

અને સારું એ વાતનું થયું કે રાજુ મરી ગયો એની સાથે જ મોનાના માથે

વરસતો આતંકવાદ દૂર થઈ ગયો. જો એ જીવ્યો હોત તો હજુ બીજાં ચાર-પાંચ બાળકો પેદા થઈ ગયાં હોત.

માત્ર મોના જ કહી શકે કે બાકીની જિંદગી એણે કેવી રીતે પસાર કરી! લક્ષ્મીદાસ શેઠે તો પોતે મર્યા ત્યાં સુધી દીકરીની દિશામાં નજર સુધ્ધાં ન કરી. ક્યારેક એમનાથી ખાનગીમાં એમના દીકરાઓ દુખિયારી બહેનના ઘરે માણસ મોકલીને દાણોપાણી પહોંચાડી આપતા.

આજે મોના પચાસ વર્ષની વય વટાવી ચૂકી છે. સુખ, શાંતિ અને સમૃદ્ધિ જેવા શબ્દો એના અંગત શબ્દકોશમાંથી અદશ્ય થઈ ગયા છે. જિંદગી જેમ-તેમ કરીને પસાર કરવાની હોય છે; એટલે જ એ પસાર કરી રહી છે.

આજે પણ અમદાવાદની સડકો ઉપર સફેદ માથાવાળું હાડપિંજર પસાર થતું દેખાય છે એ મોના છે. એની ઉદાસ નજરમાં કોઈ ઝડપથી દોડી જતી ગાડી ઝડપાઈ જાય છે, તો એ આંખ ઉઠાવીને જોઈ લે છે કે ડ્રાઇવરની બાજુમાં કોઈ જુવાન છોકરી તો નથી બેઠી ને!

(સત્ય ઘટના, નામફેર સાથે)

સમયનો બગાડ લાગતી ઘટના કોઈકને માટે આશીર્વાદ પણ બને !

'ત્યાં નહીં, આ બાજુ આવો. મારી પાછળ-પાછળ.' કુમારે મને ઇશારો કર્યો. રેલવે પ્લૅટફૉર્મ ઉપર મેળા જેવી ભીડ જામી હતી. એમાંથી રસ્તો કાઢતો હું કુમારની પાછળ દોરાયો. સારું હતું કે એણે પહેરેલા કાળા રંગના કોટને કારણે એ ભીડમાં જુદો તરી આવતો હતો, નહીંતર એનો પીછો કરવો મુશ્કેલ બની જાત.

એ જ્યાં અટક્યો, ત્યાં આગળનો ડબ્બો જોઈને હું ભડક્યો, 'અરે ! આ તો ફર્સ્ટ ક્લાસનો કમ્પાર્ટમેન્ટ છે. મારી પાસે તો સીઝન ટિકિટ છે. આમાં મારાથી ન બેસાય.'

'આ કમ્પાર્ટમેન્ટ પણ નથી, આ તો ફર્સ્ટ ક્લાસની કૅબિન છે, કૅબિન ! અને ટિકિટ-બિકિટની ચિંતા તું શું કામ કરે છે ? હું સાથે હોઉં પછી તારે શેની ફિકર ?'

કુમાર મારો મિત્ર હતો. લંગોટિયો ભાઈબંધ. હું ૧૯૭૮માં ડૉક્ટર થયા પછી ઇન્ટર્નશિપ કરતો હતો, ત્યાં સુધીમાં એ રેલવેમાં ટી.સી. (ટિકિટ ચેકર) બની ગયો હતો.

૧૯૭૮ના ઉત્તરાર્ધમાં ત્રણ મહિના માટે હું જૂનાગઢથી નેવું કિ.મી. દૂરના ઇતિહાસ-પ્રસિદ્ધ શહેરમાં ઇન્ટર્ની ડૉક્ટર તરીકે નિમણૂક પામ્યો હતો, ત્યારે રોજ સવાર-સાંજ ટ્રેનમાં જવા-આવવાનું થતું હતું.

એમાં અચાનક એક દિવસ પાછા ફરતાં સાંજના સમયે એ મને મળી ગયો. અમારે બંનેને જૂનાગઢ જવાનું હતું, એટલે એ મને ખેંચી ગયો.

આજે તો આ ઘટનાને અઠ્ઠાવીસ વર્ષ થઈ ગયાં, એટલે સ્મૃતિને થોડીઘણી ઝાંખપ સ્પર્શી ગઈ છે, તોપણ એટલું તો યાદ છે કે ફર્સ્ટ ક્લાસની કૅબિનમાં સામસામે બે બેઠકો હતી. પોચી-પોચી ગાદીવાળી. મને લાગે છે કે બંને બેઠકો ઉપર બબ્બે જણા બેસી શકે એવી વ્યવસ્થા હશે, પણ ડબ્બાના પ્રવેશદ્વાર પાસે જ ટ્રેનના બહારના

ભાગે પૅસેન્જરોની યાદી ચોંટાડેલી હોય છે, એના પરથી હું એટલું તો સમજી શક્યો કે અત્યારે કૅબિનમાં માત્ર એક જ પૅસેન્જર પ્રવાસ ખેડી રહ્યા હતા.

મને યાદીમાં ફાંફાં મારતો જોઈને કુમાર હસ્યો, 'તું તો ભાઈ, જબરો વેદિયો ! હું ટી.સી. છું; મને એટલી તો ખબર હોય જ ને કે આપણે જે કૅબિનમાં બેસવાના હોઈએ ત્યાં બીજું કોઈ નથી આવવાનું ? ચાલ, હવે ઝડપ કર ! ટ્રેન ઊપડવામાં છે.'

અને હું પગથિયાં ચડી ગયો.

કૅબિનમાં ખરેખર એક જ પૅસેન્જર હતા. પંચાવનેક વર્ષની વય, ગોરા-ગોરા, સહેજ સ્થૂળકાય, જાડા કાચના ચશ્માંમાંથી વીંધી નાખે તેવી નજર ફેંકતા અને ઊભા હોળેલા વાળવાળા એ સજ્જન પહેલી નજરે જ ખરેખર સજ્જન જેવા દેખાઈ રહ્યા હતા. અમને આવેલા જોઈને એમને સ્પષ્ટપણે ખલેલ પહોંચી હોય એવું લાગ્યું. એક ક્ષણ માટે અમને જોયા-ન જોયા કરીને એ પાછા હાથમાં પકડેલા અંગ્રેજી મૅગેઝિનમાં ખોવાઈ ગયા.

હું અકળાઈ ગયો. આવા ગંભીર અને પીઢ માણસની હાજરીમાં આપણને તો બોલવામાં પણ સંકોચ થાય અને બંને બેઠકો વચ્ચે એવું ખાસ અંતર પણ ન મળે. કાનમાં ગુસપુસ કરીએ તો અવિવેક ગણાય અને જો મુખરપણે વાત કરીએ તો ઘોંઘાટ જેવું લાગે.

થોડી વાર તો ભારે ભરખમ મૌનમાં જ વીતી ગઈ. હું પણ મારી પાસેના અખબારમાં પરોવાયો. ત્યાં અચાનક મારી નજર એક સ્થાનિક સમાચારના લખાણ ઉપર પડી. એ વાંચીને મારા મુખમાંથી શબ્દો સરી પડ્યા, 'ખોટું ! હળાહળ ખોટું ! ભગવાન જાણે આ શું થવા બેઠું છે ?'

પેલા સજ્જને માથું ઊંચું કરીને એમની ભાલા જેવી નજરથી મને વીંધી નાખ્યો, ત્યારે જ મને ખબર પડી કે ઉશ્કેરાટમાં મારા અવાજની સપાટી જરૂર કરતાં વધારે ઊંચી થઈ ગઈ હતી.

આંચકો તો કુમારને પણ લાગ્યો હતો, 'શાનું શું થવા બેઠું છે ?'

'અરે, આ સમાચાર વાંચ્યા ? બિચારો એક નિર્દોષ માણસ કારણ વગર મરી જવાનો.'

'પણ કોની વાત કરે છે તું ?'

'અરે, આ લીલાધર તન્નાના જુવાન દીકરાની. જો ને આમાં લખ્યું છે કે આજથી બરાબર એક મહિના પહેલાં શહેરના સૂમસામ રસ્તા પર એક આબરૂદાસ વેપારી લીલાધર તન્નાના બગડેલા નબીરાએ એક મુસ્લિમ યુવતીની કરેલી છેડતી.

યુવતીની ચીસો સાંભળીને લોકો દોડી આવે, ત્યાં સુધીમાં મજનૂ ફરાર. પાછળથી પોલીસે કરેલી ધરપકડ. જોકે નલિન નામનો એ નબીરો આબાદ છટકી ગયો હોત, પરંતુ યુવતીનાં મા-બાપે ભારે જહેમત ઉઠાવીને લોકમતને જાગૃત કરવામાં સફળતા મેળવી, એટલે પોલીસે પણ આગળની કાર્યવાહી કરવી પડી. સમગ્ર કેસમાં ચાવીરૂપ સાક્ષી સડકની સામેની બાજુ પર બેસીને ભીખ માગતો ફકીર નીકળ્યો, જેણે છેડતીની ઘટનાનું આબેહૂબ વર્ણન આપ્યું અને નલિન તન્ના કસૂરવાર પુરવાર થાય એવી જુબાની આપી. મામલો હવે પૂરો થવામાં છે. મૅજિસ્ટ્રેટ દેસાઈસાહેબ બે-ત્રણ દિવસમાં એમનો ચુકાદો સંભળાવશે તેવી અપેક્ષા છે.' હું એકીશ્વાસે બોલી ગયો.

કુમારને એ વાતની નવાઈ લાગી કે મને આ સમાચાર વાંચીને શા માટે નવાઈ લાગી હશે !

એ હસ્યો, 'આ તો સારું જ છે ને ? કોઈની મા-બહેનની ઇજ્જત ઉપર હાથ નાખનારની તો એવી દશા કરવી જોઈએ કે ભવિષ્યમાં એ પોતાની પત્ની સામે નજર નાખતાંયે સો વાર વિચાર કરે.'

'પણ આ નલિન તો બાપડો પહેલેથી જ એવો છે. હું એને ને એના બાપને સારી રીતે ઓળખું છું. નલિન સાવ સીધી લાઈનનો યુવાન છે. કાગળમાં ચીતરેલી સ્ત્રીને પણ બૂરી નજરે ન જુએ એવો. એને ચોક્કસ આ કેસમાં ફસાવવામાં આવ્યો છે.'

'એવા સીધા માણસને ફસાવવામાં કોને રસ હોય ?'

'પેલી યુવતીનાં માબાપને ! બીજા કોને ?' મેં ફોડ પાડતાં કહ્યું, 'જુસબ કાસમને આ શહેરમાં કોણ નથી ઓળખતું ? જેની છેડતી કરવાની વાત આમાં લખેલી છે એ સકીના આ જુસબની જ દીકરી. છોકરી પણ છાપેલું કાટલું જ છે. છોકરાઓને એની છેડતી કરવાની જરૂર જ ઊભી નથી થતી. પાકેલું ફળ પથરો માર્યા વગર જ ખોબામાં આવી પડે એના જેવો મામલો છે, પણ આ જુસબિયાએ આજથી એક વરસ પહેલાં લીલાધર તન્ના પાસેથી ધંધાના કામ માટે ચાલીસ હજાર હાથઉછીના લીધેલા. શેઠ હવે એ રકમ પાછી માગે છે. જુસબનો એક જ જવાબ : 'કોને આપ્યા ને તમે રહી ગયા ?' લીલાધર શેઠે જેવી કડક ઉઘરાણી શરૂ કરી કે તરત જ જુસબે આ છેડતીનો કેસ ઊભો કરી દીધો.'

'પણ આ ફકીર સાક્ષી થયો છે એનું શું ?'

'એ જ તો મોંકાણ છે ને ! છાપામાં ચોખ્ખું લખ્યું છે કે ફકીર એક માત્ર ચશ્મદીદ ગવા છે, પણ ફકીર તો મુસલમાન છે.'

'તો શું થઈ ગયું ? આ ધર્મનિરપેક્ષ દેશમાં મુસ્લિમ ફકીર જુબાની ન આપી

શકે એવું થોડું છે ?'

અમારી ચર્ચા ઉગ્ર સ્વરૂપ ધારણ કરી રહી હતી અને સામેની સીટ ઉપર બેઠેલા સજ્જન અકળાઈ રહ્યા હતા. વારેવારે એ મૅગેઝિનમાંથી નજર ઉઠાવીને અમારી સામે જોઈ લેતા હતા.

કુમાર પેલી યુવતીનો પક્ષ ખેંચી રહ્યો હતો, જ્યારે હું નલિનની નિર્દોષતા પુરવાર કરવા મથી રહ્યો હતો.

'તું મને એટલું કહે કે ફકીર શા માટે જુબાની ન આપી શકે ?'

'ફકીર જરૂર જુબાની આપી શકે, પણ એક રતાંધળો ફકીર તો જુબાની ન જ આપી શકે.' મેં ધડાકો કર્યો.

'એટલે ? તું કહેવા શું માગે છે ?' કુમાર ગૂંચવાયો.

હું વાતનો ખુલાસો કરું ત્યાં ચોરવાડ આવ્યું. ગાડી ઊભી રહી. થોડાક ઉતારુઓ ઊતરી ગયા, પંદર-વીસ ઉતારુઓ ચડનારા હતા એ ચડી ગયા. ચોરવાડનાં પ્રખ્યાત ચુમકી પડેલાં કેળાં વેચનારો છોકરો અમારા ડબ્બા આગળથી પસાર થઈ ગયો. ટ્રેન ફરીથી ઊપડી. એટલે મેં પણ મારી વાતનું અનુસંધાન સાધવાનું શરૂ કર્યું.

'હું માત્ર એ જ કહેવા માગું છું, જે હું જાણું છું. જુસબ મુસલમાન છે. આ ફકીર મુસલમાન છે અને ઓળખપરેડ કરાવનાર પોલીસ અધિકારી પણ મુસલમાન છે. જો આ ત્રણેયની જાતને માત્ર જોગાનુજોગ ગણવો હોય તોપણ મારો વિરોધ નથી, પણ સામે દીવા જેવી સાફ હકીકત એ છે કે આ ફકીર રતાંધળો છે. એને રાત્રે દેખાતું નથી. દોઢેક મહિના પહેલાં જ હું જે હૉસ્પિટલમાં ઇન્ટર્નશિપ કરું છું, ત્યાં એ આંખોની સારવાર માટે આવ્યો હતો. એટલે હું જાણું છું. એને અડધા ફૂટ સામેનું પણ દેખાતું નથી, તો પછી મોડી રાત્રે સડકની સામેની બાજુએ છેડતીમાં સંડોવાયેલાં બંને પાત્રો સકીના અને નલિન જ છે એ એને કેવી રીતે દેખાઈ ગયું ?'

'પણ એણે ઓળખપરેડમાં પેલા મજનૂને શી રીતે ઓળખી બતાવ્યો હશે ?'

હું ચોંકી ગયો. સવાલ સાંભળીને નહીં, પણ અવાજ સાંભળીને. આ પ્રશ્ન પૂછનાર મારી બાજુમાં બેઠેલો કુમાર ન હતો, પરંતુ સામેની સીટ ઉપર બેઠેલા અને અત્યાર સુધી અકળામણ અનુભવી રહેલા પેલા સોગિયા મોંવાળા સજ્જન હતા. અત્યાર સુધી મેં સાંભળેલું હતું કે પારકી પંચાતમાં બધા જ લોકોને રસ પડતો હોય છે, આજે એ વાતનો સાક્ષાત્ અનુભવ મને થઈ રહ્યો હતો.

મેં વાતની દિશા એમની તરફ ફેરવી દીધી, 'બહુ મુદ્દાનો સવાલ પૂછ્યો તમે, વડીલ ! પણ કાયદાની આંખે પાટો આ જ બિંદુ ઉપર બાંધવામાં આવ્યો છે. છેડતીનો

કથિત ગુનો રાત્રે બન્યો છે, જ્યારે ફકીર કશું જ જોઈ શકતો નથી, પણ ગુનેગારની ઓળખપરેડ ધોળે દિવસે કરવામાં આવી છે; ત્યારે તો ફકીરની આંખો બધું જ જોઈ શકે છે અને માંડ ત્રીસેક હજારની વસતિવાળા આ નાનકડા શહેરમાં નલિન તન્ના નામના ધનવાન વેપારીના એકમાત્ર પુત્રને કોણ નથી ઓળખતું ? ફકીરની નજર સામેથી અત્યાર સુધીમાં આ યુવાન પાંચેક હજાર વખત પસાર થઈ ચૂક્યો હશે. જુસબે તો ફકીરને માત્ર નલિનનું નામ જણાવવાનું જ રહે છે.'

'તો પછી તમારી દૃષ્ટિએ ખરેખર શું થવું જોઈતું હતું ?' સજ્જનને મૅગેઝિનની સ્ટોરી કરતાં આ સત્ય ઘટનામાં વધુ રસ પડ્યો હોય એવું લાગતું હતું.

મેં ખભા ઉલાળ્યા, 'એ હું શું જાણું ? હું તો ડૉક્ટર છું; મને વિજ્ઞાનમાં ખબર પડે. કાયદાની વાત કાયદાના માણસો જાણે, પણ એક વાત ચોક્કસ છે; મુસ્લિમ ત્રિપુટીના કારસ્તાનને કારણે એક તદ્દન નિર્દોષ હિંદુ યુવાન જેલભેગો થઈ જશે.'

મેં અફસોસ નામનું પૂર્ણવિરામ મૂકીને ચર્ચા ખતમ કરી નાખી. કેશોદ પણ પસાર થઈ ચૂક્યું હતું. દૂરથી જૂનાગઢ દેખાઈ રહ્યું હતું. જમણા હાથે પૂર્વ દિશામાં પથરાયેલો ગરવો ગઢ ગિરનાર ધીરે-ધીરે અમારા મન અને મગજ ઉપર હાવી થવા માંડ્યો હતો. અમે વાતો બંધ કરી દઈને અંતરમાં ઊંડા ઊતરી ગયા.

જોકે જૂનાગઢ જંક્શને ટ્રેન ઊભી રહી અને અમે ત્રણેય ઊતરી ગયા, એ પછી મારી વાતોથી નારાજ કુમાર છૂટા પડતી વખતે ટકોર કર્યા વિના ન રહી શક્યો, 'તેં તો આખા પ્રવાસની મજા બગાડી નાખી, દોસ્ત ! કારણ વગર આપણને જેની સાથે જરા પણ નિસ્બત ન હોય, એવી વાતમાં બે કલાક વેડફી નાખ્યા. આટલા સમયમાં તો ક્રિકેટની, ફિલ્મોની કે ખૂબસૂરત છોકરીઓ વિશેની કેટકેટલી વાતો આપણે કરી શક્યા હોત !'

જવાબમાં હું ન હસ્યો, ન કશું બોલ્યો. સોગિયું મોં કરીને એની સામે જોઈ રહ્યો; અટલ પેલા સજ્જનની જેમ !

*

ચાર દિવસ પછી કુમાર ફરીથી મને ભટકાઈ ગયો. બીજે ક્યાં હોય ? ભૂતનું ઠેકાણું પીપળા ઉપર. ટી.સી.નું સ્થાન રેલવે પ્લૅટફૉર્મ ઉપર !

આ વખતે એણે પોતે જ સામે ચાલીને 'શુષ્ક' વાત કાઢી, 'આજનું છાપું વાંચ્યું ?'

'ના, કેમ ? શું છે છાપામાં ?' હું જાણતો હતો, છતાં અજાણ્યો બની રહ્યો.

'તેં પેલી છેડતીવાળી વાત કરી'તી ને ? એનો ચુકાદો આવ્યો ગઈ કાલે. આજે તો છાપામાં પણ સમાચાર છે.'

'શું આવ્યું છે ? નલિનને કેટલા મહિના કેદ પડી ?'

'કેવી કેદ ને કેવી વાત ! નલિનને બાઇજ્જત બરી કરી દેવામાં આવ્યો. જસ્ટિસ દેસાઈ તો જબરા હોશિયાર નીકળ્યા. ફકીરના રતાંધળાપણાની વાતને આબાદ પકડી પાડી. પોતાની હાજરીમાં ઓળખપરેડ નવેસરથી કરાવી. દસ જણાંની વચ્ચે નલિન તન્નાને ઊભો રાખીને રાતના અંધારામાં ત્રીસ ફૂટ દૂરથી ઓળખી કાઢવાનું કહ્યું ત્યાં જ ફકીર ફસકી ગયો. બધું ઓકી નાખ્યું. હવે એની અને જુસબ કાસમ ઉપર કેસ ચાલશે એવું છાપામાં લખ્યું છે.' કુમારની આંખોમાં આનંદ કરતા આશ્ચર્ય વધુ માત્રામાં છલકાતું હતું, 'મને તો ખબર જ નથી પડતી કે આ બધું કેવી રીતે બની ગયું ?'

હું હસ્યો, 'પણ મને થોડું-થોડું સમજાય છે.'

'તો મને પણ સમજાવને, ભાઈ !'

'તે દિવસે આપણી સાથે એક જ કેબિનમાં સામેની સીટ ઉપર બેસીને મુસાફરી કરતા પેલા દ્વિવેલિયા ડાચાવાળા સજ્જન કોણ હતા એ તું જાણે છે ? કેસની ઊલટતપાસ તો એ દિવસે ડબ્બામાં જ પૂરી થઈ ગઈ હતી. એ જસ્ટિસ દેસાઈસાહેબ હતા. ડબ્બામાં ચડતાં પહેલાં જ મેં એમનું નામ વાંચી લીધેલું. સામાન્ય રીતે જજસાહેબોને સામાન્ય લોકો સાથે ભળવાની મનાઈ હોય છે. એમાંય તે એમની સાથે ચાલુ કેસ વિશે તો ચર્ચા થઈ શકે જ નહીં. એટલે પછી મારે છાપામાં સમાચાર વાંચવાનું નાટક કરવું પડ્યું. બાકી એ વાત તો હું સવારે જ વાંચી ચૂક્યો હતો.'

કુમાર ખુશ-ખુશ થઈ ઊઠ્યો, 'સાલુ ! હવે સમજાયું કે ક્યારેક એવી વાતમાં સમય વેડફવાનું પણ જરૂરી હોય છે, જેની સાથે આપણને અંગત રીતે કશી જ નિસબત ન હોય ! અને નિસબત ન હોય એવું પણ કેમ કહી શકાય ?

(અસત્ય ઘટના)

તકદીર કા ફસાના
જાકર કિસે સૂનાયેં...?

સુનીલ સટોડિયાને અચાનક યાદ આવ્યું; આજથી પાંત્રીસ વર્ષ પહેલાં પિતાજીનું અવસાન આ જ ઓરડામાં થયું હતું. આ ટેબલ પડેલું છે, ત્યાં આગળ એક ખાટલો રહેતો હતો. એમાં પિતાજીની મરણપથારી હતી. રાતના સાડા ત્રણ વાગ્યા હતા. પિતાની શ્વાસની ધમણ પાંસઠ વર્ષનો પ્રવાસ ખેડ્યા પછી થાકી ગઈ હતી. એમને દમની બીમારી તો જન્મથી જ હતી. એમાં ભળ્યો ડાયાબિટીસ. બ્લડપ્રેસર પણ ઊંચું રહેતું હતું. એ જમાનામાં આજના જેવા ડૉક્ટરો ક્યાં હતા ? તબીબી વિજ્ઞાન પણ હજુ આવા રોગોની બાબતે અંધારામાં ગોથાં ખાતું હતું. દમ, ડાયાબિટીસ અને હાઈ બી.પી.ના ત્રિપાંખિયા હુમલા આગળ પિતાજી ટોલી ગયા.

પણ મરતાં પહેલાં એમણે છેલ્લી વાર એ ભીંત તરફ જોયું હતું. કશું પણ બોલી શકવાની સ્થિતિમાં તો એ હતા નહીં. સેરેબ્રલ હેમરેજના કારણે અડધા દેહને લકવો મારી ગયો હતો. જીભ ઝલાઈ ગઈ હતી. છેલ્લા પંદર દિવસથી ખોરાક પણ પ્રવાહીરૂપે જ આપવો પડતો હતો. દૂધ ચમચી વડે મોંમાં રેડતી વખતે મોટા ભાગનું ગાલ ઉપર થઈને સરી જતું હતું. બા આખો દિવસ કપડાના ટુકડાથી પિતાજીનો ચહેરો, દાઢી, ગળું, છાતી સાફ કર્યા કરતી.

અને દર કલાકે-બે કલાકે પૂછી લેતી હતી.

'કંઈ કે'વું છે ? કોઈ આખરી ઇચ્છા ? કશું ખાવા-પીવાની અબળખા ? કશી ભળ-ભળામણ ?'

પિતાજીની આંખોમાં જાણે આખો શબ્દકોશ ઊમટી આવતો. એવું લાગતું કે જાણે એ કશુંક બોલવા ઇચ્છતા હતા. કોઈને મળવાની ઇચ્છા જતાવતા હશે ? કે પછી એમને ખૂબ ભાવતો મોહનથાળ મગાવવાનું કહેવા માગતા હશે ?

સગાં-સંબંધી, સ્વજનો, મિત્રો તો લગભગ બધાં શહેરમાં જ હતાં. અને

જ્યારથી પિતાજી માંદગીના બિછાને પડ્યા, ત્યારથી લઈને એમના મૃત્યુ સુધીના સમયગાળામાં એ તમામ લોકો એક કરતાં વધારે વાર એમની ખબર પૂછવા માટે આવી ચૂક્યા હતા. એટલે એ ઇચ્છા તો સંતોષાઈ ચૂકી હતી. ખાવા-પીવાનું પણ એમણે જીવનભર પેટ ભરીને માણી લીધું હતું અને એમ તો પિતાજી સમજુ માણસ હતા. જ્યારે મૃત્યુ આંખો સામે ખડું હોય ત્યારે મોહનને મૂકીને મોહનથાળમાં મન પરોવે એવા એ પામર ન હતા.

પણ તેમ છતાં વળી-વળીને એમની નજર એ ભીંતની દિશામાં ખેંચાયા કરતી હતી.

જૂના જમાનાનું બે માળનું મકાન હતું. પિતાજીના પિતાજીએ ૧૯૩૨માં સાડા ત્રણ હજાર રૂપિયામાં ખરીદ્યું હતું. અત્યારે એની કિંમત સાડા ત્રણ લાખ જેટલી થાય. કારણ શું તો કે' બાંધકામ જર્જરિત થઈ ચૂક્યું છે. ઇમારત ખળભળી ગયેલી હાલતમાં છે. પચાસ હજારથી લાખ રૂપિયા જેવું રિપેરિંગનું ખર્ચ આવે એમ છે. એટલે ખરીદનાર ફક્ત જમીનનો ભાવ જ ચૂકવે. મકાન તો ભૂલી જ જવાનું, પણ આજથી પાંત્રીસ વર્ષ પહેલાં તો 'ખંડહર બતા રહા હૈ, ઇમારત બુલંદ થી' જેવા હાલ હતા. 'સુનીલ નિવાસ'નો આખા શહેરમાં દબદબો હતો.

ડહેલીબંધ મકાન, ખડકી ઉઘાડતાંવેંત મોટો ખુલ્લો ચોક, બારણાની ડાબી તરફ પાણીની કૂંડી, પછી ઘરમાં પ્રવેશતાં પહેલાં મોટો, લાંબો, પહોળો ઓટલો. જૂના અસલી સાગનાં કમાડ. પછી લંબચોરસ ઓસરી. પાણિયારું. દેવની ઓરડી. ઓસરીની એક તરફ રસોડું અને એની વિરુદ્ધ દિશામાં અંદરનો ઓરડો.

એ જમાનામાં ડ્રોઇંગરૂમ કે બેડરૂમ જેવા વિભાગો ન હતા. અંદરનો મોટો ઓરડો વિવિધલક્ષી કાર્યો માટે વપરાશમાં લેવાતો હતો. દિવસના સમયે એ દીવાનખંડ બની જતો. સાંજના સમયે બાળકો માટેનો અભ્યાસ ખંડ અને રાત પડે એટલે શયનખંડ.

એટલું જ બાંધકામ ઉપરના માળે હતું, પણ ઉપલો મેડો મોટા ભાગે મહેમાનો આવે ત્યારે જ વપરાશમાં આવતો.

પણ વાત ચાલે છે એક ભીંતની. બહારની ઓસરી અને અંદરના ઓરડાને જુદા પાડતી દીવાલની.

પિતાજી મૃત્યુના ખોળામાં માથું મૂકતાં પહેલાં કશું જ બોલી શક્યા ન હતા. ફક્ત એ વચ્ચેની દીવાલ સામે જોઈને કંઈક કહેવા માગતા હોય એવો ઇશારો એમણે કર્યો હતો. જમણા હાથને ઊંચો કરીને ત્રણ વાર એમણે એ દીવાલ ચીંધી બતાવી હતી અને પછી અચાનક એ હાથ નિર્જીવ બનીને પથારીમાં ઢળી પડ્યો હતો.

પડોશમાં રહેતા વશરામકાકા બોલી ઊઠ્યા હતા, 'શારદાભાભી, લાગે છે કે ભાઈએ જિંદગી આખીની બચત એ ભીંતમાં સંતાડી રાખી છે.'

અને સુનીલ સટોડિયાને આજે પણ યાદ છે કે એ વખતે બાએ કેવી ઝડપથી વાત ટાળી દીધી હતી, 'રાખો, રાખો હવે ! શેની બચત અને શાનું સંતાડવાનું ? માંડ-માંડ બે ટંકનો રોટલો રળી ખાતા હતા. એ તો ગંગાજળની લોટી સામેના કબાટમાં રાખેલી છે એટલે સુનિયાના બાપા એ તરફ જોયા કરતા'તા !'

પણ જાણકારો એક વાતમાં સહમત હતા: નાથાબાપાએ ચોક્કસ સોનામહોરનો ચરુ એ દીવાલના પોલાણમાં છુપાવેલો હશે.

*

કેટલાંક કુટુંબોમાં સંતાનો ક્રમશઃ નબળાં પાકે છે. સુનીલની બાબતમાં આવું જ બન્યું હતું. દાદા ખૂબ સાત્ત્વિક હતા. પરિશ્રમી હતા. કરકસરિયા હતા. એટલે જ સારું એવું ધન કમાયા હતા. બાપા એમના કરતાં થોડાક નબળા પાક્યા. ઝાઝું કમાયા તો નહીં, પણ નિર્વ્યસની અને ચીવટવાળા હોવાને કારણે આગલી પેઢી જે મૂકી ગઈ હતી એને જાળવી જાણ્યું અને ત્રીજી પેઢીએ પાક્યો સુનીલ સટોડિયો. પિતા અને દાદાથી તદ્દન વિપરીત લક્ષણોવાળો. ઉડાઉ, અણસમજુ અને જુગારી. વ્યસનોનો શિકાર.

દિવસમાં દસ વાર તો ચા જોઈએ. સવાર-સાંજ બજારુ નાસ્તાઓ. મિત્રોની બેઠકો તો બાદશાહની મહેફિલોની જેમ ચાલતી જ રહે. ધૂમ્રપાન, તીનપત્તી, શેરસટ્ટો, વરલી-મટકું.

ઘરની હાલત ઘસાતી ગઈ. કામધંધો મળે નહીં. આવકનાં બારણાં વાસેલાં અને જાવકનાં કમાડ ખુલ્લાં ફટાક. પછી બાપદાદાનો ખજાનો ક્યાં સુધી ચાલ્યા કરે !

ગામમાં બીજાં બે મકાન હતાં, એ વેચાઈ ગયાં. બે વાહનો હતાં, એ પણ કાઢી નાખવાં પડ્યાં. પત્નીની ડોકમાં એકલું મંગળસૂત્ર બચ્યું. બાકી કાચની બંગડીઓના પણ સાંસા પડી ગયા. મહેફિલો ચાલુ રહી, પણ નાસ્તાની વાનગીઓ બદલાઈ ગઈ. ફાફડા-જલેબી અને ગરમાગરમ ગોટાને સ્થાને વઘારેલા મમરા આવી ગયા. સુનીલ ખુદ સિગારેટમાંથી ખાખી બીડી ઉપર ઊતરી આવ્યો.

પણ આજે તો હદ થઈ ગઈ ! પત્ની ગૅસના બાટલાના રૂપિયા માગતી હતી, દીકરી કૉલેજની ફી માટે કકળાટ કરી રહી હતી, દીકરો પિકનિકના પૈસા માટે કાગારોળ મચાવી રહ્યો હતો અને મોટા-મોટા ખર્ચાઓ તો હજુ મગરની જેમ જડબાં ફાડીને ઊભા જ હતા. ઘરમાં હાંલ્લા કુસ્તી કરતાં હતાં. કરવું શું ?

પત્નીનો, બાળકોનો, મિત્રોનો એક જ મત પડતો હતો : મકાન વેચી નાખો. સાડા ત્રણ લાખ રૂપિયા નાખી દેતાંય મળી રે'શે. એટલી રકમમાં જો કરકસરથી રહેશો તો પાંચ-સાત વરસ સહેજે નીકળી જશે. ત્યાં સુધીમાં દીકરો મોટો થઈ જશે. એ કમાતો થાય પછી ક્યાં કશી ચિંતા છે ?

પણ સુનીલ સટોડિયાનું મન ના પાડતું હતું. મકાન ન વેચાય. એ કોઈને કહેતો ન હતો, પણ એના દિમાગમાં એક ખાનગી વાત રમી રહી હતી. પિતાજીની માંદગી, એમની મરણપથારી, બાનું 'આખરી ઇચ્છા' વિશે એમને પૂછવું, બાપાનું દીવાલ તરફ જોયા કરવું અને છેલ્લે મરતી વખતે જમણો હાથ ઊંચો કરીને એ જ દિશામાં સૂચન કરવું...!

નક્કી બાપાએ છૂપો ખજાનો એ દીવાલમાં જ સંતાડેલો હશે. સોનાના દાગીના હોય કે સોના-ચાંદીના સિક્કાઓ હોય, પણ જો આ મકાન બીજા કોઈને વેચી દેવામાં આવે તો મકાનની સાથે સાથે એ ખજાનો પણ હાથથી સરી જાય. શક્ય છે કે અત્યારના ભાવે એની કિંમત પાંચ-દસ લાખ રૂપિયા જેવી પણ થતી હોય. એવી મૂર્ખામી ક્યારેય ન કરાય.

બધું વિચારીને એણે એક બિલ્ડરને બોલાવ્યો. મકાન બતાવીને પૂછી જોયું, 'માનો કે આ ઓસરી અને ઓરડા વચ્ચેની દીવાલ તોડી નાખીએ તો...?'

'એવી ભૂલ ન કરશો.' બિલ્ડરે ચેતવણી આપતાં કહ્યું, 'એ 'વેઇટ-બેરીંગ વૉલ' છે. એ જો ખસી જશે તો ઉપરનો આખો માળ કડડભૂસ થઈને નીચે આવી જશે.'

પણ જાણકારની વાત માને તો એ જુગારી શાનો ? સુનીલની કૌટુંબિક અટક તો જોશી હતી, પણ એણે પોતાની સટ્ટાખોરી નામના વડે સટોડિયાની ઉપાધિ મેળવી હતી. જિંદગીના દરેક ક્ષેત્રમાં જુગાર-સટ્ટો ખેલવાની એને ટેવ પડી ચૂકી હતી.

આ વાતમાં પણ એણે જુગાર ખેલવાનું પસંદ કર્યું.

બીજા દિવસે એ કડિયાનાકા પરથી બે કડિયાઓને ઉપાડી લાવ્યો : 'જુઓ, કોઈને પણ ખબર ન પડે એમ આ દીવાલ તોડવાની છે. એક વાર તમે ડહેલીમાં દાખલ થશો, એ પછી દીવાલ તૂટી ન રહે ત્યાં સુધી તમને જવા દેવામાં નહીં આવે. મજૂરી મોં માગી મળશે, પણ વાત ખાનગી રહેવી જોઈએ. ખાવાનું, ચા-પાણી બધું મારે ત્યાંથી જ...'

કામ શરૂ થયું. બે કડિયાઓ અને ચાર મજૂરણો. સાચવી-સાચવીને દીવાલ તોડવા માંડ્યા. જૂનું બાંધકામ હતું એટલે સાંજ સુધીમાં તો પ્લાસ્ટરમાં માત્ર ટોચા જ પડી શક્યા. સુનીલ સટોડિયાનો આદેશ સંભળાયો. 'કામ ચાલુ રાખવાનું છે.

ભલે રાતપાળી કરવી પડે. હજાર રૂપિયા વધુ આપીશ.'

સાંજ ઢળી. રાત પડી. મધરાતે કંઈક મેળ પડ્યો. પંચાણું ટકા દીવાલ તૂટી ચૂકી હતી. ડાબા હાથે આવેલો ગોખલો તોડવાનો બાકી હતો.

જ્યાં કડીએ એ ગોખલા ઉપર ટોચો માર્યો એ સાથે જ ત્યાં બાકોરું પડી ગયું. જાણે પૂંઠાની દીવાલ ઉપર ત્રિકમનો વાર થયો હોય એમ દીવાલની અંદરનું પોલાણ છતું થઈ ગયું.

સુનીલ બાજુમાં ઊભો હતો. એની ચકોર નજર એ પોલાણને ફંફોસી રહી હતી. એણે જોઈ લીધું કે એ પોલાણમાં ધાતુની એક નાનકડી પેટી પડેલી હતી. સાવ નાની, પાનની પેટી હોય એવડી.

એણે કડિયાને અટકાવ્યો, 'બસ, બસ ! હવે કામ બંધ. તમારી મજૂરી ઉપાડો અને વહેતા થાવ અને જુઓ, મોઢું બંધ રાખજો. આ વધારાના પાંચસો એના આપું છું.'

મિત્રો પાસેથી ઉછીના લીધેલા અઢી હજાર રૂપિયાની ચટણી થઈ ગઈ. કડિયાઓ એમના લાવ-લશ્કર અને ઓજારો સાથે વિદાય થયા.

બારણાં બરાબર વાસી દીધા પછી સુનીલ સટોડિયાએ પેલી બખોલમાં હાથ નાખ્યો. પેટી બહાર કાઢી. પત્ની તથા દીકરો-દીકરી એને ઘેરી વળ્યાં.

ધ્રૂજતા હાથે સુનીલે પેટી ઉઘાડી.

અંદર એક ગડી વાળેલો કાગળ હતો. સુનીલ સ્તબ્ધ હતો. મરતી વખતે પિતાજી હાથનો ઇશારો કરીને આ કાગળ બતાવી રહ્યા હતા ?! શું લખેલું હશે આમાં ? કોઈ ખાનગી દસ્તાવેજ ? છૂપી દોલતનો નકશો ? ઉઘરાણીની યાદી ? પ્રોમિસરી નોટ ? શું હોઈ શકે આ કાગળમાં ?

ઉત્તેજના અને આવેગથી કંપતા હાથે એણે કાગળની ગડી ઉકેલી. અંદર ગરબડિયા અક્ષરોમાં લખાણ હતું. બાપા લખી ગયા હતા : 'એક પાપનો એકરાર કરવો છે. આપણા પડોશી વશરામની આર્થિક હાલત ખરાબ હતી એટલે એની ઘરવાળી અવારનવાર મારી પાસે મદદ માગવા માટે આવતી હતી. એમાં મેં એની મજબૂરીનો ગેરલાભ લઈને...! પછી તો અવારનવાર એ પાપ હું આચરતો રહ્યો. એમાં બિચારીને એક વાર તો મહિના પણ રહી ગયેલા. વશરામનું એક માત્ર સંતાન કીકો એ વાસ્તવમાં મારું જ સંતાન છે. જીવતેજીવ હું એને કશું આપી શક્યો નથી, પણ મરતી વખતે આટલું કહેતો જાઉં છું કે મારી તમામ રોકડ બચત, દાગીના અને બીજી જે કંઈ કમાઈ છે એ મારા પુત્ર સુનીલને ફાળે જવી જોઈએ. આ મકાન પણ જ્યાં સુધી ઊભું છે, ત્યાં સુધી સુનીલના ભાગે રહેશે, પણ એનો અધિકાર

માત્ર ભોગવટા પૂરતો જ રહેશે. જે દિવસે આ ઘર આપમેળે જમીનદોસ્ત થાય કે પછી એને તોડી પાડવામાં આવે ત્યારે સુનીલનો આ મકાન ઉપરનો અધિકાર ખતમ થયેલો માનવો. બાંધકામ વગરની જમીનનો માલિકીહક્ક મારા જ ગેરકાયદેસર સંતાન કીકાને સોંપી દેવો. આ મારી અંતિમ ઇચ્છા છે અને હું આશા રાખું છું કે મારો દીકરો એ અવશ્ય પાળશે.'

કાગળ પૂરો વંચાઈ રહ્યો, ત્યાં જ કશોક ગડગડાટ સંભળાયો. મકાનની દીવાલો ચારે બાજુથી બેસી રહી હોય એવું દેખાઈ રહ્યું હતું. સુનીલે રાડ પાડી, 'ભાગો ! ઝટ ઘરની બહાર નીકળો ! મકાન તૂટી રહ્યું છે...!'

ચારેય જણાં દોડીને મકાનની બહાર નીકળી ગયાં. ધૂળની ડમરી ઊઠી. પંદર મિનિટ પછી જ્યાં ઘર હતું ત્યાં કાટમાળનો ડુંગર દેખાતો હતો. પડોશીઓનું ટોળું હતું. વશરામકાકા તો વીસ વરસ પહેલાં મરી ગયા હતા, પણ એમનો દુકાળિયો દીકરો કીકુ ચટ્ટાપટ્ટાવાળા લેંઘા અને કાણાવાળા ગંજીફરાકમાં દોડી આવ્યો હતો.

અને સુનીલ સટોડિયાને પૂછી રહ્યો હતો, 'આ કાગળ શેનો છે ? એમાં શું લખેલું છે ? લાવો, જરા હું પણ જોઉં તો ખરો !'

ક્યા મુરાદ કી જાય ઈન બેમુરાદોં સે
વફા કે નામ સે હી જિન્હેં નફરત હૈ

૧૯૯૭ની સાલ હતી અને પંદરમી ઑગસ્ટની રાત હતી. સરખેજથી ગાંધીનગર જવાના સૂમસામ અંધારા માર્ગ ઉપર મારા વાહનમાં બેસીને હું અને મારો એક પત્રકાર મિત્ર જઈ રહ્યા હતા.

'કોઈને પૂછો તો ખરા કે સુવર્ણ ફાર્મ ક્યાં આગળ આવેલું છે ?' પત્રકાર મિત્રે મને પાંચમી વાર એકનું એક સૂચન કર્યું. સાથેની વ્યક્તિ આવું કહે ત્યારે આપણા મનમાં ભૂલા પડ્યા હોવાનો ભ્રમ જાગે. અહીં રસ્તો ભૂલવાનો પ્રશ્ન જ ન હતો; સવાલ માત્ર અંધકારનો અને એકલતાનો હતો. એ વખતે એસ.જી. હાઈવે આજના જેવો વાહનોથી ધમધમતો અને વસતિથી ફાટફાટ થતો હજુ બન્યો ન હતો. દસ-વીસ કિલોમીટરનો પંથ કાપીએ ત્યારે માંડ એકાદ માણસ હડફેટે ચડી આવે.

'પૂછું તો ખરો પણ પૂછું કોને ? આ ડામરની સડકને ? કે પછી એની ધાર ઉપર પથરાયેલા પાણાને ? આપણને ઘેરી વળેલા આ અંધકારને કે પછી દૂર અમદાવાદ શહેરમાં લબૂકઝબૂક થતી પેલી રોશનીને ? પૂછવું કોને ?'

મેં અકળાઈને ગાડી એક તરફ ઊભી રાખી દીધી. જમણા હાથે દૂર-સુદૂર અમદાવાદ શહેર આઝાદીની સુવર્ણજયંતી ઊજવી રહ્યું હતું. હજુ હમણાં જ અમે શહેર વીંધીને અહીં સુધી આવ્યા હતા. સરકારી ઇમારતો, સાબરમતી નદી ઉપરના પ્રખ્યાત પુલો, બહુમાળી ફ્લૅટો અને વિશાળ બંગલાઓ, નાટ્યગૃહો અને થિયેટરો – બધાં જ ઝળાંહળાં રોશની રેલાવતી બત્તીના ડેકોરેશનથી નવીસવી દુલ્હન જેવાં લાગી રહ્યાં હતાં.

પણ મારું મન ઉદાસ હતું. આ બધો તો એક દિવસનો ઉત્સવ હતો. કૃત્રિમ્ ભભકો. બાહ્ય દેખાડો. અંતરનો ઉલ્લાસ, આઝાદીનો ખરો આનંદ ક્યાં હતો ? પચાસમાંથી ચાલીસ વર્ષના કૉંગ્રેસી શાસને આ રસકસથી છલકાતા શેરડીના સાંઠા

જેવા દેશને સાવ કૂચા જેવો બનાવી દીધો. પરિસ્થિતિ એટલી હદે ખરાબ કરી નાખી કે હર એક ખાદીધારીને ઊંધા માથે લટકાવીએ, તો એની બંડી ને ટોપીમાંથી બસો-પાંચસો કરોડ રૂપિયા તો ચપટીમાં ખરે ! અને પ્રજાની હાલત આખા દેશની વસતિને વેચવા કાઢો તોયે પાવલી ભેગા ન થઈએ.

પહેલી વાર દેશના બુદ્ધિજીવીઓના દિલમાં આશાનું બીજાંકુરણ પાંગરે એવી ઘટના એક વર્ષ પહેલાં બની ગઈ, પણ તેર જ દિવસમાં આશાનું બીજ કરમાઈ ગયું. પ્રથમ વાર અટલજી વડાપ્રધાન બન્યા અને કુટિલ કૌરવજનોએ એમને ગાદી ત્યાગ કરવાની ફરજ પાડી દીધી. મારા દિલમાં હજુ પણ એ ઘટનાનો ચચરાટ વ્યાપેલો હતો અને દિમાગમાં એમણે લખેલી કવિતાની પંક્તિઓનો ગુંજારવ હતો :

હમારે લિએ ભારત જમીનકા ટુકડા નહીં,
મગર જીતા જાગતા રાષ્ટ્રપુરુષ હૈ.
હિમાલય ઈસકા મસ્તક હૈ,
ગૌરીશંકર શિખા હૈ,
કશ્મીર કિરીટ હૈ, પંજાબ ઔર બંગાલ દો વિશાલ કંધે હૈં,
વિંધ્યાચલ કટિ હૈ, નર્મદા કરધની હૈ,
પૂર્વી ઔર પશ્ચિમી ઘાટ, દો વિશાલ જંઘાએં હૈં,
કન્યાકુમારી ઈસકે ચરણ હૈ,
સાગર ઈસકે પગ પખારતા હૈ,
પાવસકે કાલે-કાલે મેઘ ઈસકે કુંતલ કેશ હૈં,
ચાંદ ઔર સૂરજ ઈસકી આરતી ઉતારતે હૈં,
યહ વંદનકી ભૂમિ હૈ, અભિનંદનકી ભૂમિ હૈ,
યહ તર્પણકી ભૂમિ હૈ, યહ અર્પણકી ભૂમિ હૈ,
ઈસકા કંકર-કંકર શંકર હૈ,
ઈસકા બિંદુ-બિંદુ ગંગાજલ હૈ,
હમ જિયેંગે તો ઈસકે લિએ,
મરેંગે તો ઈસકે લિએ.

જ્યારે પણ અટલજીની આ રચના યાદ કરું છું, ત્યારે આંખોમાંથી આંસુ વહાવ્યા વગર જ રડી ઊઠું છું. ક્યાં આ રાષ્ટ્રપુરુષની પવિત્રભાવના અને ક્યાં આ સફેદ ઝભ્ભા-લેંઘામાંથી ટપકતી કાલીમા ! સા...બદમાશોએ આઝાદીની અડધી સદીનો કશો ઉમળકો રહેવા ન દીધો. વસ્ત્રાભૂષણોથી લદાયેલી ભારતમાતાને આ નરાધમોએ નિર્વસ્ત્ર બનાવી દીધી. ક્યારેક મનમાં વિચાર ઊઠે છે કે શહીદ

ભગતસિંહની ખરી જરૂર અત્યારે હતી, બૉંબ ફેંકવા માટે.

કાનમાં કવિતા ગુંજવા માટેનું એક ખાસ કારણ એ પણ હતું કે એ સમયે અમે એક અતિ મહત્ત્વના, તદ્દન ખાનગી અને માત્ર ચૂંટેલા આમંત્રિતો માટેના મુશાયરામાં હાજરી આપવા માટે જઈ રહ્યા હતા. એ કોઈ જાહેર જનતા માટેનો કાર્યક્રમ ન હતો. ફાર્મના માલિક તરફથી દસ-પંદર મિત્રોને આમંત્રવામાં આવ્યા હતા. એ સિવાય દસથી પંદર કવિઓ હતા. પાંચ-સાત લેખકમિત્રો હતા. મુંબઈથી ખાસ પધારેલા એક નામી હિંદી શાયર મહેફિલનું ખાસ આકર્ષણ હતા. સંચાલન પણ મુંબઈના જ એક જાણીતા ગુજરાતી ગઝલકાર કરવાના હતા. મને ઉમ્મિદ હતી કે દેવી વાગીશ્વરીના આ પ્રથમ ખોળાનાં સંતાનોની રચનાઓ સાંભળ્યા બાદ કદાચ મારા દિલમાં વ્યાપ્ત ઉદ્વેગ ઓછો થઈ જશે.

પણ ફાર્મનો પત્તો મળે તો ને ?

આખરે હાઈ-વે ઉપર આવેલા પેટ્રોલ પંપના કર્મચારી પાસેથી માર્ગદર્શન મળ્યું. મારગ મળે પછી મંજિલ ન સાંપડે એવું થોડું બને ? ફાર્મ પણ મળી ગયું.

વાહન પાર્ક કરીને અમે જ્યારે મુશાયરાની જગ્યાએ પહોંચ્યા, ત્યારે કાર્યક્રમ શરૂ થઈ ચૂક્યો હતો. સામે સ્ટેજ ઉપર કવિરત્નો અને શ્રોતાવૃંદમાં પણ રસિકજનો બિરાજી ચૂક્યા હતા. સિતારાઓથી ચમકતું આસમાન હતું, પણ એમાં એક શાયર આફતાબ જેવો ઝળહળી રહ્યો હતો. એ હતા હિંદી ફિલ્મોના જાણીતા-માનીતા ગીતકાર...!

મુશાયરો જબરદસ્ત રહ્યો, પણ મારી મુરાદ બર ન આવી. ગુજરાતના ઉત્તમ ગણાતા પાંચ-છ કવિઓએ બે રાઉન્ડમાં એમની ગઝલો પેશ કરી. અલબત્ત, એ બધી જ કૃતિઓ ગઝલના પરિવેશની દૃષ્ટિએ અને પ્રસ્તુતિની રીતે શ્રેષ્ઠ હતી, પણ એમાં ક્યાંય આઝાદીને લગતી કોઈ વાત ન હતી. એક પણ રચનામાં દેશપ્રેમ, સ્વાતંત્ર્યસંગ્રામ, આપણા શહીદો કે નેતાઓની કોઈ વાત ન હતી. ટૂંકમાં, એક ચીલાચાલુ મુશાયરો હતો. રાષ્ટ્રની આઝાદીની સુવર્ણજયંતીના ઉત્સવમાં એમાં કશો પડઘો સંભળાતો ન હતો.

એક વાત કબૂલ કરવી જ પડશે; પેલા ખ્યાતનામ હિંદી શાયરે રંગત જમાવી દીધી. એક પછી એક ચાર રચનાઓ એમણે પેશ કરી. એક-એકથી ચડિયાતી કૃતિ, ઉત્તમ અદાયગી, શુદ્ધ ઉચ્ચારોવાળી ઉર્દૂ ભાષા, ઘૂંટાયેલો અવાજ અને અંતર વલોવી નાખે એવું ભાવનિરૂપણ. માહોલ જામી ગયો અને તાળીઓના ગડગડાટ સાથે મુશાયરો સમેટાઈ ગયો.

'બહુ ઝડપથી બધું પૂરું થઈ ગયું, નહીં ?' મેં બાજુમાં બેઠેલા એક વરિષ્ઠ

ગુજરાતી સાહિત્યકારને પૂછ્યું. એ વડીલ આપણી ભાષાના એક ખ્યાતનામ, અછાંદસ કવિતાકાર છે. મેં ઘડિયાળમાં જોઈને ઉમેર્યું, 'હજી તો બાર જ વાગ્યા છે. મહેફિલ પૂરી થવા માટે આ સમય બહુ વહેલો ગણાય.'

એ મર્માળુ હાસ્ય વરસાવીને ધીમેથી મારા કાનમાં અછાંદસ કવિતા જેવું ગણગણ્યા, 'મહેફિલ ક્યાં પૂરી થઈ છે ? ખરી મહેફિલ તો હવે શરૂ થશે.'

હું થોડુંક સમજ્યો, ઝાઝું ન સમજ્યો. જે નહોતું સમજાયું એ થોડી જ વારમાં સમજાવા માંડ્યું.

'જતા ન રહેશો.' એક ગઝલકાર મિત્રે એમની પ્રખ્યાત ગઝલનો મક્તો બોલતા હોય એવી અદાથી મને કબજે કર્યો, 'ત્યાં...પેલી ડાબી તરફના ટેન્ટમાં...હમ્મ્...ચાલ્યા આવો મારી પાછળ પાછળ. કોઈને ગંધ ન આવે એ રીતે...'

એમની આંખના ઉલાળામાં અને દબાયેલા અવાજમાં જ મને તો કશાકની ગંધ આવી રહી હતી.

મોટા ભાગના લોકો વિખેરાઈ ગયા. માત્ર દસેક જણા જ એ તંબુ ભણી વળ્યા. એ બધામાં પેલા નામી હિંદી શાયર મોખરે હતા.

તંબુમાં પ્રવેશ કર્યો તો અંદરની સજાવટ જોઈને હું દંગ રહી ગયો. આ તો બહારથી ઝૂંપડી અને અંદરથી રાજમહેલના જેવો તાલ હતો.

નીચે જમીન ઉપર વર્તુળાકારે બેસવાની વ્યવસ્થા કરવામાં આવી હતી. પોચી-પોચી ગાદીઓ અને વિશાળ તકિયાઓ અમારી વાટ જોઈ રહ્યા હતા. વચ્ચેનો ખાલી ગોળાકાર હિસ્સો ખાણીપીણીની સામગ્રી માટે ખાલી રાખવામાં આવ્યો હતો.

હિંદી શાયરે પોતાનું આસન ગ્રહણ કર્યું. એ પછી અમે બધા પણ ગોઠવાયા.

'હાં દોસ્તો ! યારો ! બાદશાહો ! રાતકે દો બજે તક હમ આપકી ખિદમતમેં હૈં ! ઢાઈ બજે હમેં બમ્બઈકી ફ્લાઈટ પકડની હૈ. તબ તક આપ લોગ જીતના ચાહે ઉતના હમેં લૂટ સકતે હો...'

હવે હું સમજ્યો કે પહેલી મહેફિલ આટલી વહેલી કેમ સમાપ્ત કરી દેવામાં આવી ! મુશાયરાનો અસલી મિજાજ હવે પ્રગટ થવામાં હતો.

યજમાનોમાંથી એક જુવાને વિશ્વના ઉત્તમ શરાબની બોટલ ખોલી. જે પીનારા હતા એમનાં નસકોરાં સો જોજન દોડ્યા પછી થાકેલા અશ્વના નાકનાં ફોયણાંની જેમ ફૂલવા માંડ્યાં. જામ ભરાયા, છલકાયા અને ટકરાયા. 'ચીઅર્સ'ના અવાજો ઊઠ્યા અને ચૂસકીઓ માશૂકાના હોઠ ઉપર ચુંબનોની જેમ તંબુને ભરી ગઈ.

'હાં તો સૂનિયે જનાબ !' હિંદી શાયર બે પેગ પેટમાં ઠાલવ્યા પછી રંગમાં આવી ગયા, 'અબ જો કલામ મૈં પેશ કરને જા રહા હૂં વો એક ખાસ મૌકે પર

મૈંને કાગઝપે ઉતારા થા. જબ લાલકિશન અડવાનીને રથયાત્રા નિકાલી થી, તબ...'

મારા મસ્તકમાં એક ધીમો સણકો ઊઠ્યો. રથયાત્રા ઉપર લખાયેલી રચનાના ઉલ્લેખથી નહીં, પણ જે રીતે, જે અપમાનભરી શૈલીમાં એ પીધેલા શાયરે આ દેશના એક વરિષ્ઠ રાજનેતાના નામનો ઉલ્લેખ કર્યો હતો એ વાતથી મારું માથું ઠનકી ગયું. આ વાત સમજવા માટે એ વાક્ય સાંભળવું જરૂરી છે, વાંચવાથી એમાં ઘોળાયેલી નફરતનો અંદાજ નહીં આવે.

અમે કાન સરવા કર્યા. ક્યાંકથી 'ઈર્શાદ-ઈર્શાદ'ના અવાજો પણ સંભળાયા અને પેલા ધુરંધર શાયરે અડવાણીજી પ્રત્યે નફરતની આગ વરસાવતી એક લાંબી નઝમ પેશ કરી. એના શબ્દોમાં ભારોભાર હિંદુદ્વેષ ઝલકતો હતો.

રચના પૂરી થઈ. પાડવા ખાતર કોઈએ તાળીઓ પાડી. પછી શાયર પાછા પેગ તરફ વળ્યા. ત્રણ પેગ હોજરીમાં ઠાલવીને પાછા એ મૂડમાં આવ્યા. બીજી બે ગઝલો ઠોકી દીધી. બંને રચનાઓ પાકિસ્તાન તરફી અને હિંદુસ્તાન વિરોધી હતી.

હું સ્તબ્ધ હતો. આટલો નામાંકિત શાયર જેને હિંદુસ્થાનની જનતાએ દિલ લૂંટાવીને મોહબ્બત કરી, સરકારોએ સન્માનો અને ખિતાબો આપ્યા, માધ્યમોએ ઇજ્જત વધારી એ માણસ આખરે જાત ઉપર જઈને ઊભો રહ્યો ?!

એક મુસ્લિમ શાયર બહારથી ભલે ગમે તેટલો સેક્યુલર દેખાતો હોય, પણ એનો અસલી ચહેરો આવો ગંદો ? માત્ર શરાબના પાંચ-સાત પેગ હોજરીમાં ઠલવાય એટલી જ પ્રતીક્ષા કરવાની ?

મેં આજુબાજુમાં જોયું તો બધાંની હાલત વત્તેઓછે અંશે મારા જેવી જ હતી. રાષ્ટ્ર એની આઝાદીની પચાસમી સાલગીરહ ઊજવી રહ્યું હતું અને અમે...અહીં...એક વિધર્મી શાયરના ચાબુકના ફટકાઓ જીરવી રહ્યા હતા.

વધુ ત્રણ પેગ. હવે શાયર સમ્રાટ એમના ખુદના કાબૂ બહાર ચાલ્યા ગયા. આંખોમાં લાલાશ હતી. જીભ લથડી રહી હતી. જામ પકડેલો હાથ ધ્રૂજતો હતો. હોઠ પણ કંપતા હતા, પણ એ કંપતા હોઠો વચ્ચેથી ઠલવાતો ઉકરડો વધુ ને વધુ દુર્ગંધયુક્ત બની રહ્યો હતો.

'અબ મૈં આપકો એક ચુટકુલા સુનાતા હૂં !' શાયરે હવે ગઝલનો રાજમાર્ગ છોડીને જોક્સની કેડી પકડી.

શરાબીની જીભેથી સરેલા જોક્સ કેવા હોય ! નોનવેજ હોય એ તો શરૂ થતાં પહેલાં જ અમે સમજી ગયા હતા, પણ આમાં તો શબ્દે-શબ્દે ગાળો, સેક્સનાં પ્રચુર વર્ણનો, ગંદા ઈંગિતો અને દરેક જોકમાં હિંદુસ્તાનને નીચું પાડવાની મુરાદો છલકતી

હતી.

'યારો ! અબ સુનિયે ઇન્દિરા ગાંધી ઔર યાહ્યાખાન કે બારે મેં એક મજેદાર ચુટકુલા.'

'અબ સુનિયે જનાબ ઝુલ્ફીકાર સા'બ ઔર તુમ્હારી હેમામાલિનીકા ચુટકુલા.'

'અબ પેશ કરતા હૂં પાકિસ્તાનકે આર્મી ચીફ જનરલ ટીકાખાન ઔર તુમ્હારે જનરલ માનેકશાકી બીવીકા...'

શેના ચુટકુલા ? એ બહાને આ પાકપરસ્ત મુસલમાન આપણા દેશની જાણીતી મહિલાઓને પાકિસ્તાનના મવાલીઓ જોડે સહશયન કરાવી રહ્યો હતો.

મારા માટે આ અસહ્ય હતું. અત્યારે જો આવી પરિસ્થિતિ સર્જાઈ હોત તો મેં અવશ્ય એ નાપાક શાયરની ફેંટ પકડીને એને ફટકાર્યો હોત, પણ એ સમયે હું હજુ જુનિયર હતો. આટલા બધા જૂના જોગીઓની હાજરીમાં મારાથી શી રીતે મારામારી કરાય ?

હું મારી બેઠક ઉપર ઊંચો-નીચો થતો હતો એ જોઈને મારી પડખે જ બેઠેલા એક અસલી મર્દ સાહિત્યકારે મને ધીમેથી પૂછી નાખ્યું, 'કેમ, શરદ ! શું થાય છે ?'

'બીજું શું થાય ? આપણી માનું વસ્ત્રાહરણ થઈ રહ્યું છે એ સહન નથી થતું. પ્લીઝ, કાં એ વસ્ત્રાહરણ થતું અટકાવો, કાં આ દુઃશાસનને બંધ કરો.'

એ સાહિત્યકાર આપણી ભાષાના સૌથી લોકલાડીલા હાસ્યલેખક હતા. હજુ પણ છે જ. અત્યારે તો તેઓ એંસીની વય સુધી પહોંચી ચૂક્યા છે, પણ ગુજરાતે બીજા હાસ્યલેખકોને માત્ર વાંચ્યા છે, જ્યારે આમને તો સર-આંખો પર બેસાડ્યા છે.

એમના મોંમાં પાન જમાવેલું હતું; એ લાલચટ્ટાક હોઠ મરકાવીને ગણગણ્યા, 'તું ચિંતા ન કર. હું એને પાઠ ભણાવું છું.'

આટલું બોલીને તેઓ મોટેથી બોલ્યો, 'દોસ્તો, આ સાહેબે ખૂબ સારા જોક્સ સંભળાવ્યા. આપણને ખુશ કરી દીધા. હવે મારા પણ એક-બે જોક્સ સાંભળી લો.' પછી પેલાની તરફ જોઈને હિંદીમાં ઉમેર્યું, 'યે હમારા ચુટકુલા હૈ, સાહબ ! ઉમ્મિદ કરતા હૂં કિ આપકો જરૂર પસંદ આયેગા...'

અને પછી ખાડિયાના એ મરદે ખાડિયાનું પાણી બતાવવું શરૂ કરી દીધું. એમણે પણ અંગુરની બેટીને તરસ પૂરતો ન્યાય આપ્યો જ હતો. એટલે એમની ભાષાને પણ વસ્ત્રવિહીન થવામાં સહેજ પણ સંકોચ ન નડ્યો.

અને એમણે પાકિસ્તાનની જાંઘ ઉઘાડી કરી નાખી એમ કહું તો જરા પણ અતિશયોક્તિ નથી. હું તો સડક જ થઈ ગયો. શું ફટાકડા ફૂટી રહ્યા હતા એમની

વાણીમાં ! અને કેવી શ્રેષ્ઠ કક્ષાની ક્રિયેટિવિટી ! સ્પષ્ટ હતું કે આ બધા જ જોક્સ એમણે તાબડતોબ બનાવી કાઢ્યા હતા. માત્ર પેલા ડામીસને સબક શીખવાડવા માટે જ, પાકિસ્તાનને શબ્દે-શબ્દે ભાંડતા આ ચુટકુલામાં બેનઝીર ભુટ્ટોથી માંડીને ગાયિકા નૂરજહાં અને અન્ય પાકિસ્તાની બાનુઓની શારીરિક હાલત બદથી બદતર કરી મૂકી હતી.

શાયર સમ્રાટ અસ્વસ્થ થઈ ગયા. પહેલા જ ચુટકુલામાં એમનો નશો ઊતરી ગયો. બીજો ચુટકુલો સાંભળીને એ કોકડું વળી ગયા. ત્રીજા પછી એ બાથરૂમ ભેગા અને ચોથો જોક તો ચાલુ જ હતો, હજુ પૂરો પણ નહોતો થયો, ત્યાં એ ઘડિયાળમાં જોવા માંડ્યા, 'માફ કિજીયે, જનાબ ! અબ હમેં ચલના ચાહિયે. લગતા હે હમારી ફ્લાઇટકા વક્ત હો ગયા...'

એના ચુટકુલા ગમે તેમ તોયે એક કવિના હતા, પણ હવેના ચુટકુલા એક હાસ્યલેખકના હતા. એમાં તેજાબી ચાબખા અને નમક પાયેલા હંટરના ફટકા સમાયેલા હતા.

અને પછી એમનો માસ્ટર સ્ટ્રોક આવ્યો : 'હાં જી, જનાબ, આપકી ફ્લાઇટકા વક્ત હો ગયા હૈ. અબ આપકો તય કરના હૈ કિ આપ બમ્બઈ જાયેંગે યા લાહૌર ?'

રાત્રે બે વાગે અમે ઘર તરફ આવતા હતા, ત્યારે શહેર શાંત થઈને પથારીમાં પોઢી ગયું હતું. રોશની બુઝાઈ ગઈ હતી, આઝાદીની ઉજવણીની પૂર્ણાહુતિ થઈ ચૂકી હતી; પણ હું પ્રસન્ન હતો. મારા મનમાં હવે જ આઝાદીનો જશન માથું ઊંચકીને બેઠો થઈ રહ્યો હતો.

(સત્ય ઘટના)

સૂનો, સૂનો, અય દુનિયાવાલોં, બાપુકી યે અમર કહાની

'આપ કહાઁ જા રહી હૈં ?' અમદાવાદથી મુંબઈ જઈ રહેલી જેટ ઍરવેઝની ડોમેસ્ટિક ફ્લાઇટમાં મારી બરાબર આગળની સીટમાં બેઠેલી એક જુવાન, ગુજ્જુ છોકરી બાજુની સીટમાં બેઠેલી કાળી, હમઉમ્ર યુવતીને પૂછી રહી હતી. ગુજરાતની બહેનોની આ એક સુટેવ છે, મર્યાદા છે, કમજોરી છે; અજાણ્યાંની સાથે પરિચય બાંધ્યા વગર એ ઝાઝો સમય રહી શકતી નથી.

'મૈં તમિલનાડ સે હૂઁ, ચેન્નઈ જા રહી હૂઁ. મેરે સાથ ઔર ભી ફ્રેન્ડ્ઝ હૈં સબ આગેવાલી સીટો મેં બૈઠે હૈં.'

'કૈસા લગા હમારા ગુજરાત ?'

'થર્ડ ક્લાસ !' કોપરેલના હેર ઓઇલથી ગંધાતા માથાવાળી 'કૃષ્ણા'એ જીભની કરવતથી સાંભળનારને વ્હેરી નાખે એવો જવાબ આપ્યો.

'ઐસા ક્યું કહતી હો ? યે તો ગાંધીજી કા ગુજરાત હૈ...' ગુજ્જુ અબળા રક્ષણાત્મક ભૂમિકામાં આવી ગઈ.

'ધેટ્સ વ્હાય વી ડોન્ટ લાઇક ઇટ. તુમ્હારે ગાંધીને તો ઇન્ડિયાકો બરબાદ કર દિયા ! ધેટ પૂઅર, બ્રેઇનલેસ, રસ્ટિક, ઓલ્ડ મૅન !'

સાંભળીને મારા બેય કાનની બૂટ લાલઘૂમ થઈ ગઈ. જયલલિતા જેવી ગજગામીનીઓ અને કરુણાનિધિ જેવા ગોગલ્સધારીઓના પ્રદેશમાંથી આવતી આ દસ્યુ કન્યા માત્ર ગુજરાતના જ નહીં પણ પૂરા હિન્દુસ્તાનના 'બાપ'ને ગાળોથી નવાજી રહી હતી.

ક્યાંક વાંચ્યું હતું કે કોઈ પણ રાષ્ટ્રનો જનક એ રાષ્ટ્રનો અંતિમ નાગરિક મરે નહીં ત્યાં સુધી જીવતો રહે છે અને આપણો આ મહાન આર્યાવર્ત એની વિશ્વવંદનીય વિભૂતિને એ મરી ગયા પછી પણ રોજેરોજ મારતા રહેવામાં અગ્રેસર છે.

ગાંધીજીને મેં જોયા નથી એ મારા જીવનનો સૌથી મોટો અફસોસ છે. હું ગાંધીના ગુજરાતમાં જન્મ્યો છું એ મારી જિંદગીનું સૌથી મોટું ગૌરવ છે. અને પાંચમી જુલાઈ, ૨૦૦૩ની એ ઢળતી સાંજે જેટ ઍરવેઝની ફ્લાઈટમાં મારાથી એક ફૂટ આગળ બેસીને ધરતી ઉપરના સર્વકાલીન, સર્વશ્રેષ્ઠ મહાપુરુષને ગાળો દઈ રહેલી એ મદ્રાસી છોકરીનું મેં ગળું ન દબાવી દીધું એ મારી જિંદગીની સૌથી મોટી શરમ છે. હું અહિંસક ગાંધીજીનો હિંસક પ્રેમી છું.

✳

મુંબઈના 'ઇન્ટરનેશનલ ઍરપોર્ટ' ઉપર પહોંચ્યો ત્યારે રાતના સાડા નવ વાગી ચૂક્યા હતા. ડોમેસ્ટિક હવાઈ મથક પરથી અહીં સુધી આવવા માટે જેટ ઍરવેઝ તરફથી જ વાહનની વ્યવસ્થા કરવામાં આવેલ હતી. મારી બાજુમાં બે મુસ્લિમ બિરાદરો બેઠા હતા. સામાન્ય વાતચીતમાંથી પરિચય થઈ ગયો. હું એકલો જ હતો અને મારે વાતો કરવા માટે કોઈ બોલકા માણસોની જરૂર હતી.

દુબઈ જવા માટેનું વિમાન છેક રાત્રે સાડા ત્રણ વાગ્યાનું હતું. એટલે ઍરપોર્ટની લાઉન્જમાં મેં આ દાઢીદારી મુસ્લિમ બિરાદરો સાથે શિખર મંત્રણા શરૂ કરી. બંને પાકિસ્તાની હતા. હિન્દુસ્તાનમાં રહેતી ખાલીજાનને મળવા આવ્યા હતા. હવે માદરેવતન જઈ રહ્યા હતા.

'કૈસા લગા હમારા ભારત ? તુમ્હારે પાકિસ્તાનસે બહેતર કિ...?'

'કોઈ ફર્ક નહીં લગા, જનાબ ! દોનોં મુલ્કોંકે બિચ ન કોઈ અવામ કા ઝઘડા હૈ, ન રહનસહન કા ફર્ક, ન આબોહવા કા ફાંસલા. દોનો દેશ જન્નત હૈ જન્નત ! યે તો સિર્ફ સિયાસત કા ખેલ હૈ.' બેમાંથી જેનું નામ સલીમ હતું એણે કહ્યું.

હું ખુશ થયો. પણ આ સિયાસતવાળો મુદ્દો જરા ન સમજાયો. મેં પૂછ્યું તો સલીમ અખ્તરે ખુલાસો પેશ કર્યો : 'યે કશ્મીર હમેં મિલ જાયેં તો ઝઘડા યુ નિપટ જાયે. વો તો પાર્ટીશન કે વક્ત હી નિપટ જાતા, લૈકિન વો આપકા પટેલ થા ના ? વો બિચમેં આ ગયા...!'

'સરદાર પટેલ ?'

'હાં, વો હી તો ! પૂરા કૌમવાદી થા વો ! હમારી કૌમકા નંબર વન દુશ્મન. અગર વો સિયાસતમેં ન હોતા તો દેશકા બંટવારા ન હોતા.'

મારી આંખો સમક્ષ આજે નવો ઇતિહાસ ખૂલી રહ્યો હતો. મેં વધારે પૃષ્ઠો ખોલવાના ઇરાદા સાથે પૂછ્યું, 'ઔર મહાત્મા ગાંધીજીકે બારે મેં આપકી ક્યા રાય હૈ ?'

'ગાંધી ?' સલીમનો ચહેરો ફેણ માંડેલા કાળોતરા નાગ જેવો બની ગયો.

'વો તો અવ્વલ નંબર કા ઢોંગી થા. પૂરી દુનિયાકો ઉલ્લૂ બનાતા થા. વો લંગોટી પહનના, વો ચરખા ચલાના, હિંદુ-મુસ્લિમ દોસ્તીકી બાતેં કરના – સબ ઢોંગ થા. હિંદુસ્તાન કે પોલિટિક્સમેં 'રામ-નામ' કો લાનેવાલા અડવાણી નહીં હૈ, વો તો તુમ્હારા ગાંધી થા...'

એક જ કલાકના અંતરાલમાં બીજી વાર મારા કાનની બૂટ લાલઘૂમ થઈ ગઈ.

બિચારો બદનસીબ બાપુ ! જિંદગીભર હિંદુ-મુસ્લિમ ઐક્યના જાપ જપતો રહ્યો અને જાહેર પ્રાર્થનાઓમાં 'ઈશ્વર-અલ્લાહ તેરો નામ...'ની ધૂન ગાતો રહ્યો, એ ગાંધી એના અવસાનના પચાસ-પંચાવન વર્ષમાં જ આ ભારતીય ઉપખંડમાં ગમે તે આલિયા-માલિયાની ગાળોનું સરનામું બની ગયો.

આ કંઈ એક જ સાંજની કે રાતની વાત નથી. આ વિશાળ દેશમાં આજકાલ ગાંધીને ગાળો દેવી એ ફેશન થઈ પડી છે. દેશમાં જે કંઈ ખરાબ થઈ રહ્યું છે એને માટે આ એક જ માણસને દોષ આપવામાં આવે છે. ભ્રષ્ટાચાર વધ્યો છે ? ગાંધીના દંભી અનુયાયીઓના કારસ્તાન છે. કોઈ કૉંગ્રેસી પ્રધાન કટકી કરે છે, તો ગાંધીની ખાદીને વગોવવામાં આવે છે. બાપુની અહિંસાએ આ દેશને નિર્વીર્ય બનાવી દીધો. એની નિર્બળતાએ દેશના ભાગલા કરી નાખ્યા. એના બ્રહ્મચર્યના વિચારો આજે મજાકનો વિષય બની ગયા છે. એના ખોરાકના પ્રયોગો, માટીના ઉપચારો, કટિસ્નાન, બકરીનું દૂધ અને એમની જવાહરપ્રીતિ – આ બધું જ અત્યારે હાસ્યનો, કટાક્ષનો, નફરતનો અને દોષારોપણનો વિષય બની ગયું છે.

જેમને 'ગાંધીજી'ની ખરી જોડણી લખતાં નથી આવડતું એવી વર્ણસંકર, કોન્વેટીયા, યુવાન પેઢી ભારતના રાષ્ટ્રપિતાનું નામ સાંભળતાંવેંત સૂગથી નાકનું ટીચકું ચઢાવે છે.

અને ૧૯૪૮માં જગતના મહાન વૈજ્ઞાનિક આઇન્સ્ટાઈને ગાંધીજીને શ્રદ્ધાંજલિ આપતાં કહ્યું હતું : 'આવનારી પેઢી વિશ્વાસ નહીં કરી શકે કે એના જેવો લોહીમાંસ અને હાડચામનો બનેલો માણસ આ પૃથ્વી ઉપર ક્યારેક હરતોફરતો હતો.'

એ 'આવનારી' પેઢી બહુ જલદીથી આવી ગઈ છે. હમણાં ગયા મહિને, પંદરમી ઑગસ્ટે એક ટી.વી. ચેનલે દેશના દસથી બાર સાંસદોને આપણા રાષ્ટ્રપિતાનું પૂરું નામ શું છે એવો સવાલ પૂછ્યો ત્યારે પંચાણું ટકા મૌન હતા, બે ટકાએ કહેલું : 'ફાધર ઑફ ધી નેશન.' બે નેતાઓ જે સત્યની 'ખૂબ નજીક' પહોંચી શક્યા એમનો જવાબ હતો : 'બાપુ' અને એક માઈના લાલે ઉત્તર દીધેલો : 'કરમચંદ'.

આઇન્સ્ટાઈનની આગાહી આ શિયાળોએ અને કાગડાઓએ બહુ ઝડપથી

સાચી પાડી આપી. શેખાદમે એટલે જ લખવું પડ્યું હશે : 'ગાંધી તું કેવો હતો ને કેવો થઈ ગયો ? ખુરશી સુધી જવાનો તું રસ્તો બની ગયો.'

મુંબઈના ઇન્ટરનેશનલ ઍરપોર્ટ ઉપર બેઠાં બેઠાં એ રાત્રે મારા મનમાં પણ હવે સંશયો જાગવા માંડ્યા હતા : ગાંધીજી ખરેખર મહાન હતા ? કે પછી દંતકથાઓના રસિયા એવા આપણે એક સામાન્ય મનુષ્યમાં નાહક આટલા બધા સદ્‌ગુણો રોપી દીધા હશે ? જો ગાંધીજી ખરેખર મહાન હતા, તો આ દેશ આટલી ઝડપથી એમને ભૂલી શા માટે ગયો છે ?

*

જુલાઈ મહિનાની એક ખુશનુમા સવાર હતી. હું માંચેસ્ટરથી ટ્રેનમાં બેસીને લંડન આવ્યો હતો. ડૉ. પ્રકાશ પરીખના ઘરે મારો ઉતારો હતો.

'બોલો, લંડનમાં તમારે શું-શું જોવાની ઇચ્છા છે ? બિગબેન ટાવર ? મેડમ તુષાદનું મ્યુઝિયમ ? બકિંગહામ પેલેસ ? લંડનનો પ્રખ્યાત બ્રિજ ? હાઈડ પાર્ક ? હુકમ કરો, મેરે આકા ?' ડૉ. પ્રકાશભાઈએ મિત્રધર્મ બજાવ્યો.

'મારી ઇચ્છા ફક્ત બ્રિટિશ મ્યુઝિયમ જોવાની જ છે.'

'આ તો બહુ મોટું છે. વિશ્વના અલગ-અલગ દેશોની અલગ-અલગ ગૅલેરીઓ છે. એક ગૅલેરી એટલે આખો દેશ જ ગણી લેવાનો. એક અઠવાડિયું ફાળવો તોપણ તમે પૂરું મ્યુઝિયમ જોઈ નહીં શકો.'

'માત્ર ઊડતી નજર નાખું તો ?'

'તો પણ પાંચ-છ કલાક તો લાગી જ જશે.'

'મંજૂર છે.'

કાર્યક્રમ ઘડાઈ ગયો. પ્રકાશભાઈનાં પત્ની ડૉ. બિંદુબહેન મને સવારના આઠ વાગ્યે બ્રિટિશ મ્યુઝિયમના ઝાંપા આગળ ઉતારી ગયાં. ડૉ. પ્રકાશભાઈ લગભગ દોઢેક વાગ્યે મને લેવા માટે આવવાના હતા.

એ પાંચ-સાડા પાંચ કલાકનો સમય મારી જિંદગીનો રોમાંચસભર, આનંદસભર, અજાયબીસભર અને વિષાદયોગથી છલકાતો સમય હતો. વિશ્વભરમાંથી ઊમટેલા પ્રવાસીઓનાં ધાડાં ને ધાડાં અહીં ઠલવાયેલાં હતાં. અમેરિકનો, ઑસ્ટ્રેલિયનો, આફ્રિકનો, ચીની, જાપાની, કોરિઅન, કાળી-ધોળી-ઘઉંવર્ણી, પીળી, કોઈ પ્રજા બાકાત ન હતી.

મારા પર વિષાદયોગનું કારણ એ હતું કે તમામ પ્રવાસીઓને માત્ર ને માત્ર ઇજિપ્શિયન, ગ્રીક અને રોમન ગૅલેરીઝ જોવામાં જ રસ હતો. અન્ય દેશોના મ્યુઝિયમમાં પણ થોડીઘણી ભીડ જોવા મળતી હતી.

પણ ઇન્ડિયન ગૅલેરીમાં કાગડા ઊડતા હતા. મૂળમાં તો બ્રિટિશ મ્યુઝિયમ એટલે અંગ્રેજો આંતરરાષ્ટ્રીય ચોરપ્રજા છે એ વાતને સિદ્ધ કરતું સ્થાન છે. જે જે દેશમાં અંગ્રેજોએ ભૂતકાળમાં રાજ કરેલું છે, તે તે દેશમાંથી ચોરેલો માલ, ઉઠાવેલી અદ્ભુત કળાકૃતિઓ વગેરે આ જગ્યાએ ગોઠવવામાં આવેલું છે.

મ્યુઝિયમમાં ફરતાં-ફરતાં મેં ઘણાં બધાં પ્રવાસીઓને પૂછી જોયું : 'વ્હાય ડોન્ટ યુ વિઝિટ ધી ઇન્ડિયન ગૅલેરી ?'

લગભગ દરેક વિદેશીએ નાકનું ટીચકું ચડાવીને જવાબ આપ્યો, 'ઓહ નો ! વી આર નોટ ઇન્ટરેસ્ટેડ ઇન ઇન્ડિયા. વ્હોટ ડુ યુ હેવ ટુ એક્ઝિબિટ ?'

આ જવાબ સાંભળીને કોઈ પણ ભારતીયને વિષાદયોગ ન જન્મે તો બીજું શું થાય ? કારણ વગર આપણે અમથા અમથા 'મેરા ભારત મહાન'ના નારાઓ રટ્યા કરીએ છીએ. આપણે એવા ભ્રમમાં રાચીએ છીએ કે દુનિયા આપણા મહાન રાષ્ટ્રને એના મહાન રાષ્ટ્રપિતાના નામથી ઓળખે છે.

ગાંધી નામની એક મામૂલી દેશની મહાન વિભૂતિને દુનિયામાં કોણ આજે યાદ કરે છે ? જવાબ નિરાશાજનક હતો.

*

બરાબર દોઢ વાગ્યે હું બ્રિટિશ મ્યુઝિયમમાંથી બહાર આવ્યો, ત્યારે ડૉ. પ્રકાશભાઈની ગાડી મારી પ્રતીક્ષા કરતી ઊભેલી હતી. એમણે દરવાજો ખોલ્યો, હું બેસી ગયો.

'લો, પહેલું કામ લંચ જમવાનું કરો. અહીં ગાડી ઊભી રાખવાની મનાઈ છે. તમારા માટે બધું ખાવાનું લાવ્યો છું. ચાલુ ગાડીએ જ એ કામ પતાવી લો.' પ્રકાશભાઈએ લંડનના ભરચક્ક પણ શિસ્તબદ્ધ ટ્રાફિકમાં ગાડી ચલાવતાં મને કહ્યું.

હું ચૂપ હતો. મારી ભૂખ અને તરસ મરી ગયાં હતાં.

'કેમ, શું થયું ?' ડૉ. પ્રકાશભાઈ વ્યવસાયે સાઇકિયાટ્રિસ્ટ છે. એટલે માણસના મૌનને પણ એ સમજી શકે છે.

મેં બધી વાત એમને જણાવી. એ હસી પડ્યા, 'ઓહ ! આટલી જ વાત છે ને ? ચાલો, તમને હું એક એવી જગ્યાએ લઈ જાઉં, જ્યાં તમારા તમામ પ્રશ્નોનો એક માત્ર ઉત્તર તમને મળી જશે.'

ગાડીને એમણે કોઈ ચોક્કસ દિશામાં વાળી. એક મોટા જાહેર બગીચાના ઝાંપામાં થઈને અંદર લીધી. લાંબો પહોળો રન-વે જેવો પાકો રસ્તો હતો. એના પર થઈને અમે બગીચાના કેન્દ્ર સુધી પહોંચી ગયા.

'આ લંડનનો મશહૂર ગાર્ડન છે.' એમણે કહ્યું. મેં જોયું કે જેટલા પ્રવાસીઓ

બ્રિટિશ મ્યુઝિયમમાં હતા, એના કરતાં પણ વધારે આ બગીચામાં હાજર હતા. ઘાસની લૉન, ફૂલછોડ અને પાણીના ફુવારાઓ જોવામાં જગતને શો રસ પડ્યો હશે ? એમના પોતાના દેશમાં પણ આવું બધું તો જોવા મળી શકે છે. મારા આશ્ચર્યનો પાર ન હતો.

સાઇકિયાટ્રિસ્ટ ડૉ. પ્રકાશભાઈ મારું મન વાંચી ગયા. હસ્યા, 'તમારી મૂંઝવણનો ઉકેલ મેળવવો હોય તો ગાડીમાંથી નીચે ઊતરો. અને જુઓ કે આ લોકો આ સામાન્ય બગીચામાં શા માટે આવે છે.'

ગાડીમાંથી પગ નીચે મૂકતાંની સાથે જ હું આભો બની ગયો.

બગીચાના કેન્દ્ર સામે બરાબર મધ્યબિંદુ ઉપર એક પથ્થરના બનેલા ઊંચા સ્થંભ ઉપર પલાંઠી વાળીને બેઠેલા મહાત્મા ગાંધીની પ્રતિમા બિરાજેલી હતી.

અને એની ચોતરફ ઊભેલા વિશ્વભરના દેશોમાંથી આવેલા પર્યટકો એમને અહોભાવપૂર્વક ટીકી-ટીકીને એવી રીતે જોઈ રહ્યા હતા, જે રીતે કોઈ વૈષ્ણવજન નાથદ્વારાના મંદિરમાં ભગવાન શ્રીનાથજીનાં દર્શન કરી રહ્યો હોય.

મારા આશ્ચર્યનો અને આનંદનો ઉછાળ છેક આસમાનને આંબી જાય તેવો હતો.

આશ્ચર્ય એ વાતનું હતું કે જે અંગ્રેજોને ભારતમાંથી હાંકી કાઢવા માટે 'ડોસાએ' બત્રીસ-બત્રીસ વર્ષ સુધી લગાતાર આંદોલન ચલાવ્યું હતું એ જ અંગ્રેજોએ એમના જ દેશમાં, રાજધાનીની મધ્યમાં ગાંધીજીને આદરપૂર્વક બેસાડ્યા હતા.

અને આનંદનું કારણ શું હોઈ શકે ? મારી ધારણાથી વિપરીત આખું જગત મારા 'બાપુ'ને ઓળખતું હતું.

લોકો મહાત્માને જોઈને જ ધરાતા ન હતા, એટલે પોતાના કૅમેરામાં એમને કાયમ માટે કેદ કરવાના આશયથી ચપોચપ ચાંપ દબાવી રહ્યા હતા.

મેં એક વિદેશી, યુવાન કપલને પૂછ્યું : 'હુ ઇઝ ધીસ જેન્ટલમૅન ? ડુ યુ નો એનિથિંગ અબાઉટ હિમ ?'

યુવાન આઘાતથી સ્તબ્ધ થઈ મારી સામે જોઈ રહ્યો. એક ઇન્ડિયનના મુખેથી આવો સવાલ ? પણ એની પ્રેમિકા કે પત્ની (જે હોય તે) મારો આશય સમજી ગઈ. મધમીઠું સ્મિત વેરીને મને જવાબ આપ્યો : 'યસ, સર ! વી નો હિમ. નોટ ઓન્લી ધેટ, બટ વી લવ હિમ. હિ ઇઝ મિ. ગેંડી, ધી ગ્રેટેસ્ટ મૅન ઓન ધ અર્થ. હિ વોઝ ફ્રોમ ઇન્ડિયા. હિ ઇઝ ધી ફાધર ઑફ ઇન્ડિયા. વી એડોર હિમ ફોર હિઝ નોન વાયોલન્સ એન્ડ...'

પેલી યુવતી અસ્ખલિત વાણીમાં બોલ્યે જતી હતી, જાણે ગાંધીજી વિષે

વક્તૃત્વસ્પર્ધામાં ભાષણ ન આપી રહી હોય ! અને એના સૂરમાં સૂર પુરાવવા માટે અમારી ફરતે પચાસ-સાંઈઠ પરદેશીઓનું ટોળું જમા થઈ ગયું હતું. યુવતીના એક-એક વાક્ય ઉપર લોકો માથાં હલાવીને અનુમોદન આપી રહ્યા હતા.

પણ એ ટોળામાં એક માણસ એવો હતો કે એમાંનું કશું જ સાંભળતો ન હતો, સાંભળી શકતો ન હતો.

ક્યાંથી સાંભળું ? શી રીતે સાંભળી શકું ? મારી આંખો ભરેલી હતી અને કાન ખાલી હતા. 'હિ ઇઝ મિ. ગેંડી...ધી ગ્રેટેસ્ટ મૅન ઓન ધી અર્થ.' આ બે વાક્યો સાંભળ્યા પછી મારે બીજું કશું સાંભળવાની જરૂર પણ ક્યાં હતી ? ગરજ પણ ક્યાં હતી ? શક્તિ પણ ક્યાં હતી ? અને એટલું ધૈર્ય પણ ક્યાં હતું ?

આંસુથી છલકાતી આંખે મેં પંદર ફીટ ઊંચે બેઠેલી મૂર્તિની દિશામાં જોયું.

આપણો 'તાત' એનું ચિરપરિચિત, કરુણાસભર, પ્રેમાળ સ્મિત ફરકાવી રહ્યો હતો.

(સત્ય ઘટના. એ ક્ષણે મારા મનને નવું સત્ય લાધ્યું કે આપણા દેશમાં જ નહીં પણ આખા જગતમાં જ્યાં સુધી છેલ્લો માણસ હશે, ત્યાં સુધી આપણો આ ખાસ માણસ મરવાનો નથી.)

આંધી મેં ભી જલતી રહી ગાંધી તેરી મશાલ,
સાબરમતી કે સંત ! તુને કર દિયા કમાલ !

'સા'બ, આપ લોગ ગુજરાતસે આયે હો ના ?'

'હાં, લૈકિન યે બાતકી ખબર તુમકો કૈસે પડી ગઈ ?'

જવાબમાં ખડખડાટ હસી પડવું અને પછી ખુલાસો : 'આપકી હિન્દી બતા દેતી હૈ કિ આપ ગુજરાતી હો !'

ચાર-પાંચ વર્ષ પહેલાંની ઘટના છે. હું મારાં પત્ની અને બંને બાળકોને લઈને ઉનાળાની રજાઓમાં સિમલા ફરવા માટે ગયો હતો. સાથે બીજા બે-ત્રણ મિત્રો પણ એમના પરિવાર સહિત મારી સાથે જોડાયા હતા. સિમલામાં સારી હોટલમાં આરામદાયક કમરામાં ગોઠવાયા પછી બીજા દિવસે અમે બધાં 'સાઈટ સીઈંગ' માટે નીકળી પડ્યાં. એક મેટાડોર વૅન પસંદ કરી. એનો ચાલક એક પચીસેક વર્ષનો ચાલાક અને તરવરિયો જુવાન હતો. એક પછી એક જોવાલાયક દશ્યો બતાવતો એ અમને આખરે હસનવેલી પાસે લઈ ગયો. અમદાવાદમાં જ્યારે આસમાન આગ વરસાવતું હતું ત્યારે અહીં ધુમ્મસિયા વાતાવરણમાં ઝરમર વર્ષા અને શરીર કંપાવતી ઠંડીમાં ઊંડી ખીણમાં વિસ્તરેલા ચીલ અને દેવદારનાં સો-દોઢસો ફીટ ઊંચાં વૃક્ષો અમને એક અલગ જ વિશ્વમાં ખેંચી રહ્યાં હતાં. અમે આ અદ્ભુત દશ્યને અમારા કૅમેરામાં ઝીલવા માંડ્યાં.

અમે જેવા પરવારીને પાછા વાહનમાં ગોઠવાયા, કે તરત જ ડ્રાઇવરે મને ઉપરનો સવાલ પૂછી નાખ્યો. છેલ્લા ત્રણ કલાકથી બાપડો અમારી 'શુદ્ધ' હિન્દી ભાષાનું ધીરજપૂર્વક શ્રવણ કરી રહ્યો હતો.

પછી તો અમે વાતોએ વળગ્યા. મને એ જાણીને સુખદ આશ્ચર્ય થયું કે ઓમકારપ્રસાદ (એનું નામ) સિમલામાં ભણીને આગળના શિક્ષણ માટે છેક બેંગ્લોર ગયો હતો. ત્યાંની પ્રખ્યાત કૉલેજમાં આઈ.ટી.નું ભણી રહ્યો હતો. ઘરની આર્થિક

સ્થિતિ નબળી હતી. એટલે વૅકેશનમાં સિમલામાં આવીને મોજમઝા કરવાને બદલે ડ્રાઇવર-કમ-ગાઇડનું કામ કરી લેતો હતો. દોઢ-બે મહિનાની રજાઓમાં આખા વર્ષનો ખર્ચ કમાઈ લેતો હતો.

એને ભણેલોગણેલો જાણીને મને રસ પડ્યો. હું એની સાથે વાતોએ વળગ્યો. અલબત્ત, અમારી વાતચીત હિંદી ભાષામાં ચાલતી હતી, પણ મારી 'શુદ્ધ' હિંદી વિષે એ થોડી વાર પહેલાં જ મને સુવર્ણચંદ્રક આપી ચૂક્યો હતો. એટલે વાંચકો પ્રત્યે જીવદયા દર્શાવીને હું એ વાતચીતને ગુજરાતીમાં જ ઉતારું છું.

'તમારા સિમલામાં કોઈ જાણીતી વ્યક્તિ પેદા થઈ હશે ને ?' મેં પૂછ્યું, 'કોઈ મહાપુરુષ ? કોઈ જાણીતા લેખક કે કવિ ? રાજનેતા ?'

'ના સાહેબ ! હું એક પણ નામ જણાવી શકું એમ નથી.'

'કોઈ ક્રિકેટર ?'

'ના જી ! અહીં ક્રિકેટ રમવા માટે મેદાન જ ક્યાં છે ? આ તો પહાડી ઇલાકો છે, સાહેબ !'

'કોઈ સંત ? સતી ? કોઈ વીરાંગના ?'

'ના, ના, ના ! સતીને બદલે નટી છે. પ્રિટી ઝીન્ટા અમારી સિમલાની છે. અહીંની કૉલેજમાં ભણતી હતી, ત્યારે બ્યુટી કોન્ટેસ્ટમાં ફર્સ્ટ નંબરે આવી હતી.' એના બોલવામાં ગૌરવ કરતાં કટાક્ષનો ભાવ વધુ જોઈ શકાતો હતો.

પછી થોડી વારના મૌન પછી એ ધીમા, ગ્લાનિભર્યા સ્વરમાં બોલ્યો : 'એક નામ છે, સાહેબ ! તમે રાજકીય નેતાનું પૂછતા હતા ને ? તો એક નામ છે. પણ એ ઉચ્ચારતાં શરમ આવી જાય છે. માથું ઝૂકી જાય છે.'

'કોણ છે એ ?'

'પ્રધાન હતા. દસ કરોડની લાંચમાં પકડાઈ ગયા. સુખરામ શર્મા. આપ તો ગુજરાતસે આ રહે હૈ. કિસ મુંહસે સુખરામકા નામ હમ આપકો બતા સકતે હૈ ?' એના અવાજમાં ભારોભાર શરમીંદગી છલકાતી હતી.

'અચ્છા, તો તને એ પણ ખબર છે કે અમારા ગુજરાતમાં કયા મહાપુરુષ જન્મ્યા હતા.'

'કેવો બેહૂદો સવાલ કરી બેઠા, સાહેબ ?' એની આંખોમાં બરફના પહાડો ઉપર પથરાતો સોનેરી તડકો છવાઈ ગયો, 'જો ગુજરાત ન હોત, તો આપણો દેશ રાષ્ટ્રપિતા વગરનો રહી ગયો હોત. જો ગુજરાત ન હોત, તો આજે અખંડ હિંદુસ્તાન ન હોત. જો એક 'અર્ધનગ્ન ભિક્ષુક' તમારા ગુજરાતમાં ન જન્મ્યો હોત, તો અમને બધાંને આ દેશરૂપી મહામૂલું ઘરેણું ન મળ્યું હોત. અને જો એક ગજવેલ જેવો

પટેલ તમે પેદા ન કર્યો હોય તો આ ઘરેણું જે અઠ્ઠાવીસ રાજ્યોની એકસૂત્રી સુવર્ણમાલા બનવાને બદલે પાંચસો બાંસઠ રજવાડાઓમાં વિખરાયેલા મણકાની જેવું બની ગયું હોત.'

વાચકમિત્રો, ઇમાનદારીપૂર્વક લખું છું કે ગુજરાતથી આટલે દૂર એક અજાણ્યા દેશવાસીના મુખેથી મહાત્મા ગાંધીજી અને સરદાર પટેલ જેવાં આપણાં નરરત્નો વિશે જે પ્રશંસાના શબ્દો સરી પડ્યા, એ સાંભળીને મેં જે ગૌરવનો અનુભવ કર્યો એ આ પહેલાં ભાગ્યે જ કર્યો હશે. એવું લાગતું હતું જાણે મારું હૃદય છાતીની પાંસળીઓ તોડીને બહાર નીકળી આવશે.

ફરી થોડી ક્ષણો માટેનું મૌન. એ આગળ શું બોલવું એના વિશે કદાચ વિચારતો હશે; હું એ હમણાં જે બોલી ગયો એને વાગોળવામાં પડ્યો હતો. હું વાગોળી રહ્યો; એ વિચારી રહ્યો.

'સાહેબ, એક વાત પૂછું ?' ઓમકારે વાતચીતની બીજી 'ઇનિંગ્ઝ' શરૂ કરી.

'પૂછ ને, દોસ્ત !'

'તમને શું લાગે છે ? આજના માહૌલમાં તમને મહાત્માજીના સિદ્ધાંતો પ્રસ્તુત લાગે છે ખરા ?' આટલું કહીને એણે ગાડીને ડાબા હાથે વાળી લીધી. એક લાંબા ઢોળાવવાળા રસ્તે હવે અમારું વાહન આરોહણ કરી રહ્યું હતું. મારું મન ઓમકારપ્રસાદે પૂછેલા સવાલની ઊંચાઈ માપી રહ્યું હતું. કેવો સીધો, સાદો, સરળ દેખાતો પ્રશ્ન ? અને છતાં કેટલો જટીલ ! એનો જવાબ હોઈ શકે ? ગાંધીજીનું સત્ય, એમનો સત્ય-પ્રેમ, સત્ય-આગ્રહ, એમની સાદગી, અહિંસા, દૂરંદેશી, એમની નૈતિક હિંમત...! આ બધું એકવીસમી સદીમાં જીવતા હિંદુસ્તાનમાં 'રીલેવન્ટ' હોઈ શકે ખરું ?

ગાડી ઢોળાવ પૂરો કરીને એક વિશાળ કમાનવાળા દરવાજાની બાજુમાં એક જૂના, ઊંચા ચીલના વૃક્ષ નીચે ઊભી રહી ગઈ. પાછળ બેઠેલાં સભ્યો એક પછી એક નીચે ઊતરવા માંડ્યાં. મેં પણ મારી તરફનો દરવાજો ઉઘાડ્યો. પછી સહેજ અટકીને ઓમકાર સામે જોયું. મનમાં જે સ્ફુર્યો એ ઉત્તર બોલી ગયો, 'ગાંધીજીના સિદ્ધાંતોની કસોટી કોણ કરી શકે ? આપણે રહ્યા વહેંતિયાઓ ! એ વિરાટ વિભૂતિએ જેના જીવનભર પ્રયોગો કર્યા, એ સિદ્ધાંતોનો નાનો-સરખો પ્રયોગ પણ આપણે કરી શકીએ એમ છીએ ? જો એ ન કરી શકતાં હોઈએ, તો પછી એ વાતોની પ્રસ્તુતતા બાબતે ચુકાદો આપનારા આપણે કોણ ?'

અને હું કૂદકો મારીને નીચે ઊતરી ગયો.

સામે ઊભેલી ઇમારતનું દર્શન કરી રહ્યો.

એ હતું આઝાદી પહેલાંનું બ્રિટિશહિન્દનું ઉનાળુ પાટનગર. સન ૧૮૬૪માં

વાઇસરોય સર જ્હોન લોરેન્સે બંધાવેલું ભવ્ય ઐતિહાસિક મકાન. જે આઝાદી પછી રાષ્ટ્રપતિ-નિવાસ બન્યું. ૧૯૬૫માં એ વખતના રાષ્ટ્રપતિ ડૉ. સર્વપલ્લી રાધાકૃષ્ણને એ મહેલ જેવડું મકાન 'ઇન્સ્ટિટ્યૂટ ઑફ એડવાન્સ્ડ સ્ટડીઝ' નામની કેન્દ્ર સરકાર હસ્તકની શૈક્ષણિક સંસ્થાને સોંપી દીધું.

આ ઇમારતનો ઇતિહાસ હું જાણતો હતો. એની ભૂગોળ જોવાની મારી અદમ્ય ઇચ્છા હતી.

કારણ કે એ ધન્યભાગી ક્ષણે આ ભૂમિ ઉપર મહાત્મા ગાંધીનાં પગલાં પડ્યાં હતાં. મારા જેવા ગાંધીપ્રેમીને માટે તો ચારેય ધામ મારી આંખો સામે ઊભેલાં હતાં.

*

'બસ, ખેલ ખતમ ઔર પૈસા હજમ !' એક જમાનાના વાઇસરીગલ હાઉસના ચોકીદારે અચાનક જાણે અધૂરા કાર્યક્રમે પડદો પાડતો હોય એવી નફ્ફટાઈ સાથે જાહેર કર્યું.

'અરે ! અમે તો આખી ઇમારત જોવા માટેની ટિકિટ ખરીદી છે. આમ ખાલી બગીચો બતાવીને કાઢી મૂકો એ કેમ ચાલે ?' મારા અવાજમાં સખ્તાઈ નહોતી બસ, થોડી નારાજગી હતી, પૂછપરછ હતી, સહેજસાજ ફરિયાદ હતી. ફરિયાદ પણ પાછી વાગે એવી ધારદાર નહીં, પણ વરસાદમાં પલળીને લોંદો થઈ ગયેલી માટી જેવી – ઢીલીપોચી !

અમે બધાં મળીને વીસ માથાં હતાં. વાઇસરોયનું સત્તાવાર નિવાસસ્થાન આખેઆખું જોવા માટે વ્યક્તિદીઠ પાંચ રૂપિયાની ફી ભરીને દાખલ થયાં હતાં. પણ ચોકીદારે અમને મહેલની બહારનો નાનકડો બગીચો બતાવીને પછી સીધા બહાર જવાનો દરવાજો ચીંધી દીધો. મેં પૂછપરછ કરી તો એણે બહાનાબાજી શરૂ કરી – 'પાંચ રૂપિયાના બદલામાં પૂરો મહેલ જોવો છે ? પચાસ કરોડનો ?'

'એ ચોખવટ તમારે પહેલાં જ કરી લેવી જોઈએ. બગીચાઓ તો અમે અસંખ્ય જોયા છે. આનાથીયે વિશાળ અને ખૂબસૂરત. ટિકિટબારી આગળ પણ અમને તો એમ જ કહેવામાં આવ્યું હતું કે આખું મકાન જોવાની આ ફી છે.'

હું શાંતિથી એને સમજાવવાની કોશિશ કરતો હતો અને એ ધીમે ધીમે એની વાણી ઉપરથી સભ્યતાનાં વસ્ત્રો ઉતારવા માંડ્યો. મારી સાથેના તમામ લોકોને લાગતું હતું કે હું નિરર્થક માથાફોડ કરતો હતો. આ દેશમાં આવી છેતરપિંડી તો ચાલતી જ રહેવાની. કેટલાંની સાથે ઝઘડવું ? બીજાં સ્થળો જોવા માટે પણ મોડું થતું હતું.

પણ કોણ જાણે કેમ હું અડગ હતો. જે થઈ રહ્યું હતું એ ખોટું હતું. મેં આ

ઐતિહાસિક ઇમારત જોવા માટે જ પૈસા ખર્ચ્યા હતા. અને હવે મને મારા એ હક્કથી ધરાર વંચિત રાખવામાં આવતો હતો. જો હું આ રીતે મેદાન છોડીને ચાલ્યો જાઉં તો પછી મહાત્મા ગાંધીજી વિશે ચર્ચા કરવાનો પણ મને હક્ક રહેતો ન હતો. આજથી એક સદી કરતાંયે અધિક વર્ષો પૂર્વે એ સુકલકડી બેરિસ્ટરે અજાણ્યા પરદેશમાં ટ્રેનના સેકન્ડ ક્લાસના ડબ્બામાં મુસાફરી કરવાનો સાફ ઇન્કાર કર્યો હતો. કારણ ? એની પાસે ફર્સ્ટ ક્લાસની ટિકિટ હતી.

મારી પાસે પણ ટિકિટ હતી. મને અધિકાર હતો. મારા પક્ષે સત્ય હતું. નજર સામે નગ્ન અન્યાય હતો. અને હવામાં ક્યાંક ઘૂમરાતું એક મહાન વિભૂતિનું જીવનદર્શન હતું.

હું અડી ગયો. મારી સાચી જીદ ઉપર અડી ગયો. ગુજરાતથી સેંકડો માઈલ દૂર આવેલા એક અજાણ્યા પહાડી રાજ્યની એવી જ મક્કમ અને બરછટ સરકાર સામે 'સત્યના આગ્રહ' માટે ગાંધીચીંધ્યો માર્ગ પકડીને ઊભો રહ્યો.

✳

'ફરિયાદપોથી ક્યાં છે ?' મેં ઑફિસના ક્લાર્કને પૂછ્યું.

'કેમ, શું કરવું છે ?'

'ફરિયાદ. આ ચોકીદાર અમને અંદર જવાની મનાઈ કરે છે.'

'એ યોગ્ય જ કરે છે. અંદર દાખલ થવાની મનાઈ છે.'

'મને કાયદો બતાવશો ? મારે વાંચવો છે ?'

'સૉરી ! આ હિમાચલ પ્રદેશ છે. તમારું ગુજરાત નથી. અહીં કાનૂનની ઐસી કી તૈસી ચાલે છે. તમારાથી થાય તે કરી લો.'

'હું તમારી વિરુદ્ધ પણ ફરિયાદ કરીશ.'

'કરો ને ! ના કોણે પાડી ?' એ નફ્ફટાઈપૂર્વક હસતો રહ્યો. મેં ફરિયાદ-પોથીની આશા છોડી દીધી. મારી હેન્ડબૅગમાંથી એક કોરો કાગળ ખોળી કાઢ્યો. ફરિયાદ લખી. ઊભાં ઊભાં, ઓછામાં ઓછાં શબ્દોમાં, સ્પષ્ટ સુવાચ્ય અક્ષરોમાં. પછી ક્લાર્કને આપી. પોતાની વિરુદ્ધમાં લખાયેલી ફરિયાદ વાંચીને એ ધૂર્ત હસ્યો : 'બસ ? થઈ ગયો સંતોષ ? હવે આપ નામદાર સાહેબ જઈ શકો છો.' એણે મને દરવાજાની દિશા બતાવી. અને ફરિયાદનો કાગળ એવી રીતે બેય હાથ વડે પકડ્યો કે જેવી મારી પીઠ ફરે એ સાથે જ એને ફાડી નાખવાનો હોય.

'હા, હું જઈશ જ. પણ એ પહેલાં તમે મને આ પત્રની પહોંચ આપો. તમે આ લેટરને ઇન્વર્ડ કરો.' મેં સાવ ધીમેકથી જાણે કરંડિયાનું ઢાંકણું ખોલ્યું અને અંદરથી સાપ બહાર કાઢ્યો.

'કેમ ? એનું તમારે શું કામ છે ?' એ ગભરાયો.

'મારે આ ફરિયાદનું ફોલો-અપ કરવું છે. હું ગુજરાતમાં જઈને પણ આ વાત માટે લડતો રહેવાનો છું. મને રસીદ આપો.'

એના છક્કા છૂટી ગયા, 'તમે તો કંઈ માણસ છો. એક કામ કરો; આ પહોંચ આપવાનું કામ મારું નથી. તમે ઑફિસના રજિસ્ટ્રારને મળો.'

*

રજિસ્ટ્રાર ખડ્ડુસ માણસ હતો. પેન્શન આડે માંડ છએક મહિના રહ્યા હશે. મારા જેવા કંઈક 'ગાંડાઓ' સાથે પનારો પાડી ચૂકેલો રીઢો સરકારી અધિકારી. પણ પહોંચવાળી વાત સાંભળીને એ પામી ગયો કે આ તેજાબનો બાટલો છે. અંદર હાથ ન નખાય, દાઝી જવાય. એટલે એણે સરકારી તંત્રની નફ્ફટાઈ ઉપર બનાવટી નમ્રતાના વાઘા પહેરી લીધા. મને સમજાવવાના પ્રયત્નો આદર્યા.

'ફરિયાદ-બરિયાદની વાત છોડો, સાહેબ ! એ જણાવો કે તમારે આ પથ્થરોની જર્જરિત દીવાલોમાં શું જોવું છે ?'

મેં સામો પ્રશ્ન કર્યો, 'તમે ક્યારેય કોઈ મંદિરમાં ગયા છો ? ત્યાં પથ્થરની મૂર્તિમાં શું જુઓ છો ?'

એ અસ્વસ્થ થઈ ગયો, 'એ વાત જવા દો. હકીકતમાં સાચું કારણ એ છે કે આ મકાનમાં હવે બધું બદલાઈ ચૂક્યું છે. ભોંયતળિયે એક મોટી લાઇબ્રેરી આવેલી છે. દેશભરના સ્કૉલરો ત્યાં બેસીને અધ્યયન કરતા હોય છે. મુલાકાતીઓને પ્રવેશ કરવા દઈએ, તો એમને ખલેલ પહોંચે.'

હું એમનો બદલાયેલો પેંતરો સમજી ગયો. મેં વચન આપ્યું, 'અમે ચાલીશું તોપણ ખખડાટ નહીં થાય. અને આવડા મોટા બે મજલાના મહાલયમાં માત્ર એક લાઇબ્રેરી જ આવેલી છે ?'

રજિસ્ટ્રારે ફરી નવો પાસો ફેંક્યો, 'માની લો કે તમે ફરિયાદપત્ર લખ્યો. અમને આપ્યો. અમે તે સ્વીકાર્યો. તમને એની પહોંચ પણ આપી. પછી અમે કશાં જ પગલાં ન ભરીએ, તો તમે શું કરશો ?'

'મારી પાસે બે રસ્તાઓ છે. એક કાયદાનો, બીજો સત્યાગ્રહનો. કાયદાની દૃષ્ટિએ મારી પાસે આ મકાન જોવા માટેની ટિકિટ છે અને સામે તમારો ઇન્કાર છે. હું સુપ્રીમ કોર્ટ સુધી જઈ શકું છું. વ્યવસાયે હું ડૉક્ટર છું. જિંદગીમાં જેટલું ધન કમાયો છું, એ પૂરેપૂરું વકીલોની ફી પાછળ ખર્ચી નાખીશ. અને પછી સરકાર પાસેથી જ દંડ પેટે વસૂલ કરીશ.'

એની આંખોમાં બેફિકરાઈ ડોકાણી, 'એમાં મારે શું ? અને બીજો રસ્તો...?'

'સત્યાગ્રહનો. મને પણ ખબર નથી કે હું શું કરીશ. શક્ય છે કે હું અત્યારે જ આ ઇમારતની બહાર આમરણ અનશન ઉપર બેસી જાઉં !' મારા શબ્દો સાવ શાંત રીતે ઉચ્ચારાયેલા હતા, પણ કાયદાની ધમકીથી જેનું રુંવાડું સરખુંયે નહોતું ફરક્યું એ પીઢ માણસ મારી સત્યાગ્રહની વાત સાંભળીને ડરી ગયો.

એણે છેલ્લો પાસો ફેંક્યો, 'ધારી લો કે હું પણ તમારી ફરિયાદ સ્વીકારવાનો ઇન્કાર કરી દઉં તો ?'

'એ સવાલ તમારો ચોકીદાર અને ક્લાર્ક ક્યારના કરી ચૂક્યા છે.'

'પણ તો તમે શું કરશો ?'

'એ જ જે એ બંને માટે કર્યું છે. હું તમારી વિરુદ્ધમાં પણ ફરિયાદ કરીશ.' પછી મેં સાવ ધીમા શબ્દોમાં નમ્રતાપૂર્વક એમનું ધ્યાન દોર્યું, 'આપ સાહેબે બે વાતમાંથી એકની પસંદગી કરવાની છે : છ મહિના પછી સન્માનભેર નિવૃત્ત થવું છે ? કે પછી બે-ચાર દિવસમાં સસ્પેન્ડ થવાની તૈયારી રાખવી છે ?'

જાણે સાપે ડંખ માર્યો હોય એમ એ ઊભો થઈ ગયો. કાળો મેલો કોટ ખુરશીના હાથા ઉપર લટકતો હતો એ જેમતેમ ચડાવીને એ ઊભો થયો. બાજુની ઑફિસ તરફ ઇશારો કર્યો, 'ચાલો, અંદર મોટા સાહેબ બેઠા છે. એમને મળીને વાત કરો. મારે વચમાં આવવું જ નથી.'

વાહ રે સરકારી અમલદારશાહી ! હું આઝાદ ભારતની અજીબોગરીબ દુર્દશા જોતો રહ્યો. જ્યાં હક્કની અને રુઆબના પ્રદર્શનની વાત હતી, ત્યાં બધાંને વચ્ચે આવવું હતું, પણ જ્યાં જવાબદારી કે કાયદાપાલનની વાત આવતી હતી, ત્યાં સૌને ખસી જવું હતું.

*

ઑફિસમાં પગ મૂકતાં પહેલાં મેં બારણા ઉપર લગાડેલી તકતી વાંચી લીધી. ઉપર એક પરપ્રાંતીય નામ લખ્યું હતું અને નીચે ડિગ્રી : આઈ.એ.એસ. (કમિશ્નર)

એક ક્ષણ માટે હું ધ્રૂજી ગયો. સરકારી તંત્રના સૌથી વરિષ્ઠ અને આઈ.એ.એસ. જેવી ઉચ્ચ ઉપાધિ પ્રાપ્ત કરેલા બાહોશ અધિકારી સામે હું કેવી નાની બાબત રજૂ કરવા માટે જઈ રહ્યો હતો ? પણ બીજી જ ક્ષણે મને મોહનદાસ ગાંધી યાદ આવી ગયા. ફર્સ્ટ ક્લાસના ડબ્બામાંથી સેકન્ડ ક્લાસના ડબ્બામાં જવાની બાંધછોડ સ્વીકારવાને બદલે એ માણસે પ્લૅટફૉર્મના બાંકડા ઉપર આખી રાત વિતાવવાનું શા માટે પસંદ કર્યું હશે ? એ પણ ક્યાં મોટી વાત હતી ? અને મોહનદાસ ગાંધી એ વખતે ક્યાં એવા 'મોટા' માણસ હતા ? એ પણ મારી-તમારી જેમ જ...? અને વાત નાની હોઈ શકે છે, પરંતુ સત્યના પાલન માટેનો આગ્રહ ક્યારેય નાનો

નથી હોતો.

હું મક્કમ બનીને કમિશ્નરની સામે જઈ ઊભો. રજિસ્ટ્રારે એની રીતે મારી વિરુદ્ધમાં સાહેબને કાનભંભેરણી કરી દીધી. કમિશ્નરે મારી સામે વેધક નજરે જોયું. હું જરા પણ ડર્યા વગર, પ્રેમભર્યું સ્મિત કરતો એમને જોઈ રહ્યો હતો. એ બાહોશ અધિકારીએ મારી સજ્જનતા અને મારી મક્કમતા બંને પારખી લીધાં. કશી જ બહાનાબાજી બતાવ્યા વગર સીધું ને સટ્ટ જણાવી દીધું, 'લૂક જેન્ટલમૅન ! ધેર ઇઝ નો સચ રૂલ ધેટ યુ કેન નોટ બી પરમિટેડ ટુ સી ધી ઇન્સાઈડ ઑફ ધી પ્રિમાઈસીસ, બટ...'

એ જે બોલ્યા એનો ભાવાર્થ : 'તમે અંદર ન જઈ શકો એવો કોઈ કાયદો અસ્તિત્વમાં નથી. તમારી આ ફરિયાદ ઓછામાં ઓછા ત્રણ માણસોની નોકરીને ભરખી જશે. માટે એમ કરવાનું રહેવા દો. ના, ના..., એક પણ શબ્દ બોલ્યા વગર મને પૂરોપૂરો સાંભળી લો. મને ખબર છે કે તમે હવે શું બોલવાના છો. એ જ ને કે 'હું તમારી વિરુદ્ધમાં પણ ફરિયાદ કરીશ !' પણ હું તમને ખાતરી આપું છું કે તમારે એવું કરવાની જરૂર નહીં પડે.'

'તમારો આભાર, સાહેબ !' હું ખુશ થઈને બોલી ઊઠ્યો.

'બટ સ્ટોપ ધેર ફોર એ મિનિટ ! તમે અંદર તો જઈ જ નહીં શકો.'

'કારણ ?'

'કારણ કે અંદર જોવા જેવું કશું જ નથી.' મોટા સાહેબે મોટો ધડાકો કર્યો. હું આખેઆખો હચમચી ગયો.

'માફ કરજો, કમિશ્નરસાહેબ ! તમારી ડિગ્રી વાંચીને હું એમ ધારતો હતો કે તમે એક બાહોશ માણસ હશો. પણ તમે મારો અભિપ્રાય ચોપડે નોંધી શકો છો. તમે એક બિનકુશળ, બેજવાબદાર અને દેશના ઇતિહાસના જ્ઞાનથી તદ્દન બેખબર એવા, માત્ર તુમારશાહીમાં અટવાયેલા, એક સનદી અધિકારી છો. હા, હું જાહેર કરું છું; હું હવે તમારી વિરુદ્ધમાં પણ ફરિયાદ કરીશ.' મારાં વાક્યો અલબત્ત સ્ફોટક હતાં, પણ અવાજ પૂરેપૂરો નમ્રતાસભર હતો.

'વેલ...! યુ સી...!' એ ગૂંચવાયા. પછી ધીમેથી બોલ્યા, 'તમે ખુરશીમાં બેસો. મને સમજાતું નથી કે તમે શા માટે આ ખંડિયેરમાં તમારો કીમતી સમય વેડફવા માટે જીદ કરી રહ્યા છો ?'

'તમે સમજી શકતા નથી એ હકીકત જ બહુ દુ:ખદાયક છે. અમારા એક લેખક હતા 'ધૂમકેતુ'. એમણે 'વિનિપાત' નામની એક સુંદર વાર્તા લખી હતી. એમાં છેલ્લે એક વાક્ય આવે છે : 'પડે છે ત્યારે સઘળું પડે છે.' આજે મને એ વાક્ય બરાબર સમજાય છે. તમારા જેવો સુશિક્ષિત માણસ જ્યારે એમ પૂછે કે આ

ખંડિયેરમાં જોવા જેવું શું છે, ત્યારે મને આ દેશના દુર્ભાગ્ય ઉપર દયા આવે છે. આ મહેલમાં એક સમયે વાઇસરોય રહેતા હતા. આ દેશનું ભાગ્ય ઘડતા હતા. આ મકાનમાં મહાત્મા ગાંધી રહી ગયા છે. એ ફકીર પગપાળા ચાલીને અહીં આવતા હતા. આ ભૂમિને એમનાં પવિત્ર ચરણોનો સ્પર્શ થયો છે. પં. જવાહરલાલ નહેરુ ઘોડા ઉપર અહીં આવતા હતા. દેશના તેત્રીસ કરોડ દેશવાસીઓ ઉપર પોતાના વ્યક્તિત્વની ભૂરકી છાંટનારા એ સોહામણા રાજકુમારના અશ્વની દબડાટી હજુયે અહીંની હવામાં સંભળાય છે. અહીં મહંમદઅલી ઝીણા આવ્યા હતા, એમની બીજી વારની બેગમને લઈને. અહીં જ આ ઇમારતના ઉપલા મજલે કોઈક ખંડમાં બેસીને પાનેલીના એ ધૂર્ત કાયદેઆઝમે પોરબંદરના એક નિષ્પાપ પુરુષને પટ્ટીમાં પાડવાના પેંતરાઓ અજમાયા હતા. અહીં આ જ મહાલયમાં ચરોતરના એક પાટીદારે એ ઝીણાને આંસુઓની જાડી જાડી ધારે રડાવ્યો હતો. ૧૯૭૧ના બાંગ્લાદેશના યુદ્ધ પછી પરાજિત પાકિસ્તાનના પ્રધાનમંત્રી ઝુલ્ફીકારઅલી ભુટ્ટો એમની યુવાન ખૂબસૂરત બેટી બેનઝીરને સાથે લઈને સિમલાકરાર કરવા માટે આ જ જગ્યાએ આવ્યા હતા. અને ભારતના વડાપ્રધાન પ્રિયદર્શિની ઇંદિરાએ આ જ સ્થળે બેસીને પાકિસ્તાનની શર્મનાક શરણાગતિનો દસ્તાવેજ આલેખ્યો હતો. આ મકાન તમને ખંડિયેર લાગે છે ? પણ કોઈ મકાન હોય કે માણસ, માત્ર જૂનું થઈ જવાથી કશું જ અપ્રસ્તુત નથી બની જતું. જૂની તો આપણી જનેતાઓ પણ થાય છે. જૂની આપણી સંસ્કૃતિ પણ છે. જૂની ભગવદ્‌ગીતા પણ થઈ ગઈ છે. કોને કોને ખંડિયેર કહેશો તમે ? મને તમારી સામે ઊભા રહીને આ બધું બોલવામાં પણ શરમ આવે છે, સાહેબ ! મને એવું લાગે છે હું કોઈ જીવંત સંવેદનશીલ માનવીને બદલે એક નિર્જીવ ખુરશીને ઉદ્દેશીને બોલી રહ્યો છું. આઇ થિંક આઇ શૂડ વિધડ્રો માય કમ્પ્લેઇન્ટ, મારે નથી કરવી ફરિયાદ સાહેબ ! નથી જોવું આ ખંડિયેર મારે ! હું જાઉં છું, આઇ એમ સૉરી !'

'નો, યુ કાન્ટ ગો ધીસ વે, જેન્ટલમૅન !' સાહેબ ઊભા થયા, 'માફી તો મારે માગવી જોઈએ. હું આ ખુરશીમાં આટલા સમયથી બેસું છું, પણ તમે માનશો ? હું એક વાર પણ ઉપર ગયો નથી. આજે તમે મારી દૃષ્ટિ બદલી નાખી. ચાલો, હું પણ તમારી જોડે જ આવું છું. આપણે સાથે મળીને આખો પેલેસ જોઈએ.'

✳

અમે વીસ માણસો અને એકવીસમા કમિશ્નર સાહેબ. બધું ફરીફરીને જોઈ વળ્યાં. ગાંધી-ઝીણા મુલાકાતનો ખંડ, ગાંધીજીએ જ્યાં આરામ કરેલો એ ખુરશી, સરદાર પટેલે જ્યાં શયન કર્યું હતું એ કક્ષ, ઇંદિરાજીના અદ્‌ભુત વ્યક્તિત્વથી અંજાઈ

જઈને જ્યાં બેનઝીરની જીભ ઝલાઈ ગઈ હતી એ ચા-નાસ્તા માટેનું ટેબલ, જ્યાં વાઈસરોય આરામ ફરમાવતા હતા અને જ્યાં વાઈસરીન (એમની બેગમ) કુશાંદે પથારીમાં નિદ્રારાણીના આગોશમાં સરી જતી હતી એ શયનકક્ષ, એમાં ગોઠવેલા છત્રીપલંગો...બધું નિહાળ્યું.

ગુલામ ભારતના 'ભાગ્યવિધાતા' જેવા વાઇસરોયના ઘેરા પડછંદા પણ સાંભળ્યા અને આઝાદ હિંદુસ્તાનના 'જન-ગણ-મન-અધિનાયક' સમા બાપુના કોઈ મંદિરમાં બજતાં પવિત્ર ઝાલરના સૂરો જેવા શબ્દસ્પંદનો પણ ઝીલ્યાં.

પૂરો દોઢ કલાક ગાળીને એ રાષ્ટ્રીય સ્મારક છોડતી વેળાએ કમિશ્નર છેક ઝાંપા સુધી મને વળાવવા માટે આવ્યા. છૂટા પડતી વખતે એમણે મને પૂછ્યું, 'આપ ગુજરાતસે આયે હો ના ?'

હું ખડખડાટ હસી પડ્યો, 'આપકો કૈસે પતા ચલ ગયા ? મેરી કમજોર હિન્દી સૂનકર ના ?!'

'નહીં !' એ ગંભીર ચહેરે બોલ્યા, 'આપકી જબાન કમઝોર હો સકતી હૈ, મગર આપકા ઝમીર બહોત બુલંદ હૈ. સિર્ફ એક ગુજરાત હી પૂરી સિસ્ટમકે સામને ઈસ તરહ ખડા રહ સકતા હૈ. આઇ કૉંગ્રેચ્યુલેટ યુ !'

*

અમે બહાર નીકળ્યા, ત્યારે ઓમકારપ્રસાદ પ્રતીક્ષા કરી કરીને થાકી ગયો હતો. 'ઈતની દેર લગા દી, સા'બ ? ક્યા ચલ રહા થા ?' એણે મને પૂછી નાખ્યું : 'કંઈ ખાસ નહીં. માત્ર સત્યનો પ્રયોગ ચાલી રહ્યો હતો.' મેં એના ખભે હાથ મૂક્યો, 'તું પૂછતો હતો ને કે ગાંધીજી અત્યારના સમયમાં પ્રસ્તુત છે કે નહીં ? આ ક્ષણે તને સાચો જવાબ આપું છું : ગાંધીજી અને ગાંધીવાદ આજે પણ એટલો જ રીલેવન્ટ છે, જેટલો ગઈ કાલે હતો. અને આવનારી કાલ માટે પણ એમ જ રહેશે. ગાંધીજી મરે છે, પણ એમનું સત્ય કદીયે મરતું નથી. વૈજ્ઞાનિકો લૅબોરેટરીમાં જ પ્રયોગો કરે છે એ જેમ સ્થળ અને સમયના પરિબળોને અતિક્રમીને પણ અફર રહે છે, એમ જ સત્યના પ્રયોગો વિષે છે. શરત આટલી જ કે એ પ્રયોગ કરનારે પોતાની કક્ષાથી થોડુંક ઉપર ઊઠવું પડે.'

(સાવ સાચી ઘટના : આખીયે વાતમાં ક્યાંય પણ કોઈને આત્મસ્તુતિ જેવું કંઈ લાગે, તો એ મારી લેખક તરીકેની મર્યાદા હશે. મહાત્મા તો મહાત્મા હતા. હું તો એક તુચ્છ અને જગતના સર્વ વિકારોથી છલોછલ જીવ છું. મારી એવી કોઈ મોટી 'સત્યની આરાધના' નથી. પણ જિંદગીની રોજિંદી બાંધછોડમાં ક્યારેક અને ક્યાંક મારા એ પ્રિય રાષ્ટ્રપુરુષની એકાદ માન્યતાને અનુસરવાનો નાનકડો પ્રયાસ કરી લઉં છું. અને એમાં અચૂક સફળ થાઉં છું.)

STAR BOOKS
Wembley Point, WEMBLEY HA9 6DE (U.K.)
Phone: 020 8900 2640
E-mail : info@starbooksuk.com